"अतिशय प्रवाही आणि वाचनीय... (जे) मनोरंजनही करतं आणि बांधूनही ठेवतं. आजवरच्या अत्यंत बहुरंगी आयुष्य जगलेल्या व्यक्तिमत्त्वांपैकी एकाची ही कहाणी आहे."

– आयरिश इंडिपेंडंट

"फ्रॅन्सिस्कोच्या दुष्टपणामधली दहशत आणि प्रहसन यांच्या मिश्रणाला हे पुस्तक पूर्ण न्याय देतं"

– फायनॅनशिअल टाइम्स

"पराग्वेच्या लेडी मॅकबेथची कठोर आणि क्रुद्ध गाथा..."

– द गार्डियन

"मनावर गारुड घालणाऱ्या सत्यकथेचं गुंतवून ठेवणारं लेखन"

– बेलफास्ट टेलिग्राफ

'Daughter of Heaven' या इंग्रजी पुस्तकाचा अनुवाद

स्वर्गकन्या

चीनची सम्राट बनू शकलेल्या एकमेव स्त्रीची खरीखुरी कहाणी

नायजेल कॉथॉर्न

अनुवाद
मीना कर्णिक

मेहता पब्लिशिंग हाऊस

DAUGHTER OF HEAVEN by NIGEL CAWTHORNE

Published by Arrangement with Oneworld Publications, Oxford, England
Translated into Marathi Language by Meena Karnik

स्वर्गकन्या / अनुवादित सत्यकथा

अनुवाद : मीना कर्णिक
Email : author@mehtapublishinghouse.com

मराठी पुस्तक अनुवादाचे व प्रकाशनाचे हक्क मेहता पब्लिशिंग हाऊस, पुणे.

प्रकाशक : सुनील अनिल मेहता, मेहता पब्लिशिंग हाऊस,
१९४१, सदाशिव पेठ, माडीवाले कॉलनी, पुणे - ४११०३०.

मुद्रक : ट्रिनिटी अॅकॅडमी फॉर कॉर्पोरेट ट्रेनिंग लिमिटेड, सर्व्हे नं. २६/५,
नऱ्हे इंडस्ट्रिअल एरिया, झील कॉलेज रोड, नऱ्हे, पुणे – ४१.

मुखपृष्ठ : मेहता पब्लिशिंग हाऊस

प्रथमावृत्ती : फेब्रुवारी, २०२०

किंमत : ₹ ४२०

P Book ISBN 9789353174224

अनुक्रमणिका

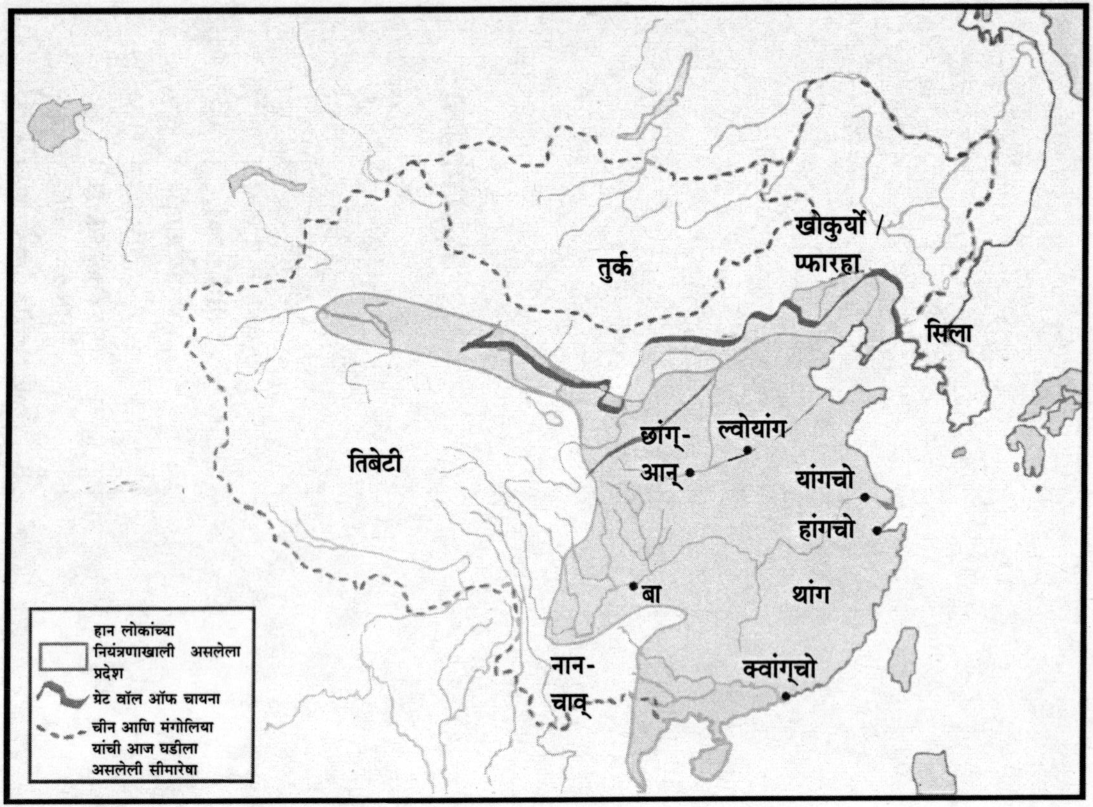

चीनमधील थांग साम्राज्य. नेथन सेंट जॉन यांनी काढलेला नकाशा

स्वर्गाची हाक

साल होतं ३२७५. राजघराण्याच्या जनानखान्यामध्ये अंगवस्त्र म्हणून तिला घेऊन जाण्यासाठी ते आले होते. देशातल्या पंडितांनी केलेल्या मोजणीनुसार ते तेहतिसावं शतक होतं याची तिला कल्पना नव्हती. किंवा ख्रिश्चन कॅलेंडरनुसार ते सातवं शतक होतं. नेमकं सांगायचं तर इसवी सन ६३८ हे वर्ष होतं, हेही तिला माहीत असण्याची शक्यता नव्हती किंवा मग चीनच्या यलो एम्पररने आपल्या राजकारभाराच्या एकसष्टाव्या वर्षात कॅलेंडरचा शोध लावला, त्यानुसार पंचावन्नाव्या चक्रामधलं ते पस्तिसावं वर्ष होतं, हेसुद्धा तिला ठाऊक नव्हतं. षोडषवर्षीय उ छाव्साठी ते केवळ कुत्र्याचं वर्ष होतं आणि छन् ख्वान्च्या राज्यकारभाराचं बारावं वर्ष. प्रत्येक नव्या सम्राटाने कारभार हाती घेतला की चिनी कॅलेंडर पहिल्या वर्षापासून सुरू करण्याची प्रथाच होती मुळी. आपल्या संपूर्ण कारकिर्दीमध्ये सम्राट थाय् चुँगने छन् ख्वान् हे नाव धारण केलं होतं. छन् ख्वान्चा अर्थ होता, 'उत्तम शासनाचा काळ.'

राजघराण्यासाठी पत्नी म्हणून निवड होणं हा किती मोठा सन्मान आहे याची तिला जाणीव नव्हती. तिचं वय केवळ तेरा वर्षांचं होतं. किंवा चिनी प्रथेनुसार चौदा. बाळाचा जन्म झाला की त्याचं वय एक असल्याचं मानणं ही चिनी पद्धत होती. कारण गरोदर राहिल्याच्या क्षणापासून वय मोजलं जायचं. बाळ जन्माला येण्याअगोदर दहा महिने जातात, असा प्राचीन काळातल्या चिनी लोकांचा विश्वास होता. आणि मग वय मोजणं सोपं जावं यासाठी हे दहा महिने एक वर्ष म्हणून मोजलं जायचं. जनानखान्यासाठी उ छाव्ची निवड होणं, हा तिच्या संपूर्ण कुटुंबाकरता एक सन्मान होता. ही निवड 'पिनिंग'च्या वयाच्या आधी झालेली असली तरीही. मुलगी पंधरा वर्षांची झाली की ती आता बाई झाली आहे हे दाखवण्यासाठी तिला आपले केस

डोक्यावर पिनेने बांधावे लागत. राजघराण्याच्या जनानखान्यासाठी उ छाव्ची निवड झाली; कारण ती एका प्रतिष्ठित कुटुंबामधली होती. तिच्या नात्यातील बहिणींपैकी एका सम्राटाची लाडकी होती आणि तिनेच उ छाव्चं नाव सुचवलेलं होतं. शिवाय, उ छाव् इतकी सुंदर होती की तिच्या सौंदर्याची चर्चा शेकडो मैल दूर असलेल्या चीनच्या तेव्हाच्या राजधानीमध्ये, छांग्-आन्मध्येही होत होती. आता, न्यु-श् म्हणजे सम्राटाच्या लैंगिक आयुष्याची आखणी करणारी दरबारातील महिला उ छाव्ला पाहण्यासाठी आली होती.

जनानखान्यासाठी रखेल म्हणून निवड होणं हा उ छाव्साठी आगळा अनुभव असला, तरी राजमहालाची सेवा करण्याकरता हजारो तरुण मुलींना नेलं जायचं. उ छाव्च्या प्रतिष्ठापनेविषयी कोणतीही कागदपत्रं उपलब्ध नाहीत, पण 'इन सिक्रेट स्केचेस ऑफ द हान पॅलेस' या पुस्तकामध्ये एका अनामिक लेखकाने मॅडम व्यू नावाच्या न्यु श्ने आणि छाव् या तृतीय पंथीयाने न्यू यिंग या नवीन मुलीच्या तपासणीच्या प्रसंगाचं वर्णन केलेलं आहे. उ छाव्प्रमाणेच न्यू यिंगसुद्धा एका जनरलची मुलगी होती :

> छाव् बाहेरच्या खोलीत होता आणि मॅडम व्यूने न्यू यिंगला शयनगृहात नेलं. दासींना बाहेर पाठवून देण्यात आलं आणि दरवाजा बंद केला गेला. न्यू यिंगच्या चेहऱ्यावर सूर्याची किरणं पडली होती. ती तेजस्वी दिसत होती, जणू काही सकाळच्या सूर्यप्रकाशातल्या बर्फासारखी. नितळ समुद्राप्रमाणे तिचे डोळे स्वच्छ दिसत होते. तिच्या भुवया लांब आणि सुरेख आकाराच्या होत्या. तिच्या छोट्याशा लालचुटुक ओठांमध्ये तिचे पांढरेशुभ्र दात चकाकत होते. मॅडम व्यूने न्यू यिंगच्या केसातली पिन बाहेर काढली आणि तिचे लांबसडक मऊशार केस जमिनीवर लोळले.
>
> तिचे केस चाचपून पाहिल्यानंतर मॅडम व्यूने न्यू यिंगला तिचं अंतर्वस्त्र काढायला सांगितलं. लाजून, त्या तरुण मुलीने नकार दिला. ही राजाची आज्ञा असून, त्याचं पालन करणं भाग आहे असं तिला सांगण्यात आलं. न्यू यिंग रडू लागली आणि तिनं आपला चेहरा भिंतीकडे वळवला. मग मॅडम व्यूनं हळुवारपणे तिचे कपडे काढले. तिचं नग्न शरीर उचलून मॅडम व्यूनं सूर्यप्रकाशात नेलं. ते मुलायम होतं. तिची त्वचा मऊसुत होती आणि तिच्या शरीराचा गंध हवेत दरवळत होता. तिच्या स्तनांना उभार होता आणि एका हाताच्या ओंजळीत मावतील एवढे ते मोठे होते. तिची बेंबी अर्ध्या इंचाचा व्यास असलेला मोती राहू शकेल इतकी खोल होती. किंचित उभार आलेला न्यू यिंगचा योनी प्रदेश पाहून मॅडम व्यू खुश झाली.

मग अगदी हळुवारपणे तिने या तरुण मुलीच्या मांड्या बाजूला केल्या आणि तिच्या योनीची पाहणी केली. 'ही अगदी पवित्र आणि कुमारिका आहे,' त्या वयस्क महिलेच्या तोंडून उद्गार निघाले.

कुमारिका असणं हे चीनमध्ये विशेष महत्त्वाचं होतं. मात्र, पाश्चिमात्य जगात पुरुषी अभिमानाचा हा विषय असतो त्या अर्थाने नव्हे, तर चेतना आणि आरोग्य यासाठी. फ्कंग मथुसलाह् म्हणून ओळखल्या जाणाऱ्या फ्कंग- त्सू या मोठ्या पंडिताने म्हटलंय : 'पुरुषाला संभोगापासून जास्तीत जास्त फायदे हवे असतील, तर त्याने अननुभवी बाई शोधायला हवी. कुमारिकेबरोबर लैंगिक संबंध केल्याने तो आपलं तारुण्य अबाधित राखू शकतो.'

'आजूबाजूला अधिक कुमारिका नाहीत हे किती वाईट आहे,' त्याने नाराजीने म्हटलंय.

थांग चीनमध्ये मुलगी कुमारिका आहे याची खात्री पटण्यासाठी काळजी घेतली जायची. पालींना दहा पाउंड मरक्युरिक सल्फाइड म्हणजे लाल पारा खायला घालत, मग त्यांना मारून टाकत आणि त्यांचं चूर्ण करत. त्या रंगाने मुलीचे पाय रंगवले जात. हा रंग गेला किंवा विस्कटला की समजायचं त्या मुलीने शरीरसंबंध केला आहे.

'आदर्श कुमारिका ही चौदा ते एकोणीस वर्षांची असते,' फ्कंग- त्सू म्हणतो, 'पण तिशीच्या खालची कोणतीही स्त्री चालू शकते, मात्र तिला मूल झालेलं असता कामा नये. माझ्या स्वर्गवासी गुरूने हे तत्त्व पाळलं आणि ते तीन हजार वर्षांचे होईपर्यंत जगले. त्याच वेळी वनस्पती खाल्ल्या तर पुरुषाला अमरही होता येतं.'

फ्कंग- त्सूच्या मते, यलो एम्परर ह्वांग् थी याने बाराशे महिलांबरोबर संभोग केला आणि तो अमर झाला. दीर्घायुषी होण्याची मुख्य पद्धत म्हणजे, फ्कंग- त्सू सांगतो, 'तरुण मुलींबरोबर वारंवार संभोग करायचा, पण वीर्यस्खलन मात्र क्वचित प्रसंगीच व्हायला हवं; या पद्धतीमुळे पुरुषाचं शरीर हलकं बनतं आणि सर्व आजार बाहेर फेकून देतं.' यामुळे पुरुष बाईकडून तिची यीन ऊर्जा पितो, पण क्वचितच आपली पुरुषी यान ऊर्जा खर्च करतो, ज्यायोगे त्याला आपला ची म्हणजे 'जीवन वेग' वाढवता येतो.

ज्या सम्राट थाय् चुँगच्या सेवेसाठी उ छाव्ला नेण्यात आलं होतं, त्याला या तारुण्यरसाची खूप गरज होती. त्याचं वय अडतीस वर्षांचं होतं, प्राचीन काळातल्या चीनमध्ये हे वय खूप जास्त होतं. तो हृदयभंग झाल्याने अतिशय खचलेला होता. वर्षभरापूर्वीच त्याने आपल्या प्रिय सम्राज्ञीला, वन्- थ हिला अखेरचा निरोप दिला होता आणि राजघराण्यातील नोंदीनुसार बराच काळ तो तिच्या विरहाचं दुःख

कवटाळून होता. पुन्हा एकदा ताजंतवानं व्हायचं तर त्याला मिळेल तेवढ्या रसरशीत यीन ऊर्जेची नितांत गरज होती आणि त्याच्या न्यु-श् देशभर त्याच्यासाठी कुमारिका शोधत फिरत होत्या.

त्या वयातली उ छाव्‌ची प्रतिमा उपलब्ध नसली, तरी त्या काळातले चिनी पुरुष लैंगिक सुखासाठी स्त्रीमध्ये काय पाहायचे, हे आपल्याला माहीत आहे. 'सिक्रेट प्रिस्क्रिप्शन्स फॉर द बेडचेंबर' या पुस्तकामधल्या 'वीमेन सुटेड फॉर कॉईटस' (संभोगासाठी सुयोग्य स्त्री) नावाच्या प्रकरणात लिहिलंय, 'ज्या मुलीचे स्तन अजून विकसित झालेले नाहीत आणि ज्यांच्या शरीरावर व्यवस्थित मांस आहे अशा मुलींची निवड पुरुषाने करायला हवी. त्यांचे केस मुलायम हवेत, डोळे लहान आणि बुबुळं व पांढरा रंग यांच्यातला फरक अधोरेखित झालेला असेल असे हवेत. तिचा चेहरा आणि शरीर मऊसुत हवं आणि तिचा आवाज मधुर. तिचे सर्व सांधे मांसल हवेत आणि हाडं मोठी असता कामा नयेत. तिच्या योनी प्रदेशावर किंवा शरीरावर केस असता कामा नयेत किंवा असलेच तर ते मऊ असायला हवेत.'

वयाच्या तेराव्या वर्षी उ छाव्‌सारख्या नावाजलेल्या सौंदर्यवतीला सम्राटाच्या जनानखान्यात प्रवेश दिला गेला, तेव्हा वरील वर्णन तिला तंतोतंत लागू होत असणार, असं आपण गृहीत धरायला हरकत नाही.

थाय्- च्छंग्- च्छंग या चेहरेपट्टीविषयीच्या पुस्तिकेमध्ये यलो एम्पररला लैंगिक सल्ला देणाऱ्या आणि जिला चिनी साहित्यामध्ये सातत्याने 'सर्वसाधारण मुलगी' असं संबोधलं आहे त्या सु-न्युनेही मुलीचे ओठ मोठे आणि जाड असायला हवेत आणि तिच्या योनिमार्गात द्रव मोठ्या प्रमाणात असायला हवा, असा उल्लेख केलेला आहे. ती असंही म्हणते की, 'योग्य स्त्री ही निसर्गतः नाजूक आणि स्वभावाने गरीब तसंच हळुवार असायला हवी.' हे वर्णन मात्र उ छाव्‌ला लागू होणारं नव्हतं. लहान असताना मुलग्यासारखे कपडे घालणारी मुलगी म्हणून तिला सगळे ओळखत. थांग काळात होते तसे ऐसपैस फॅशनेबल कपडे तिने कधी वापरले नाहीत. ही वेषभूषा किमोनोसारखी होती. जपान्यांनी नंतर त्याला मागे मोठा बो लावला आणि ही वेषभूषा आपली केली. थांग चीनच्या काळातल्या कपड्यांना पुढच्या बाजूने एक एप्रन आणि स्तनांच्या खाली एक सिल्कचा बँडही असे. पारंपरिक कोरिअन वेषभूषेमध्ये असतो तसा. हा असा बंधनं घालणारा पोशाख उ छाव्‌ने कधी वापरला नाही. त्याऐवजी ती एका लांब झग्याखाली पुरुषांची पँट घालायची. उन्हाळ्यामध्ये या पँटला अस्तर नसे, तर थंडीत त्याला भरपूर अस्तर लावलेलं असायचं. मुलग्यांचे कपडे हे मुलींपेक्षा अधिक भडक असत; कारण सार्वजनिक ठिकाणी त्यांना स्वतःकडे लक्ष वेधून घ्यायचं असे. मुलींना मुळातच बंदिस्त करून ठेवलं जायचं. उ छाव्‌चे पाय कधी बांधून ठेवलेले नसावेत. थांग

काळात पाय बांधून ठेवण्याची प्रथा फार क्वचित पाळली जायची. काही जणांच्या मते ही प्रथा शांग् साम्राज्यामध्ये (१७६६-११२२ ख्रिस्तपूर्व) सुरू झाली असली, तरी साहित्यात या प्रथेचा पहिला स्पष्ट उल्लेख आढळतो तो सुंग साम्राज्यामध्ये, इसवी सन ११३०मध्ये. मात्र या प्रथेचं सर्व वर्गांमध्ये पालन होऊ लागलं ते मिंग (१३६८-१६४४) आणि छिंग (१६४४- १९११) यांच्या साम्राज्यामध्ये. या काळात स्त्रियांचे पाय लहान असल्यापासूनच बांधून ठेवले जात. त्यांना प्रचंड वेदना भोगाव्या लागत. मुलींचे पाय छोटे, तीन इंचाच्या कमळाच्या फुलासारखे किंवा सोनेरी कमळासारखे व्हावेत, ही त्यामागची कल्पना होती.

उ छाव्ला पुरुषी वागण्यासाठी प्रोत्साहन मिळालं असावं; कारण वयाच्या दहाव्या वर्षी तिच्या वडिलांचं निधन झालं आणि तिच्यावर बंधनं घालण्यासाठी आग्रही राहील असा कोणी दुसरा पुरुष घरात नव्हता. यामुळेच तिला घराबाहेर पडण्याची परवानगी मिळाली असावी. खरं तर त्या काळात ती ज्या वर्गातून आली होती त्या वर्गातल्या बायका घराबाहेर पडणं, ही अतिशय दुर्मिळ गोष्ट होती. आणि परंपरांच्या जोखडात अडकून राहणाऱ्या मुलींपैकी ती नव्हती. तिच्यामध्ये एक खमकेपणा होता. खूप वर्षांनंतर, आपण तरुण असताना किती कणखर होतो याची गोष्ट तिनेच सांगितलेली आहे.

'सम्राट थाय्- चुँग यांच्याकडे एक अतिशय जंगली घोडा होता, ज्याला काबूत आणणं कोणालाच जमत नव्हतं,' तिने म्हटलंय, 'मी राजवाड्यातली एक मुलगी होते. त्यांच्या बाजूला उभी असताना मी त्यांना म्हटलं, 'मी या घोड्यावर मांड ठोकू शकते. मला तीन गोष्टी लागतील. धातूचा आसूड, लोखंडाची गदा आणि एक कट्यार. धातूच्या आसुडाने तो काबूत आला नाही, तर मी लोखंडाची गदा त्याच्या डोक्यावर मारेन आणि त्याचाही उपयोग झाला नाही, तर कट्यारीने मी त्याचा गळा चिरेन.' मी काय म्हणतेय हे थाय्- चुँगना बरोबर समजलं.'

आणि आता ते आपल्यालाही समजणार आहे.

स्वर्गाचं लेकरू

उ छाव्‌चा जन्म ३२६२ या वर्षातला. पहिला थांग सम्राट खाव्-त्सूच्या साम्राज्याचं ते आठवं वर्षं होतं. या सम्राटाचं गादीवरचं नाव होतं उ थ. याचा अर्थ 'योद्ध्याचे सद्‌गुण' असा होतो. चंद्राच्या पहिल्या महिन्यामधल्या, रन्- शन्‌मधल्या तेविसाव्या दिवशी किंवा ग्रेगोरिअन कॅलेंडरनुसार १० मार्च ६२५ या दिवशी तिचा जन्म झाला असावा. स्थानिक दंतकथेनुसार छ्वान्‌मधल्या ली काउंटीतल्या कुआंग-यूएन् इथे तिचा जन्म झाला. ली-छो इथे या दिवशी तिची जयंती साजरी करण्यासाठी एका समारंभाचं आयोजन केलं जातं. ली शांग्-यिन् या थांग कवीने तिच्या स्मरणार्थ केलेल्या कवितेमधून तिच्या स्मृती जतन करण्यात आल्या. त्यांना लोकप्रियता मिळाली ती १९६०च्या दशकात ग्वो मोरो या नाटककाराच्या 'वू त्से- थिएन्' नावाच्या नाटकामधून. उ त्स्- थिएन् याच नावाने उ छाव् अधिक ओळखली जाते. मात्र, ६२८पर्यंत ली-छोचे गव्हर्नर जनरल म्हणून तिच्या वडिलांची नेमणूक झालेली नव्हती. त्या आधी ते केंद्र सरकारमध्ये काम करत, याचा अर्थ तिचा जन्म छांग-आन् या पश्चिम राजधानीमध्ये झाला असावा किंवा ल्वोयांग या पूर्व राजधानीमध्ये झाला असावा.

छो या तिच्या नावाची निवडही योग्य म्हणायला हवी. या शब्दाचा अर्थ 'तळपणे' किंवा 'चमकणे'. चिनी भाषेमध्ये हा शब्द लिहिताना वरच्या अर्ध्या भागात सूर्याचं चित्र आहे आणि खालच्या भागात 'अग्नी'साठी असणारी चार ठिपक्यांची अक्षरं आहेत. म्हणून सूर्याच्या राजघराण्यातील चिन्हाशी तिचा संबंध जोडला जातो. तिच्या नावाची निवड तिच्या वडिलांनी केलेली असू शकते; तिच्या जन्माच्या तीन महिन्यांनंतर हे नाव ठेवलेलं असू शकतं. तोपर्यंत भविष्यातील तिच्या भव्य कामगिरीविषयी त्यांची खात्री पटवून दिलेली असू शकते.

कोंबड्याच्या वर्षात जन्माला येणं हाही तिच्या चांगल्या नशिबाचाच भाग म्हणायला हवा. सूर्यासाठी चिनी अक्षर म्हणजे वर्तुळात असणारा कोंबडा आहे, यामुळे कोंबडा हा सम्राटाशी संबंधित आहे. चिनी पौराणिक कथेनुसार, पूर्व महासागरातील हॅपी आयलंडवर वाढणाऱ्या आणि तीन हजार मैल उंच अशा पीचचे झाड, ज्याला ट्री ऑफ लाइफ किंवा जीवनवृक्ष म्हणतात, एक सोनेरी कोंबडा ओलांडतो आणि पहाटेच्या पहिल्या किरणांची बांग देतो. हा कोंबडा म्हणजे दक्षता, रक्षक आणि पौरुषत्व यांचं प्रतीक आहे. हे यांग् पुरुषाच्या व्यक्तिमत्त्वामधील घटक आहेत ज्यातून प्रेम, ताकद आणि जीवन मिळतं. मात्र, कोंबड्याचं वर्ष हे खुद्द यीन किंवा स्त्रीचं वर्ष आहे. कोंबड्याच्या बांगेने पहाट होते आणि काळोख व दुष्ट प्रवृत्ती नष्ट होतात, असं मानलं जातं. दुर्दैवानं उ छाव्च्या बाबतीत हे खरं ठरलं नाही. कोंबड्याच्या वर्षात जन्माला आलेली मुलं ही आगाऊ आणि दुसऱ्यांवर वर्चस्व गाजवणारी आणि स्वाभाविकपणे दुसऱ्यांवर अविश्वास दाखवणारी असतात असं मानलं जातं. त्यांच्यात स्पर्धात्मक वृत्ती असते आणि कोणत्याही मार्गानं यश मिळवण्याचा ती प्रयत्न करतात.

१९४९मध्ये कम्युनिस्टांनी चीनचा ताबा घेतल्यानंतर उ छाव्च्या जीवनकहाणीचं बऱ्यापैकी पुनर्लेखन झालेलं आहे. मार्क्सवादी इतिहासकारांनी तिचे वडील हे सुरुवातीच्या आयुष्यात एक गरीब लाकडाचे व्यापारी होते, याचा मोठा गाजावाजा केलेला आहे. कारण त्यायोगे उ छाव्चा सत्ता मिळवण्यापर्यंतचा प्रवास हा पुरातन काळातल्या मार्क्सवादी क्रांतीचं प्रतिनिधित्व करत असून, उ छाव् ही वर्ग संघर्षातली जेती आहे, असा हा निष्कर्ष आहे. वस्तुस्थिती ही आहे की शेतकऱ्याचा वारसा असला तरी तिचे वडील उ श् ह्वो हे उत्तर चीनमधील एका सधन कुटुंबातले होते. त्यांचं नाव होतं उ श् यूए. युए (yue) हे दुर्मिळ अक्षर आहे आणि ते श्यून आणि ह्वो या दोन शब्दांपासून बनलं आहे. श्यूनचा अर्थ आहे 'शोधणे', तर ह्वो म्हणजे 'सापडले' किंवा 'दिले'. पण यूएचा उच्चार अनेकदा ह्वो असा चुकीने केला जात असल्याने इतिहासामध्ये त्यांचं नाव उ श् ह्वो असं नोंदलं गेलं आहे. ते चौथा मुलगा असल्यानं आधीच्या तीन भावांप्रमाणे त्यांना सरकारी नोकरीत प्रवेश घेता आला नाही. त्यामुळे ते लाकडं विकण्याच्या व्यवसायात शिरले. मात्र, त्या वेळी राज्यावर असलेल्या स्वे साम्राज्यानं संघटित केलेल्या स्थानिक लष्करामध्ये एका लहानशा पदावर त्यांनी काम केलं होतं. ६१२मध्ये स्वे सम्राट यांग्-थीच्या कोरिआवर केलेल्या तीनपैकी पहिल्या आक्रमणाला अपयश येईल, असं भाकीत त्यांनी वर्तवलं होतं. आणि त्या पुढच्या वर्षी ल्वोयांगला घातलेल्या वेढ्यानंतर शहर पडण्यापासून वाचलं ते उ श् ह्वो यांच्या सल्ल्यामुळे, असं म्हटलं जातं.

सातव्या शतकाची सुरुवात हा चीनसाठी अतिशय अशांततेचा काळ होता.

५८१मध्ये वन्-थी हा पहिला स्वे सम्राट सिंहासनावर बसला होता आणि चार शतकांनंतर पहिल्यांदाच चीनला जोडण्याचं काम त्यानं हाती घेतलं होतं. प्रशासकीय अधिकाऱ्यांची संघटना त्यानं बांधली आणि पारंपरिक रूढी पुन्हा एकदा सुरू करण्याचा चंग बांधला. ख्रिस्तपूर्व २०६ ते इसवी सन २२०पर्यंत राज्य केलेल्या हान साम्राज्यातील सरकारांमध्ये या रूढी पाळल्या जात असत. मात्र शांततेचा हा काळ कायम राहणार नव्हता. आपले वडील आणि मोठा भाऊ यांची हत्या करून ६०४मध्ये दुसरा स्वे सम्राट यांग्-थी गादीवर बसला. त्याने मग विविध बांधकामं आणि स्वाऱ्या करणं यांसारखे खर्चीक कार्यक्रम हाती घेतले. पूर्वेकडील राजधानी ल्वोयांग् आणि पश्चिमेकडील राजधानी छांग्-आन् यांची पुनर्बांधणी सुरू करून त्याने आपल्या वडिलांचं काम पूर्ण केलं आणि ग्रँड कनालच्या बांधणीला सुरुवात केली. या कालव्याने जुन्या कालव्यांना जोडल्याने त्याची लांबी ४७७७ ली - १५६९ मैल इतकी झाली. चीनच्या उत्तर सीमेवरील सैन्याला पुरवठा करण्यासाठी त्याचा उपयोग होणार होता. त्याने प्रतिबंधक खर्चामध्ये ग्रेट वॉलच्या पुनर्बांधणीलाही सुरुवात केली. या सगळ्याचा ताण अर्थव्यवस्थेवर पडला आणि नागरिक त्याच्या विरोधात गेले. असंख्य बंडं झाली आणि चीनच्या या कमकुवतपणाचा फायदा उठवत तुर्की आदिवासींनी सीमेवर हल्ला केला. थांगचा ड्यूक असलेल्या स्वेच्या लढाऊ अधिकाऱ्यांपैकी एक लि युएन् याला तुर्कींचं आक्रमण रोखण्यासाठी आणि तिथे झालेला शेतकऱ्यांचा उठाव मोडून काढण्यासाठी उत्तरेला पाठवण्यात आलं.

लि हे त्याचं कुटुंब मूळचं चिनी होतं, पण उत्तरेकडच्या अनेक पुरुषांप्रमाणे त्यांनी शिआनपेस या आदिवासी जमातीतल्या महिलांशी लग्न केलेलं होतं. शिआनपेस ही सायबेरियामधली तुर्की-मंगोलियन जमात होती. आणि उत्तरेकडच्या जंगली लोकांनी चिनी लोकांना दक्षिणेच्या दिशेनं ढकललं त्या फाइव्ह बारबेरियन्स अँड सिक्सटीन किंगडम्स (पाच जंगली आणि सोळा राज्यं) म्हणून ओळखल्या जाणाऱ्या काळात हा परस्परसंबंध घडला होता. शान्सी विभागातील फेन अँड शीनमध्ये लि यूएन्ची भेट उ छाव्च्या वडिलांशी उ श् ह्वो यांच्याशी झाली. ६९९मध्ये उ छाव्ने आपल्या वडिलांचं चरित्र लिहिण्याचं काम दिलं होतं, त्या पुस्तकानुसार उ श् ह्वोनेच लि यूएनला, भविष्यातील सम्राट आणि थांग साम्राज्याचा संस्थापक असलेल्या खाव्-त्सू याला स्वे विरुद्ध बंड करण्याचा सल्ला दिला.

या पुस्तकामध्ये लिहिलंय, 'दरोडेखोर आणि बंडखोर हे गांधीलमाशीसारखे संख्येने वाढले होते आणि सैन्य जमा करून स्वेचं साम्राज्य उलथून टाक अशी गळ श्-ह्वोने गुप्तपणे त्याला घातली.' उ श् ह्वोने लष्करी क्लृप्त्यांवरील एक पुस्तकही लि यूएनला दिलं आणि त्याला सांगितलं की आपल्याला एक शुभ स्वप्न पडलं असून, लि यूएन्च्या यशाचं भाकीत वर्तवणारे आवाज ऐकू आलेले आहेत. त्या

काळात असं स्वप्न म्हणजे महत्त्वाचं चिन्ह मानलं गेलं असण्याची शक्यता आहे. असं म्हणतात की लि यूएन्च्या डाव्या बगलेच्या खाली ड्रॅगनच्या आकाराची जन्मखूण होती. म्हणजे तो हमखास सम्राट बनणार याचं ते चिन्ह होतं. तरीही, त्यानं सावधगिरी बाळगण्याची विनंती केली.

'कृपया आणखी काही सांगू नकोस,' त्यानं उ श् ह्वोला म्हटलं. 'लष्करी पुस्तकांवर बंदी आहे. आणि तरीही तू मला ते दिलं आहेस. याचा अर्थ मला नीट कळतो. आपण दोघे मिळून यशस्वी होऊ.'

उ श् ह्वोच्या थांग साम्राज्याची स्थापना होणार असं भाकीत वर्तवणाऱ्या त्या सूचक स्वप्नामध्ये, उ श् ह्वो स्वतः स्वर्गात जाऊन सूर्य आणि चंद्राला स्पर्श करून आलेला होता, अशी नोंद नंतर करण्यात आलेली आहे. उ श् ह्वो स्वतः एका साम्राज्याची स्थापना करेल असं हे भाकीत असल्याचा अर्थ नंतर लावण्यात आला.

आपल्या लष्करी ज्ञानामुळे उ श् ह्वोविषयी स्वेला आधीच संशय येऊ लागला होता. बंड करण्यासाठी त्याच्या भावांनीही त्याला प्रोत्साहन दिलं होतं. पण लि यूएनला भेटेपर्यंत त्या वेळच्या बंडखोर नेत्यांवर त्याचा विश्वास नव्हता. ड्यूक ऑफ थांगमध्ये त्याला एक खराखुरा नेता दिसला. लाँग-मेन येथील बंडखोरी मोडून काढण्यासाठी तिथे जात असताना लि यूएनला थाय्-यूएन् येथील आपल्या घरी यायचं आमंत्रण देऊन त्याने या युतीवर शिक्कामोर्तब केलं. त्या स्वप्नामुळे आणि लष्करी पुस्तकामुळे लि यूएन् खूश होता. त्यामुळे तुर्कींचा खातमा करण्यासाठीच्या लष्कराचा प्रमुख म्हणून ली यूएन्ची नेमणूक झाली, तेव्हा उ श् ह्वो एक महत्त्वाचा मित्र आणि विश्वासू सहकारी बनला.

सम्राट बनण्याची महत्त्वाकांक्षा लि यूएन्च्या मनात आधीपासूनच होती, हे तर स्पष्टच होतं. त्याची आई थुकु कुटुंबातील होती आणि तिचे वडील थुकु स्सन् हे अत्यंत ताकदवान अधिकारी होते; मात्र त्यांना राजकीय कारणांमुळे आत्महत्या करावी लागली होती. थुकु स्सन्ला आणखी दोन मुली होत्या. त्यांतली एक उत्तरेतील छो साम्राज्याची सम्राज्ञी झाली. तिचं राज्य वन्-थि यानं जप्त केलं होतं. दुसरी वन्-थि याची पत्नी झाली, ती पहिली स्वे सम्राज्ञी- पत्नी, जी सतत आपल्या नवऱ्याच्या शयनगृहात कोण जातंय यावर लक्ष ठेवून असे. लि यूएन्ची भाची लेडी वांग ही यांग्-थिच्या जनानखान्याचा एक भाग होती. तिची आई ही लि यूएन्ची बहीण. ती पुढे ग्रँड प्रिन्सेस थुंगआन् बनली. लि यूएन्चा भाऊ- सम्राट यांग्-थि याच्या मनात आधीपासूनच सत्तेच्या एवढ्या जवळ असलेल्या पुरुषाविषयी मनात संशयाची भावना होती. एक दिवस लि यूएनला उशीर झाला आणि यांग्-थिने लेडी वांगकडे तिच्या मामाला उशीर का होतोय याची चौकशी केली. तो आजारी असल्याचं लेडी वांगनं सांगताच यांग्-थि उत्सुकतेने म्हणाला, 'आजारी? तो मरेल का?'

उ छाव्च्या वडिलांनीही महत्त्वाची राजकीय भूमिका निभावली होती. सिंहासनावर ताबा मिळवण्याची तयारी लि यूएन् करत असताना त्याच्या हालचाली उ छाव्च्या वडिलांनी लपवल्या. सरकारमधल्या काही सभासदांना शाही लष्करातील कुणीतरी बेइमानी करत असल्याची चिंता वाटत होती. त्या वेळी, हे संशयित थांगच्या ड्यूकचे प्रतिनिधी असल्याने त्याच्या विरोधात कोणतीही हालचाल केल्यास देशाचं विभाजन होण्याची भीती आहे, असं उ श् ह्वोने त्यांना पटवून दिलं. बंडखोरीसाठी उपयोगात आणता येतील अशा प्रकारे लष्कराची जमवाजमव होत असल्यानं स्थानिक कमांडरला काळजी वाटू लागली होती. तेव्हा हे लष्कर थांगच्या ड्यूकशीच जोडलेलं आहे आणि तो अजूनही स्वे सम्राट यांग्-थि याच्याबरोबरच प्रामाणिक आहे असं उ श् ह्वोनेच त्याला पटवून दिलं होतं.

यांग्-थिच्या अकार्यक्षमतेमुळे स्वे साम्राज्य शेवटच्या घटका मोजत होतं. कोरिआच्या विरोधात तीन वेळा अयशस्वी चढाया करून त्यानं आपल्या लष्कराची ताकद वाया घालवली होती. परिणामी त्याच्या साम्राज्यात वेळोवेळी उठाव झाले होते. मोठ्या प्रमाणात पुरुषांची सक्तीने लष्करभरती केल्यानं शेती करण्यासाठी खूप कमी पुरुष राहिले होते. घरी राहिलेल्यांपैकी अनेक जण कमजोर होते. लष्करात जाण्यासाठी होणारी सक्ती टाळण्याकरता अनेक जण आपले हात किंवा पाय मोडून घेत आणि लढाईपासून आपल्याला दूर ठेवलं म्हणून आपल्या हाता-पायांना 'पवित्र पंजा' किंवा 'शुभ पाय' असं संबोधत. याचा परिणाम दुष्काळात झाला. शिवाय, ६१५च्या उन्हाळ्यामध्ये ग्रेट वॉल ऑफ चायनाच्या बांधकामाची पाहणी करत असताना तुर्कांनी यांग्-थिला घेराव घातला आणि एका महिन्यासाठी त्याला स्वतःच्या ताब्यात ठेवलं. हा वेढा मोडून काढेपर्यंत चीनमधल्या बहुतेक भागांत बंडखोरी सुरू झाली होती.

स्वे कुटुंबाचा नातेवाईक म्हणून लि यूएन् बंड करण्यासाठी फारसा उत्सुक नव्हता. पण ६१५मध्ये प्रसृत झालेल्या एका पोवाड्यात असं सूचित केलं गेलंय की पुढच्या सम्राटाचं आडनाव लि असेल. हा पोवाडा उपलब्ध नाही, पण हे सूचित होणं लेखक हान वू यानं नोंदवून ठेवलेलं आहे. त्यानं लिहिलंय की पश्चिम पार्क बांधून यांग्-थिनं शाही तिजोरी आणखीनच रिकामी केली होती. या पश्चिम बागेमध्ये आपला वृद्धापकाळ सुंदर तरुण स्त्रियांच्या सहवासात घालवावा, अशी त्याची योजना होती. असं म्हटलं जायचं की, या बागेमध्ये सोळा राजवाडे, पाच तलाव आणि पाच समुद्र होते ज्यांच्या चहूबाजूंना बहरलेली झाडं आणि फुलं होती. एके दिवशी यांग्-थिला सांगण्यात आलं की एका रात्रीत प्लम फळाची अनेक झाडं उगवलेली आहेत. सम्राटाला हे आवडलं नाही. त्यानंतर लगेचच, दुसऱ्या एका राजवाड्याच्या आवारात स्ट्रॉबेरीची झाडं उगवल्याचं कळलं. यांग्-थिच्या आडनावातील

यांग हा यांग-मेमध्ये सापडणारा घटक आहे. यांग-मे म्हणजे चिनी भाषेत स्ट्रॉबेरीचं झाड. चिनी भाषेत 'प्लम'ला लि म्हणतात जे लि यूएन्च्या कुटुंबाचं नाव होतं. कालांतरानं प्लम आणि स्ट्रॉबेरी या दोन्ही झाडांना एकाच वेळी फळं लागली. कोणतं फळ अधिक चविष्ट आहे असं सम्राटाला विचारल्यानंतर त्यानं म्हटलं की स्ट्रॉबेरीचं फळ हे दिसायला सुंदर असलं, तरी चवीला आंबट असून प्लमइतकं चांगलं अजिबातच नाही. काही दिवसांमध्येच स्ट्रॉबेरीचं झाड सुकून मरून गेलं, याचा अर्थ सम्राटाचा मृत्यूही जवळ आला होता. स्वे साम्राज्याचा ऱ्हास आणि थांगचा उदय या कहाणीतून सांगितला गेला.

लि मी नावाच्या एका सरदारानं या कहाणीचं बोट पकडून बंडखोरी केली. लि यूएन्नं त्याला प्रोत्साहन दिलं. मात्र, थांगचा ड्यूक असण्याखेरीज आपल्याला इतर कोणतीही महत्त्वाकांक्षा नाही, असा विश्वास त्यानं लि मीला दिला आणि स्वतःची महत्त्वाकांक्षा लपवून ठेवली. दरम्यान, लि आडनाव असणाऱ्यांचं शुद्धीकरण करायला यांग्-थिनं सुरुवात केली. लि ह्वुन हा ताकदवान जनरल आणि त्याच्या जमातीमधील बत्तीस सभासदांना मारून टाकलं गेलं. अधिक दूरच्या नातेवाइकांना हद्दपार करण्यात आलं. सुरुवातीला लि यूएन्नं या शुद्धीकरण मोहिमेपासून स्वतःचा बचाव केला; पण आपले दिवस आता भरत आले आहेत याची त्याला जाणीव झाली असावी. मात्र, एक प्रसंग असा घडला की त्याला काहीतरी पावलं उचलावीच लागली. त्याच्या मुलानं, लि श्-मिन यानं आपल्या वडिलांचा सर्वांत जवळचा मित्र असलेल्या प्फे ची याच्याबरोबर संधान साधलं. प्फे ची हा शीन-यांगमधील सम्राटाच्या राजवाड्यांपैकी एकाचा प्रशासक होता. या दोघांनी यांग्-थिच्या जनानखान्यातील दोन तरुण स्त्रियांना दारूच्या नशेत असलेल्या लि यूएन्च्या शयनगृहात पाठवलं. सम्राटाच्या जनानखान्यातील स्त्रियांबरोबर अनवधानानं का होईना पण संभोग करणं हा शासकीय गुन्हा मानला जात होता. त्यामुळे बराच काळ अनिश्चिततेत घालवल्यानंतर आता लि यूएनला सम्राटाच्या विरोधात शस्त्र उचलण्यावाचून दुसरा मार्ग नव्हता. अर्थात, लि यूएनला स्वतःला पदच्युत व्हायला लागलं तेव्हा त्याला बदनाम करण्यासाठी ही कहाणी रचण्यात आलेली असू शकते.

पूर्वेच्या तुर्कींना मात दिल्यानंतर लि यूएन्नं आपल्या जुन्या शत्रूंबरोबर हातमिळवणी केली. त्यांच्याबरोबर केलेल्या पत्रव्यवहारामध्ये त्याने 'ची' अशी सही केली होती, जणू काही तो महान खानाचा नोकर होता. तुर्कींच्या पाठिंब्याच्या जोरावर तो उत्तरेतील सर्वांत बलवान नेता बनला. शस्त्रनिर्मिती करण्यासाठी उ श् ह्वो त्याच्या बरोबर होता. लि युएन्ने मग थाय्-युएन् भोवतालच्या डोंगराळ भागात तीस हजार जवानांच्या लष्कराची उभारणी केली. तिथून हे दोघे संपूर्ण देश काबीज करायला निघाले.

त्यानंतर झालेल्या नागरी युद्धामध्ये उ श् ह्वो हा लष्करी धोरणांच्या बाबतीत अत्यंत हुशार असल्याचं सिद्ध झालं. असं म्हणतात की लि युएनला लष्करी क्लृप्त्यांवरचं त्यानं दिलेलं पुस्तक बहुधा त्यानं स्वतःच लिहिलेलं असावं. रणांगणामध्ये बचाव करण्यासाठी उ श् ह्वोमध्ये असलेली लष्करी हुशारी एकापेक्षा जास्त वेळा कामी आली होती. लि युएन्चे तीनही मुलगे त्याच्या खांद्याला खांदा लावून उभे राहिले. आणि त्यांच्या बरोबरीनं होती लेडी लि, लि युएन्ची मुलगी. चीनच्या इतिहासातील अनेक शक्तिशाली स्त्रियांपैकी एक. आपल्या वडिलांनी बंडखोरी केल्याचं तिला कळलं तेव्हा छांग्- आन्च्या पश्चिमेला असलेल्या आपल्या इस्टेटीकडे तिनं धाव घेतली. मग आपली संपत्ती तिनं विकली आणि शेकडो पुरुषांची भरती केली. हे सैन्य जवळपासच्या डोंगरांमध्ये लपून राहत असे. जवळच्याच बांबूच्या जंगलात एक दरोडेखोर होता, जो येणाऱ्या-जाणाऱ्यांना लुबाडून मारून टाकत असे. तिनं एका तरुण मुलाला या दरोडेखोराकडे पाठवलं आणि त्याला आपल्या सैन्यात सामील करून घेतलं. आणखी एका नोकरानं इतर तीन दरोडेखोरांना थांगमध्ये एकत्र येण्यास भाग पाडलं. तिच्या या सैन्याला 'लेडीज आर्मी' म्हणजे 'स्त्रियांचं सैन्य' असं नाव पडलं आणि त्यात हजारो पुरुष सहभागी झालेले होते. तिच्या या सैन्याने तीन प्रांत काबीज केले. लेडी लि कालांतराने प्फिंग् यांग्ची राजकन्या झाली.

उ श् ह्वोच्या मदतीने लि युएन्नं वायव्येतील आपल्या प्रतिस्पर्ध्यांचा नायनाट केला आणि बंडखोरी करणाऱ्या इतर लष्करी अधिकाऱ्यांवर आपल्या सैन्यात सामील होण्याची सक्ती केली. थांगची ताकद वाढत चालली होती. त्याचा परिणाम म्हणून यांग्-थिला नाईलाजाने दक्षिण प्रांताची राजधानी असलेल्या छ्यांग-थु इथे निघून जावं लागलं. सिंहासन बळकावण्याच्या आधी तो इथेच राजपुत्र म्हणून शासन करत होता. त्यामुळे उत्तरेतल्या त्याच्या लष्करी अधिकाऱ्यांना बंडखोरीमध्ये सहभागी होणं शक्य झालं. लि युएन्ने ६१७मध्ये छांग्- आन्वर ताबा मिळवला आणि उ श् ह्वोला पाच हजार लांबीचं सिल्क आणि तीस लाख रोकड बक्षीस म्हणून मिळाली. या वेळेपर्यंत आपला खेळ संपला असल्याचं यांग्-थिच्या लक्षात आलं होतं. एक दिवस तो आरशात आपली प्रतिमा पाहत आपल्या पत्नीला म्हणाला, 'किती देखणं मस्तक आहे हे. हा शिरच्छेद कोण करेल कोण जाणे!' सम्राज्ञी स्यावला नंतर थो च्छ्न- थ या बंडखोरानं पकडलं आणि पुढे तिनं पूर्वेकडच्या तुर्कींपाशी आश्रय मागितला.

लि युएन्चं सैन्य दक्षिणेचा प्रदेश काबीज करत असताना यांग्-थिचा त्याच्या न्हाणीघरात खून करण्यात आला. त्याच्या जागी त्याच्या दोन नातवांना गादीवर बसवण्यात आलं होतं. पण त्यांनाही मृत्यूला सामोरं जावं लागलं. लि युएन्नं मग

स्वतःला थांग साम्राज्याचा सम्राट म्हणून घोषित केलं आणि उ थ हे नाव धारण केलं. इतिहासात तो खाव्-त्सु या मंदिरातल्या त्याच्या नावानं ओळखला जातो. सिंहासन मिळवल्यानंतर त्यानं आपलं स्थान बळकट करायला सुरुवात केली. ६१९मध्ये त्यानं पश्चिमेकडच्या तुर्कींच्या खानाला खास मेजवानीसाठी आमंत्रित केलं. हा खान म्हणजे नागरी युद्धात त्याचा महत्त्वाचा मित्र होता. नंतर मात्र पूर्वेकडच्या तुर्की दूतांकडून या खानाचा खून करवून घेतला. पुढे, ६३०मध्ये पूर्वेकडच्या तुर्कींचा लि श्-मिनचा मुलगा खाव्- चुँग याने पराभव केला आणि तो मग 'स्वर्गीय खान' म्हणून ओळखला जाऊ लागला.

दरम्यानच्या काळात, लि मीला शरण येणं भाग पडलं होतं. लष्करी अधिकाऱ्यांच्या ताब्यात असलेल्या विभागांवर लि श्-मिनने थांग सत्ता लादण्याचं ठरवलं. मात्र, पूर्वेची राजधानी असलेल्या ल्वोयांगवर स्वे अधिकारी वांग् शह्- छुंग याची सत्ता होती. त्यानंही स्वतःला सम्राट म्हणून घोषित केलं होतं. त्याच्यापाशी दोन लाख सैन्याचं लष्कर होतं आणि त्यांच्या खाण्यापिण्याची सोय त्यालाच पाहावी लागत असे. ल्वोयांगमध्ये ज्वारीची किंमत एका मापट्याला चाळीस हजार रोकड एवढी झाली होती. कोणालाच हे परवडणं शक्य नव्हतं. त्याऐवजी तिथल्या माणसांनी माणसंच खायला मग सुरुवात केली. वांग् शह्- छुंगने एक भलीमोठी घंटा आणली, १६०० गॅलन एवढी क्षमता असलेली ती घंटा उलटी करून तिचा उपयोग दुर्दैवी महिला आणि मुलं यांचं मांस उकळण्यासाठीचं भांडं म्हणून तो करू लागला. ते मांस मग तो आपल्या सैनिकांमध्ये विभागून वाटत असे. सैनिकही लहान मुलांना पळवून त्यांना उकडून त्यांचं मांस खात. काहींना तर मानवी मांस आवडू लागलं होतं. वांग् शह्- छुंग स्वतः म्हणाला होता, 'सर्व सुग्रास अन्नामध्ये मानवी मांसापेक्षा अधिक चविष्ट काहीही नाही. जोपर्यंत आजूबाजूला माणसं आहेत तोपर्यंत आपल्याला दुष्काळाची चिंता करण्याचं काहीही कारण नाही.'

खरंच, प्राचीन चीनमध्ये माणसाचं मांस हे माणसांसाठीच चांगलं मानलं जात असे. एक थांग डॉक्टर सर्व प्रकारच्या आजारांसाठी त्याचा उपयोग करायला सांगत असे. आज्ञाधारक मुलं आपल्या आजारी पालकांना बरं वाटावं म्हणून मग आपल्याच शरीराचे लचके तोडून त्यांना खायला देत. युद्ध आणि दुष्काळाच्या काळात माणसं स्वतःच्या मुलांना खात. मात्र, एरवी सर्वसाधारण दिवसांमध्ये माणूस खाणाऱ्याला मरेपर्यंत मारहाण करणं, ही शिक्षा होती. एका लष्करी अधिकाऱ्यानं आपल्या लष्कराला खायला घालण्यासाठी स्वतःच्या जनानखान्यातील सर्व बायकांची कत्तल केली होती. सूड उगवण्याचा मार्ग म्हणूनही मानवी मांस खाण्याला प्रोत्साहन दिलं जात असे. एका मुलानं आपल्या वडिलांच्या खुन्याला मारून तर टाकलंच, पण नंतर त्याचं हृदय आणि यकृतही खाल्लं. काही वेळा केवळ आपलं क्रौर्य दाखवण्यासाठी

माणसाचं मांस खाल्लं जात असे. सातव्या शतकात दक्षिणेतील एका यजमानाची ही गोष्ट आहे. एक थकल्यासारखा दिसणारा तरुण मुलगा त्याला बिअरसारखं एक पेय देत होता. यजमानाला त्याचा राग आला म्हणून त्यानं खेचत या मुलाला बाहेर नेलं, त्याचा खून केला आणि रस्सा म्हणून त्याला खाल्लं.

६१९मध्ये थांग राज्यात सहभागी व्हावं हे सांगण्यासाठी एका बंडखोर राजपुत्राकडे थांगचा एक राजदूत गेला होता. रात्रीच्या जेवणाच्या वेळेस नशेमध्ये त्यानं राजपुत्राला चिडवण्यासाठी विचारलं, 'सर, मी असं ऐकलंय की तुम्हाला मानवी मांस खायला आवडतं. कशी असते चव त्याची?'

राजपुत्राला हा अपमान सहन झाला नाही. प्रत्युत्तरादाखल तो म्हणाला, 'नशेत असलेल्या पुरुषाचं मांस खाणं म्हणजे एखाद्या पेयाच्या गाळात घोळलेल्या डुकराचं मांस खाण्यासारखं आहे.'

राजदूत संतापला आणि त्यानं राजपुत्राला लुटारू म्हटलं. त्यावर राजपुत्रानं राजदूताला आणि त्याच्या बरोबर आलेल्या थांगच्या प्रतिनिधी मंडळातील वीसहून अधिक लोकांना उकळून आपल्या लोकांना खायला घातलं. राजपुत्र नंतर पळून ल्वोयांगला गेला आणि थांगच्या शत्रूंना सामील झाला. हे शत्रूही माणसाचं मांस खाणारे होते.

६२१मध्ये अखेर लि श्-मिन ल्वोयांगच्या वेशीपर्यंत पोचला आणि त्यानं या शहराला वेढा घातला. आतमध्ये असलेल्यांना आता खाण्यासाठी सोपी सावजं मिळणं कठीण होऊ लागलं. तोपर्यंत त्यांनी झाडावरची सर्व पानं आणि गवताची मुळं खाल्लेली होती. काहीच उरलं नाही तेव्हा त्यांनी माती आणि धान्याचे उरलेले अवशेष यांपासून बनवलेला केक खायला सुरुवात केली. पण हा केक खाल्लेल्यांच्या अंगावर सूज आली, पाय कमकुमवत झाले आणि त्यांना मृत्यू आला. अखेर शहर शरण आलं आणि मानवी मांस खाणाऱ्या राजपुत्राला अटक होऊन त्याचा शिरच्छेद करण्यात आला.

चीनला तेव्हा मिड्ल किंगडम म्हणजे मध्यवर्ती साम्राज्य म्हटलं जायचं. सम्राट खाव् त्सु केवळ या साम्राज्याचा नव्हे, तर स्वर्गाखाली येणाऱ्या सर्व भूमीचा राजा बनला. सर्व जगाचा राजा बनल्यामुळे अधिकृतरीत्या तो 'स्वर्गाचा पुत्र' म्हणून ओळखला जाऊ लागला. उ श् ह्वोला त्यानं बक्षीस म्हणून कामकाज मंडळाचा अध्यक्ष बनवला. त्यानंतर उ श् ह्वोला दोन महत्त्वाच्या प्रांतांचा गव्हर्नर जनरल बनवण्यात आलं आणि पुढे तो यिंगचा ड्यूक झाला. ड्यूक म्हणून आठशे घरांची इस्टेट त्याच्या आधिपत्याखाली होती. या सर्व घरांमधून मिळणारे कर थेट उ श् ह्वोकडे येत असत. उ श् ह्वोच्या भावांनाही बक्षीस दिलं गेलं. ६२०मध्ये सम्राट खाव्-त्सुने त्याचा अधिक मोठा सन्मान केला. स्वे राजघराण्याच्या यांग घराण्यातील

शेवटच्या स्वे सम्राटाची बहीण त्यानं उ श् ह्वोसाठी दुसरी पत्नी म्हणून निवडली. ही जोडी खाव्-त्सुच्या मुलीनं, राजकन्या क्वेयांग्नं जमवली होती आणि या लग्नाचा सर्व खर्च सरकारी तिजोरीतून झाला होता. लेडी यांग अतिशय उच्चभ्रू आणि माजी पंतप्रधानांची मुलगी होती. लग्नाच्या वेळी तिनं चाळिशी गाठलेली असली तरी, उ श् ह्वोबरोबरच्या या लग्नानंतर त्यांना तीन मुली झाल्या. उ छाव् ही त्यांची दुसरी मुलगी. उ छाव् आणि तिच्या दोन बहिणींना दोन सावत्र भाऊ होते जे उ श् ह्वोला त्याच्या पहिल्या लग्नापासून झालेले होते. या दोन भावांची नावं होती, उ यॉन-श्वांग् आणि उ यॉन- च्छंग. उ छाव्पेक्षा ते वयानं बऱ्यापैकी मोठे होते. त्यामुळे तिच्या वडिलांचं त्यांच्या वयाच्या एकोणसाठाव्या वर्षी निधन झालं तेव्हा ते घरातल्या बायकांच्या कोठीतून बाहेर पडलेले असावेत. याच कोठ्यांमध्ये बायका बंदिस्त असत. उ छाव्ला आपले हे भाऊ अजिबात आवडत नसत कारण तिच्या आईला, लेडी यांगला ते नीट वागवत नसत.

उ छाव् आणि तिच्या बहिणींचं त्या घरात फार प्रेमानं स्वागत झालं नसावं. मुलग्यांपेक्षा मुलींचं मोल खूपच कमी होतं आणि सर्वसामान्यतः मुलीचा जन्म झाला की सगळ्यांच्या कपाळ्यावर आठ्या उमटत. नवजात मुलींना मारून टाकणंही सर्रास चाले. ज्या मुली जगत त्यांना वाईट वागणूक दिली जायची. तान्ह्या असताना मुलींना क्वचितच कपडे घातले जात आणि त्यांना जमिनीवर एखाद्या विणकराच्या मागाच्या मोडक्या कड्याशी खेळायला सोडून देत. पुढच्या आयुष्यात त्यांना विणकाम करायचं याचं ते प्रतीक होतं. मात्र, क्वचित काही मुलींना त्यांच्यावर खूप प्रेम करणारे वडील मिळत.

उ छाव्चा जन्म झाला त्याच सुमारास सम्राट खाव्-त्सुची कारकीर्द संपुष्टात आली. लि श्-मिन हा त्याचा मुलगा अतिशय महत्त्वाकांक्षी होता. राजवाड्याच्या स्वान उ द्वार या इम्पिरिअल पार्कला राजवाड्याशी जोडणाऱ्या प्रवेशद्वारावर त्यानं आपल्या दोन भावांचा खून केला. राजघराण्याच्या जनानखान्यातील स्त्रियांशी या दोघांचे अनैतिक संबंध होते, विशेषतः धाकट्या भावाचे या स्त्रियांशी घनिष्ठ संबंध होते असा आरोप असल्यानं, आपल्याला हे पाऊल उचलावं लागलं अशी सफाई त्यानं दिली होती. लि श्-मिननं मग बंड करून आपल्या वडिलांना पदच्युत केलं आणि स्वतःला सम्राट म्हणून घोषित केलं. थाय्- चुँग हे त्याचं मंदिरातलं नाव. खाव्-त्सु 'निवृत्त सम्राट' बनला. मात्र, त्याचा मुलगा उन्हाळ्यासाठीच्या राजवाड्यात राहायला गेला, तेव्हा त्यानं वडिलांना तिथे नेलं नाही, ते शहरातच उष्णतेचे चटके खात राहिले. अखेर थाय्- चुँगनं वडिलांसाठी खास त्यांचा असा उन्हाळ्यासाठीचा राजवाडा बांधायला सुरुवात केली; पण ६३५मध्ये वडिलांचं निधन होईपर्यंत हा राजवाडा बांधून पूर्ण झालेला नव्हता.

उ छाव् मोठी होत असताना तिच्या वडिलांवरची नवीन सम्राटाची कृपादृष्टी कमी झालेली नव्हती. उ श् ह्वोनं अनेक उठाव मोडून काढले आणि मग त्याची नेमणूक झाली ती लि-छोचा गव्हर्नर जनरल म्हणून. असं म्हणतात की तो गव्हर्नर जनरल असताना उ छाव्चा जन्म झाला. पण तसं असेल तर सामान्यतः मानलं जातं त्यापेक्षा ती तीन वर्षांनी लहान होती. म्हणजेच राजघराण्याच्या जनानखान्यासाठी तिची निवड झाली तेव्हा ती जेमतेम दहा वर्षांची असू शकते.

उ छाव् ज्या घरात वाढली ते गव्हर्नर जनरलचं घर भव्य असणार. अशा प्रकारच्या घरांना खूप खोल्या असत, विविध अंगणांच्या आणि खासगी बागांच्या भोवती त्या बांधल्या जात. या बागांमध्ये मोठ्या प्रमाणात पांढरी फुलं असायची किंवा काही वेळा भारतातून आयात केलेली रंगीत फुलंही असत. फळझाडं लावलेली असायची आणि मासे व बदकांचा भरणा असलेले तलाव असत. घरातल्या खोल्या म्हणजे वेगवेगळ्या इमारतीच असायच्या आणि त्या द्वारमंडपांनी आणि झाकलेल्या रस्त्यांनी एकमेकांशी जोडल्या जात. ही प्रत्येक इमारत व त्यातील खोल्या स्वतंत्र असत, त्यामुळे त्या बंद करूनही ठेवता येत किंवा भाड्यानंही देता यायच्या. पहिली इमारत आणि अंगण ही पुरुषांची खास जागा. इथे ते त्यांच्या पाहुण्यांची खातिरदारी करत, आपला व्यवसाय करत. आतल्या भागातील खोल्या या बायकांसाठी. इथे कुटुंबातील पुरुषांखेरीज इतर पुरुषांना यायला मज्जाव असायचा. मोठ्या घरांमध्ये अंतर्गत जनानखाने असत आणि त्याला तृतीय पंथीय व्यक्ती पहारा देत. ७४९मध्ये ही प्रथा बंद झाली; कारण तोपर्यंत सम्राटानं आपला स्वतःचा जनानखाना एवढा मोठा केला होता की, खासगी घरांमध्ये असलेल्या सर्व तृतीय पंथीयांना राजवाड्यात पाठवून देण्याचा आदेश त्याला काढावा लागला.

यांपैकी काही घरं प्रचंड मोठी होती. प्रसिद्ध जनरल क्वो त्सयि याचं घर इतकं मोठं होतं की एका अंगणातून दुसऱ्या अंगणात जायचं तर त्यासाठी घोड्यावरून किंवा पालखीतून जावं लागे. राजघराण्यातील मुख्य सचिव लिशंग् यानं आपल्या कम्पाउंडमध्ये पोलो खेळता यावं म्हणून घराचा विस्तार करण्यासाठी बाजूलाच असलेला जमिनीचा तुकडा विकत घेतला होता. प्राचीन पर्शियामध्ये पोलो हा खेळ खूप शतकांपूर्वीच खेळला जात असे.

कुटुंबाच्या घराबरोबरच, गव्हर्नर जनरलच्या कंपाउंडमध्ये एक स्वागतकक्ष असे, छोट्या अधिकाऱ्यांची कार्यालयं असत, एक तुरुंग असे आणि त्यातील कैद्यांवर देखरेख करणारा वॉर्डन, एक शाळा आणि तत्त्वज्ञ व त्यांच्या शिष्यांसाठी देवस्थानं. इथे शिक्षक आपल्या विद्यार्थ्यांना प्राचीन आणि श्रेष्ठ गोष्टी शिकवत. घराचा मुख्य हॉल बहुधा शहराच्या चौकाच्या दिशेनं तोंड केलेला असावा. इथेच उ छाव्चे वडील घोडेस्वारानं राजधानीमधून आणलेले राजाचे आदेश वाचत असावेत.

सर्वांत भव्य इमारतींच्या भिंतीही घट्ट मातीच्या बांधल्या जायच्या. मुसळधार पावसात त्याची माती व्हायची. ८१७मध्ये छांग्- आन्‌मध्ये पावसाचं वादळ आलं तेव्हा राजवाड्यातील एक खांब कोसळला, बाजारात तीन फूट पाणी साचलं आणि दोन हजारांहून जास्त घरं जमीनदोस्त झाली होती. भिंतींना आतून आणि बाहेरून प्लास्टर लावलं जात असे आणि छतं आगीपासून बचाव व्हावा म्हणून चकचकीत टाइल्सची बनवलेली असत. थांग चीनमध्ये काचेची तावदानं नव्हती, त्यामुळे खिडक्यांना कागद लावून त्या झाकल्या जात, त्या अर्धपारदर्शक असाव्यात म्हणून तेल लावलं जायचं. मात्र काही श्रीमंत घरांमध्ये केवळ सिल्कचा वापर यासाठी होत होता. वारा सोसता यावा म्हणून लाकडाच्या खिडकीला कागद किंवा कापड चिकटवून टाकत. खिडकीच्या चौकटीवर काही वेळा काचेचे छोटे छोटे तुकडे किंवा मायकाने जडावाचं काम केलेलं असे. सूर्यप्रकाशात अशा खिडक्या चमकायच्या. दरवाजाच्या वरच्या अर्ध्या भागातही अशा चौकटी असायच्या. खासगीपण जपलं जावं म्हणून दरवाजे आणि खिडक्यांना बांबूने बनवलेल्या झावळ्या लावलेल्या असत. आतमध्ये प्रकाश यावा म्हणून या झावळ्या वर गुंडाळल्या जाण्यासाठी एक दोरी लावलेली असे.

उ श् ह्वोच्या हुद्द्याच्या अधिकाऱ्यांना आपलं घर सजवण्याची परवानगी होती. तुळयांवर आणि छपरावर चित्रं काढलेली असत, तर छपराच्या टाइल्सवर प्राण्यांची डिझाइन्स. पाचव्या आणि त्यावरच्या स्तरावरच्या अधिकाऱ्यांना आपलं लाल रंगाचं मुख्य प्रवेशद्वार पक्ष्याच्या डोक्याच्या आकाराचा धातूचा टोला लावून सजवता येत असे. प्रवेशद्वाराला जोडलेल्या लाकडावर किंवा कागदावर देवांची चित्र रंगवण्याची प्रथा याच सुमारास सुरू झाली. हे देव म्हणजे दोन थांग जनरल्स होते. सम्राट थाय्-चुँग आजारी पडलेला असताना या दोन जनरल्सनी पहारा देण्याची तयारी दाखवली होती. आपल्या भावांचा खून केल्याची अपराधीपणाची भावना त्याचं मन खात होती आणि त्यातूनच आपल्या शयनगृहाच्या दरवाज्यावर, राक्षस विटा आणि टाइल्स फेकून मारत असल्याचे भास त्याला होऊ लागले होते. सम्राट बरा होईपर्यंत हे दोन जनरल्स रात्रंदिवस त्याच्या दरवाजावर पहारा देत उभे राहिले होते. त्यानंतर सम्राटानं राक्षस आत येऊ नयेत म्हणून या दोन जनरल्सची रेखाचित्रं आपल्या दरवाजावर चिकटवली आणि पुढे ती फॅशन रूढ झाली.

मुलकी अधिकारी किंवा गव्हर्नर जनरल म्हणून उ श् ह्वोला आपल्या प्रवेशद्वाराच्या बाहेर जमिनीत भाले रोवून त्यावर बॅनर्स लावता येत. दर पाच वर्षांनी लष्करी शस्त्रास्त्रं कार्यालय हे बॅनर्स बदलत असे. घराच्या आत, भिंती आणि छतावर चित्रं काढलेली असत आणि हस्ताक्षरकलेचे उत्तम नमुने दर्शवणारी सजावट पडद्यांवर केलेली असे. जमिनीवर वेताच्या चटया आणि पर्शियन रग्स टाकलेले असत. घरात

शिरताना पायातील जोडे बाहेर काढावे लागायचे आणि घरात वावरताना माणसं जपानी ताबीसारखे दिसणारे जाडजूड मोजे घालत. थंडीच्या मोसमात कोळशाच्या शेगड्या किंवा जळणाचं लाकूड घातलेले स्टोव्ह धगधगत राहत. अशा उबेसाठी आणि स्वयंपाकासाठी सरकारकडून दर महिन्याला लाकूड आणि कोळसे पुरवले जायचे. जळणामध्ये सुवासिक तेल टाकलं जायचं, त्यामुळे त्यातून आपोआपच सुगंध बाहेर पसरायचा. समाजातील सर्वांत खालच्या स्तराला सोडून इतर सर्वांसाठी सम्राटाकडून मांसाचं रेशन आणि अन्नधान्याचा पुरवठा होत असे. तुम्हाला काय मिळणार आणि किती मिळणार हे तुमच्या दर्जानुसार ठरायचं. याचा अर्थ उ कुटुंबाला भरपूर पुरवठा मिळत असणार.

ऊब मिळवण्याचे आणखीही काही मार्ग होते. उच्च कुळातले काही अधिकारी थंडीपासून संरक्षण करण्यासाठी आपल्या जनानखान्यातील बायकांना स्वतःभोवती उभे करत. साहित्यातील नोंदीनुसार आपल्या हातांना उष्णता देण्यासाठी ते बहुतेक वेळा या बायकांच्या स्तनांचा उपयोग करत. रात्री व्हेल किंवा सील किंवा माशाचं तेल घालून दिवे उजळले जात. लघुदृष्टी होऊ नये म्हणून यात डुकराची किंवा अस्वलाची चरबी वापरायला वैद्य मनाई करायचे. उ छाव्सारख्या श्रीमंत घरांमध्ये मधमाशांच्या मेणामध्ये लावलेल्या बारीक फळांपासून बनवलेल्या सुवासिक मेणबत्त्याही असत. उन्हाळ्यात वटवाघळाच्या शेणात घातलेले दालचिनीचे तुकडे आणि धूप यांचं मिश्रण जाळून डासांना दूर पळवून लावलं जायचं.

उन्हाळ्यामध्ये श्रीमंत माणसं आपल्याकडे आलेल्या पाहुण्यांना थंडावा मिळावा यासाठी फिनिक्स किंवा इतर देखण्या पक्ष्यांची बर्फातली शिल्पं ठेवत. व्हरांड्यात पाण्यात भिजवलेलं सिल्कचं कापड टांगलेलं असे. थांगच्या एका सम्राटानं बर्फाची एक खोली बांधून घेतली होती. यात थंडगार हवा यावी म्हणून पंख्याचे भातेही होते. त्याच्याच एका मंत्र्याकडे 'कृत्रिम पाऊस पडणारा व्हरांडा' होता. इथे चारही भिंतींवरून पाण्याचे मोठे ओहोळ वाहत राहायचे आणि खोली वातानुकूलित बनायची. आपल्या राजधानीतील राजघराण्याच्या बागेमध्ये जमिनीच्या खाली अन्नधान्य साठवून ठेवण्याकरता थांग सम्राटांनी बर्फाचे मोठमोठे खड्डे खणून ठेवलेले होते. दरबारातल्या मंडळींना वर्षभर थंडगार कलिंगडं आणि इतर स्वादिष्ट पदार्थ खाता यावेत म्हणून प्रत्येक वर्षी उत्तरेकडील गोठलेल्या खाड्यांमधून तीन फूट X तीन फूट एवढ्या आकाराचे हजारो चौकोनी तुकडे आणले जात. उ छाव्च्या वडिलांसारखे त्यापेक्षा दर्जाने कमी असलेले अधिकारी मग राजघराण्यातल्या या फॅशनची नक्कल म्हणून जमिनीखाली स्वतःचे रेफ्रिजरेटर्स बांधून घेत.

अगदी सुरुवातीच्या काळात चिनी घरांमध्ये फारसं फर्निचर नसायचं. माणसं जमिनीवर बसत आणि जी काही टेबलं असायची ती बुटकी, फार तर दोन इंच

उंचीची असत. थोडक्यात, ही टेबलं म्हणजे लाकडाच्या फ्रेमवर बांधलेल्या जमिनीवरच्या चटया असत. मात्र, उ छाव् मोठी असतानाच्या काळातच दुमडायच्या खुर्च्या मध्य आशियामधून आयात होऊ लागल्या होत्या. कोरलेल्या लाखेच्या लाकडापासून कपाटं आणि बुटके बेंच बनू लागले होते. आणि बसण्यासाठी किंवा रेलण्यासाठी दोन किंवा तीन फूट उंचीचे सोफेही तयार होऊ लागले होते.

गव्हर्नर जनरलच्या घराला स्वतंत्र स्नानगृह असण्याची शक्यता होती. इथे एक कोच असे आणि पुरुषांच्या नजरांपासून स्त्रियांचा बचाव व्हावा म्हणून पडदे असत. एक गोष्ट सांगितली जाते. पाचव्या शतकामध्ये एक बौद्ध साध्वी एका जनरलच्या घरी राहत होती. अंघोळ करत असताना तिला नग्नावस्थेत पाहण्याची संधी या जनरलने साधली. तो पाहत असताना तिनं एक चाकू घेतला, आपलं पोट फाडलं, आतील अवयव बाहेर काढले, मग आपले पाय कापले आणि शिरच्छेद करून घेतला. प्रचंड घाबरून जनरल तिथून निघून आला. त्याची नजर वळल्यानंतर या साध्वीनं स्वतःचे सर्व अवयव पुन्हा जागच्या जागी ठेवले.

राहण्याच्या विभागांपासून बऱ्यापैकी दूर एक खासगी जागा असे, जिला प्रिव्ही म्हणत. जमिनीतील भगदाडाच्या वर एक छोटा आसरा बांधला जायचा. त्यात सर्व घाण टाकली जायची. काही वेळा ही घाण दिसू नये म्हणून या भगदाडावर झाकण ठेवलं जायचं. मात्र त्यातून येणारी दुर्गंधी भयंकर असे. त्यामुळे तिथे जाण्यापूर्वी नाकपुड्यांमध्ये चीनमधल्या एका काटेरी झाडांवर येणारी जुजुबे नावाची फळं घालण्याची प्रथा होती. स्थानिक सफाई कामगार नियमितपणे ही घाण साफ करत. या जागेला झपाटलेलं आहे, असा समज होता. अंधश्रद्धाळू असलेल्या उ छाव्‌चा यावर पूर्ण विश्वास बसला असणार. या जागेची मुख्य देवता होती पर्पल मेडन (जांभळी कुमारिका). एका प्रांतीय गव्हर्नरची ही बायको. चंद्राच्या पहिल्या महिन्यामधील पंधराव्या दिवशी, दिव्यांचा सण साजरा होत असताना, मत्सरानं बेभान होऊन या जनरलनं तिचा खून केला आणि तिचं शरीर अशा कचऱ्याच्या खड्ड्यात टाकून दिलं होतं. चिनी प्रथेनुसार या दिवशी पर्पल मेडनचं स्वागत केलं जातं ते अशा शब्दांत, 'तुझा नवरा बाहेर गेलाय. त्याची पहिली बायको मृत झालेली आहे. तेव्हा, हे तरुण कुमारिके, तू कचऱ्याच्या त्या भगदाडातून, प्रिव्हीमधून बाहेर येऊ शकतेस.' महिन्याच्या शेवटच्या दिवशी घरमालक अशा सर्व जागांवर आणि विहिरींवर प्रकाशझोत टाकत असे. म्हणजे मग हे भूत निघून जाईल, असं मानलं जायचं. पर्पल मेडनच्या भुताचं स्वागत करायचं आणि मग त्याला हाकलून लावायचं, ही प्रथा अगदी विसाव्या शतकापर्यंत चालू होती. ती साजरी करणारी एक म्हण कँटोनीज भाषेमध्ये आहे, 'शौचालयाच्या तिसऱ्या मावशीला ठेवून घेणं सोपं आहे, पण तिला जायला भाग पाडणं महाकठीण.'

उ छाव्सारख्या सुस्थितीतल्या घरात शौचालयामध्ये कागदाचा वापर होत असणार. हासुद्धा चिनी शोध. पण गरीब घरांमध्ये मात्र बारीक लाकडी दांड्याचा वापर केला जात असे. उच्च वर्गातले लोक नंतर पाणी आणि रिंगे नावाच्या साबणासारखा वापर केला जातो अशा बियांच्या साबणाने स्वतःचा हात धूत. या बिया चिरडायच्या, त्यात पावडर केलेली खनिजं आणि अत्तरं टाकायची आणि चेंडूसारखा आकार त्याला द्यायचा. इथे एक गोष्ट सांगायला हवी, चिनी लोकांच्या व्यक्तिगत स्वच्छतेच्या सवयींविषयी अरब पाहुण्यांचं मत काही फारसं चांगलं नव्हतं. उच्च वर्गातली चिनी माणसंही अस्वच्छ असल्याचं त्यांचं मत होतं.

घराच्या आत लघवीसाठी भांडं वापरलं जायचं. पडदे लावलेल्या पलंगाच्या बाजूला हे भांडं ठेवलं जात असे. पलंगावर कडक उशा असत. त्या लाकडाच्या किंवा पोरसेलिनच्या किंवा मग दगडाच्या बनवलेल्या असत. मात्र, मीठ आणि लोखंडावर स्वतःचं वर्चस्व असलेल्या एका सरकारी अधिकाऱ्यानं आपल्या सोन्याच्या पलंगाला शोभेल म्हणून उशीवर नीलमणी कोरले होते. उशा उंच नसत; कारण उंच उशा वापरल्यानं आयुष्य कमी होतं, असं थाव्च्या (ताओच्या) अभ्यासकांचं मत होतं. एका राजकन्येनं दुष्ट शक्तींना दूर ठेवण्यासाठी बिबळ्याच्या त्वचेपासून उशी बनवून घेतली होती.

गव्हर्नर जनरलच्या आवारात शाळा असली तरी उ छाव्चं शिक्षण घरातल्या घरात झालं असावं. घरातली आई लहान मुलांच्या शिक्षणाची जबाबदारी घेत असे. यात भर असे तो नैतिक शिक्षणावर. मुलग्यांना आणि मुलींना साहित्याचं शिक्षण देण्याकरता खासगी शिक्षक नेमले जात. अर्थात, शिक्षित मुलींची संख्या बरीच कमी असे. मुली मोठ्या होऊ लागल्या की आई त्यांना घरकामाच्या व्यवस्थापनाचे तसंच सौजन्यानं वागण्याचे, सणसमारंभ कसे साजरे करायचे याचे धडे देऊ लागे. थोडक्यात, चिनी समाज सुरळीतपणे चालावा याचं हे शिक्षण असे. पण असं दिसतं की उच्च दर्जाच्या पुस्तकांचं शिक्षण उ छाव्नं घेतलेलं होतं. तिच्या जन्मापासूनच तिच्याकडे अपवादात्मक मूल म्हणून बघितलं गेलं. तिला निश्चितपणे लिहिता आणि वाचता येत होतं. तिच्या नावावर असलेल्या सेहेचाळीस कविता आजही अस्तित्वात आहेत. याखेरीज साहित्याच्या काही समीक्षणांचे तुकडेही आहेत.

उ छाव्चे वडील उ श् ह्वो यांचं ६३५मध्ये निधन झालं. असं म्हणतात की आधीचा सम्राट खाव्- त्सु याच्या मृत्यूच्या दुःखामुळे उ श् ह्वोने प्राण सोडले. खाव्- त्सु त्याचा मित्र होता, विश्वासू सहकारी होता आणि त्याला सम्राट बनवण्यामध्ये उ श् ह्वोचा मोठा सहभाग होता. उ श् ह्वो मृत्युशय्येवर असताना त्याची देखभाल करण्यासाठी थाय्- चुँगनं आपला स्वतःचा वैद्य पाठवला होता. उ श् ह्वोचं दफन ष्फिंग छोमधल्या वन् ष्वे या त्याच्या जन्मस्थानी करण्यात आलं. मूळचा लि मीच्या

गटात असलेला तिथला अतिशय प्रसिद्ध गव्हर्नर जनरल असलेल्या ली ची याला थाय्- चुँगनं अंत्ययात्रेची सर्व तयारी करण्याचे आदेश दिले. पुढे, उ श् ह्वोच्या तरुण, सुंदर मुलीची, उ छाव्ची निवड आपल्या जनानखान्यासाठी अंगवस्त्र म्हणून करून थाय्-चुँगनं या कुटुंबाला खूप मोठा सन्मान दिला.

वडिलांचं निधन झालं तेव्हा उ छाव् साधारण दहा वर्षांची होती. या घटनेनं सगळ्याच गोष्टी बदलून गेल्या. वडिलांच्या घरात तोवर ती एखाद्या पाहुण्यासारखी किंवा परक्या व्यक्तीसारखी राहत असणार. मुलीला कधीच कुटुंबाचा एक भाग मानलं जात नसे. तिच्या भावी नवऱ्याच्या कुटुंबातली एक सभासद म्हणून तिच्याकडे पाहिलं जायचं. आपल्या मुलींचं लग्न लावण्याची जबाबदारी वडिलांची असे. पण असं दिसतं की उ छाव्साठी नवरा शोधण्याआधीच उ श् ह्वोचं निधन झालं.

घरात पुरुष असेल तर तो कुटुंबाचा अनभिषिक्त स्वामी असायचा. पण उ श् ह्वोच्या मृत्यूनंतर, उ छाव्ची आई डुवेजर म्हणून, म्हणजेच ड्यूकची विधवा म्हणून कुटुंबप्रमुख बनली. तिनं घरामध्ये बौद्ध प्रभाव मोठ्या प्रमाणात आणला. भारतातून बौद्ध धर्म तोपर्यंत चीनमध्ये पसरला होता आणि स्वे सत्तेमध्ये तो पहिल्यांदाच देशाचा अधिकृत धर्म बनला होता. महिला या पुरुषांपेक्षा अतिशय कनिष्ठ दर्जाच्या असतात, ही जुनी कॉनफ्युशिअन धर्मातली कल्पना दूर फेकली गेली होती आणि स्त्रियांसाठी ते स्वातंत्र्य होतं. स्वेंच्या आधिपत्याखाली यांग जमातीनं बौद्ध थिएन थाय् किंवा कमळ पंथ यांना मोठ्या प्रमाणात आसरा दिला, असं म्हणतात. आणि उ छाव्ची आई लेडी यांग ही देवाच्या भक्तीसाठी प्रसिद्ध होती. ऐच्छिक प्रतिमा उभारण्यासाठी आणि बौद्ध संहितांच्या भाषांतरासाठी तिनं स्वतःहून खर्च केला होता. तरुण असताना उ छाव्चं शिक्षण एका बौद्ध कॉन्व्हेंटमध्ये झाल्याचंही सूचित करण्यात आलं आहे.

वडिलांच्या मृत्यूनंतर घरातील बाहेरच्या भागामधून पुरुषांचं अस्तित्व हद्दपार होण, हे उ छाव्च्या स्वातंत्र्यासाठी खूप महत्त्वाचं ठरलं असणार. याचा अर्थ, एरवी घरात बंदिस्त असणाऱ्या बायकांना घराबाहेरच्या जगाशी संपर्क येण्याकरता भरपूर मोकळीक मिळणं, असा होता. तिच्या मार्गदर्शक म्हणून उ छाव्पाशी घरातल्या रखेल बायका आणि गुलाम बायका असणार. कुटुंबातल्या मुलींच्या तुलनेत अशा बायकांना जास्त स्वातंत्र्य असे. वडिलांच्या मृत्यूनंतर त्यांना आदर दाखवायचा म्हणून त्यांची अंगवस्त्रं असलेल्या बायकांना घरातच ठेवून घेतलं असावं.

उ छाव् म्हणजे एक टॉमबॉय होती. मुलग्यांसारखी होती. तिच्यासारख्या मुलीला बाहेरच्या जगाशी ओळख करून घेण्याचा मोह होणं स्वाभाविकच होतं. लेडी यांगनंही तिच्या या इच्छेला प्रोत्साहन दिलं असावं. कारण ती स्वतः बाहेरच्या जगाशी नातं राखून होतीच, शिवाय भविष्याकडे नजर असणारी स्त्री होती. बऱ्याच

वर्षांपूर्वी, उ छाव् कडेवरचं बाळ असताना, लेडी यांगनं चेहरा वाचणाऱ्या युएन थिएन खांग या नामवंत व्यक्तीला आपल्या घरात आमंत्रित केलं होतं. तू राजघराण्यातल्या मुलांना जन्म दिला आहेस, असं त्यानं लेडी यांगला सांगितलं होतं. उ श् ह्वोच्या मुलग्यांकडे पाहून युएन थिएन खांग म्हणाला होता की त्यांच्यापैकी एकही जण प्रांतीय गव्हर्नरपेक्षा मोठ्या पदावर जाणार नाही. हे दोन्ही मुलगे लेडी यांगचे नव्हते. उ छाव्च्या मोठ्या बहिणीचं, जी पुढे लेडी हो-लान बनली, लग्न चांगल्या घराण्यात होईल; पण ती आपल्या नवऱ्याच्या अप्रतिष्ठेला कारणीभूत होईल, असंही तो म्हणाला होता. मग त्यानं मुलग्याच्या कपड्यातल्या उ छाव्कडे पाहिलं. ती आपल्या आयाच्या कडेवर होती.

'या मुलाचं व्यक्तिमत्त्व असाधारण आणि विलक्षण आहे,' युएन थिएन खांग म्हणाला. 'त्याचं सहजी आकलन होणार नाही.'

त्यानं मग या बाळाला जमिनीवर ठेवायला सांगितलं. बाळ चालताना त्याला पाहायचं होतं. युएन थिएन खांग बाळाकडे पाहून चकित झाला. आणि या बाळाचे 'सूर्यकिरणांचे भाव, ड्रॅगनचा चेहरा आणि फिनिक्सची मान' त्यानं जाणली. हे मूल फु ह्वेसारखं दिसतंय असं त्यानं सांगितलं. फु ह्वे हा चिनी दंतकथेतील पहिला सम्राट होय. ख्रिस्तपूर्व एकोणतिसाव्या शतकात त्याचा जन्म झाला होता आणि त्याचं शरीर सापाचं होतं. दैवी सम्राट म्हणून तो ओळखला जायचा. आणि मग खोलीत बागडणाऱ्या त्या लहान बाळाकडे पाहात युएन थिएन खांग म्हणाला, 'हे मूल जर मुलगी असती तर तिनं या साम्राज्यावर राज्य केलं असतं.'

यावर विश्वास ठेवणं लेडी यांगला कठीण गेलं असणार. चीनवर तोपर्यंत एकाही बाईनं राज्य केलेलं नव्हतं. सर्व कॉनफ्युशिअन तत्त्वांच्या ते अगदी विरोधात होतं; कारण या तत्त्वांनुसार बाईची भूमिका ही घराच्या आतल्या भागापुरतीच सीमित होती. हे ऐकून तिला आनंद झाला असण्याची शक्यताही कमीच होती. राजकारणात सहभाग घेणाऱ्यांच्या नशिबात काय येतं, याची चांगलीच जाणीव लेडी यांगला होती. थांगनं स्वेंचा पराभव केला तेव्हा तिचं बहुतेक कुटुंब मृत्युमुखी पडलं होतं. त्यामुळेच, कुटुंबाचा मोठा सन्मान झालेला असला तरी उ छाव्ला अंगवस्त्र होण्यासाठी राजमहालात घेऊन गेले तेव्हा तिची आई खूप रडली होती, अशी नोंद आहे.

कमळाची फुलं

राजधानीला नेणारी सफर उ छाव्‌साठी आगळीवेगळी ठरली असणार. ती जनानखान्यामध्ये जाणार असल्याने पुरुषांचा पेहराव काढून टाकण्याची सक्ती तिच्यावर झाली असणार. त्या काळात स्त्रिया सिल्कची एम्ब्रॉयडरी असलेला किमोनोसारखा झगा आणि आतमध्ये साध्या सिल्कचा एप्रन घालत. त्यावर पारदर्शक कपडा असे. खांद्यांना झाकण्यासाठी जरीचा स्कार्फ बांधला जायचा. त्या काळातले स्त्रियांचे कपडे हे गळा उघडा ठेवणारे असत. त्यामुळे त्यांच्या स्तनांचा खूप मोठा भाग दिसत असे.

तिचे केस मागच्या बाजूने उंच पोनीटेलसारखे बांधलेले असणार, त्यासाठी साध्या पिनांचा वापर केलेला असणार आणि त्यावर फुलांची आणि मोत्यांची सजावट असणार. तिचा चेहरा पांढराफट्टक दिसेल एवढी पावडर त्यावर लावलेली असणार. ओठ आणि गालांवर खोटा लाल रंग, मूळ भुवया काढून टाकून त्यावर खोट्या रंगाने भुवयांचा आकार देणं, हे तेव्हा आवर्जून केलं जात असे. छांग्-आनला घेऊन जाणाऱ्या मेण्यामध्ये बसण्यासाठी ती बाहेर आली असेल तेव्हा तिचा चेहरा नक्कीच बुरख्याने झाकलेला असणार किंवा कदाचित तिच्या चेहऱ्यावर बरनूझचा चिनी प्रकारही असेल. बरनूझ म्हणजे कापडाचा एक मोठा तुकडा ज्याने डोक्यापासून पायाच्या बोटांपर्यंत संपूर्ण शरीर झाकून टाकायचं. बाहेरचं दिसावं म्हणून डोळ्यांच्या जागी केवळ एक छोटी फट ठेवलेली असे. त्या काळात राजवाड्यातील महिलांमध्ये बरनूझची फॅशन होती. आणि पालखीचे पडदे अर्थातच बंद असणार जेणेकरून आतमधल्या स्त्रीचा चेहरा कुणी पाहू नये.

राजधानीपर्यंतचा प्रवास कठीण होता. शहराच्या उत्तरेला करड्या रंगाच्या मातीचं पठार होतं जे अर्धअधिक रखरखीत होतं. दक्षिणेला होते उंचच उंच

खडकाळ छिन लिंग् डोंगर. या दोघांमधल्या दरीतून वाहणारी सुपीक अशी वेए नदी जिच्या काठावर तीन हजार वर्षांपूर्वी चिनी संस्कृतीचा उदय झाला होता.

वीस लाख लोकसंख्या असलेलं छांग्- आन् हे जगातलं सगळ्यात मोठं शहर होतं. आज त्या जागेवर असलेल्या शिआन् या आधुनिक शहरापेक्षा ते आकारानं सहापट मोठं होतं. दक्षिणेकडून शहराच्या दिशेनं येताना आपल्याला पिवळ्या मातीचा भव्य पट्टा दिसू शकायचा. शहराच्या सीमेवर बांधलेली ही नवीन संरक्षक भिंत होती. ओल्या मातीनं बांधलेली, वीस फूट उंच आणि सुमारे सत्तर ली, म्हणजे तेवीस मैल लांबीची. भिंतीच्या बाहेर दहा फुटांवर तीस फूट रुंद आणि बारा फूट खोल खंदक होता. या संरक्षक भिंतीचं काम सुरू केलं होतं ५८१मध्ये, राज्यकारभाराची सूत्र हाती घेतल्यानंतर पहिला स्वे सम्राट, वन-थि यानं. आणि ही भिंत एवढी मोठी होती की थांग काळातही तिचं बांधकाम सुरू होतं.

छांग्- आन् पहिल्यांदा चीनची राजधानी बनली ती हान साम्राज्याच्या काळात, आठशे वर्षांपूर्वी. नदीच्या पलीकडच्या काठावर वरच्या बाजूला असलेल्या स्सन्- यांग् या जुन्या राजधानीच्या जागी ही नवीन राजधानी आली होती. पण इसवी सन २३मध्ये सत्ता बळकावणाऱ्या वांग मिंग्बरोबर झालेल्या युद्धात छांग्- आन् नष्ट झालं आणि हान सम्राटानं आपली राजधानी पूर्वेला सहाशे ली म्हणजे दोनशे मैलांवरच्या ल्वोयांग इथं नेली. इसवी सन ३१६मध्ये क्रूरकर्मा लि युएन्नं आक्रमण केलं, तेव्हा छांग्-आन्मध्ये शंभरहून कमी कुटुंबं राहत असल्याचं त्याला दिसलं. चीनमधल्या या काळाची तुलना युरोपच्या अंधारयुगाशी केली जाते. संपूर्ण शहरात केवळ चार बग्ग्या होत्या. रस्त्यावर काटेकुटे आणि तण वाढलेले होते आणि अधिकाऱ्यांपाशी ना दरबारी कपडे होते ना कार्यालयाचं सील होतं. त्याऐवजी त्यांची नावं आणि त्यांचा हुद्दा तुतीच्या फांद्यांच्या तुकड्यांवर लिहिलेला होता. मात्र, इसवी सन ३८६ ते ५३४ एवढा काळ गादीवर असलेल्या वे साम्राज्याखाली हजारो कुटुंबांना छांग्-आन् आणि सभोवतालच्या भागामध्ये हलवलं गेलं. त्यानंतर स्वे वन-थिनं आपल्या नवीन साम्राज्याचं प्रशासकीय मुख्यालय म्हणून छांग्- आन्ची पुनर्बांधणी करायला सुरुवात केली, तेव्हा त्याने त्याचं नाव ठेवलं ताशिंग्- छंग्. याचा अर्थ होता, 'ताशिंग्चं भिंतीचं शहर.' त्या आधीच्या छो साम्राज्याखाली स्वे वन- थि हा ताशिंग्चा ड्यूक होता. एखाद्या आधुनिक अमेरिकन शहराप्रमाणे हे शहर बांधण्यात आलं आणि तेहतीस चौरस मैल एवढ्या भागावर ते व्यापलेलं होतं. या शहराचं आकाशाशी असलेलं नातं दर्शवण्यासाठी प्रत्येक रस्ता आणि गल्ली ही मुख्य रस्त्याच्या रांगेत होती आणि उत्तरेच्या टोकाला एखाद्या ध्रुवताऱ्याप्रमाणे राजवाडा बांधलेला होता. इतर विश्व ज्याभोवती फिरेल असा तो अभेद्य बिंदू होता. ही गोष्ट अधोरेखित करण्याकरता राजवाड्याला नाव दिलं होतं, थायचि- कुंग्

म्हणजे 'अंतिम विश्वाचा राजवाडा.'

स्वे साम्राज्याचा पराभव होण्यापूर्वी, शेवटचा स्वे सम्राट यांग- थि यानं पश्चिम बागेची- वेस्टर्न पार्कची निर्मिती केली होती. सुगंधी फुलांचा बगिचा, निषिद्ध बगिचा आणि जांभळा बगिचा म्हणूनही ही बाग ओळखली जात असे. दोनशे ली, म्हणजे सुमारे सहासष्ट मैल एवढा त्याचा घेर होता. आपल्या उतरत्या काळात सुंदर बायकांच्या सहवासात इथे वेळ घालवायचा असं सम्राटानं निश्चित केलं होतं.

यांग- थि यानं आश्चर्यचकित करणारी अनेक बांधकामं उभी केली. यांपैकीच एक म्हणजे, चक्रव्यूहाचा राजवाडा. 'द एरॉटिक अॅडव्हेंचर्स ऑफ स्वे यांग- थि' नावाच्या पुस्तकामध्ये या राजवाड्याचं वर्णन केलेलं आहे. मुख्य राजवाड्याच्या भोवती छत्तीस लहान राजवाडे बांधलेले होते, जे सर्व फुलांच्या जंगलात लपलेले होते :

> मुख्य राजवाडा डोळे दिपवून टाकेल असा होता. तीन मजल्यांचा हा सोनेरी पॅगोडा सूर्याच्या प्रकाशात चमचमत असे. प्रत्येक मजल्याच्या भोवती वर्तुळाकार व्हरांडे होते. त्यावर राजवाड्यातील शेकडो सौंदर्यवती हसऱ्या चेहऱ्यानं उभ्या असत. त्यांच्या अंगावर महागातला महाग आणि तलम असा कपडा असे. आतमध्ये आणखी काहीही न घातल्याने त्यांचे नाजूक तरुण स्तन, कमनीय कंबर आणि आकारबद्ध पाय या कपड्यातून दिसत. नग्न असताना वाटल्या नसत्या इतक्या त्या या कपड्यांमध्ये आकर्षक आणि आव्हान देणाऱ्या दिसत.
>
> राजवाड्याच्या आतमध्ये असंख्य खोल्या होत्या. त्या सगळ्या क्लिष्ट मार्गांनी एकमेकांना जोडलेल्या होत्या. मुख्य दालनात यांग- थिनं चार भलेमोठे सिल्कचे तंबू उभारलेले होते ज्यांची नावं होती, धुंद चाहत, गोड आणि सुगंधी रात्र, शरदातील चंद्राचं सौंदर्य आणि वसंतातील दुःखाचा अंत. प्रत्येक तंबूमध्ये तीस ते चाळीस नग्न मुली असत, ज्या विविध खेळ खेळत असायच्या किंवा हास्यविनोद करत असायच्या किंवा मग वाघाच्या कातड्यानं बनवलेल्या कोचांवर पहुडलेल्या असायच्या. वातावरण शांत असलं तरी यापैकी प्रत्येक मुलगी सम्राटाच्या आगमनाची वाट पाहत असे. आणि एखाद्या मेघाप्रमाणे सम्राट अवतरत असे.
>
> दालनाच्या भिंतींना चकचकणाऱ्या तांब्याचे आरसे लावलेले होते. आतून ते पोकळ असत आणि त्यात अगरबत्ती लावली जायची. जाई, कस्तुरी, गुलाब, अशा फुलांचा सुगंध संपूर्ण खोलीत पसरलेला असे. छतावर सिल्कचे दिवे असत ज्यावर नग्नावस्थेतील आव्हानात्मक पोझ दिलेल्या

स्त्रियांची चित्रं रंगवलेली असत. त्यातून जणू काही चंद्रप्रकाश खोलीत आलाय असं वाटे आणि आतमध्ये असलेल्या मेणबत्त्यांमुळे या स्त्रिया कोणत्याही क्षणी खोलीत अवतरतील असा आभास निर्माण होत असे. सम्राट राजवाड्यात आला की त्याच्या स्वागतासाठी आठ तृतीयपंथी वाकून उभे राहत. ते मग सम्राटाचे कपडे काढत आणि त्याच्या कमरेला बिबट्याच्या कातड्यापासून बनवलेलं कापड गुंडाळत ज्याला पिवळ्या सिल्कचं अस्तर असे. तो मग आपल्या राजवाड्यात फिरू लागे. शेवटी मात्र तो मुख्य दालनामध्येच येत असे.

तो आत शिरला की सर्व मुली, 'सम्राटाला हजारो वर्षांचं दीर्घायुष्य लाभो,' असं म्हणून त्याचं स्वागत करत. तो मग सोन्याच्या प्याल्यातून वाइन पीत असे. थोड्या वेळानं बिबट्याच्या कातड्याच्या कापडातून आपल्या लिंगाने स्वतःच्या अस्तित्वाची जाणीव करून दिली की तो समोर असलेल्या कोणत्याही मुलीला पकडत असे. मात्र, वाइनच्या अमलामुळे आणि सभोवतालच्या आरशांमुळे प्रत्यक्षातली मुलगी कोणती आणि प्रतिबिंब कोणतं, हे काही वेळा त्याच्या लक्षातही यायचं नाही.

मग तो कोणत्याही एका सिल्कच्या तंबूत शिरत असे. डोळे बंद करून, आजूबाजूच्या स्त्रियांच्या आवाजाच्या दिशेनं तो चालू लागे. अशा प्रकारे एखाद्या मुलीला पकडणं त्याला अधिक मौज देणारं वाटायचं. अशी मुलगी हातात आली की तो तिला पलंगावर, कोचावर किंवा वाघाच्या कातड्याच्या चटईवर ढकलून देई. घाईघाईनं आपल्या अंगावरचं बिबट्याच्या कातड्याचं कापड बाजूला काढून तो तितक्याच झपाट्याने आपलं लिंग त्या मुलीच्या योनीत अत्यंत जोरानं खुपसत असे. भोवताली इतर स्त्रियांचं हसणं आणि कुजबुजणं चालूच असायचं. एका स्त्रीबरोबर धड संभोग केला नाही तोच तो दुसरीला पकडे. तिला वेगळं आसन करायला लावे किंवा मग उभं राहायला लावे. त्याचं पूर्ण समाधान झालं की तो तिथेच झोपून जात असे. जागा झाल्यावर वासनेचा हा खेळ पुन्हा सुरू होत असे. दालनामध्ये कृत्रिम प्रकाश येत असल्यानं वेळ रात्रीची आहे की दिवसाची, हे कळण्याची शक्यताच नसे. आणि यांग- थिला त्याची फिकीरही नसायची.

असं म्हणतात की त्याच्या राजवाड्यात तीन हजार स्त्रिया होत्या आणि दौरा करत असताना तो आपल्याबरोबर दहा खास पालख्या घ्यायचा. प्रत्येक पालखीमध्ये लाल सॅटिनच्या कोचावर एक नग्न सौंदर्यवती झोपलेली असे, आपलं सुख मिळवण्यासाठी

येणाऱ्या सम्राटाची वाट पाहत. मात्र, या अशा ऐषआरामी सवयींमुळे यांग- थिचा खजिना दिवसेंदिवस रिकामा होत होता. युद्ध आणि त्यानं चालू केलेल्या बांधकामांच्या खर्चामुळे त्यात आधीच खडखडाट होऊ लागलेला होता. त्यात ही भर पडत होती. परिणामी थांग साम्राज्याची वाढती सत्ता नजरेआड करणं स्वेसाठी अशक्य होत होतं.

थांग साम्राज्याचा पहिला सम्राट खाव्- त्सु यानं या शहराचा ताबा घेतला आणि शहराला छांग्- आन् हे जुनं नाव पुन्हा दिलं. छांग्- आन्चा अर्थ, चिरस्थायी शांततेचं शहर. सरकारी कोठारं आणि खजिना रिकामा असल्याचं लक्षात आल्यावर त्यानं शेतीची जुनी 'समान शेत' ही संकल्पना नव्यानं सुरू केली ज्यामुळे कराद्वारा महसुलाचा ओघ परत सुरू झाला. तात्त्विकदृष्ट्या सर्व जमीन सम्राटाच्या मालकीची असे. आता राज्य शासनानं त्याचे समान भाग पाडून ती शेतकऱ्यांना दिली. सतरा वर्षांपासून ते एकोणसाठ वर्षांपर्यंतच्या प्रत्येक पुरुषाला सुमारे तेरा आणि एक तृतीयांश एकर एवढी जमीन दिली गेली. स्थानिक अधिकारी दर तीन वर्षांनी जनगणना करत आणि जमिनीचं पुनर्वाटप करत. साठ वर्षांचं वय झालेल्या पुरुषांकडून त्यांची ऐंशी टक्के जमीन परत घेतली जाई आणि ती त्या वर्षी सतरा वर्षं पूर्ण केलेल्या तरुण मुलाला दिली जाई. प्रत्येक पुरुषाला मग वार्षिक पिकाच्या दोन ते तीन टक्के एवढा कर लावला जात असे, तर प्रत्येक स्त्रीला तिनं पाळलेल्या रेशमाच्या किड्यांपासून विणलेलं पंचवीस फूट लिनन किंवा वीस फूट सिल्क सरकारला द्यावं लागे. सज्ञान पुरुषांनाही केंद्र सरकारसाठी वेगवेगळ्या प्रकल्पांच्या बांधकामावर वीस दिवस काम करावं लागत असे, तसंच स्थानिक सरकारसाठी रस्ते बांधणी, भिंती, पूल किंवा पाट बांधण्यासाठी दोन महिन्यांची विशेष नोकरी करावी लागत असे. दुष्काळाच्या काळात ही बंधनं नुकसानीच्या तुलनेत उठवली जात. शेतकऱ्याचं चाळीस टक्के पीक नष्ट झालं असेल, तर त्याला धान्यावरचा कर माफ केला जाई. साठ टक्के नुकसान झालं, तर कापडावरचा करही उठवला जाई आणि तोटा सत्तर टक्के असेल तर सरकारी कामाची सक्ती केली जात नसे.

स्वे साम्राज्यानं मागे ठेवलेलं चलनही हिणकस होतं. त्यांच्या साम्राज्याच्या अखेरच्या काळात मोठ्या प्रमाणावर खोटा पैसा चलनात आला होता. ६२१मध्ये, ऊ थ्च्या चौथ्या वर्षांत, सम्राट खाव्- त्सुनं संपूर्ण चीनमधल्या सरकारी भट्टीतून समान वजनाची, आकाराची आणि सारख्याच प्रमाणात धातू असलेली नवीन नाणी बनवण्याचा आदेश दिला. ही नाणी तांब्याची बनवलेली होती, त्यांना ल् किंवा स्सून म्हटलं जायचं आणि 'कॅश' म्हणून ती ओळखली जात. ही नाणी आकारानं छोटी होती, गोल होती आणि मधोमध एक चौकोनी भोक असे, ज्यातून ती एकत्र गुंफता यायची. एक हजार तांब्यांचा गोफ हे चलनाचं दुसऱ्या क्रमांकाचं सर्वांत मोठं माप होतं आणि त्याला 'थाअल' किंवा 'ल्यांग' म्हणत. मात्र, ही रोख वजनानं जास्त

असे आणि वाहतुकीसाठी कठीण. त्यामुळे मोठे व्यवहार हे चांदी, सोनं किंवा सिल्कमध्ये केले जात.

सुरुवातीच्या काळात, छांग्- आन्मध्ये थांगनं फार कमी बदल केले. पण खजिना भरू लागल्यानंतर थाय्- चुँगनं आपल्या वडिलांच्या वसंतातील राहण्याच्या जागेच्या ईशान्य दिशेला था-मिंग कुंग् किंवा 'प्रकाशमान जागा' बांधली. या जागेवर राजघराण्यासाठी असलेल्या शिकारीच्या आवारात वीस राजवाडे बांधलेले होते आणि हे सर्व बांधकाम पूर्ण होण्यासाठी तब्बल अठ्ठावीस वर्षं लागली. दरम्यानच्या काळात खाव्- त्सुचं निधन झालं होतं, पण तो भव्य राजवाडा या राजधानीला अगदी शोभून दिसत होता. थाय्- चुँगच्या काळात राजकीय स्थैर्य होतं आणि त्यामुळे त्याचं साम्राज्य प्रचंड समृद्ध झालं. उ छाव्चं छांग्- आन्मध्ये आगमन झालं तोवर हे शहर जगातील सर्वांत मोठं शहर तर बनलं होतंच, पण सर्वाधिक श्रीमंत शहरही झालं होतं.

दक्षिणेकडून उ छाव् शहराच्या जवळ येऊ लागली तशी तिला वाटेत काही पॅगोडा दिसले असणार. मंदिरांच्या आवारातील गडद रंगाची छपरं आणि तटबंदीच्या मागून डोकावणारे भव्य राजवाडेही तिनं पाहिले असणार. काही इमारती दुमजलीपेक्षा उंच होत्या, तर बहुतेक इमारतींना एकेकच मजला होता. कालांतराने उ त्यात बदल घडवणार होती. कित्येक मैल दूरवरून दिसणारा भिंतीच्या पलीकडचा दहा मजली ग्रेट वाइल्ड गूझ पॅगोडा बांधण्यात तिचाच पुढाकार होता. यातील सात मजले आजही अस्तित्वात आहेत. पण त्या क्षणी मात्र, जे शहर तिच्या पदरात पडलं होतं ते उंच इमारतींचं नव्हतं. उत्तरेला असलेल्या वे नदीच्या पलीकडील खडकाळ भूप्रदेशावर असलेलं मोठं पठार तिला त्या वेळेस दिसत होतं.

शहराचं मुख्य प्रवेशद्वार होतं, मिंगद् द्वार किंवा 'झळाळणाऱ्या सद्‌गुणां'चं द्वार. प्रथेनुसार ही संख्या तीन असायला हवी असली, तरी या द्वाराला पाच बाजूंनी प्रवेश घेता येणं शक्य होतं आणि एकाच वेळी दोन बग्ग्या ये-जा करू शकतील एवढी त्यांची रुंदी होती. मध्यभागी असलेलं प्रवेशद्वार बंद असे आणि ते केवळ सम्राटासाठीच उघडलं जायचं. संध्याकाळ झाली, कर्फ्यू सुरू झाला की या प्रवेशद्वारांवरील गेट्स बंद केली जात आणि सुरक्षिततेसाठी त्याला सिलिंडरची कुलपं लावली जात. गेट आणि भोवतालच्या भिंतींसमोर लाल विटा लावलेल्या होत्या. वर असलेल्या टॉवरवर लाकडाचं बांधकाम केलेलं होतं. त्याला भव्य खांब होते, जे तितक्याच भव्य छताला आधार देत होते. एखादा अधिकारी दूरवर बदली होऊन जात असेल तर त्याचा निरोप घेण्यासाठी किंवा शहराबाहेरच्या थडग्यांच्या दिशेने निघालेल्या एखाद्या मोठ्या व्यक्तीच्या अंत्ययात्रेला निरोप देण्यासाठी सम्राट तिथे येत असे. खुद्द प्रवेशद्वारावर सुमारे शंभर माणसं पहारा देत असत आणि दोन्ही बाजूला असलेल्या

बरॅक्समध्येच त्यांच्या राहण्याची सोय केलेली असे.

प्रवेशद्वारातून आत शिरल्यावर उ छाव्चा मेणा लाल पक्षी मार्गावरून तिला वर घेऊन गेला असणार. शहराच्या सहा मुख्य रस्त्यांपैकी हा एक मार्ग. यातील तीन रस्ते उत्तर-दक्षिण दिशांना होते, तर तीन पूर्व-पश्चिमेला. पाचशे फूट म्हणजे ४५ रस्ते असलेल्या महामार्गाएवढे ते रुंद होते. एखादी मोटर स्पर्धा होऊ शकेल इतके ते रस्ते मोठे असले, तरी त्यावर वेगाने जायला बंदी होती. राजाचा आदेश घेऊन जाणारा स्वार किंवा बग्गीचालक असेल तर किंवा तातडीच्या उपचारांसाठी निघालेला डॉक्टर असेल तरच या शिक्षेतून सूट मिळे. अन्यथा, वेगाने वाहन चालवल्यास एका बारीक दांड्याने पन्नास फटके मारले जात. योग्य काळजी न घेता किंवा लक्ष न देता वाहन चालवणाऱ्याला आणखी कडक शिक्षा असत. एखाद्या चालकाने कुणाला जखमी केलं किंवा त्याच्या वेगामुळे कुणाचा मृत्यू झाला, तर जाडजूड दांड्याने साठ फटके मारले जात किंवा मग गळा दाबून फाशी दिलं जाई.

लाल पक्षी मार्ग दोन्ही बाजूंनी पॅगोडा वृक्षांनी सजलेला होता. हे वृक्ष पंचाहत्तर फूट उंच वाढलेले होते. वृक्षांच्या रांगेपुढे साधारण दहा फुटांवर मातीच्या बुटक्या भिंती बांधलेल्या होत्या. या भिंती आणि रस्त्याच्या मधून एक खंदक खोदलेला होता, ज्यात कचरा साठवला जात असे आणि त्यातून सिंचनासाठी पाण्याचीही व्यवस्था केलेली असे. प्रत्येक छेदबिंदूवर चार पूल होते, जे चार खंदकांवरून कमानीसारखे जात. या खंदकांमधील पाणी स्वच्छ असे. त्यांचा उपयोग गटार म्हणून व्हायचा नाही. शहराबाहेर शेतकऱ्यांना खत म्हणून विकून मलमूत्राची विल्हेवाट लावली जात असे. खालून पाण्याचा योग्य प्रकारे निचरा व्हावा म्हणून रस्ता किंचित वर उचलल्यासारखा बांधण्यात आला होता. याचा अर्थ, त्या पलीकडे असलेली घरं उ छावला स्पष्टपणे पाहता आली असणार.

शहराच्या भिंतीच्या आत लगेचच एक ऐंशी फूट रुंद असा गोल रस्ता होता. शहरावर आक्रमण झालंच तर ते रोखणाऱ्या सैनिकांना तटबंदीभोवती फिरता यावं म्हणून तो बांधलेला होता. संपूर्ण शहरात मोकळी जागा भरपूर होती, दीडशे फूट रुंद रस्त्यांच्या भोवती ते बांधण्यात आलेलं होतं. हे रस्ते घट्ट मातीचे बनलेले होते. कोरड्या मोसमात ते धूळभरले होत, तर बर्फ आणि पाऊस पडला की चिखलमय. त्यामुळे छान् नदीमधून बैलगाडीतून आणलेली पांढरी रेती टाकून पदपथ बनवले गेले होते. ते घोड्यावरून दरबारात जाणाऱ्या अधिकाऱ्यांसाठी राखून ठेवले जात. प्रमुख मंत्र्यांसाठी त्यांच्या दरवाजाच्या पहिल्या पायरीपर्यंत रेती टाकली जात असे. प्रत्येक छेदबिंदूपाशी एक पोलीस चौकी बांधलेली होती, ज्यात सुवर्ण पक्षी गार्डचे पाच ते तीस पुरुष काम करत.

शहराची दक्षिण बाजू शांत होती आणि तिथे वस्तीही कमी होती. तिथली काही

जागा ही लागवडीकरता देण्यात आलेली होती. एरवी शहराच्या रस्त्यांच्या दुतर्फा शोभिवंत असे उंच फांद्या असलेले विलो, मोठ्या आकाराचे उंच एल्म किंवा पॅगोडाचे वृक्ष असत, पण इथे डाव्या बाजूच्या मार्गांवर त्यांची जागा फळझाडांनी घेतलेली होती. ज्या मार्गांवर राहती घरं होती, तिथले रस्ते फुलझाडांनी बहरलेले होते. त्या पलीकडे घरांच्या बागांमध्ये आणखी काही झाडं लावलेली होती.

लाल पक्षी मार्गावरून थोडं खाली उतरल्यावर खाव्- त्सुच्या नवव्या मुलाचा महाल होता. सम्राट थाय् चुँगच्या जिवंत राहिलेल्या भावांपैकी हा एक. त्याच्या या महालाने शहराचा एक अख्खा कोपरा व्यापलेला होता. अठरा वर्षांनंतर याचं रूपांतर थाय् चुँगच्या स्मरणार्थ बांधल्या जाणाऱ्या एका थाव् मंदिरामध्ये होणार होतं. त्यानंतर थाव्, बौद्ध आणि राजघराण्यासाठीची आणखी काही मंदिरं उभी राहाणार होती. तसंच, एक नवीन विद्यापीठही बनणार होतं. युरोपमधलं पहिलं विद्यापीठ सालेर्नो इथे उभं राहाण्याच्या दोन शतकं आधी. डाव्या आणि उजव्या बाजूला पश्चिम आणि पूर्व अशा बाजारपेठा होत्या. यात संपूर्ण चीन, मध्य आशिया आणि दक्षिणेतील सागरी मार्गाने येणाऱ्या भरपूर वस्तू विक्रीकरता उपलब्ध असत. पूर्वेच्या बाजारातच दोनशेतेवीस रस्ते होते ज्यांच्या आजूबाजूला कोठारं होती. यातल्या केवळ बारा रस्त्यांना आग लागली तेव्हा चार हजार दुकानं त्यात जळून भस्मसात झाली होती यावरून त्याच्या भव्यतेची कल्पना येईल. या मंडयांचे रस्ते भरपूर रुंद असल्याने बैलगाडीतून येणारं सामान आणि रस्त्यावर खरेदीसाठी असलेली माणसांची गर्दी यामधूनही या बग्ग्या आरामात वाट काढू शकत. इथे लोखंडाचे व्यापारी, कापडाचे व्यापारी, छपाई करणारे, खाटिक, किरकोळ कापड विक्रेते आणि ब्रश विक्रेते अशी असंख्य दुकानं होती. केक आणि डम्पलिंग्सचा सुवास पोटातल्या भूकेची जाणीव करून देत असे. आपल्यापाशी कोणत्या प्रकाचं मद्य आहे याचे फलक वाइनशॉप्सच्या बाहेर लावलेले असत. डॉन्की एक्सप्रेस नावाची कंपनी गाढवं भाड्याने द्यायची. सरकारी नियमांनुसार या गाढवांना रोज पन्नास ली म्हणजे सत्तर मैलांपेक्षा जास्त चालवता येत नसे किंवा त्यावरून सवारीही करता येत नसे. छोट्या चौकांमध्ये किंवा खास बांधलेल्या रंगमंचावर संगीतकार, नृत्यांगना, डोंबाऱ्याचा खेळ करणारे असे अनेक कलावंत वातावरणात जान आणत. दुष्काळाच्या काळात याच रंगमंचावरून धर्मोपदेशक पावसासाठी प्रार्थना करत. बाजारातील चौकांचा उपयोग सार्वजनिक शिक्षांसाठीही केला जायचा आणि गुन्हेगारांची छाटलेली मुंडकी इतरांसाठी इशारा म्हणून तिथेच ठेवली जायची.

पूर्वेचा बाजार हा उच्चभ्रूंच्या वस्तीच्या अधिक जवळ होता आणि तिथे अधिक श्रीमंती वस्तू मिळत. घरातील वापराच्या वस्तू तयार करून देणाऱ्या सेवाही तिथे मिळत. त्या विरुद्ध पश्चिम बाजार म्हणजे सिल्क मार्केटच्या पूर्वेचं टोक होतं.

स्थानिक पिकांच्या बदल्यात तिथे उंची वस्तूंची देवाणघेवाण होत असे. पश्चिम बाजारपेठेत स्वत:चा असा पर्शियन बाजार होता जिथे ज्ञात जगातून आलेले सर्व प्रकारचे दागिने विकले जात. काही साध्यासुध्या वस्तूही विक्रीला असत. उदाहरणार्थ, मापटी, वजनकाटे, स्वस्तातलं सिल्क, पशुपक्षी, गरमागरम खिरीच्या वाट्या, तयार कपडे, घोड्याचे लगाम, खोगिरं, पिवळसर-लाल मुंग्या भरलेल्या बॅगाही असत. या मुंग्या मँडेरिनच्या झाडाला लागणाऱ्या किटकांवर हल्ला करत असल्याने त्यांची विक्री केली जायची. एकाच प्रकारच्या वस्तूची विक्री करणारी दुकानं काही ठरावीक रस्त्यांवर एकत्र असत. एक मद्य विक्रेता होता जो ओल्ड वुमन्स क्लिअर एल, कोरटिअर्स क्लिअर एल, टोड ट्युम्युलस आणि मेलडी नावाचे फु नदीतील एल्स म्हणजे एक प्रकारची बीअर विकत असे. इंग्लिश बीअरप्रमाणे ही पेयं गरम प्यावी लागत. डॉक्टरांचा एक मदतनीस जुलाब थांबवण्यासाठी ओक वृक्षाची फळं आणि आरोग्यासाठी चांगली असणारी सर्व प्रकारची वनस्पती, खनिजं, कीटक आणि प्राण्यांचे अवयव विकत असे. एका सम्राटाने इथूनच अमरत्व मिळण्याकरता थाव्मधलं रामबाण औषध मागवलं होतं. रेस्टॉरन्ट्स आणि वेश्यागृह आपापले व्यवसाय मोठे करण्यासाठी एकमेकांशी स्पर्धा करत. खानावळी चालवणाऱ्यांमध्ये बहुतेक बायका असत. दारू पिणाऱ्यांकडून तिथल्या तिथे पैसे घेतले जात आणि ते वसूल करण्याकरता कामावर खास वेटर्स ठेवले जात. खानावळींमधून हरणाची जीभ, हरणाची शेपटी, मांसापासून बनवलेले पाईज, सशाच्या बरगड्या, दालचिनीच्या काड्या आणि मधात भिजवलेलं जंगली सफरचंद, तितराची शेपटी आणि कोल्ह्याचे ओठ अशा प्रकारचे पदार्थ नाश्त्यासाठी मिळत. मद्यपान करणाऱ्यांनी जास्तीत जास्त पैसे खर्च करावेत म्हणून त्यांना रिझवण्याकरता मध्य आशियातील गोऱ्या कांतीच्या, हिरव्या डोळ्यांच्या आणि सोनेरी केसांच्या बायका तिथे गाणी म्हणत. या बाजारांमधून लहान लहान तळीसुद्धा असत ज्यात धार्मिक पुण्य मिळावं म्हणून येणारे-जाणारे मासे सोडत.

बाजारामध्ये बँकाही कार्यरत होत्या. व्यापारी तिथे आपले पैसे आणि सोनं आणि चांदी डिपॉझिट करत आणि त्या बदल्यात त्यांना एक सर्टिफिकेट दिलं जायचं जे देण्याघेण्याच्या व्यवहारासाठी उपयोग पडत असे. कागदाचं चलन व्यवहारात येण्याआधीची ही पायरी म्हणायला हवी. कागदाचं चलन हीसुद्धा चीननेच जगाला दिलेली देणगी आहे. मात्र, या बँका अद्याप कर्ज देऊ लागलेल्या नव्हत्या. व्याजावर बौद्ध मठांचं नियंत्रण होतं. तेलाच्या खाणीही त्यांच्या मालकीच्या होत्या आणि तीळ उत्पादन करणाऱ्या शेतकऱ्यांना त्या भाड्याने दिल्या जात. शेतकऱ्यांना कर्जावर बियाणंही त्यांच्याकडून मिळायचं. हा शेतकरी जर मठाचा भाडेकरू असेल तर त्याच्याकडून व्याज आकारलं जात नसे, मात्र मुद्दल, म्हणजेच त्यांनी जेवढं बियाणं

नेलं असेल तेवढं सगळं सात महिन्यांच्या आत परत करणं आवश्यक असे. इतर शेतकऱ्यांना पन्नास टक्के व्याज द्यावं लागे, म्हणजे त्यांनी जेवढं बियाणं घेतलेलं असेल त्याच्या दीडपट त्यांना परत करावं लागे. समाजातल्या उच्च स्तरातील लोकांना पैशांच्या रूपात कर्ज देण्याचं कामही हे मठ करत. ही कर्जं सहा महिन्यांच्या आत परत करावी लागत, तीही एकशेवीस टक्के व्याजदराने, म्हणजेच वर्षाला दोनशे चाळीस टक्के एवढ्या अवाच्या सवा व्याज दराने. हे व्याजदर एवढे असण्याचं कारण म्हणजे कर्जाची परतफेड न करणं तुलनेने सोपं होतं. कालांतराने मध्य आशियातील उघुर लोकांनी कर्ज द्यायला सुरुवात केल्यानंतर व्याजदर कमी झाले. बौद्धांप्रमाणे वसुलीसाठी हिंसेचा वापर न करण्याबाबत ते आग्रही नव्हते.

पाचव्या हुद्द्याच्या वरील कोणत्याही अधिकाऱ्याला बाजारात जायची परवानगी नव्हती. त्यांच्यासाठी लागणारं सामान त्यांचे नोकर आणि घरात काम करणारे गुलाम आणून देत. सरकारी अधिकारी आणि कारागीर व व्यापारी यांच्यातला भेद अधोरेखित केलेला असे. कारागीर आणि व्यापाऱ्यांवर राजकारणाच्या बाबतीत विश्वास टाकता येत नाही कारण ते सर्वत्र संचार करत असतात आणि येणाऱ्या जाणाऱ्यांबरोबर मोकळेपणाने बोलत असतात असं मानलं जायचं. त्यांना घोड्यावर बसायला किंवा नागरी सेवांच्या परीक्षांना बसण्याचीही बंदी होती. आणि शेतकऱ्यांप्रमाणे त्यांना जमीनही दिली जायची नाही. मात्र, या कारागीर आणि व्यापाऱ्यांना करांच्या बाबतीत काही सवलती होत्या, त्यांचं घर आणि संपत्ती यावर त्यांना केवळ महानगरी कर भरावा लागत असे. यातले बहुतेक साधे फेरीवालेच राहिले असले, तरी काही मात्र बऱ्यापैकी श्रीमंत झाले आणि त्यांच्या खजिन्यात प्रचंड भर पडली होती. थांग काळाच्या सुरुवातीला हे श्रीमंत व्यापारी नागरी सेवेत असलेल्यांचे पगार देण्याकरता सरकारला पैसे कर्जाने देत असत. राष्ट्रीय कर्जपुरवठा संस्था या आधुनिक संस्थेची ती सुरुवात होती.

बाजारपेठेच्या मध्यभागी कार्यालयं होती. वाद किंवा भांडणांच्या वेळेस ती मध्यस्थ म्हणून काम करत. शिवाय, समान किमतीचं आणि किमती नियमनाचं कार्यालयही होतं ज्यांच्याद्वारा धान्य आणि इतर खाद्य पदार्थांच्या किमतींवर नियंत्रण ठेवलं जात असे. बाजार संचालक आणि त्याच्या हाताखाली काम करणारे कर्मचारी कायदा व सुव्यवस्थेची काळजी घेत, व्यापाराच्या अन्याय्य पद्धतींना आळा घालत, वजनं आणि मापं यांवर देखरेख ठेवत, विक्रीसाठी असणाऱ्या वस्तूंच्या गुणवत्तेवर लक्ष देत, व्यापार करण्याच्या वेळेवर बंधन ठेवत, चलनात असलेल्या पैशांच्या गुणवत्तेवर नजर ठेवत, वाहतुकीवर नियंत्रण राखत आणि पशू-पक्षी आणि गुलामांच्या विक्रीसाठी प्रमाणपत्रं देत. या गुलामांमध्ये कोरिअन बायकांचाही समावेश असे. या बायका त्यांच्या सौंदर्यासाठी प्रसिद्ध होत्या आणि श्रीमंत पुरुषांकडून त्यांना चांगली

किंमत मिळत असे. बहुतेक गुलाम हे परदेशी असत; कारण चिनी व्यक्तीला त्याच्या मर्जीच्या विरुद्ध गुलामीसाठी विकणं, हा शासकीय गुन्हा होता. मात्र काही वेळा कर्जात बुडालेली माणसं आपल्या कर्जाची परतफेड करण्यासाठी स्वतःला किंवा आपल्या मुलांना काही ठरावीक काळासाठी गुलाम म्हणून विकत. बाजारपेठांवर इतकं कडक नियंत्रण होतं, की दिवसाला काही तासांसाठीच ती उघडी राहत. दुपारचा बाजार सुरू झाला आहे हे सांगण्यासाठी दोनशे वेळा ढोल बडवला जायचा. सूर्यास्तापूर्वी पावणेदोन तास बाजार बंद होत असल्याचं दोन वेळा ढोल बडवून जाहीर केलं जायचं.

शहराच्या अगदी पलीकडे भिंतींनी विभागलेले व्यक्तिगत वॉर्ड्स होते आणि त्याचे दरवाजे रात्री कुलुपबंद केले जात. कर्फ्यूच्या काळात कोणालाही बाहेर जाण्याची परवानगी नव्हती; अपवाद केवळ काही आणीबाणीचा प्रसंग उद्भवला तरच. भिंती असलेल्या वॉर्ड्सची व्यवस्था आठशे वर्षं अस्तित्वात होती. या पद्धतीमुळे सामाजिक नियंत्रण ठेवणं, जबरदस्ती सैनिकभरती करणं किंवा सक्तीनं कामगार मिळवणं, अधिकारी वर्गासाठी सोपं जात असे.

ख्रिस्तपूर्व तिसऱ्या शतकामध्ये चीनला पहिल्यांदा एकत्र आणणाऱ्या च्छ्न साम्राज्याचा सम्राट श् ह्वांग-थि यानं प्रत्येक वॉर्डासाठी एकच दरवाजा ठेवण्याची परवानगी दिली होती. यामुळे आपल्या लोकांवर त्याचं संपूर्ण नियंत्रण राहिलं होतं. त्यानंतर मात्र अधिकाऱ्यांनी हे नियंत्रण किंचित शिथिल केलं. प्रत्येक वॉर्डाला चार दरवाजे होते- उत्तर, दक्षिण, पश्चिम आणि पूर्व. एकशेनऊ निवासी वॉर्डांची आणखी विभागणी करण्यात आलेली होती आणि प्रत्येक वॉर्डात सोळा ब्लॉक्स किंवा सोळा विभाग होते आणि वॉर्डाच्या आत ते कुठे आहेत यावर त्यांचा पत्ता ठरवला जात असे. म्हणजे, वायव्य कोपऱ्यात एक विभाग होता, ईशान्य कोपऱ्यात एक, आग्नेय किंवा नैर्ऋत्येला एक विभाग होता. मग उत्तरेच्या गेटच्या पश्चिमेला काही विभाग होते, पूर्वेला होते, पश्चिमेच्या गेटच्या उत्तर दिशेला आणि दक्षिण दिशेला, पूर्वेच्या गेटच्या उत्तरेला आणि दक्षिणेला तसंच दक्षिणेच्या पश्चिमेला आणि पूर्वेला काही विभाग होते. याशिवाय, मध्यभागी पश्चिम चौकात उत्तर विभाग होता, पूर्व चौकात उत्तर विभाग होता, पश्चिम चौकात दक्षिण विभाग आणि उत्तर चौकात दक्षिण विभाग होता.

मुख्य हमरस्त्यांवर दुकानांची पुढची बाजू बांधण्यासाठी भिंती पाडण्याचे अनेक प्रयत्न झाले, पण ते सगळे अत्यंत कठोरपणे मोडून काढण्यात आले. देवळं, मठाचा आदेश आणि तिसऱ्या हुद्द्याच्या वरील अधिकारी यांना कर्फ्यूमधून सूट दिली जायची आणि थेट मुख्य हमरस्त्याला उघडणाऱ्या मार्गाचा वापर करण्याची त्यांना परवानगी होती. सर्वसामान्य नागरिकांपैकी कोणीही भिंत पार करून ही व्यवस्था

मोडण्याचा किंवा बाजारपेठेभोवती वा शहराच्या तटबंदीभोवती असलेली भिंत चढून जाण्याचा प्रयत्न करताना पकडलं गेलं, तर त्या व्यक्तीला लाठीचे सत्तर फटके दिले जायचे.

६३६ पूर्वी दरवाजे उघडण्याची किंवा बंद होण्याची घोषणा रस्त्यामध्ये सैनिकांकडून ओरडून केली जात असे. मात्र, उ छाव् छांग्- आन्मध्ये येण्याच्या दोन वर्षं आधीपासून एक नवीन व्यवस्था अमलात आली होती. सहा मुख्य मार्गांवर ढोल लावले गेले आणि सूर्यास्ताच्या वेळेस दरवाजे बंद होण्यापूर्वी ते आठशे वेळा वाजवले जात. रात्रीच्या दुसऱ्या प्रहरापासून आरोहित सैनिक मशालींच्या उजेडात कोणताही आवाज न करता रस्त्यांवरून गस्त घालत. पाचव्या प्रहरी पुन्हा एकदा ढोल वाजवले जात आणि दरवाजे उघडले जात, जेणेकरून लोक आपल्या दैनंदिन कामकाजाला सुरुवात करू शकतील. मात्र या नियमांमध्ये चंद्राच्या पहिल्या महिन्यातील चौदा, पंधरा आणि सोळाव्या दिवशी असलेल्या नवीन वर्षाच्या दिव्यांच्या सणाच्या वेळेस सूट दिली जायची. त्या दिवशी घराघरांतून बांबूच्या खांबाच्या टोकावर बॅनर्स सोडले जात आणि हे दृश्य पाहण्यासाठी, त्याची मजा लुटण्यासाठी नागरिकांना रात्री रस्त्यातून फिरण्याची परवानगी मिळत असे.

थांग साम्राज्याखाली ही कठोर नियंत्रणं सैल होऊ लागली. शहराच्या नियमांच्या विरोधात जाऊन, दहा फूट उंच भिंतींना काही वेळा खासगी मार्ग काढण्यासाठी भगदाडं पाडली जाऊ लागली. निवासी वॉर्डांमध्ये जेवणाची दुकानं आणि तुर्की केक्स विकणारी दुकानं दिसू लागली. संगीतकार ट्रॅफिक अडवून रस्त्याच्या मधोमध आपली कला सादर करू लागले. आणि दरवाजांवर लावलेली सूचनापत्रकं वाचण्याकरता गर्दी केलेल्या माणसांचे घोळके वॉर्डांच्या गेट्सभोवती दिसू लागले.

लाल पक्षी मार्गावरून उ छाव् जात असताना तिला काही देखण्या इमारती नक्कीच दिसल्या असणार. डाव्या बाजूला, साधारण अर्धा मैलभर किंवा दोन ब्लॉक्सपुढे, देवळांच्या पलीकडे युंग्ता वॉर्ड होता. हा संपूर्ण विभाग वित्तमंत्र्यांच्या भव्य प्रासादाने व्यापलेला होता व तिथल्या शोभिवंत तलावाच्या भोवती एक मोठा बगीचा बांधण्यात आलेला होता. नागरी सेवांची परीक्षा उत्तीर्ण होणाऱ्यांसाठी इथे अधिकृत स्वागत समारंभ होत असे. च्छ्न- श वर्गातील कॉन्फ्युशिअन क्लासिक्सवरील त्रैवार्षिक परीक्षा उत्तीर्ण झालेल्यांसाठी उत्तरेकडील भागात रात्रीच्या जेवणाचं आयोजन केलं जायचं. राजवाड्याच्या भिंतीलगतच्या जागेवर आक्रमण होऊन तिथे रेस्टॉरन्ट्स, दारूची दुकानं आणि वेश्यागृहं उभी राहिली होती. अपयशी उमेदवार खालमानेनं घरी आई-वडिलांकडे जाण्याऐवजी अनेकदा यशस्वी उमेदवारांबरोबर दलाल, सावकार, राजाश्रयासाठी आलेले कवी आणि कलावंत, दणकट पुरुष, राजकीय वर्तुळात वावरणारी मंडळी, वाईट चालीच्या बायका यांच्याबरोबर तिथेच घोटाळत.

छांग्- आन्मधील रेड लाइट एरिया, वेश्यावस्ती पूर्वेकडच्या बाजारपेठेजवळ, फ्कंग-खांग् वॉर्डात होती. हा विभाग त्या वॉर्डाच्या ईशान्येकडील एक चतुर्थांश भागात होता आणि त्यातून तीन मार्ग गेले होते, उत्तर, मध्य आणि दक्षिण. या मार्गांवरून तिथे कोणत्या गुणवत्तेची सेवा मिळते आणि ग्राहक त्यासाठी किती किंमत मोजतो, हे कळायचं. उत्तरेकडील मार्गांवरच्या वेश्यांना सर्वाधिक दर मिळे आणि त्यांचा दर्जाही सर्वांत वरचा मानला जाई. थांग काळाच्या शेवटी शेवटी लिहिण्यात आलेल्या 'द बुक ऑफ द नॉर्दर्न लेन' या पुस्तकात त्या वेळी हयात असलेल्या आणि कोणे एके काळी वेश्याव्यवसाय करणाऱ्या डझनभर वेश्यांविषयी गॉसिप छापण्यात आलेलं आहे आणि आजही ते अस्तित्वात आहे.

सर्व प्रकारच्या मुली इथे काम करत. त्यांतल्या काही अशिक्षित शेतकरी होत्या ज्यांना पळवून नेलेलं असे किंवा त्यांच्या गरीब कुटुंबानं त्यांना वेश्याव्यवसायासाठी विकलेलं असे. पण काही सुशिक्षित वेश्याही होत्या, ज्या नाच-गाणं करत. यांतल्या काहींनी कविता लिहून नावलौकिक किंवा काहींच्या मते दुर्लौकिकही कमावला होता. वस्तीत शिरल्यानंतर या मुलींची नोंद व्हायची, त्यांना मग भिंत बांधलेल्या एखाद्या कंपाउंडकडे पाठवलं जायचं. त्यांचा दर्जा तिथे राहत असलेल्या लोकांच्या हुद्द्यानुसार ठरवला जात असे. तिथे या मुलींना त्यांच्या व्यवसायात आवश्यक असलेली कौशल्यं शिकवली जायची. ती शिकवणाऱ्या बायकांना च्छ्-मु, म्हणजे मॅडम किंवा दत्तक वा खोटी आई, म्हटलं जायचं. काही वेळा या मॅडम त्या मुलींना मारतही असत. सणांच्या दिवशी त्यांना जवळच असलेल्या प्फाव्- थांग त्वु या बौद्ध मंदिरात जाण्याची मुभा होती. आपल्या मॅडम आणि सेविका यांच्याबरोबर तिथे या नटूनथटून आलेल्या मुली शहरातल्या तरुण मुलांमध्ये मिसळून जात. संपूर्ण चीनमधील शहरांमध्ये वेश्यांची अशी परेड काढली जायची; कारण त्या काळात महानगरपालिका आपल्यासाठी काम करणाऱ्या बायकांच्या सौंदर्याबद्दल आणि त्यांच्या कौशल्याबद्दल अतिशय अभिमान बाळगत असे. यांतील अतिशय हुशार वेश्या आणि गायिकांना आणखी एकदा आपली व्यवसायाची जागा सोडण्याची परवानगी असे. सरकारचा एखादा अधिकृत कार्यक्रम असला की तिथे जमणाऱ्या उच्च दर्जाच्या अधिकाऱ्यांचं मनोरंजन करण्यासाठी त्या जात आणि या अधिकाऱ्यांच्या पत्नी वा अंगवस्त्रांपेक्षा आपण अधिक चमकावं म्हणून प्रयत्न करत. वेश्याव्यवसायातून बाहेर पडण्याचा या मुलींकडे असलेला एक मार्ग म्हणजे एखाद्या श्रीमंत व्यक्तीबरोबर मैत्री करणं जो त्याच्या मनात आलं तर तिला आपलं अंगवस्त्र म्हणून विकत घेऊन जात असे. श्रीमंत पुरुष आणि महत्त्वाचे अधिकारी आपल्या पत्नीच्या बरोबरीने गाणाऱ्या मुली आणि वेश्यांनाही आपल्या खासगी सेविका म्हणून ठेवून घेत. मात्र, पत्नी किंवा अंगवस्त्र यांना घराबाहेर पडण्याची परवानगी नसली तरी तो पुरुष

आपल्या मित्रांना भेटायला जाताना संभाषणात जिवंतपणा यावा यासाठी गायिकांना आपल्याबरोबर बाहेर घेऊन जात असे.

युंगतापासून लाल पक्षी रस्त्यासमोर लान् लिंग वॉर्ड होता. इथे मोठ्या अधिकाऱ्यांचे प्रासाद होते. उ छाव् इथवर, म्हणजे मुख्य मार्गाच्या अर्ध्यावर येईपर्यंत तिला ट्रॅफिकमध्ये झालेली लक्षणीय वाढ निश्चितच जाणवली असणार. अर्थात, इतक्या रुंद रस्त्यावर ट्रॅफिक जॅम होण्याची शक्यता नव्हतीच. हा भव्य रस्ता राजघराण्यातील देखावे किंवा लष्करी परेडसाठी बांधण्यात आला होता. उदाहरणार्थ, चंद्राच्या महिन्याच्या पहिल्या दिवशी सम्राट लाल पक्षी मार्गावर परेड करत मिंगद् गेटमधून आल्टर ऑफ हेवन, स्वर्गाच्या वेदीपर्यंत जाण्याची शक्यता असे. इतर राज्यांचे राजे, इतर प्रांतांचे गव्हर्नर्स, उच्च दर्जाचे प्रतिहारी आणि इतर मान्यवर व्यक्तीही या परेडमध्ये सहभागी होत असत. त्यांच्या पुढे लाकडाचे सुरेख तुकडे घेऊन काही पुरुष चालत आणि ही लाकडं घंटेप्रमाणे वाजवली जात. सम्राटाच्याच नव्हे, तर राजपुत्र किंवा अधिकृत प्रतिहारी यांच्या या मिरवणुकीच्या मध्ये कुणीही आलेलं चालायचं नाही. मिरवणूक येत असताना एखादी व्यक्ती आपल्या घराच्या दरवाजात आलेली असेल, तर तिने आत जाऊन दरवाजा लावून घेणे आणि मिरवणूक जाईपर्यंत दरवाजा बंद ठेवणे आवश्यक होतं.

लाल पक्षी मार्गाच्या पूर्वेला असलेला संपूर्ण चिंग शान वॉर्ड तांशिंग्- शान् मॉनेस्ट्रीने व्यापलेला होता. हा मठ म्हणजे महत्त्वाच्या बौद्ध मंदिरांपैकी एक होता. चीनला तांत्रिक बौद्ध धर्माची ओळख याच मठानं करून दिली. शहरातील पहाडांच्या सहा रांगांपैकी एका पहाडाच्या टोकावर तो वसलेला होता. याला खास महत्त्व होतं. राजधानीचं हे शहर केवळ नऊ महिन्यांमध्ये डिझाइन करणाऱ्या यु- वन खाय् या स्वे आर्किटेक्टनं ही जागा जाणीवपूर्वक निवडली होती. कारण पहाडाच्या या सहा रांगा म्हणजे 'आय छंग' किंवा 'बदलांच्या पुस्तकातील' खास पुरुषी छिएन् षट्कोनाच्या सहा अतूट रेषांचं प्रतिनिधित्व करत. हे पुस्तक वेन वांग यांनी लिहिलं आहे. ते छाव साम्राज्याचे पितामह (ख्रिस्तपूर्व ११११- २५५) होते आणि ख्रिस्तपूर्व ११४४ ते ११४७ या काळात शांगूनं त्यांना तुरुंगात डांबलेलं असताना त्यांनी हे पुस्तक लिहिलं होतं. चार रथ, एक उत्तम घोडा आणि एक सुंदर मुलगी अशी खंडणी दिल्यानंतर त्यांची सुटका झाली होती. त्यांचा मुलगा, ऊ वांग किंवा 'योद्धा राजपुत्र' याने नंतर ख्रिस्तपूर्व अठराव्या शतकापासून राज्य करणारं शांग् साम्राज्य उलथून टाकलं. आय छंगच्या षट्कोनाचं मूळ खरं तर ट्रायग्रॅम्स, म्हणजे एकापाठोपाठ लिहिलेली तीन अक्षरं किंवा तीन प्रतीकं यांमध्ये आहे. हे ट्रायग्रॅम्स चीनचा पहिला सम्राट, फु स्स याला ख्रिस्तपूर्व एकोणतिसाव्या शतकामध्ये एका कासवाच्या पाठीवर सापडले होते आणि चिनी लेखन त्या आधारे बनलं होतं. आय

छंगच्या मते, तुटलेल्या रेषा हे स्त्रीत्वाचं प्रतिनिधित्व करतं, तर न तुटलेल्या रेषा हे पुरुषत्वाचं. याचा अर्थ, छिएन्च्या सहा अतूट रेषा म्हणजे मजबूत पुरुषत्व होतं आणि राजधानीच्या या शहरातील यांग सत्तेचं प्रतिनिधित्व करत होत्या.

युु- वन खाय्ने राजघराण्याचा महाल हा दुसऱ्या रांगेवर बांधलेला होता आणि राजघराण्याची कार्यालयं तिसऱ्यावर. ताशिंग- शान कॉम्प्लेक्स आणि महत्त्वाची थाव् मंदिरं सर्वाधिक पवित्र मानल्या गेलेल्या पाचव्या रांगेवर बांधण्यात आलेली होती. या ठिकाणी एकही खासगी घर उभारण्यास परवानगी नव्हती. इ.स. ६६९मध्ये ताशिंग- शान मंदिर एका आगीत जळलं आणि त्याचा वापर थांबला. पण उ छाव् पहिल्यांदा तिथून गेली तेव्हा हे सगळं व्हायला एकतीस वर्षांचा अवधी होता आणि मंदिराच्या अंगणात उच्चभ्रू वर्गातील मंडळी जमत होती. त्या आवारातल्या खोल्यांमध्ये एक पॅगोडा होता, एक सूत्र भांडार होतं आणि शहरातील देवळांचा इतिहास दाखवणारी भित्तिचित्रं असणारी अनेक संग्रहालयं होती.

लाल पक्षी मार्गाच्या दुसऱ्या बाजूला युआन तुचं थाव् मंदिर होतं ज्याने चुंगये् वॉर्डाचा बहुतेक भाग व्यापलेला होता. उरलेल्या भागात एक छोटं थाव् मंदिर, थाव् मठ आणि दोन कुटुंबांचं समाधी स्थळ होतं. तिथे असलेली पीचची झाडं सर्वदूर प्रसिद्ध होती आणि त्यांच्या बहरावर असंख्य थांग कविता लिहिलेल्या होत्या. त्या आवारात स्थानिक थाव् जादूगार, भारतातून आलेले बौद्ध भिक्खू यांच्याबरोबरच पर्शियाहून पळून आलेले झोरास्ट्रियन आणि सीरियातील नेस्टोरियन ख्रिस्ती निर्वासितही राहत.

रस्त्याच्या वरील बाजूला असलेल्या वॉर्डांमध्ये सर्वसामान्य लोकांची वस्ती होती. त्यांच्या बरोबरीने तिथे लहान लहान दरबारी अधिकाऱ्यांची घरं होती, आणखी काही देवळं, मठ आणि समाधी होत्या. उ छाव्चा मुलगा, भविष्यातील सम्राट चुंग-चुँगही तिथेच राहणार होता. उ छाव्चा पती सम्राट खाव्-चुँग याचं निधन झाल्यानंतर चुंग-चुँगने त्याच्या महालाचं रूपांतर एका मंदिरात केलं आणि मृत सम्राटासाठी प्रार्थना म्हणण्याकरता दोनशे भिक्खूंना तिथे राहायला बोलावलं. या जागेला ताशिंगफ्युस्स किंवा आशीर्वाद देणारा महान मठ, असं म्हटलं जाऊ लागलं. कालांतरानं उ छाव्नं स्वतः सिंहासन काबीज केल्यानंतर हे नाव बदललं.

लाल पक्षी मार्गाच्या अखेरीला राजघराण्याचं शहर होतं जे एका पर्वतरांगेवर वसवण्यात आलं होतं. याचा अर्थ, राजघराण्याच्या या शहराचं दक्षिण द्वार, चुछु गेट, उतारावर अगदी खालच्या टोकाला होतं. मात्र, त्या द्वाराच्या आकारामुळे ते आकर्षक वाटत असे. राजघराण्याच्या या शहराच्या आणि राजवाड्याच्या शहराभोवती असणाऱ्या भिंती चौतीस फूट उंच होत्या. मिंग्द द्वाराप्रमाणेच चुछु द्वारावरही खूप मोठा पहारा असे. फाटकातील रस्त्यावर एक भव्य लाकडी तंबू बांधलेला होता.

शहराच्या मध्यभागी असल्यानं तिथे अनेक समारंभ साजरे केले जात. इतर समारंभ अद्याप बांधून पूर्ण न झालेल्या था मिंग महालाचं दक्षिणेकडचं द्वार असलेल्या ताफंग द्वारावर असलेल्या टॉवरमध्ये होत. तिथे सुमारे दोनशे यार्डांवर असलेला रस्ता लाल पक्षी रस्त्यापेक्षाही मोठा होत होता.

चुछु द्वाराशी पोचण्यापूर्वी उ छाव्नं एका कालव्याच्या वर असलेला पूल पार केला. आठ फूट रुंद आणि दहा फूट खोल असा हा कालवा वेच्या उपनद्यांमधून शहरासाठी पाणी घेऊन येत असे. शहरातील इतर असंख्य कालव्यांमधून शाही बगिच्यांना पाणी मिळत असे आणि त्यातून येणाऱ्या पडावांमधून इंधन आणि लाकूड मंडईमध्ये नेलं जाई. कालव्यांवरून बाकदार पूल बांधलेले होते आणि त्यांच्या किनाऱ्यांवर बांबू आणि फुलांचा बहर आलेला असे, शहराच्या सौंदर्यात त्यामुळे भरच पडायची.

चुछु द्वाराच्या थेट समोर, लाल पक्षी मार्गाला बाजूचा मुख्य मार्ग छेद देत असे. हा मार्ग शहराच्या पश्चिम द्वारापासून ते पूर्व द्वारापर्यंत जात असे आणि पश्चिम आणि पूर्व बाजारपेठांना जोडत असे. दोन्ही बाजूला असलेले खंदक वगळून या रस्त्याची रुंदी सातशे फूट एवढी होती. या दोन्ही दिशांपासून शंभर यार्डांवर चुछुला बगल देऊन शाही शहरात शिरण्यासाठी आणखी दोन दरवाजे होते.

पश्चिमेला हॉटेलं होती, राहण्यासाठी हॉस्टेलं होती. सुछोहून आलेले सिल्कचे व्यापारी आणि समरकंदहून येणाऱ्या उंटाच्या गाड्यांसाठी त्यांचा उपयोग होत असे. क्वचित, हे अरुंद, गर्दीचे रस्ते आणि गल्ल्या यांमधून एखादं अप्रतिम मंदिर दृष्टीस पडे. ६२१ सालात स्थापन झालेलं एक झोरास्ट्रियन देऊळ तिथे होतं आणि दुसऱ्या एका वॉर्डातून हलवून इथे बसवलेलं एक पर्शियन मानछन देऊळही होतं. वायव्येकडून खाय्यानमन् द्वारातून, म्हणजे दूरवरच्या भूप्रदेशामध्ये उघडणाऱ्या द्वारातून, सिल्क मार्गावरील व्यापारी प्रवेश करत. तिथल्या रस्त्यांवर मध्य आशियातील लोकांसाठी आणखी काही लॉजिंग-बोर्डिंगची व्यवस्था असणाऱ्या धर्मशाळा, वेश्यागृह, वाइन शॉप्स आणि देवळं होती. हान अवशेषांच्या भोवती खास बगीचे निर्माण करण्यात आलेले होते. यातच खूप शतकांपूर्वी बांधण्यात आलेल्या हान इम्पिरिअल युनिव्हर्सिटीचाही समावेश होता.

त्याच्या पलीकडे, उत्तरेच्या दिशेला फॉरबिडन पार्क, निषिद्ध पार्क होतं. थांग साम्राज्यामध्ये त्याचा वापर मुख्यतः कुत्र्यांच्या किंवा ससाणा किंवा गरुडाच्या मदतीने होणाऱ्या शिकारीसाठी केला जात असे. शिवाय, तिथे एक प्राणिसंग्रहालयही होत, ज्यात परदेशी राजांनी सम्राटाच्या सन्मानार्थ पाठवलेले चित्ते, सिंह, गेंडे आणि हत्ती ठेवलेले होते. या पार्कमध्ये दूरवरून आणलेली अत्यंत दुर्मिळ झाडं आणि वनस्पती असलेली बागही होती. सम्राटाच्या उपयोगासाठी नवनवीन वनस्पती

शोधण्याकरता प्रतिहारींना अनेकदा बाहेर पाठवलं जात असे.

पूर्वेला उरलेली सरकारी कार्यालयं होती, इम्पिरिअल युनिव्हर्सिटी आणि अनेक शाळा होत्या. पूर्वेच्या दिशेने आणखी पुढे अत्यंत फॅशनेबल निवासी जिल्हा होता. राजवाड्याच्या शहराच्या जवळ राहता यावं म्हणून अनेक उच्च अधिकारी तिथे राहत. या उच्चभ्रू वस्तीतल्या इमारतींसाठीही अत्यंत कडक नियम होते. उदाहरणार्थ, सहाव्या दर्जाच्या किंवा त्या खालच्या अधिकाऱ्यांना ठरावीक क्षेत्रफळापेक्षा मोठ्या खोल्या ठेवण्याची परवानगी नव्हती आणि मुख्य प्रवेशद्वाराच्या लांबी-रुंदीवरही प्रतिबंध होता. तिसऱ्या दर्जाच्या आणि त्याहून वरच्या अधिकाऱ्यांना त्यापेक्षा जास्त मोठे हॉल आणि प्रवेशद्वारं राखता येत होती.

राजघराण्याच्या शहराच्या प्रवेशद्वारातून आत शिरताना सम्राटाचं प्रशासन केंद्र लागत असे. हे बांधकाम लोखंडी गजांच्या जाळीवर केलेलं होतं. इथे पूर्व आणि पश्चिमकडे जाणारे सात मार्ग होते, तर उत्तर आणि दक्षिणेकडे पाच. कृषी मंत्रालय, वित्त विभाग, राजधानी बांधकाम प्रशासन, कर विभाग आणि केंद्रीय कार्यकारी विभाग अशा विविध विभागांसाठी वेगवेगळे ब्लॉक्स आखून दिलेले होते. युरोपमध्ये हे असं काहीतरी घडण्याकरता कित्येक शतकं जायची होती. याशिवाय, राजघराण्याचे तबेले, शस्त्रास्त्रं प्रशासन, वंशपरंपरागत मंदिराचं कार्यालय आणि खुद्द वंशपरंपरागत मंदिर, सम्राटासाठी आणलेले घोडे आणि बग्ग्या यांचा ब्यूरो, राजघराण्याच्या दैवी वेदीसाठी असलेलं ऑफिस आणि ही दैवी वेदी, राजवाड्यासाठी असलेल्या सुरक्षारक्षकांचं कार्यालय, या रक्षकांचे गट (जे उजवे आणि डावे यांमध्ये विभागलेले होते ज्यांचे पराक्रमी आणि शूर असे उपविभागही होते), संस्कार आणि आदरातिथ्य ब्यूरो आणि समर्पण समारंभ ब्यूरो तिथे होते. राजमुकुट मिळालेला राजपुत्र म्हणजेच वारसदार राजपुत्रही या इम्पिरिअल सिटी किंवा राजघराण्याच्या शहरातच राहत असे, तर खुद्द सम्राट वेदीवर प्रार्थना म्हणण्याकरता तिथे येत असे.

एक दिवस, प्रशासनाचा हा संपूर्ण कारभार एका महिलेच्या हाती येणार होता. उ छाव्ह्च्या हाती. याच ठिकाणाहून ती देशातील एकोणचाळीस महत्त्वाच्या प्रांतांवर राज्य करणार होती. यातील काहींच्या हाताखाली दहा साधे मुलुक होते, अगदी दुर्गम ठिकाणी तर केवळ वीस हजार घरांचे छोटे मुलुक होते. तीनशे तीसहून अधिक तालुके होते. जमिनीच्या प्रत्येक भागात सम्राटाच्या ताकदीची जाणीव व्हावी अशा प्रकारे तयार केलेली रस्त्यांची व्यवस्था आणि जलवाहिन्यांच्या छेदनबिंदूवरील महत्त्वाच्या ठिकाणी आपापल्या परगणा तालुक्यातील या जागा होत्या. प्रांतांची उपविभागणी सुमारे सोळा हजार परगण्यांमध्ये केलेली होती आणि या प्रत्येकावर एका मॅजिस्ट्रेटचं नियंत्रण असे. यांपैकी काहींमध्ये पन्नास हजारांहून जास्त लोक राहत होते. इतर परगण्यांमध्ये केवळ काही हजारांची वस्ती होती, पण त्यांच्या

लहान आकारामुळे राष्ट्रीय स्तरावर सहसा त्यांच्या हाती फारशी राजकीय ताकद नसे.

परगण्यांमधील शहरं ही बाजारपेठांची केंद्रं असत. सभोवताली असलेल्या जमिनीमुळे इथे दळणवळणाची व्यवस्था उत्तम असे आणि स्थानिक कर वसूल करणंही सोपं जाई. स्थानिक सरकारकडे जमा करायची रक्कम वगळली की उरलेले पैसे राजकीय साखळीत वरपर्यंत जात. प्रशासन करण्याची किंमत प्रत्येक प्रांत आणि प्रदेश वसूल करत असे आणि उरलेली रक्कम सम्राटाच्या खजिन्यासाठी पाठवली जायची.

प्रत्येक स्तरावर सत्तेचं केंद्र हे भिंतींच्या आतील शहरामध्ये असे किंवा मोठ्या शहरांमध्ये ते सीमेवर बांधलेल्या भिंतींच्या आड असे, जेणेकरून कोणत्याही बंडापासून राज्याचं रक्षण होईल. मात्र, प्रांतीय शहरांची बांधणी आधुनिक पद्धतीने लोखंडी गजांच्या जाळीवर केलेली नव्हती. यातली काही शहरं शेकडो वर्षं जुनी होती आणि त्यांचे रस्ते हे जुन्या युरोपियन रस्त्यांप्रमाणे नागमोडी होते. पण स्थानिक नागरिकांवर असलेले कठोर निर्बंध सर्वत्र सारखेच होते.

हान साम्राज्याने काही शतकांपूर्वी या केंद्रीय व्यवस्थेची अचूक आखणी केलेली होती जिथे प्रत्येक स्तरावरच्या अधिकाऱ्याची नेमणूक ही सिंहासनावर बसलेला सम्राट करत असे आणि त्या अधिकाऱ्याची निवड ही परीक्षा घेऊन केली जात असे. या सर्व अधिकाऱ्यांची निष्ठा केवळ आणि केवळ सम्राटावरच असणं गरजेचं होतं. चीनमध्ये राजघराणं वंशपरंपरागत चालत येण्याची पद्धत असली तरी राजघराण्यात किंवा सरदार वा उमरावाच्या घरात जन्म झाला म्हणून एखाद्या व्यक्तीला राजकीय सत्ता किंवा प्रदेशावरचे अधिकार मिळत नसत, तिला मिळायची ती केवळ संपत्ती. या सत्तेवर अंकुश आणला होता तो पहिला सम्राट च्छन शह् हवांग- थिने. मोठ्या पदांवरचे किताब राजघराण्यातील व्यक्तींसाठी राखून ठेवलेले असत, तर खालच्या दर्जाचे किताब हे बक्षीस म्हणून सम्राट आपल्या मंत्र्यांना किंवा लष्करी अधिकाऱ्यांना बहाल करत असे, पण त्यांचा उपयोग क्वचितच केला जाई. बहुतेक वेळा राजाच्या खैरातीवर त्यांचा गुजारा होत असे. रक्ताच्या नात्याचे जे राजपुत्र असत, त्यांना पाच हजार कुटुंबांमधून येणारा महसूल मिळत असे. ड्यूक्सना दोन हजार किंवा एक हजार कुटुंबांचा महसूल, तर उमरावांना एक हजार, सरदारांना सातशे, त्याहून छोट्या सरदारांना पाचशे आणि जहागिरदारांना तीनशे कुटुंबांचा महसूल दिला जाई.

सरकारी यंत्रणाही अत्यंत आधुनिक होती. प्रथम मंत्री हा सरकारी कामकाज विभागाचा अध्यक्ष असे. त्याच्या हाताखाली दोन उपाध्यक्ष आणि प्रशासन चालवणारे कार्यकारी मंडळांचे सहा मंत्री व उपमंत्री असत. कर आकारणं, खजिन्यावर नियंत्रण

ठेवणं, बजेट तयार करणं व त्याची अंमलबजावणी करणं, धान्याच्या कोठारांवर लक्ष ठेवणं, जनगणना करणं, जन्म-मृत्यू-लग्न यांची नोंदणी करणं आणि जमिनीची नोंद करणं ही सर्व कामं महसूल महामंडळ करत असे. कामकाज महामंडळ सार्वजनिक इमारती, स्मारकं आणि लष्करी तळ यांचं बांधकाम करणं आणि त्याची देखभाल करणं, तसंच नद्या, नाले आणि सिंचन व्यवस्थेवर नियंत्रण ठेवणं, ही कामं करत असे. युद्ध महामंडळाच्या हाताखाली सैन्य होतं. न्याय महामंडळ हे न्याय विभाग आणि न्यायालय अशा दोन्ही जबाबदाऱ्या पार पाडत असे. संस्कार महामंडळ हे सणसमारंभ, कर्मकांडं आणि समर्पण समारंभ यावर नियंत्रण ठेवत असे आणि विदेश मंत्रालयाचं कामही पाहत असे. चीनच्या बहुतेक सम्राटांसाठी या मंत्रालयाला फारसं महत्त्व नव्हतं; कारण ते आपलं विदेश धोरण हे मुख्यतः आपल्या सैन्याबरोबर ठरवत. याशिवाय नागरी सेवांचं महामंडळ हे नागरी सेवांसाठी असलेल्या परीक्षा घेत असे, कुणाला नोकरीवर ठेवायचं आणि कुणाला काढायचं याच्या शिफारशी करत असे, कुणाला बढती द्यायची आणि कुणाला पदावरून खाली खेचायचं हे ठरवण्याची जबाबदारीही त्यांची होती.

याशिवाय, एक मंत्रालयही होतं. इथे एक अध्यक्ष असे आणि दोन उपाध्यक्ष. घोषणा देणं आणि आदेश काढणं, हे त्यांचं काम. खेरीज, शासनाचे सर्व कायदे नमूद करून ठेवणं आणि कालांतरानं, साम्राज्यांच्या इतिहासाची नोंद होऊ लागल्यानंतर वापरात असणाऱ्या बखरींचं संकलन करणं, हे कामही त्यांचंच होतं. आपल्या आधीच्या साम्राज्याचा इतिहास लिहून ठेवणं, हे प्रत्येक नवीन साम्राज्याचं कर्तव्य असे.

शासनाचा तिसरा खांब म्हणजे कुलपतींचं कार्यालय, चॅन्सेलरी. इथे दोन अध्यक्ष आणि दोन उपाध्यक्ष काम करत. राजघराण्याचे हुकूम सर्वदूर पोचवणं आणि त्यांची अंमलबजावणी होते आहे की नाही याकडे लक्ष पुरवणं, त्यांच्या अखत्यारीत होतं. सरकारी कामकाज विभाग, मंत्रालय आणि कुलपतींचं कार्यालय हे राज्याचे तीन महत्त्वाचे खांब होते, जे एक दिवस उ छावूच्या नियंत्रणाखाली येणार होते. या सगळ्याच्या खाली लहान लहान विभाग होते जे राजघराण्याच्या राजवाड्याचं कामकाज, त्यांचे तबेले, त्यांचे सुरक्षारक्षक, भावी सम्राटाचा महाल आणि राजघराण्याच्या इतर संस्थांचं काम पाहत.

राज्य शासनाचा विभाग, मंत्रालय आणि कुलपतींचं कार्यालय यांचे जे अध्यक्ष असत, त्यांना आणि काही वेळा सहा महामंडळांच्या मंत्र्यांनाही साय स्स्यांग म्हणजे, प्रथम मंत्री ही पदवी दिली जायची. सरकार चालवणाऱ्या मंत्रिमंडळाच्या आतल्या वर्तुळात हे लोक असत. त्यांच्या हाताखाली असलेल्या मंडारीन्सना मोठमोठ्या पदव्या दिलेल्या असत. उदाहरणार्थ, बेअरर ऑफ द गोल्डन सील विथ द पर्पल

किंवा ग्रँडी ऑफ द रेडिअन्ट एमॉल्युमेंट. त्यांच्या झग्यांचे रंग वेगवेगळे असत. मंत्री आणि मंडारीनना ड्यूक किंवा उमराव अशा नागरी पदव्याही दिल्या जात, जमीन दिली जायची आणि पन्नास ते दोन हजार घरांमधून जमा झालेल्या महसुलावर त्यांचा अधिकार असे. ही सर्व ताकदवान मंडळी होती; कारण त्यांचा शासनावर प्रभाव होता. पण खऱ्या अर्थानं केवळ सम्राटाचीच सत्ता सर्वत्र चाले.

सरकारच्या बरोबरीने एक स्वतंत्र सेन्सॉरही होतं. त्यांचं काम हे सरकारी धोरणांवर टीका करणं, गैरकारभार उजेडात आणणं, अनियमितता आढळल्यास तक्रार दाखल करणं आणि सल्ले देणं, हे असे. तीन न्यायालयांचं मिळून हे सेन्सॉर बनलेलं होतं. राजवाड्यातील कामकाज, सर्वसाधारण कामकाज आणि परराष्ट्र धोरणविषयक कामकाज. विविध प्रांतांच्या तक्रारी, लष्कराच्या अडचणी ऐकून घेणं, त्यांच्या मोहिमांवर लक्ष ठेवणं, हे यांचं काम. सेन्सॉर असणं हे अत्यंत संवेदनशील काम होतं; कारण त्यांची नेमणूक थेट राजदरबारातून होत असे आणि सेन्सॉर रद्दबातल ठरवणं किंवा इथे काम करणाऱ्यांपैकी एखाद्याची पदावनती करणं, सम्राटाच्या हातात असे. मात्र, सम्राटाला इथे मुक्तहस्त नव्हता. नागरी सेवा ही अत्यंत कणखर संस्था होती. त्यांच्यावाचून काम करणं सम्राटाला शक्य होत नसे. आणि ख्रिस्तपूर्व पाचव्या आणि सहाव्या शतकातील राजकीय तत्त्ववेत्ता कॉन्फ्युशिअस याने शिकवल्यानुसार, नैतिक ताकदीच्या बळावर सरकारचं मन वळवण्याची मोठी परंपरा होती. नागरी सेवांमध्ये काम करण्याची इच्छा असणाऱ्या विद्यार्थ्यांना जी परीक्षा द्यावी लागे, त्याचा पायाच मुळी कॉन्फ्युशिअसच्या शिकवणीचा होता.

राजघराण्याचं शहर आणि त्याचा प्रशासकीय भोवताल यांच्या पलीकडे होती पॅलेस सिटी, राजवाड्याचं शहर. या शहराला 'केंद्र' किंवा 'महान अंतर्भाग' किंवा 'निषिद्ध' या नावांनीही ओळखलं जात असे. राजघराण्याच्या शहराच्या दक्षिण सीमेलगत बाह्य विधिग्रंथ न्यायालयं होती आणि प्रत्येक न्यायालयाचा एक दरवाजा दुसऱ्या न्यायालयात जाणारा होता. हे दरवाजे अर्थातच भव्य होते. त्यांची रचनाही इतर शहराप्रमाणेच, काटकोनात केलेली होती. त्यांच्या पलीकडे संगमरवरी गच्ची होती, ज्याच्या सर्वांत वर हॉल्स ऑफ ऑडिअन्स, नागरिकांसाठी सभागृहं होतं ज्यातील सर्वांत महत्त्वाच्या सभागृहाला थायचि- तिएन म्हणजे 'विश्वातील शेवटचं सभागृह' असं म्हटलं जायचं. इथेच सरकारी मंत्री शासकीय कामकाजासाठी सम्राटाच्या उपस्थितीत बैठका घेत. हा हॉल खूप मोठा होता आणि इथल्या बैठकांसाठी राजघराण्याला साजेशी सर्व तयारी आणि गाजावाजा केला जात असे.

या इमारती भव्य होत्या, सम्राटाच्या समोर येण्याचा आदेश मिळालेली कुणीही व्यक्ती या आकाराने दबून जात असे. उंच पिवळ्या रंगाचं वक्र रेषेतलं डौलदार छत, त्याला भक्कम आधार देणारे अतिअवजड खांब, त्या खांबांवर केलेली चित्रांची

किंवा लाखेची सजावट. छतही खूप मोठं, उन्हाळ्यातील कडक सूर्यप्रकाशापासून सावली देणारं आणि हिवाळ्यातील मंद उजेड हॉलच्या अगदी आतवर नेणारं. छतावरही चित्रांची सजावट आणि त्यावर सोन्याच्या पानाचा वर्ख. मात्र, त्याच आवारात इतरही उथळ दिसणाऱ्या इमारती होत्या. दोनशे पाहुण्यांना बसता येईल एवढं एक पॅव्हेलियन होतं, जे गोलाकार फिरत असे.

नागरिकांच्या सभागृहाच्या पलीकडे सम्राटाचा दरबार भरत असे. दोनशे चाळीस यार्ड रुंद आणि साडेपाच ली, म्हणजे १.८ मैल लांब. या दरबाराचा उपयोग लष्करासाठी आणि काही रीतिरिवाजांसाठी केला जाई. परदेशी अधिकाऱ्यांची भेटही सम्राट याच दरबारात घेत असे. इथेच कुणाची माफी जाहीर होत असे आणि चंद्राच्या वर्षाच्या पहिल्या दिवशी तसंच हिवाळ्यातील सर्वांत लहान दिवसानिमित्त केले जाणारे विधीही होत. याच्या पलीकडे इनर सिटी, अंतर्गत किंवा मागच्या बाजूच्या राजवाड्याच्या भिंतींचं शहर होतं. इथे सम्राट थाय- चुँग आपल्या सम्राज्ञीबरोबर आणि त्याच्या जनानखान्यात असलेल्या तीन हजार बायकांबरोबर आणि त्याच्या हाकेला तत्पर असणाऱ्या पाच हजार दासी, प्रतिहारींबरोबर आणि त्याच्या लहान मुलाबाळांबरोबर राहत असे. इथे क्वचितच कोणाला प्रवेश मिळत असे. आईपासून वेगळं राहण्याएवढी मोठी झाली की सम्राटाच्या मुलांनाही आपल्या स्वतःच्या महालात हलवलं जाई. भावी सम्राट किंवा क्राउन्ड प्रिन्स म्हणजेच वारसदार राजपुत्र बाजूच्याच पूर्व महालात राहत असे. राजघराण्यातील मुलांना आपल्या आईला आणि वडिलांना भेटण्यासाठी कडक नियमांचं पालन करावं लागे आणि सहसा त्यांना रात्र तिथे घालवण्याची संमती नसायची.

उ छाव् या निर्जन स्थळी येणार होती. तत्त्वतः इथे तिच्यावर कोणाही पुरुषाची नजर पडणं शक्य नव्हतं. अपवाद फक्त सम्राटाचा आणि त्याच्या पाच हजार प्रतिहारींचा. हे प्रतिहारी म्हणजे आई-वडिलांनी विकलेले आणि लिंगाचं खच्चीकरण करून राजधानीच्या ठिकाणी पाठवलेले तृतीयपंथी होते. यांतले बहुसंख्य अशिक्षित होते आणि राजमहालातील हलकी कामं ते करत. मात्र, ज्यांनी शिक्षण घेतलेलं होतं त्यांच्यावर महालातील महिलांना शिकवण्याचं काम सोपवलं जात असे.

इनर सिटी म्हणजे रस्ते आणि अंगणं, मोठमोठी घरं आणि महाल, मंदिरं आणि मठ, बागा आणि बगीचे, तंबू आणि तलाव यांचा भूलभुलैया होता. इथेच उ छाव् एका घरात राहणार होती. या घराच्या खोल्यांची सजावट लक्षणीय होती. अर्थात, सर्वांत जास्त सजावट असलेली घरं ही ज्येष्ठतेनं मोठ्या बायकांसाठी होती. इथे एकूणच कडक नियम होते, न्यु श्‌ची बारीक नजर सर्वत्र असे. तिथे असलेल्या इतर सर्व बायकांप्रमाणेच सम्राट जिवंत असेपर्यंत उ छाव्‌लाही बॅक पॅलेसमधून बाहेर पडण्याची परवानगी नव्हती. बाहेरच्या शहराशी तिचा एकमेव संपर्क म्हणजे

तिथल्या वेश्या, वारांगना, गायिका आणि नर्तकी यांच्यामार्फत होत असे. सम्राट देत असलेल्या असंख्य मेजवान्यांमध्ये या नर्तकी आणि वारांगना नृत्य करत, अनेकदा शरीराच्या वरच्या भागावर एकही वस्त्र न घालता पाहुण्यांना रिझवत. दरबारातही सम्राटाच्या हजेरीत काही वेळा पुरुष आणि स्त्रियाही नशेत असत आणि अगदी मोकळेपणाने वावरत. सम्राटाच्या बायकांना मात्र त्यात सहभागी होण्याची बंदी होती. मात्र, पडद्याआडून हे सर्व त्यांना पाहता येत असे. मनोरंजन करणाऱ्या या बायकांव्यतिरिक्त राजवाड्याच्या सीमारेषा इतर कुणालाही ओलांडता येत नव्हत्या.

राजमहालातील बायकांमध्ये भरपूर वैविध्य होतं. सम्राटाच्या कुटुंबातील ज्येष्ठ पत्नी तर असतच, पण अनेक प्रांतांकडून भेट म्हणून मुली दिल्या जात, विदेशी आणि अंकित देशांमधून मुली पुरवल्या जात. याशिवाय, राजघराण्याची कृपादृष्टी व्हावी म्हणून काही प्रमुख कुटुंबांकडून मुलींचा पुरवठा होत असे आणि काही वेळा राजमहालातले एजन्ट मुली घेऊन येत. सम्राटासाठी ज्यांच्या अंगी काही कसब आहे अशा अद्वितीय सौंदर्यवतींना शोधणं, त्यासाठी काही वेळा सरकारी किंवा व्यावसायिक वेश्यागृहांमधून त्यांना मिळवणं, हे या एजन्टांचं काम असे. एकदा राजमहालात आल्या की या मुलींची विभागणी करण्याचं काम न्यु श् आणि प्रतिहारींचं असे. यातल्या सर्वाधिक सुंदर मुलींना जनानखान्यासाठी निवडलं जाई. ज्यांच्या अंगी कला आहेत अशांना छाव फांगमध्ये पाठवलं जात असे. ही प्रशिक्षण केंद्रं होती जिथे या मुलींना मेजवान्यांसाठी मनोरंजन करता यावं म्हणून संगीत, नृत्य, गाणं आणि डोंबाऱ्यांचा खेळ करण्याचं प्रशिक्षण दिलं जाई. इथे चिनी मुलींच्या बरोबरीनं भारतीय, इंडोचायनीज, कोरिअन आणि दक्षिण आशियातल्या मुलीही होत्या. यातून काही मुली उरल्याच, तर त्यांना सिल्कच्या निर्मितीकरता तुतीच्या लागवडीवर लक्ष ठेवण्याचं काम दिलं जायचं किंवा मग महालातली हलक्या दर्जाची कामं त्यांच्याकडून करून घेतली जायची. हे सगळं यासाठी की महालात वावरताना सम्राटानं कुठेही बघितलं तरी त्याच्या नजरेला सुंदर, तरुण मुलीच पडाव्यात.

सम्राटाच्या बायकांमध्येही एक उतरंड होती आणि त्याचं कठोर पालन होत असे. सर्वांत वरच्या स्तरावर अर्थातच, सम्राज्ञी होती जी सर्वसाधारणपणे राजघराण्यातूनच आलेली असे. सहसा तिचीच मुलं पुढे सिंहासनावर बसत. मात्र, एखाद्या सम्राज्ञीला मूल झालं नाही तर ती इतर बायकांपैकी एखादीचं मूल दत्तक घेत असे, जेणेकरून सम्राटाचा वारसा बिनधोकपणे पुढे चालू राहील. मात्र दत्तकाला फारशी मान्यता नव्हती. सम्राज्ञीच्या खालोखाल होत्या राजघराण्यातील पहिल्या वर्गाच्या चार बायका. अपवादात्मक परिस्थितीत त्यांचे मुलगेही राजगादीवर बसत. या चार स्त्रिया किंवा फु रन् यांना उदात्त, शुद्ध, पतिव्रता आणि नीतिमान म्हणून ओळखलं जात असे. त्यांच्या नंतर दुसऱ्या वर्गातील नऊ बायकांचा किंवा प्फीन् यांचा नंबर

लागायचा आणि त्यांना नऊ वेगवेगळ्या पदव्या असत. च्ये यू, ग्रेसेस (सौंदर्य, मोहकता आणि सुख देणाऱ्या तीन देवता) किंवा सिलेक्ट्स (निवडलेल्या) नऊ स्त्रिया तिसऱ्या क्रमांकावर असत. चौथ्या पायरीवरही नऊ सौंदर्यवती किंवा मेए रन् असायच्या आणि पाचव्यावर असलेल्या नऊ जणींना च्छाल् रन किंवा प्रतिभावान म्हटलं जात असे. त्यांच्याहून खाली सहाव्या रांगेत होत्या सत्तावीस पाव् लिन, सातव्यामध्ये सत्तावीस यू न्यू आणि आठव्यामध्ये सत्तावीस च्छाय् न्यू. ही उतरंड छौच्या संस्कारांनुसार आखण्यात आलेली होती. या सर्व बॅक पॅलेसमधल्या स्त्रिया होत्या. त्यांच्यावर सम्राट मेहेरबान होणं म्हणजे त्यांचा सन्मान समजला जाई. अर्थात, यांच्याखेरीज आणखी खूप स्त्रिया असत ज्यांना कोणतंही अधिकृत पद नसे, पण त्यांच्या सौंदर्यामुळे किंवा इतर काही कलांमुळे त्यांना कामावर ठेवलेलं असे. या भल्यामोठ्या महिलागृहाची संघटना म्हणजे सरकारी रचनेची प्रतिमा होती असं म्हणता येईल. यात न्यू- श्सकट सहा विभाग होते आणि प्रतिहारींची एक समांतर व्यवस्थाही होती.

उ छाव्ने महालात प्रवेश केला तेव्हा तिच्या आते-मामे-चुलत बहिणींपैकी किमान तिघींचा समावेश थाय्- चुँगच्या जनानखान्यात झालेला होता. तिथे दोन लेडी यांग होत्या ज्यांपैकी एक च्छची माजी राजकन्या आणि थाय्- चुँगच्या लहान भावाची, लि युएन-च्छची विधवा होती. थाय्- चुँगनेच स्वान ऊ गेटवर त्याचा खून केलेला होता. तिसरी, लेडी यान, हिने थाय्- चुँगच्या मुलाला जन्म दिला जो पुढे यु लि छनचा राजपुत्र बनला.

एवढ्या बायका इथे असण्याचं कारण हे सम्राटाची वासना शमवणं नसून, त्याचं आरोग्य चांगलं राहावं हे होतं. ग्रीन बफेलोच्या थाव्नुसार, संभोगासाठीची स्त्री वारंवार बदलल्यास पुरुषाला त्याचा खूप फायदा होतो. एका रात्रीमध्ये त्याने दहापेक्षा अधिक स्त्रियांशी संभोग केला तर फारच उत्तम. तो जर एकाच स्त्रीबरोबर रत होत राहिला तर हळूहळू तिचं स्त्रीत्व कमजोर होत जातं आणि अखेर ती पूर्ण निस्तेज होते व पुरुषाला तिच्यापासून मिळणारा फायदा कमी होऊ लागतो. फ ष्फंग्- त्सु या पंडिताने असा निष्कर्ष काढताना म्हटलंय, आरोग्याचं जतन करणं आणि दीर्घायुषी बनणं साध्य करायचं असेल, तर पुरुषाला एकाच स्त्रीबरोबर असून चालत नाही. एका रात्रीत त्याने तीन, नऊ किंवा अकरा स्त्रियांबरोबर संभोग करायला हवा, जितक्या जास्त स्त्रिया, तितकं त्याच्या आरोग्यासाठी ते उत्तम असेल.

यामुळे जन्माला येणारे वारसही धट्टेकट्टे असत. थाव्च्या मते, स्त्रीची लाळ, स्तनाग्र आणि योनी मार्गातील द्रव यामधून तिची यीन ऊर्जा पुरुष शोषून घेतो, तर आपली पुरुषी यांग ऊर्जा वीर्यावाटे खर्च करतो. आपल्या खालच्या दर्जाच्या वेश्यांकडून जास्तीत जास्त यीन ऊर्जा मिळवायची आणि उच्च दर्जाच्या आपल्या

बायकांवर, खास करून सम्राज्ञीवर ती खर्च करायची, हा सम्राटाचा उद्देश असे.

एका रात्रीमध्ये सम्राट दहा ते बारा बायकांबरोबर संभोग करायचा, बाईला समागमामधली सर्वोच्च उत्कटता, ऑरगॅझम येईल हे पाहायचा, जेणेकरून तिच्या यीन ऊर्जेचा जास्तीत जास्त लाभ त्याला होईल, मात्र स्वतःचं वीर्यस्खलन होणार नाही याचीही काळजी घ्यायचा. आदर्श स्थितीमध्ये त्याचं वीर्यस्खलन महिन्यातून केवळ एकदाच होत असे, सूर्य- सम्राट जेव्हा चंद्राबरोबर- सम्राज्ञीबरोबर समागम करत असे तेव्हा! यामुळे त्यांची होणारी मुलं ही जास्तीत जास्त तंदुरुस्त होतील याची काळजी घेतली जायची. अर्थात, स्वतःवर असं बंधन घालून घेणं नेहमीच शक्य व्हायचं असं नाही आणि मग ठेवलेल्या इतर स्त्रियांपैकी काही जणीसुद्धा गर्भवती राहत. मात्र, या व्यवस्थेचा एक अर्थ असाही होता की सम्राटाने कितीही संभोग केला तरी त्याला होणाऱ्या मुलांची संख्या त्या तुलनेने खूप कमी असे आणि म्हणून राजाचं कुटुंब तसं छोटंच असे.

कोणत्याही परिस्थितीत वीर्य खर्च करण्याला प्रोत्साहन नव्हतं. सातव्या शतकातील डॉक्टर लि थुंग स्वान यांच्या मते, 'आपल्या सहचरीला पूर्ण समाधान मिळेपर्यंत पुरुषाने वीर्यस्खलन होऊ देता नये. ही कला पुरुषाने अवगत करून घ्यायला हवी. त्याने स्खलनाची कला शोधून त्यावर नियंत्रण मिळवायला हवं. दहा वेळा संभोग केला तर दोन ते तीनपेक्षा जास्त वेळा त्याचं स्खलन होता कामा नये.' सुन् सु-मो या थांग साम्राज्यातील सर्वांत मोठ्या वैद्यकीय तज्ज्ञाने 'प्राईसलेस रेसिपी'मध्ये म्हटलंय, 'पुरुष जेव्हा आपलं वीर्य निष्काळजीपणे खर्च करतो, तेव्हा तो आजारी पडतो आणि त्यानं जर ते संपवलं तर तो मरून जातो. आणि कोणत्याही पुरुषासाठी ही गोष्ट सर्वांत महत्त्वाची आहे.' इ.स. ५८१मध्ये जन्मलेला सुन् सु- मो एकशे एक वर्षं जगला होता. त्या काळात त्यानं देवीवर लस शोधून काढली होती आणि फुफ्फुसांना कुरतडणाऱ्या अत्यंत सूक्ष्म प्राण्यांमुळे ट्युबरक्युलॉसिस होतो, हेही त्यानं सांगितलं होतं. ट्यूमरची विभागणी पाच प्रकारांमध्ये करून त्यानं प्रत्येक प्रकारावर उपचार विकसित केले होते. तो जिवंत असतानाच सम्राटाने त्याला छन्-चेन म्हणजे ज्ञानाचा महापुरुष, हा किताब बहाल केला होता आणि त्याच्या मृत्यूनंतर तो वैद्यकीय क्षेत्रातील महाराजा, चो वांग्, म्हणून ओळखला जाऊ लागला.

सुन् सु- मोच्या शिफारशीनुसार पुरुषाने शंभर वेळा संभोग केला तर फक्त एकदाच त्याचं वीर्यस्खलन व्हायला हवं. पण त्याच्या लक्षात आलं की बहुतेक पुरुषांसाठी हे अशक्य आहे, मग महिन्यातून दोन वेळा स्खलन होऊ दिलं आणि पोषक आहार व योग्य व्यायाम केला तर तो दीर्घायुषी होऊ शकतो, असं त्यानं सांगितलं. त्यासाठी त्यानं वयानुरूप एक सूत्र तयार केलं : 'वीस वर्षांच्या पुरुषानं दर चार दिवसांतून एकदा स्खलन होऊ द्यावं, तीस वर्षांच्या पुरुषानं आठ दिवसांतून

एकदा, चाळीस वर्षांच्या पुरुषानं दहा दिवसांतून एकदा, पन्नास वर्षांच्या पुरुषानं वीस दिवसांतून एकदा. साठ वर्षांच्या पुरुषानं वीर्यस्खलन होऊच देता कामा नये. मात्र, तो खूप जास्त तंदुरुस्त असेल, तर महिन्यातून एकदा त्याचं स्खलन व्हायला हरकत नाही.'

सुन सु- मो पुढे सांगतो की, पुरुष जर खूप जास्त तंदुरुस्त आणि ताकदवान असेल, तर त्यानं स्वतःवर नको एवढं नियंत्रण ठेवणंही हानिकारक ठरू शकतं, फार काळ स्खलन न होता तो राहिला, तर त्याच्या चेहऱ्यावर मुरुमं आणि पुळ्या येतील. आध्यात्मिक पुरुषांनी संभोग करायला हरकत नसली तरी वीर्यस्खलन मात्र कधीही होऊ देता कामा नये, असं त्याचं म्हणणं होतं.

तो म्हणत असे, 'एखादं जोडपं जेव्हा एकमेकामध्ये मानसिक आणि शारीरिकदृष्ट्या विलीन झालेलं असेल, तेव्हा ते शरीर न हलवताही संभोग करू शकतात ज्यामुळे वीर्याला अडथळा येत नाही. आपल्या बेंबीच्या जागी कोंबडीच्या अंड्याच्या आकाराचा एक लाल चेंडू आहे अशी कल्पना त्यांनी केली, तर त्यांच्या शरीराची हालचाल हळुवारपणे होऊ शकते. पण ते उद्दिपीत झाले तर त्यांनी स्वतःला आवरणं गरजेचं आहे. कोणतंही जोडपं दिवसातून हे डझनभर वेळा करू शकतं. यामुळे दीर्घायुष्य मिळतं.'

स्खलन झालं नाही तर पुरुषाचं आयुष्य वाढतं यावर थाव् मास्टर ल्यो छांग् याचाही विश्वास होता, 'वसंत ऋतूमध्ये पुरुषानं तीन दिवसांतून एकदाच स्खलन होऊ द्यावं, उन्हाळा आणि शरद ऋतूमध्ये महिन्यातून दोन वेळा. हिवाळ्यात पुरुषाने एकदाही स्खलन होऊ देता कामा नये. स्वर्गाकडे जाण्याचा मार्ग म्हणजे हिवाळ्यात शक्य तेवढी यांग ऊर्जा स्वतःजवळ राखून ठेवणं, हा आहे. यामुळे पुरुषाचं आयुष्यमान वाढेल. शरद ऋतूमध्ये होणाऱ्या एका स्खलनापेक्षा हिवाळ्यात होणारं स्खलन हे कितीतरी पट अधिक हानिकारक ठरू शकतं.'

स्खलनावर नियंत्रण ठेवणं आवश्यक असलं, तरी संभोगाशिवाय राहणं, हा पर्याय अजिबातच नव्हता. सुन सु- मोने लिहिलंय, 'आयुष्यात पुरुष नसेल तर बाई सुखी राहू शकत नाही. आयुष्यात बाई नसेल तर पुरुष फार काळ जगू शकत नाही. तो सतत बाई हवी म्हणून आस धरून राहील आणि त्याच्यातील शक्ती कमी कमी होत जाईल. अर्थात, एखाद्या पुरुषाला खरोखरच आयुष्यात स्त्री नको असं वाटत असेल तर तो निश्चितपणे जास्त काळ जगू शकतो. पण असे पुरुष फारच दुर्मिळ असतात. पुरुषानं जर स्खलनाची आपली नैसर्गिक ऊर्मी दाबून ठेवली, तर ते राखून ठेवणं कठीण जातं. मग झोपेत किंवा लघवी करताना वीर्यस्खलन होण्याची शक्यता असते. आपण भूतांबरोबर संभोग करत आहोत अशी स्वप्न त्याला पडू शकतात. अशा प्रकारे वीर्य बाहेर पडणं हे त्याच्यासाठी खूप जास्त हानिकारक आहे.'

तेव्हा असंही म्हटलं जात असे, या जगात सात भावना आणि सहा इच्छा यांपासून कोणीही पूर्णपणे मुक्त नाही. बाई आणि बाटली, संपत्ती आणि महत्त्वाकांक्षा या वर्तुळापासून कुणाचीच सुटका नाही. मात्र या चारही पापांमध्ये बाई आणि बाटली सर्वांत जास्त नुकसानकारक ठरते.

महिलांचा दृष्टिकोन जाणून घ्यायचा तर आपल्याला 'द सिक्रेट्स ऑफ जेड चेंबर' या पुस्तकाकडे वळायला लागेल. स्वे साम्राज्यामध्ये या पुस्तकाची निर्मिती झालेली असली, तरी यलो सम्राटाची लैंगिक सुखाविषयीची गुरू सु-न्यू हिच्या नावावर ते आहे. त्यात असं म्हटलंय, 'स्खलन झाल्यानंतर पुरुष थकून जातो. त्याला कानात गूंगूं असा आवाज ऐकू येत असतो. त्याचे डोळे जडावलेले असतात आणि त्याचे हात-पाय जड आणि ताठ झालेले असतात. स्खलनाच्या काही सेकंदांच्या आनंदासाठी तो नंतरचे कित्येक तास थकव्यामध्ये घालवतो. मात्र, त्याने योग्य वेळी स्वतःला रोखलं आणि कमीत कमी स्खलन होईल असं पाहिलं, तर त्याच्या शरीरातली ताकद कायम राहते. त्याचं मन हलकं होतं आणि त्याची दृष्टी व श्रवणाची ताकद सुधारते. त्या पुरुषाने स्खलनाचा आनंद जरी अनुभवला नाही तरी आपल्या स्त्रीविषयीचं त्याचं प्रेम खूप वाढतं. तो परत परत तिच्याकडे येतो आणि तरीही त्याचं समाधान होत नाही. आणि हा आनंद व सुख चिरकाल टिकणारं असतं.'

या पुस्तकामध्ये आरोग्याला होणारे फायदेही नोंदवून ठेवलेले आहेत : 'पुरुष स्खलनाशिवाय एकदा संभोग करतो तेव्हा तो त्याचं शरीर मजबूत करतो. दोन वेळा असं घडतं तेव्हा त्याची दृष्टी आणि श्रवण अधिक अचूक बनतं. तीन वेळा आणि त्याचे सर्व आजार बरे होतात. चार वेळा तो हे करू शकला तर त्याला मनःशांती मिळते. पाच वेळा, त्याचं हृदय आणि रक्ताभिसरण नव्यासारखं होतं. सहा वेळा, त्याची कंबर कणखर होते. सात वेळा, त्याच्या मांड्या आणि कुल्ले अधिक ताकदवान बनतात. आठ वेळा, त्याची त्वचा मुलायम होते. नऊ वेळा तो आपलं आयुष्य वाढवू शकतो. आणि दहा वेळा स्खलनाशिवाय तो संभोग करू शकला तर तो अमर होतो.'

सम्राटाला अमर व्हायचं तर हे सगळं शिकणं आवश्यक होतं. स्वतः उ छावृच्या मनातही आपल्या आयुष्याच्या अखेरीला अमर होण्याची इच्छा निर्माण झालेली होती.

'इम्पॉर्टन्ट गाइडलाइन्स ऑफ द जेड रूम' या स्वे साम्राज्यातील क्लासिक समजल्या जाणाऱ्या पुस्तकामध्ये पुरुष स्वतःला स्खलनापासून कसा रोखू शकतो याचे दोन मार्ग दिलेले होते: 'ज्या क्षणी शुक्रजंतूंची हालचाल तुम्हाला जाणवेल त्या क्षणी तुमच्या डाव्या हाताचं मधलं आणि दुसरं बोट तुमच्या मांडीच्या सांध्यावर ठेवा

आणि जोराने दाबा. त्याच वेळेला तुमचं तोंड उघडून जोराने श्वासोच्छ्वास करा. मग तीस ते पन्नास वेळा तुमचे दात एकमेकांवर चावल्यासारखे घासा. असं केलं तर शुक्रजंतू पुन्हा आपल्या जागी परत जातील.' किंवा: 'संभोग करत असताना यीनकडून यांगला लाभ मिळवण्याचा प्रयत्न करत असताना आपलं स्खलन होत आहे असं वाटलं तर पट्कन आपलं डोकं वर उचलावं आणि डोळे उघडून मोठे करावेत. एकदा डावीकडे, मग उजवीकडे, मग वर आणि खाली अशी मान हलवावी. त्याच वेळी कंबरेच्या खालच्या भागाचे स्नायू आवळून घ्यावेत. हे केलं तर स्खलन होणार नाही.'

सम्राट सम्राज्ञीबरोबर किंवा आपल्या ज्येष्ठ बायकांबरोबर असायचा तेव्हा त्याला या सगळ्याची काळजी करण्याची गरज नसे. मोठे पंडित असलेल्या थुंग स्वान- त्सुने अशा परिस्थितीत नेमकं काय करायचं हे सांगून ठेवलेलं होतं :

> संभोगापूर्वी स्त्रीने बसायला हवं, मग पुरुषाच्या डाव्या बाजूला झोपायला हवं. विश्रांती घेतल्यानंतर पुरुषाने स्त्रीला पाठीवर झोपून, पाय फाकवून आपले दोन्ही हात एकमेकांपासून दूर नेण्यास सांगावं. मग त्याने तिचं शरीर आपल्या शरीराने झाकावं. त्याचे गुडघे तिच्या उघड्या मांड्यांच्या मधे असावेत आणि त्याचं संपूर्ण वजन गुडघ्यांनी पेललेलं असावं. त्याने मग आपलं लिंग तिच्या योनी मार्गाच्या बाहेर सतत हळुवारपणे घासत राहावं. हे करत असतानाच त्यानं आपलं तोंड उघडावं आणि तिची जीभ चोखण्यास सुरुवात करावी. त्याने तिच्या चेहऱ्याकडे पाहात तिच्या स्तनांशी किंवा तिच्या योनीकडे पाहात तिच्या गुप्तांगाशी खेळावं. तिच्या योनिमार्गातून स्त्राव बाहेर येऊ लागला की त्यानं आपलं लिंग तिच्या योनीत घालावं आणि ताबडतोब स्खलन करावं ज्यायोगे त्याचं बीज आणि तिचा स्त्राव एकमेकांमध्ये मिसळून जाईल. त्यानं संभोगाच्या क्रियेचा आपला वेग कायम ठेवावा. ती स्त्री थकून आता पुरे अशी विनवणी करत नाही तोपर्यंत त्यानं हे चालू ठेवावं. त्या क्षणी त्यानं आपलं लिंग बाहेर काढावं, सिल्कच्या फडक्यानं ते पुसावं आणि पुन्हा तिच्या योनीत घालावं. या वेळी त्यानं हळू असे नऊ झटके आणि एक दीर्घ झटका द्यावा. त्याच्या हालचालींमध्ये वैविध्य असायला हवं. कधी त्या जलद तर कधी हळुवार असाव्यात. कधी मंद तर कधी जोरदार असाव्यात. एकवीस वेळा श्वासोच्छ्वास केल्यानंतर त्या स्त्रीची संभोगाची अत्युच्च पातळी येईल. तेव्हा पुरुषानं आपलं लिंग तिच्या योनीमध्ये पाच इंच खोल घालावं, या वेळी त्याची हालचाल जलद असायला हवी आणि तिच्या

मार्गावर दोन्ही बाजूंना ते घासलं गेलं पाहिजे. तिचा स्त्राव वाढेल आणि ती अतिशय तृप्त होईल. मग दुसऱ्यांदा स्खलन होण्याआधी त्यानं आपलं लिंग बाहेर काढावं. दुसऱ्यांदा जर त्याचं स्खलन झालं तर ते त्याच्यासाठी योग्य असणार नाही आणि तसं घडणार नाही, याची काळजी त्यानं घ्यायला हवी.

मात्र, हे सर्व करताना पृथ्वी आणि स्वर्गाच्या नियमांचं उल्लंघन होणार नाही हे पाहणं आवश्यक असे.

थुंग स्वान- त्सुने म्हटलंय, 'स्वर्ग वळतो डाव्या बाजूला तर पृथ्वी उजव्या बाजूला. पुरुष गातो, स्त्रीचा प्रतिध्वनी असतो. हा निसर्गाचा नियम आहे. पुरुष उद्दिपीत झाला आणि स्त्रीनं प्रतिसाद दिला नाही किंवा स्त्रीनं पुढाकार घेतला आणि पुरुषानं नकार दिला तर दोघांचंही नुकसान होतं. म्हणून पुरुषानं डावीकडे वळायला हवं आणि स्त्रीनं उजवीकडे. तो वरून आगमन करतो तर ती खालून स्वीकारते. स्वर्ग आणि पृथ्वीचं हे मिलन असतं.'

शयनगृहातील कला

प्रत्येक रात्री सम्राटावर त्याच्या स्त्रियांना लैंगिक सुख देण्याची खूप मोठी जबाबदारी असे. त्यामध्ये त्याला मदत करण्यासाठी न्यु- श् त्याच्या शयनगृहात आणल्या जाणाऱ्या स्त्रियांच्या लैंगिक गरजांच्या सूचना सम्राटाला देत असे. ही माहिती काही वेळा अनुभवातून मिळालेली असे, त्या काळात जनानखान्यामध्ये समलिंगी संभोग सर्रास चालत असे आणि त्याला 'मिरर रबिंग' म्हणजे '२ आरशांतील घर्षण' असं म्हणत. दोन बायका एकमेकींच्या गुप्त भागांना घर्षण करत, तेव्हा जणू काही त्या आरशातील आपल्या प्रतिमेशीच संभोग करत आहेत असं दिसत असे, म्हणून हे नाव पडलं होतं. चीनमध्ये पुरुषांमधल्या समलिंगी संभोगाकडे तिरस्काराच्या नजरेने बघितलं जात असलं, तरी स्त्रियांच्या बाबतीत तसं नव्हतं; कारण त्यातून यीन ऊर्जेचा नाश होत नसे. उलट, अशा प्रकारे शारीरिक सुखाचा परमोच्च आनंद मिळवणाऱ्या स्त्रीपाशी पुरुषाला देण्याकरता अधिक यीन ऊर्जा तयार झालेली असते, असं मानलं जायचं. कातड्यापासून बनवलेले आणि टाचेला जोडलेले चिनी डिल्डोज, म्हणजे खोटी शिस्नं जनानखान्यात मोठ्या प्रमाणावर वापरली जात. पुरुषांच्या हस्तमैथुनाकडे हानिकारक म्हणून बघितलं जायचं, तर स्त्रियांच्या हस्तमैथुनाला प्रोत्साहन दिलं जात असे.

सर्वोच्च आनंद मिळवण्याची इच्छा सम्राटाच्या मनात नसेल तेव्हा त्याला मोहून घेण्यासाठी जनानखान्यातून निवडण्यात आलेली स्त्री ही सुंदर आणि निपुण असणं आवश्यक असे. अशा कामांसाठी त्यांना प्रशिक्षणही दिलेलं असे. उ छाव्नं राजाच्या या जनानखान्यात प्रवेश केला तेव्हा ती जास्तीत जास्त तेरा वर्षांची होती, तिला च्छाल् रन किंवा प्रतिभावान या पाचव्या गटातली कनिष्ठ रखेल बनवण्यात आलं होतं. शयनगृहाच्या बाहेर तिच्यावर जबाबदारी होती ती सम्राटाच्या कपडेपटाची.

पण तिलाही शयनगृहातील वर्तणुकीसाठी प्रशिक्षण देण्यात आलं होतं. याच प्रशिक्षणाचा भाग म्हणून तिला एक उच्च दर्जाचं आणि भरपूर छायाचित्रं असलेलं पुस्तक देण्यात आलं. यात समागमाच्या विविध पोझेस आणि पुरुषाला उद्दीपित करण्याचे इतर मार्ग यांचं तपशीलवार वर्णन होतं.

यांतलं एक लोकप्रिय पुस्तक थांग कविता 'स्प्रिंग रेन्स इन ऑल द थर्टीसिक्स पॅलेसेस' (सर्व छत्तीस जागांवर कामुकतेचं राज्य आहे) यावर आधारलेलं होतं. कालांतरानं प्रसिद्ध मंगोल चित्रकार छाव् मन्ग फू यानं या पुस्तकासाठी चित्रं काढली. एका नग्न जोडप्याची विविध पोझेसमधली चित्रं यात होती. एका दुर्मिळ आवृत्तीमध्ये या चित्रांखाली कॅप्शन्सही होत्या, ज्यांत चित्रामधील दृश्याचं वर्णन आणि त्याचं महत्त्व लिहिलेलं होतं.

पहिलं चित्र होतं, 'फुलपाखरू भिरभिरतं, फुलांच्या सुगंधाला शोधत' आणि त्या खालची कॅप्शन होती, 'बागेतील तलावाच्या काठी असलेल्या एका दगडावर ती आपले पाय फाकवून वाट पाहते आहे. तो सुरुवातीला काळजीपूर्वक आपल्या इच्छित स्थळाला स्पर्श करतो आणि मग तिच्या कळीखालच्या त्या वर्तुळाकार पानासारख्या भागामध्ये खोलवर आपली सोंड घालतो. ही चढाई आत्ता कुठे सुरू झालेली असल्याने आणि परमोच्च सुखाचा क्षण अजून फार दूर असल्याने दोघांच्याही चेहऱ्यावरचे भाव तसे सर्वसाधारण आहेत आणि त्यांचे डोळेही उघडे आहेत.'

दुसरं छायाचित्र 'राणी माशी मध तयार करताना' असं असून, त्याखालील कॅप्शन आहे, 'ती आपल्या पाठीवर पहुडली आहे. भोवती उशा आहेत, तिचे फाकवलेले पाय हवेत उचलेले आहेत, जणू काही ते हवेत लटकत आहेत, तिचे हात तिच्या फळावर आहेत आणि त्याच्या सोंडेला ते तिच्या भागामध्ये शिरण्याचा योग्य मार्ग दाखवत आहेत. या क्षणाला तिच्या चेहऱ्यावर भूक आणि तहान लागल्याचे भाव आहेत, तर त्याच्या चेहऱ्यावर पराकोटीची उत्सुकता आहे, जी चित्र पाहणाऱ्यालाही भावून टाकत आहे. कलाकारानं हे सर्व ज्या सूक्ष्म पद्धतीनं दाखवलं आहे, ते खरोखरच कौतुकास्पद आहे.'

तिसरं चित्र आहे, 'वाट चुकलेलं छोटं पाखरू गर्द झाडीत घरट्याचा आपला मार्ग पुन्हा शोधतं.' त्या खालची कॅप्शन सांगते, 'ती किंचित एका कुशीला झुकलेली आहे, उशांच्या गर्दीत पहुडली आहे, तिचा एक पाय हवेत आहे आणि आपल्या दोन्ही हातांनी तिनं त्याची मांडी पकडली आहे. जणू काही त्याच्या आज्ञाधारक नोकराला अखेर योग्य जागा सापडली आहे. तिची सर्वांत संवेदनक्षम जागा, तो नोकर पुन्हा हरवेल अशी भीती तिच्या मनात आहे. म्हणूनच एरवी आनंद दिसणाऱ्या तिच्या चेहऱ्यावर किंचित धाकधुकही आहे. दोन्ही पक्ष जोमात आहेत, 'उडणारा ब्रश' आणि 'नृत्य करणाऱ्या शाई'च्या झटक्यांचं थ्रिल ते अनुभवत आहेत.'

चौथ्या छायाचित्रात 'एक उमदा घोडा आपल्या घरकुलाकडे दौडत' जाताना दिसतो. आणि कॅप्शन सांगते, 'ती पाठीवर उताणी झोपली आहे, त्याचं शरीर ती आपल्या हातांनी आपल्या स्तनांवर खेचून घेते. तिचे पाय त्याच्या खांद्यांवर विसावले आहेत आणि तिच्या जेड द्वारातून त्याचं जेड स्टेम आत शिरत आहे आणि दोघेही सुखाचा परमोच्च बिंदू गाठणार आहेत. त्यांचे डोळे अर्धवट मिटलेले आहेत, जिभा एकमेकांमध्ये गुंतलेल्या आहेत आणि हे दाखवताना चित्रकाराने त्या क्षणाला त्यांची मानसिक आणि शारीरिक स्थिती नेमकी दाखवली आहे.'

पाचव्या चित्रामध्ये 'उड्डाणाने थकलेले दोन ड्रॅगन्स' नावाची पोझ दाखवण्यात आली होती. आणि त्या खालची कॅप्शन होती, 'स्त्रीचं डोकं उशीवर विसावलंय. तिचे हात जीव नसल्याप्रमाणे पडलेले आहेत. स्त्रीच्या मानेच्या बाजूला पुरुषही विश्रांत होतोय. त्याचं संपूर्ण शरीर मरगळल्यासारखं दिसतंय. बधिर झालेलं. ऑरगॅझम आल्यानंतर जणू काही त्यांच्या आत्म्याने त्यांचं शरीर सोडून दिलंय आणि आता सुंदर स्वप्नांच्या दिशेनं ते निघालेत. हिंस्र समागमानंतर आता ते विश्रांती घेत आहेत. जीवनाचा सूक्ष्म धागाही ओळखता येतोय. चित्रकाराचं कौशल्य हेच आहे; अन्यथा एकाच कबरीत, एकाच शवपेटीमध्ये असलेल्या दोन प्रेमिकांप्रमाणे ते दोघं मरून पडल्यासारखे दिसले असते. हे चित्र आपल्याला सुखाच्या उदात्ततेची जाणीव करून देतं.'

इत्यादी इत्यादी.

ही पुस्तकं काही वेळा शयनगृहामध्ये नेली जात असत. पुढे दिलेल्या यातील परिच्छेदावरून तसंच दिसून येतंय :

> दोघंही पूर्ण कपड्यांत असताना, काहीही करायला सुरुवात करण्यापूर्वी तुम्ही कामुक चित्र बघायला हवीत. एक जण यजमान आणि एक जण पाहुणा असे एकमेकांना वागवत असतानाच एका चित्राकडे पाहावं, त्यातल्या बारकाव्यांविषयी बोलू लागावं, म्हणजे मनातील भावना आपोआप उचंबळून येतील आणि काहीही करायला सुरुवात करण्याआधी पुरुष उद्दीपित झालेला असेल आणि त्याच्यातील वासनेचा स्राव वाहू लागेल. पण याकडे दुर्लक्ष करून चित्रं पाहणं सुरूच ठेवायला हवं. दहापेक्षा जास्त चित्रं बघून झाली तरी काहीही करता कामा नये, दोघंही पूर्णपणे उद्दीपित झाल्यावरच कामदेवतेच्या त्या राजवाड्यातील परमोच्च सुख त्यांना अनुभवता येतं.

राजवाड्यात असलेल्या 'जॉयफुल बुद्धाज' या मूर्तींपासून आणखी काही सूचना

जमा करता येत होत्या. त्या बहुधा मूळ मंगोल भाषेतल्या असाव्यात. दागदागिन्यांनी मढलेली आणि जननेंद्रिय एकमेकांमध्ये गुंफून आलिंगन देणारी विविध बुद्धांची जोडपी त्यात होती. काहींचे लैंगिक अवयव हलवता येणारे होते, स्पष्ट दिसणारे होते आणि लैंगिक शिक्षणासाठी त्याचा उपयोग केला जात असे. राजपुत्राचं लग्न झालं की त्या जोडप्याला सुरुवातीला हॉलमध्ये नेलं जायचं. गुडघ्यावर बसून दोघांनी प्रार्थना केली की मग आपल्या हातांनी या मूर्तींच्या जननेंद्रियांना स्पर्श करायचा, जेणेकरून शब्दांविना त्यांना लैंगिक शरीरसुखाविषयी माहिती मिळेल. हा समारंभ झाल्यानंतरच त्यांना वेडिंग कप पिता यायचा.

सातव्या शतकातील चिनी वैद्यकीय तज्ज्ञ ली थुंग स्वान यानं समागमाच्या चार मूळ स्थिती आखून दिलेल्या होत्या. राजवाड्यातील नवीन मुलींना त्या शिकवल्या जात. त्या म्हणजे :

१. निकटचा समागम- पुरुष बाईच्या वर असे
२. एकशृंगी घोड्याचं शिंग- बाई पुरुषाच्या वर असे
३. जिव्हाळ्याची जवळीक- दोघंही कुशीवर
४. चमचमणारा मासा- मागून प्रवेश

या चार मूळ स्थितींमध्ये चोवीस प्रकारे वैविध्य कसं आणता येईल, हेही त्यानं तपशीलवार सांगितलंय. यांतील प्रत्येक स्थितीला एक काव्यात्मक नाव आहे, त्यातल्या काही नावांचं भाषांतर करणंही कठीण आहे. 'निकटच्या समागमा'तल्या विविध स्थिती आहेत :

१. रेशीमकिडा कोश विणताना- स्त्री आपले पाय पुरुषाच्या शरीराभोवती गुंडाळते आणि आपल्या हातांनी त्याची मान घट्ट पकडते.
२. वळणारा ड्रॅगन- आपल्या डाव्या हाताने पुरुष स्त्रीचे पाय तिच्या स्तनांच्या वर नेऊन पकडून ठेवतो आणि आपल्या उजव्या हाताने आपलं लिंग तिच्या योनीत घालतो.
३. प्रेमाचा घास- स्त्रीच्या पोटावर पुरुष पहुडतो. ती त्याची कंबर पकडते, तो तिची मान.
४. किंगफिशरची युती- स्त्रीला पाठीवर घेऊन पुरुष तिच्या पायांच्या मध्ये गुडघे टेकतो आणि आपल्या हातांनी तिच्या कंबरेला आधार देतो.
५. बुटके पाइन वृक्ष- स्त्री आपले पाय पुरुषाच्या भोवती गुंफते आणि ते एकमेकांच्या कंबरेने आधार घेतात.
६. दोन फिनिक्स पक्ष्यांचं नृत्य

७. आपली कोंबडी पकडणारा फिनिक्स
८. उडणारी सीगल्स- पुरुष पलंगाच्या बाजूला उभा राहतो आणि स्त्रीचे पाय धरून संभोग करतो.
९. उधळलेले घोडे- पुरुषाच्या खांद्यावर स्त्री आपले पाय ठेवते आणि तो खोलवर आत शिरतो.
१०. चौखूर धावणारा उमदा घोडा- पुरुष उकिडवा बसतो, एका हाताने तो स्त्रीच्या मानेला आधार देतो आणि दुसऱ्या हाताने तिच्या पायांना.
११. घोड्याचे खूर- स्त्री आपला एक पाय पुरुषाच्या खांद्यावर ठेवते, तर दुसरा तसाच लटकवत ठेवते.
१२. एक भव्य पक्षी काळ्या समुद्रावरून उंच भरारी घेतो- पुरुष स्त्रीची कंबर पकडतो आणि आपल्या बाहूंनी तिच्या पायांना आधार देतो.

'एकशृंगी घोड्याच्या शिंगा'मधील वैविध्य पुढीलप्रमाणे :

१. उडणाऱ्या बदकांचं जोडपं- स्त्रीचं डोकं पुरुषाच्या पायाकडे असतं.
२. झाडाला पकडून गाणारं माकड- स्त्री पुरुषाकडे तोंड करून त्याच्या मांडीवर बसते. तो आपल्या एका हाताने तिच्या पृष्ठभागाला पकडतो आणि दुसऱ्या हाताने स्वतःला आधार देतो, तर तिने त्याचा आधार घेतलेला असतो.
३. मांजर आणि उंदीर एकाच बिळात- स्त्री पुरुषाच्या वर झोपते आणि तो खोलवर आत शिरतो.
४. उडणारी फुलपाखरं.

'दोन फिनिक्स पक्ष्यां'चं नृत्य स्त्री पुरुषाच्या वर राहूनही करता येत असावं. जिव्हाळ्याच्या जवळिकीमधलं वैविध्य असं :

१. दोन मासे बाजूबाजूला- स्त्री आणि पुरुष एकमेकांकडे तोंड करून झोपतात आणि चुंबन घेतात, तर पुरुष स्त्रीच्या पायाला आधार देण्यासाठी एक हात वापरतो.

आणि 'चमचमणाऱ्या माशा'मधील वैविध्य :

१. गुंफलेली मँडेरिन बदकं- जोडपं कुशीवर असतं, पण स्त्रीची पुरुषाकडे पाठ असते. मागच्या बाजूने त्याला संभोग करता यावा म्हणून ती आपले पाय दुमडून घेते.
२. उडणारा पांढरा वाघ- आपला चेहरा उशीवर ठेवून स्त्री पलंगावर गुडघे

टेकते. पुरुष तिच्या मागे गुडघे टेकतो आणि तिच्या कंबरेला पकडून तो तिला स्वतःकडे खेचून घेतो.

३. काळा सिसाडा (मोठ्याने चिवचिवाट करणारा पंख असलेला एक किडा) फांदीला लोंबकळतो- स्त्री आपले पाय पसरून पलंगावर पाठ टेकून झोपते. पुरुष तिच्या खांद्याला पकडतो.

४. झाडाकडे तोंड करणारा बोकड- पुरुष खुर्चीवर बसतो. स्त्री त्याच्याकडे पाठ करून त्याच्या मांडीवर बसते.

५. कामुक गाढव- उभी असलेली स्त्री वाकते आणि आपल्या हाताने स्वतःला आधार देते. पुरुष तिच्या पाठीमागे उभा राहतो आणि तिच्या कंबरेला पकडतो.

इतक्या तपशीलवार विश्लेषणानंतरही लि थुंग स्वाननं असं कबूल केलं होतं की मूळ चार स्थितींचेच प्रकार म्हणता येणार नसले तरी आणखी दोन स्थिती आहेत:

१. वेदीजवळ बांबू- पुरुष आणि स्त्री एकमेकांकडे तोंड करून उभे राहतात.

२. शरद ऋतूतील कुत्रा- स्त्री आणि पुरुष दोघेही आपले दोन्ही हात आणि पाय जमिनीवर टेकून प्राण्यांप्रमाणे असतात, आपले कुल्ले ते एकमेकांना चिकटवतात. पुरुष वरखाली हेलकावे देत एका हाताने आपला अवयव वाकवून स्त्रीच्या योनीत घालतो.

याशिवाय तीन परमोच्च बिंदू, चार यशप्राप्ती, पाच इच्छा आणि नऊ अर्क होते. प्रेमाच्या या खेळातली ही गुपितं होती ज्यांचं शिक्षण आवश्यक होतं. खेरीज, जेड बासरी वाजवणं आणि जेड कारंज्याजवळ पेय घेणं होतंच.

सम्राटाला स्वतःलाही काही गोष्टी कराव्या लागत. रात्रभर शिस्नाचा ताठरपणा कायम राखण्याकरता पुरुषानं सात गोष्टी करायला हव्यात असं सू न्यूनं सांगितलं आहे :

१. त्याच्या पाच अवयवांचं आरोग्य उत्तम राखायला हवं.

२. स्त्रीची कामवासना उद्दीपित करणारे नऊ बिंदू त्याला माहीत असायला हवेत.

३. स्त्रीच्या पाच सुंदर गुणांचं कौतुक त्याला करता यायला हवं.

४. तिला उद्दीपित करणं त्याला जमलं पाहिजे, म्हणजे मग तिची यीन उर्जा तो पिऊ शकेल.

५. त्यानं तिची लाळ गिळायला हवी, जेणेकरून त्याचं वीर्य आणि तिचा श्वास

यांचा मिलाप झालेला असेल.

६. सात दुखापतींपासून त्यानं दूर राहायला हवं.

७. आठ उपयुक्त कृत्यं त्यानं करायला हवीत.

आणि राजवाड्यातील स्त्रियांप्रमाणे 'द आर्ट ऑफ द बेडचेंबर' या हानच्या लैंगिक परिपाठात आखून दिलेल्या तत्त्वांचं प्रशिक्षण सम्राटाला देणंही आवश्यक असे.

> शयनगृहातील कलेचं तत्त्व अतिशय सोपं आहे आणि तरीही फार कमी पुरुष त्याचा उपयोग करतात. वीर्याचा एकही थेंब वाया न घालवता पुरुषानं एका रात्रीत दहा वेगवेगळ्या स्त्रियांबरोबर संभोग करायला हवा. शयनगृहातील कलेचा हा गाभा आहे. लैंगिक समागमामागे केवळ आपली शारीरिक भूक भागवणं हा पुरुषाचा हेतू असता कामा नये. आपल्या लैंगिक इच्छेचं नियमन करायला त्यानं शिकायला हवं म्हणजे मग त्याच्या महत्त्वाच्या अर्काचं संगोपन होईल. आपलं सुख मिळवण्यासाठी आपल्या इच्छांना शरण जाऊन संभोग करत असताना त्यानं स्वतःला श्रम पडतील अशा क्रिया करता कामा नयेत. त्याऐवजी या लैंगिक क्रियेमुळे आपल्या आरोग्याला काय फायदा होणार आहे आणि आपण कसे रोगमुक्त होणार आहोत याचा विचार त्याने करायला हवा. शयनगृहातील कलेचं हे छोटं गुपित आहे.

या गोष्टी शिकणं महत्त्वाचं होतं. केवळ लैंगिक सुख मिळावं म्हणून नाही, तर ती एक धार्मिक जबाबदारीही होती. थाव् धर्मीयांचा असा विश्वास होता की, प्रेम आणि संपूर्ण आयुष्य, हे यांग किंवा पुरुषाचा अर्क आणि यीन किंवा स्त्रीचा अर्क यांच्या समतोलावर आधारलेलं आहे. 'द आर्ट ऑफ द बेडचेंबर' या पुस्तकाचं संकलन करणाऱ्यांनी लिहून ठेवलंय,

> थाव् (किंवा सर्वोच्च मार्ग)ला वेढणारं मानवी भावनांचं सर्वोच्च शिखर म्हणजे शयनगृहातील कला. प्राचीन सत्ताधीशांनी पुरुषाच्या अंतर्गत भावनांवर नियंत्रण ठेवण्यासाठी त्याच्या बाह्य सुखांचं नियमन केलं आणि लैंगिक समागमासाठी तपशीलवार नियम आखले. त्यात लिहिलंय की, 'सर्व मानवी व्यवहारांवर सत्ता प्रस्थापित करण्यासाठी पूर्वजांनी लैंगिक सुखाची निर्मिती केली.' तुम्ही जर तुमच्या लैंगिक सुखावर नियंत्रण ठेवू शकलात, तर तुम्हाला शांती लाभेल आणि तुम्ही खूप वर्षं जगाल. पण तुम्ही जर

या सुखाला शरण जाल, इथे आखून दिलेल्या नियमांचं उल्लंघन कराल, तर तुम्ही आजारी पडाल आणि तुमचं आयुष्य धोक्यात येईल. यीन आणि यांग यांचा समतोल असेल, तर स्त्री आणि पुरुषाचा आत्मा एकमेकांमध्ये मिसळून जाण्यासाठी जागा शोधतात. यांग ऊर्जा हा सूर्याचा आत्मा असतो, तर यीन ऊर्जा हा चंद्राचा. सूर्य आणि चंद्र एकत्र येतात तेव्हा ते एक घर निर्माण करतात. पुरुषाच्या स्वभावावर अंतर्गत नियंत्रण असतं आणि ते आकार निर्माण करतं. पुरुषाच्या भावनोत्कटतेवर अशी कोणाची सत्ता नसते आणि ते घराच्या भिंती निर्माण करतं. एकदा का या भिंती प्रस्थापित झाल्या, की दोन माणसं सुरक्षितपणे पुढे जाऊ शकतात. भावनेमुळे छएन आणि खुन् यांचं मिलन होतं. छएनची हालचाल असते आणि तो ताकदवान असतो, त्याच्यातील अर्क बाहेर येतो आणि त्याचं वीर्य ढवळलं जातं. खुन् स्थिर आणि सुसंवादी असते. थाव्साठी ती निवाऱ्याची जागा असते. ताठर वस्तूने आपला अर्क बाहेर टाकल्यानंतर, मऊशार वस्तू आर्द्रतेमध्ये विरघळून जाते. नऊ वेळा परत येणं, सात वेळा परत सुरुवात करणं, आठ वेळा परत माघारी येणं, सहा वेळा राहणं. पुरुष पांढरा असतो, तर स्त्री लाल. धातू जेव्हा आगीत मिसळतो, तेव्हा ती आग पाण्यानं विझवली जाते.

या गोष्टींमध्ये राजवाड्यातील तरुण स्त्रिया पारंगत झाल्या की, शयनगृहात पुढाकार घेण्यासाठी आणि प्रेमाच्या या खेळामध्ये नवनवीन गोष्टी करण्यासाठी त्यांना प्रोत्साहन दिलं जायचं. यलो एम्पररच्या लैंगिक आयुष्याविषयी सल्ला देणाऱ्या सु-न्युने लिहून ठेवलंय, 'सर्व पुरुषांच्या सर्व आजारांचं मूळ हे योग्य पद्धतीनं लैंगिक क्रिया न करण्यामध्ये आढळतं. ज्याप्रमाणे आगीपेक्षा पाणी अधिक श्रेष्ठ असतं त्याचप्रमाणे स्त्री ही पुरुषापेक्षा श्रेष्ठ असते. लैंगिक समागमामध्ये वाक्बगार असणारे पुरुष त्या उत्तम स्वयंपाक्यासारखे असतात, ज्याला पाच स्वाद एकत्र आणून चविष्ट रस्सा बनवता येतो. यीन आणि यांग यांची कला माहीत असलेल्यांना पाच सुखं एकत्र आणता येतात. ज्यांना हे जमत नाही त्यांना लैंगिक क्रियेतल्या खऱ्याखुऱ्या आनंदाची चव न चाखताच अकाली मृत्यू येतो.'

उ छाव् सुशिक्षित होती. त्यामुळे कामवासनेविषयीच्या कविता आणि पुस्तकं वाचून तिनं स्वतःला शिक्षित केलंच असणार. मध्ययुगात चीनच्या साहित्यात अशा पुस्तकांची संख्या खूप मोठी होती. या पुस्तकांमधून कामवासना आणि त्यातून मिळणाऱ्या सुखाचं सौंदर्य मर्मभेदकपणे मांडलेलं होतं. हान साम्राज्यातील त्सु सायंग च्यु या लेखकानं 'ऑन अ ब्यूटिफुल वुमन' (एका सौंदर्यवतीवर) नावाच्या

निबंधामध्ये कोचावर पहुडलेल्या एका सुंदर मुलीचं वर्णन अतुलनीय लावण्य असणारं एक आगळंवेगळं फूल असं केलंय. आणि आपल्या प्रियकराची आतुरतेनं वाट पाहताना ती गातेय,

शयनगृहात सोबत कुणी नाही, मला खूप एकटं वाटतंय
उमद्या पुरुषाचं स्वप्न पाहतेय, माझ्या भावना मला दुखावत आहेत
तो अनोळखी पुरुष उशीर का करतोय?
वेळ झपाट्यानं निघून चाललीय, हे फूल कोमेजून जातंय
माझं शरीर मला त्याच्या हवाली करायचंय, अनादी प्रेम मिळवायचंय

तिचं नशीब चांगलं होतं. एक उमदा अनोळखी पुरुष खरंच आला. तिनं त्याच्यासाठी वाइन ओतली. आणि तो वाइनचे घोट घेत असताना ती सतारीवर आणखी एक गाणं गाऊ लागली. मग :

आपल्या केसातली एक पिन तिनं त्याच्या टोपीखाली घातली आणि तिच्या हातावर ओघळणारा लांब सिल्कचा झगा त्याच्या कपड्यांना स्पर्श करून गेला. सूर्य अस्ताला जात होता आणि खोलीमध्ये सावल्या पसरल्या होत्या. बाहेरून थंड वारा आला आणि बर्फ पडू लागला. पण शयनगृहाच्या आतमध्ये जराही आवाज येत नव्हता. मग तिनं उंची गाद्यांनी पलंग सजवला, रजईवर सुगंध शिंपडला. गाद्या, रजई आणि उशांनी पलंगाची सजावट झाल्यानंतर तिनं पलंगाभोवती असलेले पडदे खाली सोडले. तिनं आपला झगा आणि अंतर्वस्त्रं काढून टाकली. गोरीपान कांती, नाजूक शरीरयष्टी आणि एखाद्या मलमाप्रमाणे ओलसर आणि मुलायम त्वचा आता त्याला दिसत होती. मग त्यांनी प्रेम केलं.

ही पुस्तकं वाचण्याबरोबरच उ छाव्‌ला सम्राटाविषयी काही खास सूचना मिळाल्या असतीलच. राजवाड्यातील तलावांमध्ये बॅक पॅलेसमधल्या स्त्रियांनी आपल्याबरोबर नग्नावस्थेत स्नान केलेलं थाय चुँगला आवडत असे. थांग रीतीप्रमाणे चंद्राच्या प्रत्येक महिन्यातील दहाव्या, विसाव्या आणि शेवटच्या दिवशी, म्हणजे चिनी आठवड्याला दहा दिवस असल्यामुळे आठवड्यातून एकदा ही क्रिया केली जायची. स्नान करणं हे स्वच्छतेसाठी आवश्यक असलं, तरी थाय चुँगकरता यामागे कामवासनेचा उद्देशही होताच. चिनी समाजात, विशेषतः थांगसारख्या उत्तरेतील चिनी समाजात, स्त्री आणि पुरुषांनी एकत्र स्नान करण्याकडे नापसंतीने बघितलं जायचं. कंबोडिया आणि कोरिआमध्ये मात्र ही रीत होती.

उ छाव्ला मासिक पाळी आली तेव्हा न्यू श्ने, 'लाल पूर' किंवा 'पीचच्या फुलाचा द्रव' अशी याची नोंद केली होती. आता ती संभोगासाठी तयार झाली होती. राजाच्या शयनगृहातून बोलावणं येण्याची आता तिनं वाट पाहायची होती. तो दिवस आला की न्यू- श् तिला उजव्या हातात घालण्यासाठी चांदीची अंगठी देणार होती. थाय चुँगला आपला खून होईल अशी भीती वाटत असे. आणि त्यात तथ्यही होतं. कारण त्यानंही राजगादी मिळवण्यासाठी आपल्या दोन भावांचा खून केलाच होता. आणि आपल्या स्त्रीबरोबर रात्री एकटं असताना त्याला विशेष भीती वाटत असे. त्यामुळे सुरक्षिततेसाठी कडक बंदोबस्त केलेला असे. ड्रॅगन बेडवर सम्राटाला रिझवण्यासाठी उ छाव्ला बोलावणं आलं तेव्हा तिला संपूर्ण नग्न करून तिनं एखादं शस्त्र लपवलं नाही ना, याची खातरजमा करून घेतली गेली. त्यानंतर तिला सिल्कमध्ये गुंडाळून एका तृतीय पंथीच्या खांद्यावरून सम्राटाकडे नेलं गेलं.

उ छाव् बहुदा संपूर्ण नग्न नसावी. थोडेफार दागिने घालायची परवानगी असणार. चिनी स्त्रिया अनेकदा पैंजण घालत जे समागमाच्या वेळी किणकिणत. बर्मामधील स्त्रियांप्रमाणे जास्तीत जास्त सुख मिळवण्यासाठी आपल्या योनीत छोट्या छोट्या घंटा घालण्याची सवय चिनी महिलांनाही होती. या घंटांमध्ये म्हणे दंतकथांमधील फ्कंग पक्ष्याचं वीर्य असे. हा पक्षी अतिशय कामोत्तेजक होता आणि त्याला बर्मातील स्त्रियांबरोबर संभोग करायला आवडत असे, अशी दंतकथा होती. तिथले मूळ रहिवासी स्ट्रॉपासून बाहुल्या बनवत आणि शुक्रजंतू जमा करण्यासाठी त्या बाहुल्यांना बायकांचे कपडे घालत. ते वीर्य मग सुकवून त्याच्या छोट्या गोळ्या केल्या जात. ही गोळी जर पुरुषाच्या मूत्रमार्गात घातली तर त्यामुळे त्याची जननक्षमता खूप वाढते असं मानलं जायचं. अन्यथा, ही गोळी सोन्याच्या छोट्या चेंडूत टाकून तो योनीमध्ये घातला जात असे.

इतक्या सगळ्या तयारीनंतर सम्राटाबरोबरचा संग उ छाव्साठी कसा झाला असेल याची आपण कल्पनाच करू शकतो. तिनं वाचलेल्या साहित्याच्या तुलनेत तो कसा असेल? इ.स. १००च्या सुमारास चिनी कवी छान हंग् यानं पहिल्या रात्रीच्या अनुभवातून मिळणाऱ्या सुखाविषयी कविता लिहिलेली आहे :

सोन्याच्या कुलपाने आता दरवाजा बंद करू या
शयनगृह आता दिव्यांनी उजळू या
मी माझे कपडे आणि मेकअप काढून टाकते
माझ्या उशीखालून पुस्तक बाहेर काढते
यातली साधी मुलगी माझी शिक्षक बनू दे
यातील वेगवेगळ्या पोझेसचा अनुभव आपल्याला घेऊ दे

सर्वसामान्य नवऱ्याला हे क्वचित पाहता येतं
यलो एम्परर थिएन् लाओला हे शिकवलेलं होतं
हे अद्वितीय सुख पहिल्या रात्रीचं
नाही विसरणार आपण, वय जरी कितीही वाढलं

संभोग करताना सम्राट आणि उ छाव् एकटे नसणार. त्यांना मार्गदर्शन करण्यासाठी आणि त्यांचं निरीक्षण करण्यासाठी इतर स्त्रिया असण्याची शक्यता आहे. काही वेळा प्रत्यक्ष संभोगाच्या क्रियेआधी त्या जोडप्याला उत्तेजित करण्यासाठी दोन नग्न दास्यांची मदत घेतली जात असे. आणि न्यू श् नोंदी करण्यासाठी तिथेच असे. जे काही घडेल त्याची तपशीलवार नोंद ती करत असे. अगदी सम्राटानं आपला अवयव किती वेळा आतबाहेर केला याची संख्याही ती लिहून घेत असे. एकमेकांबरोबरची लैंगिक अनुरूपता कशी सुधारता येईल यासाठी सेक्सविषयक कोणत्या टिप्स देता येतील, याकरता ही माहिती वापरली जात असे.

न्यू श्ने केलेल्या या नोंदी लिहून सम्राटासाठी लैंगिकतेसंबंधीची पुस्तिका म्हणून सादर केल्या जात. हान साम्राज्यामध्ये याची सुरुवात झाली, पण या प्रथेला बहर आला तो स्वे साम्राज्याच्या काळात. याच काळात लैंगिकतेविषयीच्या विविध पुस्तकांची निर्मिती झालेली आहे. 'द प्लेन गर्ल्स सिक्रेट वे' (साध्या मुलीचा गुप्त मार्ग) हे स्वे सेक्स मॅन्युअल सु न्यूनं लिहिल्याचं मानलं जातं आणि माओ त्से तुंग ते आपल्या अगणित प्रेमिकांना देत असे. यात संभोग करण्याची थाव् पद्धत देण्यात आलेली होती आणि पुरुषानं आपला यांग अर्क जास्तीत जास्त जपून ठेवण्यासाठी स्खलन होऊ देता कामा नये, असं लिहिलेलं होतं. मात्र त्याच वेळी, शक्य तेवढा यीन अर्क त्यानं प्यायला हवा. हा त्याला स्त्रीच्या ओठांमधून, स्तनांमधून आणि योनिमार्गातून होणाऱ्या स्रावातून मिळू शकतो. या सर्वांपासून जास्तीत जास्त फायदा मिळावा याकरता त्यानं स्त्रीला पूर्ण समाधान देणं आवश्यक आहे. आणि त्याकरता पुरुषानं आपल्या इच्छा आणि गरजा बाजूला ठेवून आपलं संपूर्ण लक्ष सोबतच्या स्त्रीवर केंद्रित करायला हवं असं सम्राटाला सांगण्यात आलं होतं. 'द प्लेन गर्ल्स सिक्रेट वे'नुसार चेहऱ्यावरची लाली आणि गरम झालेले कान ही स्त्रीमधली लक्षणं ती उत्तेजित झाल्याचं दर्शवतात. सम्राटानं त्याकडे लक्ष द्यायला हवं आणि ही लक्षणं दिसल्यावर लैंगिक छेडछाडीला सुरुवात करायला हवी. आता तो हलकेच तिच्या शरीरात प्रवेश करू शकतो. तिच्या नाकावर घाम जमा झालेला दिसला आणि तिची स्तनाग्र कडक झाली की तो आता तिच्या शरीरात पाच इंचापर्यंत आत शिरू शकतो. त्यानंतर तिच्या आवाजात घोगरेपणा येऊ लागतो आणि ती धापा टाकू लागते. या वेळी त्याचा पूर्ण प्रवेश व्हायला हवा, अशी शिफारस या पुस्तकात

केलेली आहे. याबरोबर तिच्या जननेंद्रियाच्या बाह्य मार्गावरील ओलसरपणा वाढलेला असेल आणि प्रत्येक धक्क्याने योनीमधून स्राव वाहू लागेल. आता पुरुषाने आपलं इंद्रिय साधारण दोन इंचापर्यंत बाहेर काढायला हवं आणि आपल्या धक्क्यांची वेळ आणि दिशा बदलत राहायला हवी. स्त्रीनं आपले पाय पुरुषाच्या भोवती घट्ट पकडले आणि त्याचे खांदे आवळले, की त्यानं तिच्या शरीरात खोलवर शिरायला हवं जेणेकरून तिला लैंगिक सुखाचा परमोच्च आनंद मिळेल.

पुरुषाने ज्याकडे लक्ष द्यायला हवं अशा आणखी दहा गोष्टी सु न्युनं नोंदवलेल्या आहेत :

१. तिचे हात त्याच्या पाठीला पकडतात. तिच्या शरीराचा खालचा भाग हलत असतो. ती त्याच्या शरीराचं चुंबन घेत असते. याचा अर्थ, ती स्त्री उद्दीपित झालेली आहे.
२. तिचं नाजूक शरीर उताणं पडलेलं आहे. तिचे पाय सरळ आणि स्थिर आहेत. पण ती जोरजोराने श्वास घेते आहे. याचा अर्थ, त्यानं लैंगिक क्रिया पुन्हा सुरू करायला हवी.
३. झोपलेल्या पुरुषाच्या लिंगाशी ती आपल्या हाताने खेळते आहे. याचा अर्थ, तिला तो पुरुष हवा आहे.
४. तिच्या डोळ्यांची उघडझाप होते आहे. तिच्या घशातून आवाज येत आहेत किंवा ती प्रेमाच्या गोष्टी कुजबुजते आहे. याचा अर्थ, ती खूप जास्त उत्तेजित झालेली आहे.
५. ती आपले पाय पकडते आणि ते एकमेकांपासून दूर नेते. याचा अर्थ, त्याच्याबरोबर तिला खूप आनंद मिळत आहे.
६. ती अर्धवट झोपेत आहे किंवा अर्धवट नशेत आहे, अशा रीतीने तिची जीभ बाहेर आली आहे. याचा अर्थ, तिच्या जननेंद्रियाचा बाह्य मार्ग अधिक त्वेषाने होणाऱ्या लैंगिक सुखासाठी तयार आहे.
७. ती आपले पाय आणि बोटं ताणून ठेवते आणि त्याचा अवयव आपल्या शरीरात पकडून ठेवण्याचा प्रयत्न करते, मात्र, कोणत्या दिशेनं त्यानं धक्का द्यावा हे तिला कळत नाहीये दरम्यान हळुवार आवाजात तिची कुजबूज चालू आहे. यीन अर्काची भरती येऊ घातली आहे.
८. परमोच्च सुखाचा बिंदू तिनं गाठलेला असला, तरी ती आपली कंबर हलवते, तिला किंचित घाम आलेला आहे, आणि ती हसते. याचा अर्थ, तिला अजूनही ते सुख हवं आहे आणि म्हणून त्याचं स्खलन होऊ नये अशी तिची इच्छा आहे.

९. यीनच्या अर्काची भरती आलेली आहे; पण तरीही तिनं त्याला घट्ट पकडून ठेवलं आहे. याचा अर्थ, अजून तिचं पूर्ण समाधान झालेलं नाही.
१०. तिचं शरीर घामानं ओलं झालंय, ते गरम झालंय. तिचे हात-पाय सैलावले आहेत. ती आता पूर्णपणे समाधानी आहे.

लेडी प्युरिटी या आणखी एका महिला सल्लागारानं यलो एम्परला सांगितलं होतं,

स्त्रीच्या चेहऱ्यावर जेव्हा लाली पसरते, तेव्हा हळुवारपणे तिचं शरीर ताब्यात घ्यावं. तिच्या नाकावर घाम येतो आणि तिचे स्तन फुलतात, तेव्हा हळुवारपणे तिच्या शरीरात प्रवेश करावा. तिचा आवाज घोगरा होतो आणि ती आवंढा गिळते तेव्हा आपलं लिंग सावकाश हलवावं. तिच्या योनीतून स्त्राव आला की ते जितकं जास्तीत जास्त आत जाईल तितकं जाऊ द्यावं. तिच्यातील द्रव शरीरातून बाहेर येऊ लागला की तो पुन्हा तिच्या शरीरात घालावा.

स्त्रीच्या प्रतिसादावर पुरुषाचं सदैव लक्ष असायला हवं :

स्त्री संभोगासाठी तयार होते तेव्हा तिचा उर धपापू लागतो, ती जोरजोरानं श्वासोच्छ्वास करू लागते. तिला लैंगिक सुख हवं असतं तेव्हा तिचं तोंड उघडं राहतं आणि तिच्या नाकपुड्या फुलतात. तिला ते अधिक हवंसं वाटतं तेव्हा तिचे बाहू पुरुषाच्या शरीराभोवती लपेटतात. तिला पूर्ण समाधान मिळतं तेव्हा तिचं शरीर ताणलं जातं आणि तिचे डोळे स्थिर होतात.

सु न्युचा असा ठाम विश्वास होता की पुरुषाचे धक्के किती खोलवर जातात हे फार महत्त्वाचं असतं. एक ते आठ इंचाच्या खोलीनुसार तिनं योनीची अनुक्रमे आठ दऱ्यांमध्ये विभागणी केलेली होती : द ल्युट स्ट्रिंग व्हॅली (सतारीच्या तारेची दरी), द वॉटर- चेस्टनट टीथ व्हॅली (जल- तांबुस पिंगट दातांची दरी), द लिट्ल स्ट्रीम व्हॅली (लहान झऱ्याची दरी), द ब्लॅक पर्ल व्हॅली (काळ्या मोत्यांची दरी), द व्हॅली प्रॉपर (प्रत्यक्ष दरी), द डीप चेंबर (खोलवरील दालन), द इनर डोअर (आतील दरवाजा) आणि नॉर्थ पोल (उत्तर ध्रुव).

यशस्वी संभोगासाठीचं तिचं सूत्र सोपं होतं :

स्त्रीची गरज काय आहे हे पुरुषाच्या लक्षात आलं पाहिजे, पण त्याच वेळी

त्यानं आपलं किमती वीर्य वाया जाऊ देता कामा नये. उष्णतेसाठी त्यानं आपले हात एकमेकांवर घासायला हवेत आणि आपला अवयव घट्ट पकडायला हवा. मग त्यानं 'उथळ धक्के' आणि 'खोलवर धक्के' ही पद्धत वापरायला हवी. जितका जास्त काळ तो हे करू शकेल, तितकं ते जोडपं जास्त उद्दीपित होईल. त्याचा वेग फार जलदही असता कामा नये आणि फार मंदही. त्यानं खोलवर शिरता कामा नये नाहीतर तो त्या स्त्रीला दुखापत करू शकतो. सुरुवातीला सतारीच्या दरीपर्यंत अनेक धक्के मारण्याचा प्रयत्न करायला हवा. मग अधिक ऊर्जेनं जल- तांबुस पिंगट दातांच्या दरीपर्यंत जायला हवं. स्त्रीला आरगॅझम येत असताना ती नकळत आपले दात एकमेकांवर दाबून ठेवेल. तिला घाम येऊ लागेल आणि ती धापा टाकेल. ती आपले डोळे मिटून घेईल आणि तिचा चेहरा लालसर होईल. तिची योनी मोठी होईल आणि त्यातील अर्क बाहेर येऊ लागेल. तिला यात मजा येतेय हे मग त्या पुरुषाच्या लक्षात येईल.

म्हणजे, विचार करण्यासाठी सम्राटापाशी खूप गोष्टी होत्या.

थाय चुँगपेक्षा वयानं उ छाव् खूप लहान होती हे सु न्युच्या दृष्टीनं फारसं महत्त्वाचं नसणार. वयात अंतर असणाऱ्या नातेसंबंधांची ती शिफारसच करत असे :

वृद्ध पुरुष आणि वृद्ध स्त्रीनं समागम केला आणि त्यांना अगदी मूल जरी झालं तरी ते फार काळ जगणार नाही. पण ऐंशी वर्षांच्या पुरुषानं अठरा वर्षांच्या किंवा अगदी पंधरा वर्षांच्या मुलीशी संभोग केला तर त्यांना मुलं होतील आणि ती खूप मोठी होईपर्यंत जगतील. आणि पन्नाशीच्या स्त्रीला तिनं तरुण पुरुषाशी संग केला तर कदाचित मूल होण्याची शक्यता असेल.

सम्राटालाही सल्ला देणारे अनेक स्रोत होते. पुरुषानं स्वतःवर असं नियंत्रण ठेवणं सोपं नाही आणि त्यांनी ते शिकण्यासाठी वेळ द्यायला हवा, असं ऊ स्सेन या हान साम्राज्याच्या काळात लिहिणाऱ्या थाव् मास्टरनं शिकवलं होतं. याविषयीची तत्त्व त्यानं सांगितली होती :

समागमाचा जास्तीत जास्त आनंद मिळवायचा असेल तर आपल्या सहचरीवर आपलं प्रेम असायला हवं. मात्र, स्खलनावर नियंत्रण ठेवण्याची प्रॅक्टिस करत असताना त्यानं तिच्याविषयीची अलिप्तता मनात आणायला हवी... या बाबतीत नवखा पुरुष असेल तर त्यानं हळुवार आणि सावकाश

धक्के द्यायला हवेत, सुरुवातीला धक्क्यांचा एक सेट, मग दोन आणि मग तीन. दोन सेट्सच्या दरम्यान त्यानं थांबून भानावर यायला हवं. आपल्या सहचरीला पट्कन ऑरगॅझम यावा यासाठी त्यानं तिच्याशी प्रेमानं आणि हळुवारपणे वागायला हवं. आपलं नियंत्रण सुटतंय असं त्याला वाटलं, तर त्यानं आपलं लिंग बाहेर काढायला हवं, तेही अशा रीतीनं की केवळ त्याचं टोक तिच्या शरीराच्या आत असेल.

हे कसं शक्य होईल यासाठी ऊ स्सेनने तपशीलवार प्रात्यक्षिकाचा सल्ला दिलेला होता :

१. नवख्या पुरुषानं अति उत्सुक किंवा अति भावनात्मक होणं टाळावं.
२. त्यानं सुरुवात करताना फारशी आकर्षक नसलेली आणि जिची योनी सैल पडलेली आहे, अशी स्त्री निवडावी. म्हणजे मग स्वतःवर नियंत्रण कसं ठेवावं हे शिकणं त्याला सोपं जाईल. ती फार सुंदर नसेल तर तो आपलं भान हरपणार नाही. आणि तिची योनी फार घट्ट नसेल, तर त्याला फारशी उत्तेजना मिळणार नाही.
३. नवख्या पुरुषानं स्त्रीच्या शरीरात प्रवेश करताना आपलं लिंग सैल असेल आणि बाहेर पडताना ते कडक होईल, हे पाहायला हवं.
४. त्यानं तीन उथळ धक्के आणि मग एक खोलवर धक्का देण्याचा प्रयत्न करायला हवा. हे असं एक्क्याऐंशी वेळा करावं.
५. तो फार उत्तेजित झाला तर त्यानं आपलं लिंग केवळ एक इंच स्त्रीच्या शरीरात राहील एवढं बाहेर काढावं. स्वतः शांत होण्याची त्यानं त्याच अवस्थेत वाट पाहावी. आणि मग पुन्हा तीन उथळ, एक खोल ही पद्धत सुरू करावी.
६. त्यानंतर त्यानं पाच उथळ आणि पाठोपाठ एक खोल धक्का देण्याचा प्रयत्न करावा.
७. हळूहळू हा आकडा वाढवत त्यानं नऊपर्यंत न्यावा.
८. स्खलनावर नियंत्रण कसं आणावं हे शिकण्यासाठी खूप सहनशीलता लागते.

लि थुंग स्वान यानं शिस्नाद्वारा मारलेल्या धक्क्यांच्या सहा पद्धती लिहून ठेवलेल्या होत्या. त्यानंतर हालचालीच्या नऊ पद्धती होत्या. शत्रूला बाजूला सारून मार्ग काढणाऱ्या सैनिकाप्रमाणे एकदा डावीकडे तर एकदा उजवीकडे वार करणं; वेगानं वाहणारी नदी पार करणाऱ्या जंगली घोड्यासारखं वर-खाली करणं; लाटांमधून वाट काढणाऱ्या सीगल्ससारखं आडवंतिडवं जाणं; उथळ धक्क्यांचा उपयोग करणं

आणि त्या पाठोपाठ खोलवर मारलेला धक्का, जणू काही एखाद्या पक्ष्याचं भांड्यातून भाताचे दाणे टोचून घेणं; किंवा एखादा दगड खोल पाण्यात बुडत असल्यासारखी हालचाल करणं; कातडी टाकून देण्यासाठी बिळात शिरणाऱ्या सापासारखी वळवळ करणं; घाबरलेला उंदीर बिळात शिरेल त्याप्रमाणे घाईघाईने लिंगाचं आतबाहेर होणं; एखादा गरुड ज्याप्रमाणे घिरट्या घालून मग झेपावून सशाला पकडतो त्याप्रमाणे लैंगिक क्रिया करणं; किंवा मग लाटांवर हेलकावे खाणाऱ्या बोटीप्रमाणे उंच जाऊन खाली येणं.

लि थुंग स्वानच्या म्हणण्यानुसार : उथळ आणि खोल, जलद आणि मंद, सरळ आणि तिरकी अशी लिंगाची हालचाल करणं हे सर्वांत उत्तम धोरण होय. प्रत्येकाचा स्वतःचा असा खास परिणाम असतो. मंद हालचाल ही गळाला लागलेल्या माशाच्या तडफडणाऱ्या हालचालीप्रमाणे असायला हवी. जलद हालचाल म्हणजे जणू काही वाऱ्याच्या विरुद्ध दिशेने उडणारा पक्ष्यांचा थवा. वर आणि खाली, आत आणि बाहेर, डावीकडे आणि उजवीकडे, हळू किंवा जलद, या हालचाली एखाद्या नृत्याप्रमाणे असायला हव्यात. एकाच प्रकारे संभोग करण्यापेक्षा प्रत्येक क्षणाला योग्य हालचाल निवडायला हवी.'

शिकण्यासाठी आणखीही काही खेळ होते. 'कमानीमधून पिसं फेकणं', 'जिवंत लक्ष्यावर भाले फेकणं', 'डोंगरावर अग्नी घेऊन जाणं' आणि 'सोनेरी चेंडूनं रुपेरी बदकावर वार करणं.'

एका उथळ धक्क्यानंतर तीन खोलवर धक्के, मग पाच आणि एक, त्यानंतर सात आणि मग नऊ ही पद्धत 'यलो बुक' या यलो टर्बन्स नावाच्या हान साम्राज्याचा ऱ्हास झाल्यानंतर तयार झालेल्या एका बंडखोर गटाच्या लैंगिक माहिती देणाऱ्या पुस्तिकेमध्ये नोंदवण्यात आलेली होती. त्यात म्हटलंय, 'ड्रॅगन आणि वाघ जेव्हा एकमेकांशी ३-५-७-९ धक्क्यांच्या पद्धतीने खेळतात तेव्हा स्वर्ग आणि पृथ्वी यांचं मिलन होतं. लाल द्वार उघडा, जेड स्टॉकला प्रवेश द्या. यीनची माता जेड या मौल्यवान खड्याप्रमाणे असल्याची कल्पना यांग करेल आणि यांगचा पिता त्याच्या हातांनी आपल्याशी खेळतोय आणि आपल्याला प्रोत्साहन देतोय, अशी कल्पना यीन करेल.'

इ.स. ५७०मध्ये थाव्वादी छन् ल्वान्नं लिहिलंय, 'वीस वर्षांचा असताना मला थाव्च्या अभ्यासात रस निर्माण झाला आणि मी थाव् मॉनेस्ट्रीमध्ये स्वतःचं नाव घातलं. तिथे आम्हाला 'यलो बुक' नुसार संभोग आणि ३-५-७-९ ही पद्धत शिकवली गेली. चार डोळे आणि दोन जिभा या जोडीमध्ये आम्ही लाल पाऱ्याच्या शेतात (बेंबीच्या खालचं शरीर) थाव्ची तालीम करत असू. आम्हाला असं शिकवण्यात आलं होतं की अडथळे पार करण्याचा आणि दीर्घायुषी होण्याचा हा मार्ग आहे. नवरा

आणि बायको एकमेकांना शरीर आनंद द्यायचे. आपले वडील किंवा मोठे भाऊ यांच्यासमोर अशा गोष्टी करायला त्यांना जराही शरम वाटत नसे. याला 'अत्यावश्यक अर्क मिळवण्याची खरीखुरी कला' असं ते म्हणत.

चुंबन घेण्यालाही खूप महत्त्व होतं; कारण यीन अर्क मिळवण्याचा तो एक मार्ग होता. ऊ स्सेनने 'द लायेबशन ऑफ द ट्विन पीक्स' (दोन सर्वोच्च बिंदूंचा द्रव)मध्ये विविध प्रकारच्या चुंबनांविषयी लिहिलं आहे :

> 'लाल कमळाचा बिंदू' हे चुंबन ओठांवर घेतलं जात असून ते सर्वोच्च मानलं जातं. 'जेड स्प्रिंग' म्हणजे स्त्रीच्या जिभेखाली असलेल्या दोन भोकांमधून बाहेर पडणारा स्राव. आपल्या जिभेने पुरुष तो स्राव चोखून घेतो तेव्हा जे द्रव बाहेर पडतं ते पारदर्शक असतं आणि पुरुषासाठी अतिशय फायद्याचं.
>
> स्तनांवर दिलेलं ट्विन पीक्सचं चुंबन हे दुसऱ्या क्रमांकाचं मानलं जातं. स्त्रीच्या स्तनाग्रांमधून 'पांढरा बर्फ' बाहेर पडतो. तो रंगाने पांढरा आणि चवीला गोड असतो. तो पुरुषासाठी तर फायद्याचा असतोच, पण स्त्रीलाही त्याचा जास्त उपयोग होतो. यामुळे तिचं रक्ताभिसरण चांगलं होतं आणि मासिक पाळी नियमित होते, तिचं शरीर विश्रांत होतं आणि ती मोकळी होते. तिच्या 'फुलांच्या तळ्या'मध्ये म्हणजे तोंडामध्ये आणि 'काळोख्या द्वारा'मध्ये म्हणजे योनीमध्ये अधिक द्रव निर्माण व्हायला मदत होते. तीनही प्रकारांमध्ये 'पांढरा बर्फ' सर्वोत्कृष्ट आहे. त्या स्त्रीला जर मूल झालेलं नसेल आणि तिच्या स्तनांमधून दूध येत नसेल तर त्याचा परिणाम अधिकच चांगला होतो.
>
> 'द पर्पल मशरूम पीक' म्हणजे जांभळ्या मशरूमचा बिंदू, हे तिघांमधलं सर्वांत खालचं चुंबन. त्याला 'पांढऱ्या वाघाची गुहा' किंवा 'काळोखं द्वार' असंही म्हटलं जातं. त्यामधून येणाऱ्या द्रवाला 'चंद्राचं फूल' म्हणतात. स्त्री जेव्हा खूप उत्तेजित होते, तेव्हा तिचा चेहरा लाल होतो आणि ती कुजबुजायला लागते त्या वेळी हा स्राव होतो.

शयनगृहातील कलेवर हुकमत मिळवणं हे थाय चुँगच्या वयामध्ये त्याच्यासाठी आवश्यक होतं. असं म्हटलं जायचं की, 'पुरुष चाळिशीला येईपर्यंत त्याच्या शरीरात भावनेचा आवेग असतो. मात्र चाळिशी ओलांडल्यानंतर आपल्यातील ताकद कमी होत असल्याचं त्याला जाणवतं. मग मधमाश्यांच्या झुंडीप्रमाणे वेगवेगळे आजार त्याच्यावर झडप घालतात. हे जर असंच चालत राहिलं तर त्याला

त्यातून बरं होणं अशक्य होतं. म्हणूनच चाळिसाव्या वर्षापर्यंत पुरुषानं शयनगृहातील कला शिकणं आवश्यक असतं.'

शयनगृहातील या कलेमधील तंत्रांचा वापर केल्यानं यांग अर्क न देता स्त्रीचा यीन अर्क लुबाडला जात असे; त्यामुळे जनानखान्यातील स्त्रियांना ही गुपितं कळू न देणं महत्त्वाचं होतं. सहाव्या शतकातील थाव् मास्टर छुंग हो त्सु यानं लिहिलंय, 'आपला यांग अर्क जपायचा असेल तर पुरुषानं आपल्या तंत्रांविषयी स्त्रीला काही कळू देता कामा नये. स्त्रीला जर त्याविषयी कळलं तर ही तंत्रं निरुपयोगी तर ठरतीलच, पण अपायकारकही होतील. आपल्या शत्रूला स्वतःकडचं सर्वांत घातक शस्त्रं देण्यासारखंच हे आहे.'

सु न्युनंही हा धोका मान्य केलेला होता. 'शत्रूचा सामना करताना पुरुषानं तिला खडक किंवा पाटीसारखं मानायला हवं, आणि आपल्या अर्काला सोन्यासारखं जपायला हवं. आपलं वीर्य जाण्याचा धोका निर्माण झाला आहे हे त्याच्या लक्षात आलं की त्यानं ताबडतोब स्वतःला थांबवायला हवं. स्त्रीबरोबरचा संभोग म्हणजे सडलेला लगाम असलेल्या घोड्यावरून चौखूर उधळण्यासारखं आहे किंवा मग अणकुचीदार खिळ्यांनी भरलेल्या खड्ड्याच्या कडांवरून चालण्यासारखं आहे. पण ज्या पुरुषाला आपलं वीर्य जपून कसं ठेवायचं हे माहीत आहे, तो स्त्रीबरोबर सुरक्षित आहे.'

आपल्याला आता कळणारच आहे की उ छाव्‌बरोबर सम्राटाचं वीर्य सुरक्षित नव्हतं. शयनगृहातील कला तिनं आत्मसात केलेल्या होत्या आणि आयुष्यभर तिनं त्याचा प्राणघातक अस्त्रासारखा वापर केला.

सम्राटाबरोबरच्या उ छाव्‌च्या पहिल्या लैंगिक संबंधांनंतर तिच्या उजव्या हातातली चांदीची अंगठी काढून डाव्या हातात घालण्यात आली आणि त्यांच्या संबंधांचे तपशील नोंदवून ठेवण्यात आले. यात कोणत्या दिवशी, कोणत्या वेळी हा संबंध आला, याचीही नोंद होती. सम्राट स्वतःला आवरू शकला नाही आणि त्याच्याबरोबरची स्त्री गरोदर राहिली तर तिच्या हातातल्या चांदीच्या अंगठीच्या जागी तिला सोन्याची अंगठी दिली जात असे. सम्राटाच्या शयनगृहातून इतक्या स्त्रियांची ये-जा असायची की त्यांची ओळख ठेवणं कठीण असायचं. पुढे, सम्राटाबरोबर संभोग केलेल्या प्रत्येक स्त्रीच्या दंडावर एक स्टॅम्प मारला जाऊ लागला. त्यावर लिहिलेलं असे, 'वारा आणि चंद्र (म्हणजे प्रेमळ लैंगिक चेष्टा) निरंतर नवीन.' हा स्टॅम्प पुसून जाऊ नये म्हणून त्यावर दालचिनीचं तेल लावलं जाई. हा स्टॅम्प असल्याखेरीज जनानखान्यातील कोणीही स्त्री आपण सम्राटाबरोबर संभोग केला, असं सांगू शकत नसे.

उ छाव् राजवाड्यात आली तेव्हा तिचं स्थान बरंच खालचं असलं तरी वर जाण्यासाठी संधी उपलब्ध होत्या. जनानखाना म्हणजे कारस्थानांचं आगार होतं,

प्रत्येक जण सम्राटाकडून मिळणारे लाभ आपल्यापर्यंत यावेत यासाठी आपल्या सौंदर्याचा आणि स्त्रीत्वाचा उपयोग करत असे. राजवाड्यातील स्त्रियांमध्ये हेवेदावे, मत्सर होतेच. त्याचं एक उदाहरणही देता येईल. सम्राट थाय चुँगनं राजवाड्यातील आपल्या दोन स्त्रिया त्याच्या मुख्य मंत्र्यांपैकी एक फांग् स्वान्‌लिंग् या ल्यांगच्या ड्यूकला बहाल केल्या. ड्यूकची पत्नी मॅडम ल्यो अत्यंत मत्सरी स्त्री होती. तिनं या दोन्ही बायकांचे डोक्यावरचे केस जाळून टाकले. तेव्हा थाय चुँगनं मॅडम ल्योकडे एका सोन्याच्या सुरईतून एल नावाची एक प्रकारची बिअर पाठवली आणि त्याबरोबर एक चिठ्ठीही. या चिठ्ठीमध्ये लिहिलं होतं, 'हे पी म्हणजे तू ताबडतोब मरून जाशील. तुझा नवरा हा तिसऱ्या दर्जाचा अधिकारी आहे. तेव्हा त्याच्यापाशी रखेल्या असणार, नव्हे असायलाच हव्यात. तुला जर असाच मत्सर वाटत राहणार असेल तर हे पेय पी. पण तू हा मत्सर सोडून देणार असशील तर पिऊ नकोस.' मॅडम ल्योनं ते पेय प्यायचं ठरवलं; पण ती वाचली. त्या सुरईमध्ये विष नव्हतं, होतं केवळ व्हिनेगर. मत्सर वाटणे याला चिनी भाषेत 'व्हिनेगर पिणे' असा वाक्‌प्रचार वापरला जातो. त्यानंतर थाय चुँगनं राजवाड्यातील या दोन स्त्रियांना वेगळी घरं दिली जिथे फांग् स्वान्‌लिंग् त्यांना भेट देत असे आणि त्यांचंही मॅडम ल्योच्या आक्रमणापासून संरक्षण होत असे.

स्वाभाविकपणे, राजवाड्यातील स्त्रियांपाशी आपण कशा दिसतो, कशा राहतो यावर घालवण्यासाठी मुबलक वेळ असे. त्या आपल्या त्वचेकडे खूप जास्त लक्ष देत. कोंबडीची अंडी एलमध्ये बुडवून एका कुलुपबंद हंड्यात अठ्ठावीस दिवस ठेवली जायची आणि त्यापासून चेहऱ्यासाठी क्रीम बनवलं जात असे. किंवा मग जर्दाळूच्या बियांचं चूर्ण करून ते तिळाबरोबर भाजलं जायचं आणि अंबाडीच्या चूर्णामध्ये मिसळलं जायचं. ही पावडर वापरल्याने त्वचा सायीसारखी पांढरीशुभ्र होऊन त्यावर तेज झळकत असे. चेहऱ्यावरची मुरुमं घालवण्यासाठी वटवाघळांच्या मेंदूचा उपयोग केला जायचा. आणि आपली त्वचा मुलायम होण्यासाठी चंद्राच्या सातव्या महिन्यातील सातव्या दिवशी या स्त्रिया काळ्या हाडांच्या सिल्कसारख्या एका पक्ष्याचं रक्त आपल्या चेहऱ्याला आणि शरीराला लावत असत. आणखीही काही मिश्रणं पोटात घेतली जात. त्वचा सुधारण्यासाठी आणि अंगकाठी बारीक राहण्यासाठी पीचच्या कळ्या कुटलेल्या पांढऱ्या टरबुजाच्या बियांमध्ये आणि संत्र्याच्या सुकलेल्या सालांमध्ये मिसळून हे मिश्रण गाळून घेतलं जायचं. मग त्यात एल टाकून ते दिवसातून तीन वेळा पीत असत.

थांग कवींनी स्त्रियांचा 'पांढऱ्या शिसासारखा चेहरा' किंवा 'शिसाच्या फुलासारखा चेहरा' यावर खूप कविता केलेल्या आहेत. अधिक गोरं होण्यासाठी सफेता किंवा पांढरं शिसं चेहऱ्याला आणि स्तनांना लावलं जायचं. या पावडरला सुगंध यावा

म्हणून त्यात वेलची घातली जायची. करडई, मरक्युरिक सल्फाइड किंवा लाल पारा असलेलं आणि पाण्यात न विरघळणारं रंगद्रव्य किंवा कंबोडिया वा व्हिएतनाममधून आणलेल्या लाखेच्या किड्यांना चिरडून ते गालांवर आणि थेट डोळ्यांच्या खाली लावलं जात असे. ओठ लाल व्हावेत म्हणून त्यावर लाल पारा घासला जायचा. मॅसिकॉट किंवा लेड ऑक्साइडचा आणखी एक प्रकार कपाळ पिवळं होण्यासाठी वापरलं जाई. कारण कपाळावर पिवळ्या रंगाचं आवरण हे पवित्र असतं असं थांगमध्ये मानलं जायचं. भुवया काढून टाकल्या जात आणि मग त्या ठिकाणी कोबाल्टनं किड्यांच्या पंखांच्या आकाराच्या खोट्या भुवया रंगवल्या जात. तकाकी असलेल्या कांस्याच्या आरशांसमोर मेकअप केला जाई. हे आरसे मागच्या बाजूने दंतकथांमधल्या विविध जनावरांनी, नक्षत्रं, वेगवेगळे आकार किंवा गूढ प्रतीकांनी सजवलेले असत. राजवाड्यातील स्त्रिया स्वतःला अत्तराच्या सुगंधामध्ये जणू काही बुडवून घेत आणि त्यामुळे राजघराण्याची मिरवणूक निघाल्याचं मैलभर अंतरावरून कळत असे. आपल्या शरीरातून गोड गंध बाहेर पडावा यासाठी त्या वनस्पती खात आणि आपल्या बगलेमधून दुर्गंध येऊ नये म्हणून अशा वनस्पतींच्या पुरचुंड्या त्या बगलेमध्ये ठेवत; कारण अशी दुर्गंधी येणं हे असंस्कृत समजलं जाई. यातल्या एका स्त्रीच्या शरीराला इतका गोड सुगंध येत असे की म्हणे रस्त्यावर मधमाशा आणि फुलपाखरं तिच्या मागे मागे येत. श्वासाला जरा जरी दुर्गंधी येत आहे असं वाटलं तर लवंग किंवा ऑलिव्हज् चघळले जात. राजवाड्यातल्या स्त्रिया खूप सारा वेळ आपल्या केसांवरही खर्च करत. वेगवेगळ्या आकारांचे अंबाडे घालणं, त्यावर निरनिराळ्या रिबिनी बांधणं, दागिन्यांनी ते सजवणं हे सगळं त्या करत. या सजवण्यात भर असायची ती विविध कंगव्यांची. हे कंगवे सोन्याचे, चांदीचे, गेंड्याच्या शिंगापासून, हस्तिदंती किंवा जेड या हिरव्या रंगाच्या मौल्यवान खड्यापासून बनवलेले असत. आपले केस बांधलेले राहावेत म्हणून त्या जवळपास बारा कंगवे घालत.

मात्र, सौंदर्यप्रसाधनांचा वापर करून स्वतःला सुंदर बनवणं, शयनगृहातील कला शिकणं आणि सम्राटाचं लक्ष वेधलं जातंय याची वाट पाहणं याखेरीज जनानखान्यामध्ये इतर गोष्टीही चालत. अशिक्षित स्त्रियांसाठी जनानखाना म्हणजे एक विद्यापीठच असे. राजवाड्यातील स्त्रियांना संगीत, थाव् तत्त्वज्ञान, कॉनफ्युशिअन क्लासिक्स, कविता, गणित, इतिहास, कॅलिग्राफी, वेछीसारखे बैठे खेळ ज्याला आता जपानी 'गोफ खेळ' म्हणून आपण ओळखतो, किंवा झिथर संगीताच्या साथीनं खेळला जाणारा पिच पॉट नावाचा कॉनफ्युशिअन खेळ यांसारख्या अनेक गोष्टी शिकवण्यासाठी प्रतिहारी किंवा तृतीयपंथी असत. उ छाव्च्या नंतरच्या आयुष्याविषयी आपल्याला जी माहिती आहे त्यानुसार तिनं या शैक्षणिक संधीचा पुरेपूर उपयोग

करून घेतला.

उ छाव् ही थाय चुँगच्या खूप जवळ होती. घोड्याला काबूत आणण्याच्या बाबतीत सम्राटाला सल्ला देण्याएवढी जवळ होती. एरवी थाय चुँगला हळुवार आणि बायकी स्त्रिया आवडत असल्या तरी उ छाव् त्याची लाडकी होती. तिच्या सौंदर्याचं त्याला कौतुक होतं आणि तो तिला 'सौंदर्यवती उफ' म्हणत असे. मात्र तिची बेडर वृत्ती त्याला घाबरवत असावी; कारण पाचव्या स्तराच्या वरचा दर्जा तिनं कधी गाठला नाही. सर्वसाधारणपणे त्याला नाजूक, गोऱ्या कातडीच्या, मनोरंजन करणाऱ्या आणि फारशी हुशारी नसणाऱ्या स्त्रिया आवडत. मिंग साम्राज्यातील एका कवीनं त्याची ही आवड नेमकी शब्दांत पकडलेली आहे :

मला वाटतं तू खरंच मोहक आहेस
स्कर्टमधून दिसताहेत मांड्या तुझ्या
माझ्या भावना चाळवणाऱ्या
तुझी कमनीय कंबर
तुझ्या शरीराचा धुंद करणारा गंध
आणि तुझा फुलासारखा चेहरा

शन् माओ स्सह् या आणखी एका कवीनं स्त्रीच्या सौंदर्याच्या कल्पना थेट शयनगृहात नेल्या :

लेसच्या पडद्यांनी पलंगावर झाकलेली ती
नग्न, सुंदर आणि सुडौल
लाल माणकासारखं हृदय तिचं
चेहऱ्यावरल्या लालीसारखं
सुगंधी, बर्फासारखी विरघळणारी
ए, धसमुसळेपणाने चिरडू नकोस
माझ्या केसातली फुलं
माझ्या वाढत्या आवेगाला
लागट दोष देणारी

उ छाव् सक्षम होती, पण तिचा चेहरा सपाट आणि चौकोनी होता. तिचं कपाळ भव्य होतं. आणि थाय चुँगच्या रखेल्यांमध्ये महत्त्वाचं स्थान मिळण्याच्या दृष्टीनं तिचं व्यक्तिमत्त्व फारच जास्त कणखर होतं.

स्वर्गाचे दवबिंदू

थाय चुँगची सम्राज्ञी वन् थ् ही वे साम्राज्याचा वारसा सांगणाऱ्या छांग् सुन् कुटुंबाची सभासद होती. तिने तीन मुलगे आणि तीन मुलींना जन्म दिलेला होता. त्यांपैकी एक, राजकन्या चिन्यांग ही थाय चुँगची लाडकी होती आणि तो दरबारात जायला निघाला की त्याच्याबरोबर ती च्छनहवा द्वारापर्यंत जात असे. पण बारा वर्षांची असताना तिचा मृत्यू झाला. त्या वेळी थाय चुँगने खूप अश्रू ढाळले आणि महिनाभर स्वतःला उपाशी ठेवलं.

जनानखान्यातील इतर ज्येष्ठ स्त्रियांपासून थाय चुँगला आणखी अकरा मुलगे होते, पण वन् थ्चे तीन मुलगेच केवळ त्याच्या नंतर सिंहासनावर बसू शकणार होते. त्यांच्यातला सर्वांत मोठा होता राजपुत्र लि छंग्- च्छ्एन जो थाय चुँगनंतर सम्राट बनणार होता. तो हुशार होता, सक्षम होता आणि वडील राजधानीच्या बाहेर असताना दैनंदिन व्यवहार सांभाळण्याची परवानगी त्याला होती. पण तो जसजसा मोठा होऊ लागला, तसतसा सामान्य मुलग्यांबरोबर आणि नटांबरोबर हिंडूफिरू, वावरू लागला. त्याहून वाईट म्हणजे, त्याने आपल्या चिनी संस्कृतीचा त्याग केला, तो तुर्की कपडे घालू लागला, त्याच्या अवतीभोवती दांडगट मुलगे दिसू लागले आणि तो तुर्की भाषा बोलू लागला. राजवाड्यात एका तंबूत तो राहायला लागला आणि त्याच्या भोवताली भाजलेल्या अख्ख्या बकऱ्या आणि लांडग्याचं मुंडकं असलेली बॅनर्स लटकवलेली असत. लांडग्याचं डोकं हे तुर्कींचं प्रतीक होतं. मंगोलियन गवताळ प्रदेशात राहण्याची आपली इच्छा त्यानं व्यक्त केली होती आणि 'फ्युनरल ऑफ द खान', खानाची अंत्ययात्रा, नावाचा हक्क त्यानं अमलात आणला होता. तो जमिनीवर मृत असल्यासारखा पडून राहत असे आणि त्याच्या लवाजम्यात असलेले लोक त्याच्याभोवती गोल गोल रपेट करत, रडत-भेकत दुःख

व्यक्त करत. त्याला काही आजार होता म्हणून वा काही दुखापत झालेली होती म्हणून असेल, पण तो कमजोरही होता. आणि या सगळ्यामुळे अखेरीला उच्च अधिकारासाठी तो अपात्र ठरवला गेला. खरं तर चीनमधील उत्तमातले उत्तम शिक्षक त्याच्यासाठी आणलेले होते, चांगल्यातलं चांगलं शिक्षण त्याला मिळेल याची काळजी घेण्यात आलेली होती; पण तरीही त्याला भावी सम्राट म्हणून घडवणं कोणालाही जमलं नाही.

वन् थ्चा दुसरा मुलगा होता लि थाय्. वेचा हा राजपुत्र आपल्या मोठ्या भावाच्या तुलनेत खूपच बरा होता. तो गंभीर, अभ्यासू होता, चांगला लेखक होता आणि देखणाही होता. मात्र, लि थाय् हा सम्राज्ञीचा मुलगा नसून सम्राटाच्या इतर स्त्रियांपैकी एकीचा मुलगा होत, असं मानलं गेल्यानं त्याला भावी सम्राटपदाच्या शर्यतीतून बाद करायला हवं होतं. काहीही असलं, तरी थाय चुंगनं खासगीमध्ये त्याला आपला वारस करायचा निर्णय घेतलेला होता आणि त्यामुळे छंग- च्छ्एनपेक्षा त्याला कितीतरी जास्त सवलती मिळत असत. सर्वसाधारणपणे त्याला गव्हर्नर जनरल बनवणं आणि त्यानं बाहेरील प्रांतांना भेटी देणं अपेक्षित होतं. पण त्याऐवजी त्याला छांग- आन्मध्येच ठेवलं गेलं आणि सिंहासनाच्या जवळ असलेल्या घरात हलवलं गेलं. असं म्हणतात की यामुळे दोन भावांमध्ये संघर्ष निर्माण झाला. आपण सुआन ऊ द्वारावर जे केलं तसंच या दोघांपैकी एक जण करेल आणि सगळी सत्ता आपल्या ताब्यात घेईल, अशी भीती मग थाय चुंगला वाटू लागली.

परिस्थिती आणखी बिघडली ती थाय चुंगने लि छंग्- च्छ्एनचा प्रियकर असलेल्या च्छ्अंग् स्सन (ज्याचा अर्थ, तुझ्या हृदयाच्या इच्छेनुसार) नावाच्या तेरा वर्षाच्या गायकाला देहान्ताची शिक्षा दिली तेव्हा. लि छंग्- च्छ्एन दुःखानं आजारी पडला. त्यानं या मुलाचा पुतळा आपल्या घराच्या आवारात उभारला आणि सुतक म्हणून त्याला मद्य अर्पण करू लागला. आपल्या समलिंगी संबंधांबद्दल आपल्या वडिलांना लि थाय्नं माहिती दिली असावी, असा संशय लि छंग्- च्छ्एनला आला. त्यानं मग आपल्या वडिलांच्या पावलावर पाऊल टाकायचं ठरवलं. त्यानं हानचा राजपुत्र असलेल्या थांग चुंगच्याच भावाचा पाठिंबा मिळवला. हा भाऊ दारूडा, स्वैर वागणारा, कोणतीही नैतिक मूल्यं न पाळणारा असा होता. आपल्या राजवाड्यात संगीतासाठी मुलींना आणि मुलांना रुजू करावं या आश्वासनानंतर त्यानं लि छंग्- च्छ्एनला पाठिंबा द्यायचं मान्य केलं. लि थाय्चा खून करायचा, आपल्या वडिलांची गादी उलथून टाकायची आणि स्वतः सम्राट बनायचं, असा कट त्यानं रचला. पण तो अमलात येण्याआधीच त्याविषयीची माहिती सर्वांना समजली. कारण थांग चुंगचा आणखी एक मुलगा, छइचा राजपुत्र लि यू यानं बंड केलं. लि छंग्- च्छ्एनचे सर्व किताब हिसकावून घेतले गेले आणि दक्षिणेच्या छ्वान प्रांतात त्याची हकालपट्टी

करण्यात आली. पुढच्या वर्षी तिथेच त्याचा मृत्यू झाला. हानच्या राजपुत्राला स्वतःलाच मारून घेण्याचा आदेश दिला गेला आणि लि छंग्- च्छ्वानच्या इतर पाठीराख्यांचा शिरच्छेद केला गेला. मात्र, त्यांच्या बायका आणि मुलांना अभय दिलं गेलं. त्या वेळची पद्धत पाहता, हे वागणं सौम्यपणाचंच होतं आणि फारच दुर्मिळही.

सम्राटाचा वारस म्हणून आता लि थाय्चंच नाव होतं. मात्र, त्याच्या वारशाला विरोध केला तो थाय चुँगचा सर्वांत विश्वासार्ह सल्लागार छांग्- सुन् ऊ- च्छ्ने. हा स्वर्गीय सम्राज्ञी वन् थ्चा भाऊ होता. दरबारातील चित्रकार आणि मंत्री लि- पन् याने राजवाड्याच्या लिंगयेन टॉवरमध्ये ज्या चोवीस संस्थापक सरदारांची चित्रं काढली होती, त्यांत छांग्- सुन् ऊ- च्छ्चं नाव पहिलं होतं. थांग साम्राज्य प्रस्थापित करण्यासाठी जे लढले, त्यांची ही चित्रं होती आणि त्यात सुआन ऊ द्वारावर थाय चुँगला सत्ता काबीज करण्यासाठी ज्यांनी मदत केली, त्यांचाही समावेश होता. छांग्- सुन् ऊ - च्छ् हा तेव्हा कट रचणाऱ्यांपैकी एक होता.

लि थाय्च्या ऐवजी थाय चुँगनं आपला तिसरा मुलगा लि च्छ्ह या च्छ्नच्या राजपुत्राला आपला वारस नेमावा अशी सूचना छांग्- सुन् ऊ - च्छ्नं केली. लि थाय् हा वन् थ्चा मुलगा नसल्यानं तो सम्राट बनला तर छांग- सुन् कुटुंबाचा प्रभाव कमी होईल असं म्हटलं जात होतं. वस्तुस्थिती अशी होती की, लि थाय् खूप जास्त शिकलेला असल्यानं छांग्- सुन् ऊ - च्छ्ला त्याच्यावर नियंत्रण ठेवणं कठीण गेलं असतं. लि थाय् तेव्हा भौगोलिक नोंदी असणाऱ्या पाचशे चर्मपत्रांचा मुख्य संपादक होता. नंतर असं लक्षात आलं की वारसा मिळवण्याच्या आशेनं लि च्छ्ह हा हानचा राजपुत्र असलेल्या स्वैराचारी काकाच्या जवळ आहे म्हणून लि थाय् त्याला खूप त्रास देत होता. आणि मग हा प्रश्नच संपुष्टात आला. गादीवर बसलेला सम्राट हयात असतानाच सिंहासनावर बसण्याची आपली महत्त्वाकांक्षा अशी उघड करणं हे देशद्रोह करण्यासारखं मानलं जात असे.

'एखाद्या पदावर डोळा ठेवणारी व्यक्ती त्या पदासाठी लायक नसते,' थाय चुँगनं जाहीर केलं.

राजपुत्रांमधला लि थाय्चा स्तर कमी करण्यात आला आणि त्याची हकालपट्टी झाली. त्यानंतर दोन वर्षांनी तो विजनवासात असतानाच मृत्यू पावला.

या घटनेने थाय चुँगच्या मनावर खूप गहिरा परिणाम झाला. आपले दोन मुलगे आणि एक भाऊ यांनी आपला विश्वासघात करायचा प्रयत्न केला, असं त्याला वाटू लागलं. स्वतःच्या भ्रातृहत्येची आठवण होऊन तो इतका अस्वस्थ झाला की भिंतीवरील रॅकमधून त्यानं आपली तलवार काढली आणि स्वतःला संपवून टाकण्याची धमकी दिली. मात्र, त्याचा सल्लागार छु स्वे ल्यांग्नं त्याला यापासून परावृत्त केलं.

ल्यांग् हा प्रसिद्ध हस्ताक्षरकला तज्ज्ञ होता आणि त्याच्या कामाविषयी आजही आदरानं बोललं जातं.

वारसदार ठरवणं अत्यावश्यक होतं, त्यामुळे लि च्छ्हला भावी वारस घोषित करण्यात आलं आणि यापुढे वारसाविषयी जो कोणी प्रश्नचिन्हं निर्माण करेल त्याला देहान्ताची शिक्षा होईल, असा आदेश काढला गेला. मात्र, थाय चुँगला स्वतःलाच लि च्छ्हच्या कर्तृत्वाविषयी शंका होती, आपला मुलगा चिंताग्रस्त असतो, तो मवाळ आहे आणि फारसा हुशारही नाही, असं त्याचं मत होतं. त्यानं मग स्वे सम्राट यांग्- थिच्या मुलीला झालेला मुलगा, ऊचा राजपुत्र लि खो या आपल्या आणखी एका मुलाचं नाव पुढे केलं. पण लि खो हा छांग्- सुन् कुटुंबातला नसल्यानं, छांग्- सुन् ऊ - च्छ्ने त्याच्या नावाला विरोध केला. त्याऐवजी योग्य पत्नी मिळाली तर लि च्छ्ह हाच परिणामकारक सम्राट बनेल असं त्यानं थाय चुँगला पटवून दिलं. त्यांनी मग सम्राटाच्या एका अधिकाऱ्याच्या मुलीची निवड केली. या अधिकाऱ्याच्या कुटुंबानं राजघराण्याशी सोयरिक केलेली होती. भावी सम्राज्ञी वांग् ही उ छाव्च्याच प्रांतातली होती आणि तिच्या गुणांसाठी प्रसिद्ध होती. तिची एक आजी म्हणजे सम्राट खाव- त्सुची बहीण थॉनकान्ची महान राजकन्या. तिनेच हे लग्न जुळवून आणलं. त्यानंतर थाय चुंग उरलेली वर्षं आपला वेळ आपल्या मुलासाठी थि फान् म्हणजे सम्राटासाठी योजना, हे राजकीय गाइड लिहिण्यात घालवू लागला. लि च्छ्हला मग राजकारण शिकवण्यासाठी ज्येष्ठ तज्ज्ञांची शिकवणी दिली जाऊ लागली आणि वडिलांना पूर्ण खात्री नसतानाही तो सिंहासनावरचा वारसदार राजपुत्र राहिला.

थाय चुँगच्या अखेरच्या काळावर वारशासाठी झालेल्या कारस्थानांचं सावट पडलेलं दिसतं. ६४५मध्ये त्यानं कोरिआवर अपयशी आक्रमण केलं, त्यासाठी त्याच्यावर प्रचंड टीका करण्यात आली आणि मग तो आजारीच पडला. त्यानंतर ६४८ या वर्षात एक विचित्र अपशकुन घडला. शुक्र हा ग्रह वेळोवेळी दिवसाउजेडी आकाशात दिसू लागला. दरबारातील राजज्योतिष्यानं त्याचा अर्थ लावताना, आता एक स्त्री सिंहासनावर बसणार आहे, असं सांगितलं. तीन पिढ्यांनंतर थांग साम्राज्याचा ऱ्हास होईल आणि त्या जागी सिंहासनावर एक स्त्री बसेल, तिचं नाव पुन्हा एकदा ऊ- वांग् म्हणजे युद्धाचा राजपुत्र असं असेल, अशी अफवा उठली. यावर विश्वास ठेवणं कठीण होतं. कारण चीनच्या दीर्घ इतिहासामध्ये मृत पतीकडून आपोआप चालत आलेलं सम्राज्ञीपद मिळवणाऱ्या स्त्रिया झालेल्या होत्या, सम्राटाच्या जनानखान्यातील काही स्त्रियांना सम्राज्ञीपद मिळालेलं होतं, पण थेट ड्रॅगन सिंहासनावर कधीही कोणीही स्त्री बसलेली नव्हती.

एक दिवस थाय चुंग आपल्या अधिकाऱ्यांबरोबर पेयपान करत बसलेला होता

आणि विषय निघाला लहान असताना त्यांना हाक मारत असलेल्या लाडाच्या नावांचा. एका अधिकाऱ्यानं आपलं लाडाचं नाव, ऊ निआंग, म्हणजे पाचवी मुलगी, असं असल्याचं सांगितलं. यावर सम्राट हसला आणि म्हणाला, 'इतकी ताकदवान आणि धैर्यवान, कशाप्रकारची मुलगी आहेस तू?'

मात्र, त्या अधिकाऱ्याच्या नावात ऊ हे अक्षर असल्यानं सम्राटाला संशय येऊ लागला की न जाणो, हाच तो युद्धाचा राजपुत्र निघाला तर? या अधिकाऱ्याला मग दूरच्या एका प्रांतात पाठवलं गेलं आणि आणखी काही नवी कारस्थानं शिजत आहेत, अशी बातमी कळल्यानंतर बिचाऱ्याला देहान्ताची शिक्षा दिली गेली.

पण तरीही या अफवा थांबत नव्हत्या. थाय चुँगनं आपल्या सर्वांत नावाजलेल्या ज्योतिष्याचा सल्ला घेतला. या ज्योतिष्यानं त्याला सांगितलं की आणखी चाळीस वर्षांत थांगचं कुटुंब जवळपास नष्ट होणार आहे. त्याहून वाईट म्हणजे जिच्यामुळे हे घडणार आहे त्या स्त्रीचा याआधीच राजवाड्यात प्रवेश झालेला आहे. ज्यांच्या ज्यांच्यावर संशय आहे अशा सर्वांना मारून टाकलं तर काय होईल असा प्रश्न मग थाय चुँगनं केला. नियतीची इच्छा अशी सहजासहजी बदलता येणार नाही, असं उत्तर राजज्योतिष्यानं दिलं. शिवाय, ज्या व्यक्तीमुळे हे घडणार आहे ती व्यक्ती जिवंत राहिली तर चाळीस वर्षांत ती वयानुसार शांत होईल ज्यामुळे थांग साम्राज्याला असलेला धोका थोडा सौम्य होऊ शकेल. पण ती व्यक्ती जर मारली गेली तर तिची जागा दुसरी व्यक्ती घेईल आणि थांग साम्राज्य पूर्णपणे निपटून जाईल. हे ऐकल्यावर थाय चुँगनं काहीही न करण्याचा निर्णय घेतला आणि हा विषय संपला.

हे सगळं होत असताना उ छाव्‌चा संशय कोणाला येण्याचा प्रश्नच नव्हता. तिचं आडनाव उ असलं, तरी ते 'उ'साठी नेहमी वापरलं जाणारं अक्षर नव्हतं आणि राजवाड्यातील उतरंडीमध्ये ती इतक्या खालच्या स्तरावर होती, की तिच्याकडे लक्ष जाण्याची शक्यताच नव्हती. पण उ छाव्‌नं 'त्या' अपशकुनाविषयी ऐकलेलंच असणार. यात भर पडली असणार युएन थिएन खांग या चेहरा वाचणाऱ्यानं तिच्या लहानपणी वर्तवलेल्या भविष्याची. स्वाभाविकच तिच्या मनात बराच काळ रेंगाळत असणाऱ्या महत्त्वाकांक्षेला त्यामुळे खतपाणीच मिळालं असणार. खेरीज, सम्राट थाय चुँगचं वय होत आहे, तो कमजोर होत आहे आणि आपल्याला पुढे जायचं तर राजपुत्र लि च्छ्‌हवाचून पर्याय नाही, हेही तिनं जाणलं असणार.

उ छाव्‌ बहुधा लि च्छ्‌ह लहान असल्यापासून त्याला ओळखत असावी. ती राजवाड्यात आली तेव्हा तो दहा वर्षांचा होता आणि एका नोंदीनुसार, त्याची आई तो आठ वर्षांचा असतानाच निधन पावल्याने थाय चुँगनं त्याला आपल्याबरोबर राजवाड्यातच ठेवलेलं होतं. वयाच्या पंधराव्या वर्षी त्याला सिंहासनाचा भावी वारसदार म्हणून नेमण्यात आलं तेव्हा परंपरेनुसार तो फक्त पूर्वेकडच्या राजवाड्यात

राहायला गेला असावा. लि च्छ्ह विशीत असताना तो पुन्हा एकदा उ छाव्च्या संपर्कात आला असणार. कोरिआमधल्या प्रचंड मोठ्या पराभवानंतर थाय चुँग अधिकच अशक्त झाला होता आणि त्यानं आपल्या या मुलाला आपल्या शेजारच्याच घरात राहायला येण्याची आज्ञा दिली. खरं तर हे परंपरेला धरून नव्हतं. सम्राटाच्या शेवटच्या आजारपणात लि च्छ्ह अनेकदा त्याच्या भेटीसाठी जात असे. उ छाव्ही तिथे हजर असे. अधिकृत इतिहासामध्ये असलेल्या एका संक्षिप्त नोंदीनुसार त्या वेळी भावी वारसदार उ छाव्ला भेटत असे आणि त्याला तिचं कौतुकही होतं. थाय चुँग जिवंत असतानाच त्या दोघांमध्ये संबंध निर्माण झाले, अशा अप्रत्यक्ष अफवाही आहेत. पण याहूनही अधिक रोमँटिक अशी एक गोष्ट आहे. एक दिवस आपल्या वडिलांना भेटायला गेलेला असताना लि च्छ्हला नैसर्गिक विधीसाठी जायचं होतं. उ त्याच्याबरोबर गेली. सम्राटाच्या सेवेत असलेल्या मुलीनं पुरुषाबरोबर प्रसाधनगृहात जायचं आणि नंतर त्याला हात धुण्यास मदत करायची, यात काही वेगळं नव्हतं, ते नेहमीच घडत असे. तेव्हाच्या भाषेत लघवीला जायचं असलं की सौम्य भाषेत कपडे बदलायला जाणं, असं म्हटलं जायचं. असं सांगतात की, शह् छुंगमधील वांग थुन् नावाचा एक श्रीमंत अधिकारी 'कपडे बदलायला' दहा सौंदर्यवती मुलींना सोबत घेऊन जात असे आणि त्यांच्यासमोर आनंदानं नग्न होत असे.

बाथरूममध्ये लि च्छ्ह किती कमी कपड्यांमध्ये होता हे माहीत नाही; मात्र, त्याचे 'कपडे बदलून' झाल्यानंतर हात धुण्यासाठी उ छाव् पाण्याचं पात्र घेऊन उभी होती. ती त्याच्यासमोर आपल्या गुडघ्यांवर बसली आणि तिने ते पात्र त्याच्यासमोर धरलं तेव्हा त्यातले थोडे शिंतोडे तिच्या चेहऱ्यावर उडाले. लि च्छ्हने तिची पावडर विस्कटल्याबद्दल माफी मागितली.

'पाऊस आणि धुकं यांचे उपकार मी नम्रपणे स्वीकारते,' उ छाव्नं उत्तर दिलं. यात खूप मोठा अर्थ दडलेला होता कारण लैंगिक समागमासाठी कवितेमध्ये 'ढग आणि पाऊस' हा चिनी वाक्प्रचार म्हणून वापरला जात असे.

दुसऱ्या एका नोंदीनुसार उ छाव्चे शब्द होते, 'स्वर्गातील दवबिंदूंचे शिंतोडे उडणं हा माझा सन्मान आहे.' इथेही तिने वापरलेल्या शब्दांमध्ये लैंगिक इशारे आहेत. ही कथा उ छाव् हयात असतानाच सांगितली जाऊ लागली होती. होय, सिंहासन काबीज करण्याची योजना आखताना तिनं गादीचा वारसदार 'कपडे बदलत' असतानाच्या संधीचा उपयोग करून त्याला आपल्या जाळ्यात ओढलं असा आरोप तिच्यावर केला गेला होता. लि च्छ्ह हा आयुष्यभर एक कमजोर इच्छाशक्तीचा पुरुष म्हणून ओळखला गेला. बाटली आणि आपलं शरीर या दोन्ही बाबतीत तो ढिला होता असं म्हटलं जायचं. त्याच्या वडिलांची रखेल असली आणि वडिलांच्या ठेवलेल्या स्त्रीबरोबर संभोग करण्याला गळा दाबून मृत्यू देण्याचा दंड

असला तरीही उ छाव्सारख्या सुंदर मुलीकडून आलेलं हे आमंत्रण त्यानं झिडकारलं असेल, हे शक्य वाटत नाही.

थाय चुँग कोरिआहून परतल्यानंतर आणि त्याच्या मृत्यूच्या आधी राजघराण्यामध्ये एक मोठं प्रकरण बाहेर आलं. भावी वारसदार लि च्छ्ह याच्याबरोबर संबंध सुरू करणं हे उ छाव्साठी किती धोकादायक असू शकत होतं याची कल्पना या प्रकरणावरून येते. थाय चुँगच्या एकवीस मुलींपैकी सतरावी असलेली राजकन्या काव्यांग् ही हयात असलेल्या मुलींपैकी त्याची सर्वांत लाडकी होती. फांग् स्वान-लिंग् या मंत्र्याच्या दुसऱ्या मुलाशी, फांग ई-आयशी तिचं लग्न झालेलं होतं. या दरम्यान स्वान- त्सांग या महान भिक्खूचं थांगमध्ये आगमन झालं. एकोणीस वर्षं प्रवास करून तो परतला होता आणि सोबत त्यानं भारतातून बौद्ध धर्माविषयीचे खूप ग्रंथ आणलेले होते. या ग्रंथांच्या अनुवादासाठी त्याला सरकारी अनुदान आणि पाठिंबा दिला गेला. त्याच वेळी आपल्या दक्षिण आशियातील प्रवासाचं वर्णन लिहिण्यासाठी त्यानं पिएन्- चि नावाच्या एका तरुण भिक्खूची नेमणूक केलेली होती. पिएन्- चिची अभ्यासाची जागा म्हणजे एक झोपडी होती जी राजकन्या काव्यांगच्या इस्टेटीच्या सीमेच्या आतमध्ये होती. एक दिवस आपल्या नवऱ्याबरोबर शिकारीला गेली असताना तिची आणि पिएन्- चिची भेट झाली. आणि त्यानंतर त्या दोघांचं प्रेमप्रकरण सुरू झालं. आपल्या नवऱ्यानं शांत राहावं म्हणून तिनं त्याला दोन गुलाम मुली आणि खूप सारी संपत्ती दिली. पिएन्- चिलाही बक्षीस दिलं गेलं. कालांतरानं राजवाड्यातून एक सोन्याची उशी हरवल्याचं लक्षात आलं आणि ती उशी पिएन्- चिच्या झोपडीत सापडली. राजकन्या काव्यांगनं ती उशी आपल्याला भेट दिली असल्याचं त्यानं सांगितलं. परिणामी, या दोघांचं प्रकरण असल्याचं उघडकीस आलं. प्रचंड संतापलेल्या तिच्या वडिलांनी राजकन्येला दरबारातून हाकलून लावलं आणि पिएन्- चिला व त्याबरोबर राजकन्येनं आपल्या नवऱ्याला दिलेल्या दोन गुलाम मुलींनाही देहान्ताची शिक्षा दिली गेली. मात्र, आपल्या मृत्यूपूर्वी पिएन्- चिने स्वान- त्सांग्चं पुस्तक लिहून पूर्ण केलेलं होतं. प्राचीन काळातील पहिल्या काही प्रवासवर्णनांमध्ये या पुस्तकाचा उल्लेख केला जातो. चीन आणि भारत यांच्या दरम्यान राहत असलेली माणसं, त्यांची संस्कृती यांच्या तपशीलवार नोंदी त्यामध्ये आहेत. पुढे, पिएन्- चिने लिहिलेल्या स्वान- त्सांगच्या या प्रवासवर्णनामध्ये भारतातून आलेली मंकी किंग, माकड राजाची दंतकथा मिसळली गेली आणि कथाकथनामधली ती एक लोकप्रिय गोष्ट बनली. आणि त्यानंतर ही कथा मिंग साम्राज्यात उ छन्कननं लिहिलेल्या 'जर्नी टु द वेस्ट' या पुस्तकामध्ये कादंबरीच्या स्वरूपात प्रसिद्ध झाली. 'द मंकी किंग' या नावानं ती टीव्हीवरही प्रसारित झालेली आहे.

वारसदार असलेला राजपुत्र आणि उ छाव् यांच्यात बाथरूममध्ये किंवा इतरत्र काय घडलं याचा नजीकच्या काळावर काहीच परिणाम होणार नव्हता. राजवाड्याच्या रीतीनुसार, सम्राटाच्या मृत्यूनंतर ड्रॅगन पलंगावर त्याची सेवा केलेल्या सर्व स्त्रियांचं केशवपन करून त्यांना कॉन्व्हेंटमध्ये म्हणजे मठात पाठवून दिलं जात असे. कदाचित, सम्राटाला मूलबाळ न देणाऱ्या स्त्रियांपुरतीच ही रीत मर्यादित असावी. त्यामुळे ६४९मध्ये छन् ख्वानच्या तेविसाव्या वर्षात वयाच्या पंचावन्नाव्या वर्षी थाय चुँगचं निधन झाल्यानंतर उ छाव् आणि तिच्या सर्व सहकारी स्त्रियांचं केशवपन करण्यात आलं आणि त्यांची रवानगी नन् झालेल्या स्त्रियांसाठी असलेल्या मठात करण्यात आली. यापुढचं आयुष्य त्यांनी तिथेच घालवायचं होतं. खान् ये या बौद्ध मठात केशवपन केलेली उ छाव् आली तेव्हा तिचं भविष्य फारसं आशादायी नव्हतं. तिचं वय तेव्हा केवळ चोवीस होतं. मात्र त्या काळात चीनमधल्या बौद्ध मठातलं आयुष्य फारसं भीतिदायक नसे. चीनमध्ये प्राचीन काळातील बौद्ध साध्वींना श्रीमंती झगे आणि भेटी दिल्या जात. च्छ् आणि ल्यांग साम्राज्याच्या उत्तरार्धात या साध्वींनी आपल्याला मिळालेल्या देणग्या आणि भेटी दान करून टाकल्या आणि केवळ अंबाडीपासून बनवलेल्या स्ट्रॉच्या चपला आणि कपडे त्या वापरू लागल्या. मात्र, उ छाव्ने मठात प्रवेश केला तेव्हा तिथल्या साध्वी सर्वसामान्य बायकांप्रमाणेच कपडे घालत आणि शासन त्यांची काळजी घेत असे. भारतात मात्र बौद्ध साध्वींची परिस्थिती फार वाईट होती आणि जगण्यासाठी त्यांना अन्नाची भीक मागावी लागत असे. अर्थात, थांग साम्राज्याच्या काळात चीनमधल्या अनेक बौद्ध आणि थाव् मठांचा लौकिक फारसा चांगला नव्हता. पवित्र कुमारिकांसाठी ती जागा योग्य नाही, ज्यांना कुटुंब उरलेलं नाही अशा घटस्फोटिता आणि विधवांसाठी ती सोय आहे, असं म्हटलं जात असे. आपल्या नावाची नोंद न करता ज्या स्त्रियांना वेश्याव्यवसाय करायचा असे, त्याही तिथे राहायला जात. आयुष्यभर राजघराण्याने आपली काळजी घ्यावी म्हणून काही जणी दीक्षा घेत. यु शुएन्चि या थांग कवयित्रीसारख्याही काही होत्या, ज्या मठामधून अंगवस्त्राचं काम करत. धार्मिक प्राधिकरणं मठांना मुबलक प्रमाणात अन्न आणि मद्य यांचा पुरवठा करत असे आणि तिथे नियमितपणे जेवणखाण, मद्य यांच्या पार्ट्या होत. अशा प्रसंगांमधूनच विधवा किंवा घटस्फोटित स्त्रीला एखाद्या श्रीमंत पुरुषाची रखेल म्हणून पुन्हा एकदा कौटुंबिक आयुष्य जगण्याची संधी मिळत असे.

या पार्ट्यांमध्ये दारू भरपूर वाहत असायची. खरं तर चीनमध्ये तेव्हा सव्वीस प्रकारचं पाणी उपलब्ध होतं. वितळलेल्या बर्फाचं पाणी जे दारूचा अंमल दुसऱ्या दिवशी कमी करण्यासाठी प्यायला दिलं जात असे, जेड पाणी ज्यामुळे केस पिकत नसत, सापाचं विष उतरवण्यासाठी डुकराच्या टाकीतलं पाणी प्यायला दिलं जात

असे, फळं आणि व्हिनेगरचं पाणी असे खूप प्रकार होते. पण तरीही चिनी लोकांना दारूच पसंत असे. बहुतेक चिनी लोकांमध्ये दुधाचं पचन करतात ते वितंचक किंवा एन्झाईम्स कमी प्रमाणात असत आणि चहा हे पेय सातव्या शतकात दक्षिणेमध्येच प्यायलं जात असे. स्थानिक द्राक्षांपासून तयार केलेली दारू तिथे मिळायची; पण काळी, पिवळी आणि पांढरी द्राक्षं चीनमध्ये अनेक शतकं आधीपासून आयात होत. मात्र मध्य आशियातून नुकतीच जांभळ्या द्राक्षांची एक नवीन जात आलेली होती. ही द्राक्षं लांबट असल्याने त्यांना 'घोडीची स्तनाग्र' असं नाव पडलेलं होतं. थांगमधल्या लोकांना वाइन कशी बनवतात ते माहीत होतं. ही प्रक्रिया अजिबातच कठीण नव्हती; कारण वेलीच्या बुरशीमुळे द्राक्षांमधल्या साखरेचं विघटन होऊन त्यापासून आपोआप मद्य बनत असे. पण हा प्रकार फारसा लोकप्रिय झाला नाही. दक्षिणेतल्या लोकांना केळी, चिनी स्ट्रॉबेरीज, विड्याचं पान यापासून बनवलेली वाइन अधिक आवडायची. तर, थांग आणि उत्तरेतल्या इतर चिनी लोकांना त्यांच्या तुर्की पार्श्वभूमीमुळे घोडीच्या दुधाच्या विरजणापासून बनवलेलं खोमिस जास्त आवडायचं. सर्वसामान्यपणे, रोजच्या अपेयपानासाठी उत्तरेतील लोक ज्वारी किंवा बाजरी आणि दक्षिणेतील लोक तांदळाचा उपयोग करत. ही प्रक्रिया गुंतागुंतीची होती, उकळून, गाळून एल किंवा तांदळाची वाइन बनत असे. एल आणि मिरी आणि आलं यांच्या मिश्रणाची काळ्या मिरीची वाइन नवीन वर्षाच्या पहिल्या दिवशी प्यायली जायची. उन्हाळा खूप वाढला की फिश एलची लोकप्रियता वाढायची. कापूर आणि मासा या एलच्या मिश्रणात टाकला जायचा आणि ही वाइन तयार व्हायची. याशिवाय कमळ, मध, बांबूची पानं आणि डाळिंबाचा रसही त्यात मिसळला जात असे. काही जण घरीही ब्रुईंगची ही प्रक्रिया करत आणि त्यापासून अधिक उच्च प्रतीची एल बनते असं मानलं जायचं. राजपुत्रही त्यात सामील व्हायचा आणि त्या एलला 'स्वीट ड्यू', गोड दवबिंदू असं नाव होतं. कोणत्याही स्वागत समारंभात किंवा सामाजिक कार्यक्रमांमध्ये अपेयपान मोठ्या प्रमाणावर होत असे आणि थांगच्या काळात अगदी दरबारातही, दारूने झिंगलेल्या व्यक्तीकडे वाईट नजरेनं पाहण्याची पद्धत नव्हती. हिवाळ्यामध्ये प्रचंड थंडी असली की सकाळी नाश्त्याच्या आधीपासूनच प्यायला सुरुवात व्हायची आणि दिवसभर ते चालायचं.

बौद्ध धर्मामध्ये दारूवर तांत्रिकदृष्ट्या बंदी असली, तरी मॉनेस्ट्री आणि मठांमध्ये दारू प्यायली जात असे. उलट, राजघराण्यातील वाढदिवसासारख्या समारंभात तर ती पिणं सक्तीचं असे. थांगच्या वैद्यकीय पुस्तकांमध्ये हँग ओव्हर आल्यानंतर काय काय करावं याविषयी भरपूर माहिती आहे. खेरीज, नशा जास्त होऊ नये यासाठी दारूमध्ये काय काय घालाव, हेही सांगितलेलं आहे आणि काही वेळा ते भयंकर आहे. उदाहरणार्थ, घोड्याचा घाम आणि उंदराच्या पाठीची त्वचा यासारख्या

गोष्टींचा त्यात समावेश होता, म्हणजे दारूड्या माणसाची दारू सुटणार हे निश्चित!

खान् ये चा अर्थ, आयुष्यात आपण केलेल्या कर्माची जाणीव, असा होता. या मठात असताना उ छाव्चं मन त्या भिंतींच्या पलीकडे असलेल्या जगात भिरभिरत असावं. असं म्हणतात की सम्राट थाय चुंगच्या मृत्यूनंतर कोंडलेल्या अवस्थेत तिने लिहिलेली कविता आता सम्राटपदावर बसलेल्या स्वर्गपुत्र बनलेल्या लि च्छ्हला उद्देशून होती. लि च्छ्हने आता मंदिराचं नाव म्हणून खाव् चुंग हे नाव धारण केलेलं होतं. आजही ती कविता उपलब्ध आहे. ती लिहिते,

लाल रंग हिरवा होताना मी पाहतेय,
माझे विचार एकमेकांमध्ये गुंतून जात आहेत
माझ्या परमेश्वरा, तुझ्या प्रेमाने मी पार विस्कटून जातेय
तुझा विश्वास बसत नाहीये, पण मी फक्त अश्रू ढाळतेय
उघड माझं हृदय उघड आणि डाळिंबी लाल रंगाच्या स्कर्टचा घे शोध

आणि उ छाव्साठी आशेचा किरण होताही. मठामध्ये राहून भविष्याचा विचार करणं, निराश होणं आणि दारू पीत राहाणं यातून तिच्या आयुष्याची सुटका होईल अशी काही यंत्रणा तेव्हा राजवाड्यात होती. खाव् चुंग एका स्त्रीच्या प्रेमात पडला होता आणि ती त्याची पत्नी नव्हती. तिचं नाव होतं स्याव्. ती पहिल्या दर्जाची रखेल होती, दक्षिण चीनमधल्या च्छ किंवा ल्यांग् साम्राज्याशी तिचं बहुधा नातं असावं. या दोन्ही साम्राज्यांनी एकमेकांमध्ये लग्न करून सरकारमधल्या जागा मिळवलेल्या होत्या. शेवटची स्वे सम्राज्ञी स्याव् म्हणजे यांग- थिची पत्नी, ही ल्यांग्ची राजकन्या होती आणि त्याच कुटुंबाची सभासदही. राजघराण्याच्या जनानखान्यामध्ये या स्याव्ने शु फे किंवा पवित्र रखेल अशी पदवी मिळवली होती आणि पहिल्या दर्जाच्या चार स्त्रियांमध्ये तिचा क्रमांक दुसरा होता. सिंहासनावर बसण्याआधीपासूनच ती खाव्-चुँगची रखेल होती, तिनं दोन मुली आणि एका मुलाला जन्म दिलेला होता. या मुलानं भविष्यात सम्राटपद मिळवावं म्हणून मूलबाळ नसलेल्या सम्राज्ञी वांग्ची जागा घेण्याचा तिचा प्रयत्न होता. त्याला सम्राज्ञी वांग्ने प्रत्युत्तर दिलं ते लि छुँगला दत्तक देऊन. लि छुँग हा च्छ्एनचा राजपुत्र होता आणि खालच्या दर्जाच्या रखेलीचा मुलगा. छांग्- सुन् ऊ - च्छ्ची तिला साथ मिळाली आणि लि छुँग सिंहासनाचा भावी वारसदार बनला. मात्र यामुळे या दोन बायकांमधला संघर्ष अधिकच तीव्र झाला आणि आपल्या मुलग्यानेच राजसिंहासनावर बसायला हवं यासाठी दोघींमध्ये स्पर्धा सुरू झाली.

थाय चुँगच्या पुण्यतिथीच्या दिवशी खाव्-चुंगनं आपल्या वडिलांच्या स्मरणार्थ

खान येच्या मठाला औपचारिक भेट दिली. उ छाव् तेव्हा त्या मठातच होती. हा मठ भल्यामोठ्या राजघराण्याच्या बगिच्याच्या उत्तरेला वसलेला होता आणि राजवाड्यापासून तो फार दूर नव्हता. (आज या जागेवर एक प्राथमिक शाळा बांधलेली आहे). तिथे, बहुधा, योगायोगानं त्याने उ छाव्ला बघितलं असावं. असं म्हणतात की एकमेकांना पाहून त्यांच्या डोळ्यांत अश्रू आले. तो सिंहासनाचा भावी वारसदार असताना आणि ती त्याच्या वडिलांची रखेल असताना या दोघांमध्ये काहीतरी नातं निर्माण झालं होतं हेच यातून दिसून येतं. सम्राज्ञीला ही गोष्ट कळली आणि तिनं या गोष्टीचा उपयोग करायचं ठरवलं. आपली प्रतिस्पर्धी स्यावला सम्राटाच्या मर्जीतून उतरवण्यासाठी तिनं एक कट रचला. उ छाव्नं आपले केस पुन्हा वाढवावेत असा निरोप तिने धाडला. मग सम्राटानं आपल्या मनाची हाक ऐकावी आणि उ छाव्ला पुन्हा राजवाड्यात बोलवावं, इतकंच नाही, तर सर्व रूढी परंपरा धुडकावून, तिला आपल्या जनानखान्यात सामील करून घ्यावं, अशी गळ तिनं सम्राटाला घातली. ही गोष्ट आणखीही वेगळ्या पद्धतीनं सांगितली जाते. असं म्हणतात की स्वतः साम्राज्ञीनंच उ छाव्ला राजवाड्यात पुन्हा बोलावून घेतलं. आणि मग सम्राटाच्या सन्मानार्थ दिल्या गेलेल्या एका मेजवानीमध्ये उ छाव्ला आणलं गेलं. पुरुषाला आव्हान देणारे कपडे, नव्यानं वाढलेले लांबसडक केस पाहून सौंदर्यानं घायाळ होणारा सम्राट ताबडतोब तिला घेऊन आपल्या शयनगृहामध्ये गेला. सम्राटाच्या हृदयातली स्याव्ची जागा आता उ छाव्नं घेतली आणि आपल्या प्रतिस्पर्ध्याचा काटा निघाला म्हणून सम्राज्ञी खूश झाली. उ छाव् ही आपल्या बाजूची आहे, मित्रपक्ष आहे असं सम्राज्ञी मानत होती. सार्वजनिक समारंभामध्ये सम्राट आणि उ छाव्च्या अशा एकत्र येण्यामुळे पुढे उ छाव्वर अनैतिक शारीरिक संबंध ठेवल्याचा आरोपही केला गेला. आपला मत्सर शमवण्याच्या नादात सम्राज्ञी वांग्नं 'एका वाघाला डोंगरावर मोकाट सोडलं' असं म्हटलं गेलं.

सुरुवातीला, उ छाव्चं वर्तन हे वाघासारखं अजिबातच नव्हतं. माजी सम्राटाची रखेल म्हणून राजवाड्यातील तिचं स्थान अगदी अनैतिक म्हटलं नाही तरी अयोग्य होतं आणि त्याची जाणीव असल्यानं तिला कुणाशी शत्रुत्व घेणं परवडणारं नव्हतं. सम्राज्ञी वांग्बरोबर ती अतिशय नम्रपणे आणि आदरानं वागत असे. पण शयनगृहात मात्र तिनं झपाट्यानं सम्राटाची मर्जी संपादन केली आणि त्यानं लवकरच तिला छाव्- ई हे वरचं पद दिलं. छाव्- ईचा अर्थ आहे तेजस्वी आचरण. आता दुसऱ्या दर्जाच्या नऊ स्त्रियांमधली ती पहिली बनली. खाव्- त्सुचे सुरुवातीचे अनुयायी असलेल्या तेरा मंत्र्यांच्या मरणोत्तर पदव्या अधिक वरच्या स्तराच्या केल्या. यामुळे उ छाव्च्या वडिलांच्या प्रतिष्ठेमध्ये भर पडली. दरबारामध्ये सम्राटाच्या या वागण्यामागचा उद्देश कोणाच्या लक्षात आला नसेल, अशी शक्यता नाही.

खाव्- चुँग आणि उ छाव् यांचे हे असे नातेसंबंध टीकेला पात्र होऊ शकले असते. विशेषतः स्वतःला मूळ वंशाचे समजणाऱ्या दक्षिणेतल्या चिनी लोकांकडून. उत्तरेतल्या लोकांमध्ये लि कुटुंबासारखे तुर्की वंशाचे लोकही होते आणि त्यांच्यात अशा प्रकारचे नातेसंबंध बघायला मिळत. लिंच्या सुरुवातीच्या चरित्रांमध्ये पुरुषाने आपल्या भावाच्या विधवेशी लग्न केल्याची, दोन बहिणी एकाच नवऱ्याबरोबर राहण्याची अनेक उदाहरणं सापडतात. थाय चुँगनं स्वतःही लुच्यँगचा राजपुत्र असलेला आपला चुलतभाऊ लि वान् याच्या अंगवस्त्राला आपलंसं केलेलं होतं आणि तिला सम्राज्ञीच्या पदापर्यंत नेण्याची त्याची इच्छा होती. पण अखेर त्याचं मन वळवण्यात त्याच्या भोवतालच्या लोकांना यश आल्यानं ती बारगळली. ही च्छची माजी राजकन्या लेडी यांग् होती, लि वान्-च्छची विधवा होती आणि उ छाव्ची चुलत बहीणही. तिच्याच नवऱ्याला थाय चुँगनं सुआन ऊ द्वारावर ठार मारलं होतं. अर्थात, आपल्या मूळ वंशाच्या चिनी मंत्र्यांविषयी आदर दाखवण्याकरता उ छाव्चे खाव्- चुँगच्या वडिलांशी असलेले संबंध पुसट करण्याचा प्रयत्न होणं आवश्यक होतं. पण सर्वसाधारणपणे खाव्- चुँगच्या दरबारात सर्व प्रकारच्या लैंगिक संबंधांना परवानगी होती.

दरम्यान भाऊ सत्तेवर आल्यानंतर हद्दपार झालेली राजकन्या काव्यांग् आता परतली आणि तिचं पुनर्वसन करण्यात आलं. आपल्या नवऱ्याच्या मोठ्या भावानं त्यांच्या मृत वडिलांच्या ड्यूकपदावर दावा सांगितला होता आणि त्याला काव्यांग्नं न्यायालयात आव्हान दिलं होतं. एक वेळ तर अशी आली, की तिनं या भावावर आपल्याशी गैरवर्तणूक केल्याचाही आरोप केला. यातच, ६५२च्या अखेरीला तिच्या घरी भेट देऊन तिच्या भावानं तिचा सन्मान केला.

दरबारातील जुन्याजाणत्या छांग्- सुन् ऊ - च्छ्वर या न्यायालयातील प्रकरणाची काळजी घेण्याची जबाबदारी सोपवण्यात आली. आणि काही महिन्यांमध्येच राजकन्या काव्यांग्वर आपली बहीण, त्यांचे पती आणि दोन काका यांच्या मदतीनं राजगादीच्या विरोधात कट रचल्याचा आरोप झाला आणि ते दोषी असल्याचं सिद्धही झालं. पुरुषांचा शिरच्छेद केला गेला आणि स्त्रियांना आत्महत्या करण्याचा आदेश. खाव्- चुँगचा मोठा भाऊ लि थाय् महिनाभरापूर्वीच मृत्यू पावला होता आणि ही सर्व मंडळी त्याला पाठिंबा देत होती, असं दिसून आलं. ही संधी साधून छांग्- सुन् ऊ - च्छ्नं दरबारात खाव्- चुँगला असलेला सर्व विरोध संपवून टाकला. शेवटचा स्वे सम्राट यांग- थिच्या मुलीचा मुलगा आणि सम्राटाचा सावत्र भाऊ लि- खाव् यालाही त्यानं या कटात सहभागी असल्याचं सांगून गोवलं. कदाचित तो पूर्णपणे निर्दोष असावा, पण त्याच्या धमन्यात दोन राजघराण्यांचं रक्त वाहत असल्यानं अनेक लोक त्याला खूप आदर देत आणि त्यामुळे सम्राटाला त्याच्यापासून धोका होताच. त्यालाही

देहान्ताची शिक्षा दिली गेली. त्याच्या मृत्यूचं दुःख अनेकांना झालं. फाशीची शिक्षा देण्यासाठी त्याला आणलं गेलं तेव्हा लि खाव्नं छांग्- सुन् ऊ - च्छ्ला लवकरच तुझी सद्दी संपेल असा शाप दिल्याचं सांगतात. त्यानंतर काही वर्षांतच उ छाव्च्या हातून छांग्- सुन् ऊ - च्छ्चा बळी जाणार होता.

सम्राटाच्या पट्टराणीची जागा पटकावल्यानंतर उ छाव् स्याव् आणि सम्राज्ञी वांग् या दोघींचीही उचलबांगडी करण्यात यशस्वी झाली. असं म्हणतात की खाव्-चुँगच्या असाधारण लैंगिक इच्छा पूर्ण करून तिने हे सगळं जमवून आणलं. असंही म्हणतात की 'उ छाव्ने आपल्या शरीराचा उपयोग वा दुरुपयोग केला आणि सम्राटाला लैंगिक समाधान मिळेल हे बघितलं.' याला गुदद्वारामार्गे केलेल्या संभोगाचा संदर्भ असावा; कारण त्या वेळच्या चीनमधील लैंगिक साहित्यामध्ये त्याचा खूप उल्लेख आढळतो पण सेक्स मॅन्युएल्समध्ये, लैंगिक संबंधांविषयीच्या पुस्तकांमध्ये मात्र त्याविषयी फारसं लिहिलेलं सापडत नाही. अर्थात, शयनगृहामध्ये पुरुष आणि स्त्री यांच्या दरम्यान काहीही घडलं तरी चिनी माणसं त्याच्या विरोधात बोलत नसत किंवा त्यांना त्यात काही गैर वाटत नसे, ही वस्तुस्थिती आहे.

'द गोल्डन लोटस'मध्ये वांग् श-छन्ने म्हटलं आहे, 'स्त्री आणि पुरुष यांच्यातील संवादावर जग आधारलेलं आहे. आणि स्त्री व पुरुष एकमेकांकडे आकर्षित होणं स्वाभाविक आहे. आपण जे काही करतो तो दुराचार असतो किंवा वाईट भावना असते म्हणून करतो, असं म्हणता येणार नाही.'

६५२मध्ये म्हणजे खाव्- चुँगच्या राजगादीवरील ऊंग ह्वे म्हणजे 'चिरंतन गौरव', या नावाला तीन वर्षं झाली तेव्हा उ छाव्नं एका मुलाला, किंवा कदाचित दोन मुलांना जन्म दिला तर स्यावला या काळात एकही मूल झालं नाही. यीन- यांग ऊर्जेविषयीची सर्व गुपितं उ छाव्नं आत्मसात केली होती, हे उघडच आहे. त्यामुळे खाव्- चुँगनं आपलं स्खलन होऊ नये यासाठी केलेले सर्व प्रयत्न तिनं निष्फळ ठरवले आणि च्छ्चा ओघ उलटा वळवला. तिच्याबरोबर संग करताना सम्राटाचं स्खलन होत होतं जे पवित्र रखेल स्याव् किंवा सम्राज्ञी वांग् यांच्याबरोबर होत नव्हतं. खाव्- चुँगचा पुरुषी यांग अर्क उ छाव् मिळवत होती आणि त्याबरोबरच सम्राटाच्या ऊर्जेचा आणि ताकदीचा गुणकारी साठाही. ती अत्यंत महत्त्वाकांक्षी स्त्री होती आणि आता आणखी पुढे जाण्याची संधी तिच्यासमोर उपलब्ध होती. आपला स्वतःचा मुलगा असल्यानं आता स्वतः सम्राज्ञीचं स्थान मिळवण्याचा आणि आपल्या मुलाला सिंहासनावर बसवण्याचा प्रयत्न ती करू शकणार होती. आपली महत्त्वाकांक्षा तिनं कधीच लपवली नाही. तिच्या दुसऱ्या मुलाच्या जन्मानंतर तिनं न्यु त्से किंवा 'स्त्रियांसाठी आचारसंहिता' लिहून पूर्ण केली होती. आधीच्या न्यु सुन म्हणजे 'स्त्रियांसाठी सूचनां'ची जागा आता न्यु त्सेनं घेतली. न्यु सुन ही सम्राज्ञी वन् थिची

दरबारातील वर्तणुकीवरची अधिकृत पुस्तिका होती. ती आता स्वतःची तुलना सम्राट थाय- चुँगच्या लाडक्या पत्नीशी करत होती आणि तिचं स्थान मिळवण्याचा प्रयत्न करत होती.

आपलं स्थान सुरक्षित व्हावं यासाठी उ छाव् काही व्यावहारिक पावलंही उचलत होती. सम्राज्ञी वांग् आणि स्याव् यांच्यावर लक्ष ठेवण्यासाठी तिनं इतर रखेल्यांना लाच दिली. आणि मग तिला जी माहिती मिळत होती, त्यात या दोघींविषयीच्या नकारात्मक गोष्टींची भर घालून ती सम्राटाला सांगत होती. यात सम्राज्ञी वांग् तिच्या जाळ्यात अडकली. ती राजवाड्यातील इतर स्त्रियांशी उद्धटपणे आणि अद्ध्यताखोरपणे वागत असे. तिची आई वेची लेडी ल्यो आणि मंत्रालयाचा अध्यक्ष असलेला तिचा मामा ल्यो श् वेळोवेळी राजवाड्याला भेट देत आणि तेव्हा त्यांचं वागणं अत्यंत मुजोरपणाचं असे. त्यांच्या हातात सत्ता होती. नदीच्या पूर्वेकडचे ल्यो, असं त्यांना म्हटलं जायचं आणि प्रसिद्ध राजकारणी व थोन्कान्ची ज्येष्ठ राजकन्या यांच्याशी त्यांचे कौटुंबिक संबंध होते. सभोवताली काय घडतंय इथे बारीक लक्ष असलेल्या उ छाव्नं सम्राज्ञी आणि तिच्या नातेवाइकांनी ज्यांचा अपमान केला होता, त्यांना आपल्या बाजूनं वळवलं. सम्राटानं तिच्यावर उधळलेल्या भेटी तिनं त्यांना दिल्या. सम्राज्ञी आणि स्याव् यांना काय घडतंय हे समजेपर्यंत आणि उ छाव्च्या विरोधात एकत्र येऊन तिचा सामना करेपर्यंत फार उशीर झाला होता. राजवाड्यातील स्त्रियांचा त्यांना पाठिंबा नव्हता आणि त्यांच्या तक्रारींकडे सम्राट पूर्णपणे कानाडोळा करू लागला होता. दरम्यान, उ छाव्नं सम्राटाची मर्जी राखण्यासाठी आणखी एक पाऊल उचललं. तिनं आपल्या मोठ्या बहिणीलाही सम्राटासमोर सादर केलं. हो- लान् या राजदरबारातील अधिकाऱ्याची ती विधवा पत्नी आणि दोन तरुण मुलांची आई होती. खाव्- चुँग नाही म्हणू शकला नाही. तो आणि लेडी हो- लान् प्रियकर आणि प्रेयसी बनले. असं म्हणतात की ६५४मध्ये ऊंग ह्वेच्या पाचव्या वर्षी जन्माला आलेला खाव- चुँगचा सहावा मुलगा लि स्सन् हा उ छाव्च्या या मोठ्या बहिणीचा मुलगा होता. पण, त्या मुलाला युंगचा राजपुत्र असा किताब देण्यात आला आणि तो उ छाव्चा मुलगा असल्याचं सांगण्यात आलं होतं. त्या वर्षी उ छाव्नं स्वतः एका मुलीला जन्म दिला. आपल्या मार्गावर आणखी पुढे जाण्याची नवीन संधी तिला या निमित्तानं मिळाली.

सम्राज्ञी वांगला सम्राटानं आता बऱ्यापैकी दूर लोटलेलं असलं तरी तिला तिच्या स्थानावरून दूर करण्याचा त्याचा कोणताही इरादा दिसत नव्हता. थांगच्या कायद्यानुसार मूलबाळ नसणं, हे घटस्फोटासाठीचं कारण होऊ शकत असे. मात्र राजघराण्यामध्ये लग्न संस्थेला खूप मान होता आणि खुद्द सम्राटानं आपल्या मुलासाठी निवडलेल्या सद्गुणी मुलीला केवळ मूल होत नाही म्हणून दूर करणं,

हे पुत्र म्हणून खाव्- चुँगला शोभणारं नव्हतं. ती ज्या वांग् जमातीची होती ती जमात अत्यंत ताकदवान आणि वरपर्यंत संबंध असलेली होती. त्यामुळे तिच्या विरोधात उचललेलं पाऊल हे राजकीयदृष्ट्या धोक्याचं होतं. सम्राज्ञी वांगला पदच्युत करण्यासाठी सम्राटाकडे तेवढंच भक्कम कारण असणं गरजेचं होतं आणि ते कसं मिळवायचं, हे उ छावला चांगलंच माहीत होतं. निपुत्रिक असलेली सम्राज्ञी उ छाव्च्या नवजात मुलीचा जन्म होऊन काही तास झालेले असताना बाळाला बघायला आली. सम्राज्ञी भेट देऊन निघून गेल्यानंतर उ छाव्नं त्या बाळाला गुदमरवून टाकलं. सम्राट आला तेव्हा उ छाव्नं आपलं बाळ चांगलं असल्याचं त्याला सांगितलं. सम्राटानं बाळाला पाहिलं आणि त्या लहानग्या मुलीचा मृत्यू झाल्याचं त्याच्या लक्षात आलं. हे कळल्यावर आपल्याला जबर धक्का बसल्यासारखं उ छाव्नं दाखवलं. सम्राज्ञी नुकतीच तिथे येऊन गेल्याचं सेवकांनी सम्राटाला सांगितलं. यातून हवा तो निष्कर्ष खाव्- चुँग काढणार होता. शेवटी, सम्राज्ञीनं स्याव्च्या बाबतीत पराकोटीचा मत्सर उघडपणे दर्शवलेला होताच.

अर्थात, या घटनेची आणखी काही स्पष्टीकरणं असण्याची शक्यता आहे. सत्ता मिळाल्यानंतर उ छाव् अधिकाधिक खुनशी होत गेली हे खरं असलं, तरी स्वतःच्या मुलांच्या बाबतीत ती मवाळ वागत असे, अगदी त्यांच्याविरुद्ध असलेल्या योग्य आरोपांकडेही दुर्लक्ष करत असे. प्राचीन चीनमध्ये नवजात अर्भकांच्या मृत्यूचा दर खूप जास्त होता. ती मुलगी नैसर्गिकरीत्या मृत्यू पावलेली असण्याची शक्यताही आहे. आणखी एक कथा अशी सांगण्यात येते की प्रसूतिगृहामधली खोलीमध्ये वायुविजन नव्हतं, हवा खेळती नव्हती आणि म्हणून तिथे तयार झालेल्या कार्बन मोनॉक्साइडच्या विषानं ते बाळ गुदमरून गेलं. अगदी हे मान्य केलं की उ छाव्चं बाळ नैसर्गिकरीत्या गेलं, तरीही आपल्या स्वतःच्या बाळाच्या मृत्यूचा एक संधी म्हणून तिनं कोणताही विधिनिषेध न बाळगता आपल्या स्वार्थासाठी उपयोग केला, हे नाकारता येत नाही. उ छाव्च्या बाळाला आपल्या पत्नीनं ठार मारलं असेल यावर सुरुवातीला सम्राटाचाही पूर्णपणे विश्वास बसला नव्हता; कारण त्यानं हा आरोप कधीही सार्वजनिक केला नाही. पण आता सम्राज्ञी वांग्च्या विरोधात पाऊल उचलण्यासाठी त्याच्याकडे कायदेशीर कारण होतं.

सुरुवातीला उ छावला वेश्यांमधला पहिला दर्जा देण्याचा प्रयत्न खाव्- चुँगनं केला; पण तिथल्या चारही जागा भरलेल्या होत्या. पहिली, पवित्र रखेलची जागा स्याव्ची होती. म्हणून मग खाव्- चुँगनं एक नवीन पद तयार केलं- राजघराण्याची रखेल. पण याला मंत्रालयाचे अध्यक्ष लाय च्छ् आणि चॅन्सलरीचे अध्यक्ष हान युआन यांनी विरोध केला. यापूर्वी यासारखं कोणतंही पद अस्तित्वात नव्हतं, असं या दोघांचं म्हणणं होतं. सरकारमधल्या अनेकांना हे पद म्हणजे सम्राज्ञीच्या पदाला

थेट आव्हान आहे, असं वाटल्यानं सम्राटानं हा प्रयत्न थांबवला.

उ छावला पदोन्नती देण्याला विरोध करणाऱ्यांमध्ये सर्वांत आघाडीवर होता छांग्- सुन् ऊ - च्छ्. आता तो लष्कराचा सर्वोच्च कमांडर बनलेला होता, सम्राज्ञी वांग् ही खाव्- चुँगला काबूत ठेवण्यासाठी योग्य आहे, असं त्याचं म्हणणं होतं आणि खाव्- चुँगचा वारसदार म्हणून सम्राज्ञी वांग्नं दत्तक घेतलेल्या लि छुँग याला त्याचा पाठिंबा होता. त्याला आपल्या बाजूनं वळवण्यासाठी खाव्- चुँगने छांग्- सुन् ऊ - च्छ्ला गाड्या भरभरून संपत्ती दिली. खाव्- चुँग आणि उ छाव्नं त्याच्या घरी जाऊन त्याला भेट दिली. उ छाव्ची बहीण लेडी यांग्ही गप्पा मारण्यासाठी त्याच्या घरी गेली आणि त्याच्या लाडक्या रखेलीच्या मुलग्यांना सरकारी पदं देण्यात आली. सम्राटाच्या इतर काही पाठीराख्यांनीही त्याच्याशी बोलण्याचा प्रयत्न केला; पण छांग्- सुन् ऊ - च्छ् बधला नाही.

मात्र, छांग्- सुन् ऊ - च्छ्ला काही शत्रूही होते. मंत्रालयाचा मुख्य सचिव लि अ-फु. दोन विभागांतर्गत असलेल्या राजकीय रस्सीखेचीमध्ये तो अपयशी ठरलेला होता आणि त्याला पदावनती देण्याचा आदेश काढून छ्वान प्रांतामध्ये विजनवासात पाठवून दिलं जाणार होतं. राजधानीमध्ये आपलं पद राखण्यासाठी लि अ- फु सम्राटाची मर्जी राखण्याचा प्रयत्न करत होता. त्यानं खाव्- चुँगकडे एक अर्ज पाठवला. त्यात, लोकांच्या इच्छेला मान देऊन सम्राज्ञी वांगला पदावरून खाली खेचावं आणि उ छावला वरचं पद द्यावं, अशी याचना केलेली होती. त्याचं म्हणणं ऐकण्याचं खाव्- चुँगनं मान्य केलं, त्याची शिक्षा थांबवली आणि त्याला मंत्रालयाचा उपाध्यक्ष केला. त्यात भर पडली ती सम्राज्ञी वांग्च्या आईनं, वेची लेडी ल्योवर उ छाव्च्या विरोधात चेटूक करत असल्याचा आरोप केला आणि तिला राजवाड्याच्या अगदी आतल्या भागात येण्यास बंदी केली गेली. खेरीज, मंत्रालयाचा अध्यक्ष असलेल्या तिच्या भावाची, ल्यो श्ची पदावनती केली गेली आणि त्याला हद्दपार करण्यात आलं. या दोन घटनांनी इतर राजकारण्यांसमोर स्पष्ट संदेश गेला- उ छावला विरोध करायचा असेल तर त्याची फळं भोगायची तयारी ठेवा! तरुण, महत्त्वाकांक्षी मंत्री उ छाव्च्या बाजूनं एकत्र झाले, तर स्वेसाठी तसंच बंडखोर स्युह छु यांच्यासाठी काम केलेले छु स्वे ल्यांग आणि छांग्- सुन् ऊ - च्छ् यांच्या नेतृत्वाखाली ज्येष्ठ अधिकारी अद्यापही सम्राज्ञी वांग्शी निष्ठावान होते.

लि अ- फुच्या याचिकेमुळे सम्राज्ञी वांग्ची पदच्युती आणि उ छाव्ची पदोन्नती राजकीय पटलावर आल्या. उ छाव्नं आपल्याला मुलगे दिलेले असल्यानं आणि सम्राज्ञी वांग् पुत्रहीन असल्यानं सम्राज्ञी बदलणं वारसदाराच्या दृष्टीनं योग्य आहे, असं खाव्- चुँगचं म्हणणं होतं. छु स्वे ल्यांगच्या मते सम्राज्ञी वांग् ही एका मोठ्या, शाही घराण्याची असल्यानं आणि थाय चुँगनं तिची निवड केलेली असल्यानं मृत

सम्राटाच्या इच्छेविरुद्ध आजच्या सम्राटानं जाणं योग्य नव्हतं. थाय चुंग मरणासन्न अवस्थेत असताना त्याची भेट घेण्यासाठी राजगादीचा वारसदार असलेला लि च्छ् आणि लेडी वांग् गेले होते. त्या वेळी छांग्- सुन् ऊ - च्छ् आणि छु स्वे ल्यांग तिथे उपस्थित होते. सम्राट आपल्या मंत्र्यांना म्हणाला होता, 'माझा पुत्र आणि सून यांना मी तुम्हा सगळ्यांच्या हवाली करतो आहे.'

छु स्वे ल्यांगचा सल्ला मागितलेला असताना, सम्राज्ञी वांगला पदावरून काढून टाकावं असा कोणता अपराध तिनं केला आहे, हा प्रश्न त्यानं विचारला होता. मृत बाळाचा उल्लेख कुणीही केला नाही.

पुढे छु स्वे ल्यांगनं आपल्या मतामध्ये किंचित बदल केला. खाव्- चुँगला आपली सम्राज्ञी बदलायचीच असेल, तर त्यानं चीनमधल्या राजघराण्यांतील मुलींमधून नवीन पत्नी निवडावी, असं त्यानं म्हटलं. उ छाव् ही त्याच्या वडिलांची रखेल होती हे सर्वांना माहीत असल्यामुळे तिची त्या पदावर नेमणूक होऊ नये, असं त्याला वाटत होतं. हजारो वर्षांनंतर लोक आपल्याविषयी काय बोलतील याचं भान खाव्- चुँगनं ठेवावं, असंही छु स्वे ल्यांगला वाटत होतं. आणि मग त्यानं माघार घेतली. 'हे सम्राटा, तुझ्या इच्छेविरुद्ध मत व्यक्त करून मी मोठा गुन्हा केला आहे आणि त्याला देहांताचीच शिक्षा आहे.'

त्याचा अधिकार दर्शवणारा शिरपेच आणि दांडा त्यानं परत केला आणि जमिनीवर आपलं डोकं टेकवलं. इतक्या जोरानं, की त्याच्या भुवयांमधून रक्त येऊ लागलं. आपली पदावनती करावी आणि आपल्याला विजनवासात पाठवावं यासाठी तो याचना करत होता. मात्र, त्यानं एकदाही खाव्- चुँगच्या इच्छेला पाठिंबा दिला नाही. खाव्- चुँगला त्याच्या या उघड विरोधाचा इतका राग आला, की त्यानं छु स्वे ल्यांगला नागरिकांच्या सभागृहातून खेचत बाहेर घेऊन जाण्याची आज्ञा दिली. उ छाव् तेव्हा दरबारातल्या चर्चा ऐकू लागली होती. पडद्याच्या मागे बसलेली असताना तिनं म्हटलं, 'मग याला देहान्ताची शिक्षा का नाही द्यायची?' तिचे शब्द अनेकांच्या कानावर पडले. पण छु स्वे ल्यांगच्या बाजूनं छांग्- सुन् ऊ - च्छ् उभा राहिला आणि म्हणाला की, स्वर्गवासी सम्राटाच्या इच्छेचं पालन केलं म्हणून त्याला देहांताची शिक्षा देता येणार नाही.

सर्वसामान्य लोकांमध्ये लग्नसंस्थेविषयी अत्यंत आदराची भावना असल्यानं सम्राटानं आपल्या विवाहाला सन्मान द्यावा, असं चॅन्सलरीचे अध्यक्ष हान् युआन याचं मत होतं. त्यानं सांगितलं की, यलो एम्पररची पत्नी दिसायला अत्यंत कुरूप होती; पण तिनं सम्राटाला हुशारीनं राज्य करण्यास मदत केलेली होती. तसंच, शेवटच्या शांग् सम्राटाची पत्नी दिसायला अतिशय सुंदर असली तरी या साम्राज्याच्या अस्ताला कारणीभूत ठरली होती. त्यानं आणखीही एक गोष्ट सांगितली. प्राचीन

ऊच्या राजानं आपल्या मंत्र्यांचा सल्ला मानला नाही आणि त्याच्या राजधानीचं शहर नष्ट झालं. मंत्रालयाचा नवीन अध्यक्ष लाय् च्छ हासुद्धा खाव्- चुँगच्या इच्छेच्या विरोधात होता. काळाच्या ओघात आपल्या भूमिकेकडे कसं बघितलं जाईल, याचा विचार खाव्- चुँगनं करावा आणि आपल्या पूर्वजांच्या देवळामध्ये यज्ञासाठी कुणीही शिल्लक न राहण्याचा धोका पत्करू नये, असा इशारा त्यानं दिला. तिथे पूर्वजांच्या पुण्यतिथीच्या दिवशी आणि तिंग्- हाय या चौथ्या महिन्याच्या पाचव्या दिवशी असलेल्या थंड अन्नाच्या सणाला धूप जाळला जात असे आणि मृत व्यक्तीसाठी पोर्क, कोंबडी, मासे आणि एलची व्यवस्था केली जात असे. हान् युआन आणि लाय् च्छ या दोघांचंही पद काढून घेण्यात आलं आणि त्यांची हकालपट्टी केली गेली.

मात्र, हे दोघे तसे फार महत्त्वाचे नव्हते. छांग्- सुन् ऊ - च्छ्च्या तोडीचा एकच मंत्री होता, कामकाज नियंत्रण मंत्री लि च्छ. थांगला सिंहासनावर बसवण्यासाठी झालेल्या नागरी युद्धात तोसुद्धा सहभागी झालेला होता आणि तेव्हापासूनच मंत्रिमंडळातही होता. त्याचं मूळ आडनाव सु असं असलं, तरी लि हे थांग आडनाव देऊन त्याला गौरवण्यात आलेलं होतं. प्फींग्- छोचा गव्हर्नर जनरल म्हणून सम्राट थाय चुँगच्या आदेशावरून त्यानंच उ छाव्च्या वडिलांचा दफनविधी पार पाडला होता. तो एक व्यवहारी राजकारणी असल्यानं त्यानं म्हटलं, 'आपली पत्नी कोण असावी हा सम्राटाचा खासगी प्रश्न आहे; सरकारचा नाही.' त्याच्या या वक्तव्यानंतर वारे उ छाव्च्या बाजूने वाहू लागले आणि इतर सर्वांनी त्याच्या बोलण्यात आपला सूर मिसळला. उ छाव्ची भलामण करून जुन्या सत्ताकेंद्राला विरोध करणाऱ्या गटाचं प्राबल्य वाढत होतं आणि त्यांचा नेता बनला होता संस्कार मंडळाचा अध्यक्ष सु छिंग- सुंग्. त्यानं म्हटलं, 'एखादा शेतकरी गव्हाची दहा पोती जास्त पिकवतो तेव्हा त्याला आपली बायको बदलावी, असं वाटू लागतं. मग नियतीच्या या पुत्राला जर आपली सम्राज्ञी बदलावी असं वाटलं , तर त्यानं इतरांची परवानगी घ्यावीच का?'

छु स्वे ल्यांगचीही पदावनती करण्यात आली आणि आधुनिक काळातल्या हुनानमधल्या एका प्रांताचा गव्हर्नर जनरल म्हणून त्याला पाठवण्यात आलं. आणि मग शिन्- स्स्, दहाव्या महिन्याच्या तेराव्या दिवशी, युंग ह्वेच्या सहाव्या वर्षात, १६ नोव्हेंबर ६५५ या दिवशी एक फतवा काढण्यात आला. सम्राज्ञी वांग् आणि पवित्र रखेल स्याव् या दोघी जणी सम्राटाला विष पाजण्याची योजना करत असल्याप्रकरणी दोषी आढळल्या आहेत, असं त्यात जाहीर करण्यात आलं होतं. अशा कोणत्याही आरोपाची वाच्यता त्या आधी झालेली नव्हती. या दोघींची सर्व पदं त्यांच्याकडून काढून घेतली जाणार होती आणि अंतर्गत राजवाड्यामध्ये त्यांना तुरुंगात ठेवलं जाणार होतं. त्यांच्या नातेवाइकांची पदावनती केली जाणार होती

आणि त्यांना लिंग्- नान् इथे हद्दपार करण्यात आलं होतं. लिंग्- नान् हा साम्राज्याचा दक्षिणेच्या टोकाकडचा प्रांत होता जो आता उत्तर व्हिएतनाम आणि हाय्- नान् म्हणून ओळखला जातो. राजवाड्यातून निघालेल्या त्या आदेशामध्ये या जागेचा उल्लेख, दुर्गम, दुष्ट जागा, असा केलेला होता. तिथे प्रचंड उष्णता असे, रोगराई बोकाळलेली आणि विषारी सापांच्या वस्त्या होत्या. तिथले मूळ रहिवासी बाहेरून कोणीही आलं की त्यांच्यावर हल्ला करत. त्या भागाला सातत्यानं वादळांचा मुकाबला करावा लागत असे. दूषित धुकं आणि डासांनी भरलेल्या दलदली यामुळे तिथं हद्दपार केलेल्या उत्तरेतल्या लोकांपैकी क्वचितच कुणी जिवंत परतत असे.

सम्राज्ञी वांग् पदच्युत झाल्यानंतर सहा दिवसांनी उ छाव्ची सम्राज्ञी म्हणून नेमणूक झाली. त्या आदेशात म्हटलं होतं,

> लेडी उ एका नामवंत आणि आदरणीय कुटुंबातली आहे. ती ज्या भागामधून येते, तो विभाग हा सैनिक आणि विचारवंतांचा भाग म्हणून प्रसिद्ध आहे. राजवाड्यात प्रवेश करण्यासाठी तिची निवड केली आहे, ती तिचं कर्तृत्व आणि गुण पाहून. आपल्या दर्जाच्या इतर स्त्रियांचा आदर आणि मैत्री तिनं मिळवली आहे तर आपल्यापेक्षा वरच्या दर्जाच्या स्त्रियांची मन लावून सेवा केली आहे. आम्ही जेव्हा सिंहासनाचे वारसदार बनलो होतो, आणि आमच्या स्वर्गवासी आईची भेट घेण्यासाठी गेलो होतो, तेव्हा लेडी उ आमच्या आईच्या उशाशी होती, दिवसरात्र तिची सेवा करत होती. तिच्यातील चांगले गुण हेरून, स्वर्गवासी सम्राटानं तिची स्तुती केली, तिचा सन्मान केला आणि तिला आमच्यासाठी निवडलं. आणि म्हणून तिला सम्राज्ञी पद द्यावं हे अतिशय योग्य आहे.

उ छाव्नं सम्राज्ञी वन् थ्ची सेवा केली, हे खोटं होतं; कारण उ छाव्चा राजवाड्यात प्रवेश होण्याआधीच वन् थ्चं निधन झालं होतं. खाव् चुँगनं आपल्या वडिलांच्या रखेलीलाच आपलंसं केलं होतं ही वस्तुस्थिती लपवण्यासाठी आणि बौद्ध मठामधून उ छाव्च्या राजवाड्यात परतण्याचं समर्थन करण्यासाठी थाय चुँगनं आपल्या मुलासाठी उ छाव्ची निवड केली या असत्याचाही जाणीवपूर्व उल्लेख केलेला होता.

त्यापाठोपाठ सम्राज्ञी वांग्चा दत्तकपुत्र लि छुंग याच्या जागी उ छाव्चा सर्वांत मोठा मुलगा लि हुंग् याला राजसिंहासनाचा वारसदार म्हणून घोषित करण्यात आलं. खरं तर लि हुंग् केवळ तीन वर्षांचा- पाश्चिमात्य कॅलेंडरनुसार दोनच वर्षांचा होता आणि अर्थातच, या पदासाठी फारच लहान होता. त्यानंतर लगेचच उ छाव्नं

आणखी एका मुलाला जन्म दिला. त्याचं नाव होतं लि छ्, यिंगचा राजपुत्र ज्याला लि स्सन् असंही म्हटलं जात होतं. तिच्या बहिणीच्या ज्या मुलाला तिनं आपलं म्हणून सांगितलं होतं, त्याचं नावही लि स्सन् हेच होतं. स्सन् हे नाव दोन्हीमध्ये सारखंच वाटत असलं, तरी चिनी भाषेनुसार त्यातील चित्रं आणि उच्चार यात फरक होता. मात्र, इतिहासात या मुलाचा उल्लेख त्याच्या मंदिरातल्या नावानं, छुंग चुँग असाच केला जातो. त्याची जन्मतारीख ही अकराव्या महिन्यातील कंग् छन्, दुसरा दिवस, च्या- उ, खाव्- चुँगच्या साम्राज्याचं सातवं वर्षं आणि २६ नोव्हेंबर ६५६ ही आहे. या तारखेची अधिकृत नोंद आहे; कारण त्याचा जन्म हा सम्राज्ञीच्या पोटी झालेला होता, त्याच्या इतर भावंडांप्रमाणे रखेलीच्या पोटी नाही. हे यु ह्वेचं सातवं वर्षं नव्हतं, तर स्सन् च्छिंगचं पहिलं वर्ष होतं. काही वेळा राजकीय कारणांसाठी सम्राट आपलं गादीवरचं नाव बदलत असत. नव्या सुरुवातीची नांदी करण्यासाठी असं केलं जायचं. उदाहरणार्थ, काहीतरी भयंकर चूक झाली किंवा काहीतरी उल्लेखनीय घडलं की नाव बदलून नव्यानं सुरुवात केली जायची. या वेळेपर्यंत उ छाव् सिंहासनावर आलेली होती. सम्राट आपल्या मंत्र्यांचं म्हणणं ऐकत असताना ती त्याच्या बाजूला बसू लागली. मात्र, सरकारी कामकाजात स्त्रियांना कोणतंही स्थान नाही, या कॉनफ्युशिअन उक्तीचा आदर म्हणून ती पडद्याआड बसत असे.

सम्राज्ञी बनण्याच्या उ छाव्च्या प्रयत्नांमध्ये तिला साथ देणाऱ्या सगळ्यांना लवकरच पदोन्नती मिळाली. सु छिंग- सुंग् प्रथम मंत्री बनला आणि त्या आधी छांग्- सुन् ऊ - च्छ्चं ज्येष्ठ नागरिकाचं असलेलं स्थान त्याचं झालं. उ छाव्नं आपल्याला विरोध करणाऱ्या सगळ्यांवर सूड उगवला. दीर्घ काळ सेवा केलेली असतानाही छु स्वे ल्यांगला कायमसाठी हद्दपार करण्यात आलं. ६४३मध्ये छन् ख्वान्च्या सतराव्या वर्षांत लि थाय्च्या विरोधात झालेल्या वारसदाराच्या झगड्यात छांग्- सुन् ऊ - च्छ्सोबत त्यानंच खाव् चुँगची बाजू घेतलेली होती, असं लिहून त्यानं आपला निषेध नोंदवला. सम्राटानं त्याचं पत्र वाचण्याचेही कष्ट घेतले नाहीत. छु स्वे ल्यांगच्या मृत्यूनंतर त्याची सर्व पदं काढून घेण्यात आली. लाय च्छ् आणि हान् युआन यांनी छु स्वे ल्यांगच्या साथीनं सम्राटाला विष पाजण्याचा कट रचला असा आरोप त्यांच्यावर करण्यात आला आणि त्यांच्या दरबारात येण्यावर कायमसाठी बंदी घालण्यात आली.

मग, आधीच्या वारसदाराच्या लायब्ररीच्या लायब्ररीयनवर बेकायदा गट स्थापन केल्याचा आरोप झाला. सु छिंग- सुंग्नं या प्रकरणाचा शोध घेतला तेव्हा या लायब्ररीयननं आत्महत्या करण्याचा प्रयत्न केला. छांग्- सुन् ऊ - च्छ्नं सत्ता काबीज करण्यासाठी कट रचला असल्याचं आपल्या लक्षात आलं, असं नंतर सु छिंग- सुंग्नं जाहीर केलं आणि तो सम्राटाचा काका असला तरी त्याला हाकलून

लावावं, अशी शिफारस केली. खाव्- चुँगनं ही शिफारस उधळून लावण्याचा प्रयत्न केला, पण उशीर केलास तर पश्चात्ताप करण्याची वेळ येईल, असं सु छिंग- सुंग्ने त्याला सांगितलं. छांग्- सुन् ऊ - च्छ् हा तीस वर्षं लष्कराचा सर्वोच्च कमांडर आणि प्रथम मंत्री होता. आणि त्यानं जर सम्राटाच्या विरोधात पावलं उचलली तर त्याला थांबवणं खाव्- चुँगला शक्य होणार नाही, असंही तो म्हणाला. लि छुंगच्या वारसदार होण्यालाही छांग्- सुन् ऊ - च्छ्चा पाठिंबा होता आणि आता लि छुंगची जागा उ छाव्च्या मुलानं, लि हुंगनं घेतलेली असल्यानं नव्या सम्राज्ञीला छांग्- सुन् ऊ - च्छ् नजरेसमोरही नको होता. छांग्- सुन् ऊ - च्छ्ला त्याच्या कुटुंबासकट हाकलून देण्यात आलं. सम्राटासमोर आपली बाजू मांडण्याची संधीही त्याला दिली गेली नाही. त्याच्यापासून त्याची सर्व पदं खेचून घेतली गेली आणि त्याच्या हद्दपारीचा आदेश सशस्त्र जवानांकरवी राबवला गेला. वाटेत त्याच्या मुलग्यांचा खून करण्यात आला. इतकंच नव्हे, तर कालांतरानं छांग्- सुन् ऊ - च्छ्वरचे आरोप नव्यानं लावण्यात आले आणि त्याला आत्महत्या करण्यास भाग पाडलं गेलं.

माजी सम्राज्ञी वांग्चा काका ल्यो श् आणि हान् युआन यांना कटकारस्थान केल्याच्या आरोपांना सामोरं जाण्यासाठी पुन्हा बोलवून घेण्यात आलं. प्राचीन चीनमध्ये सर्वसामान्य गुन्हेगारांच्या गळ्यात अडकवत असत तशा जड लाकडी फ्रेम्स त्यांच्या गळ्यात अडकवण्याची सक्ती करण्यात आली. राजधानीच्या दिशेनं ते येत असतानाच सूचना आल्या की त्या क्षणी ते जिथे असतील तिथेच त्यांचा खून करण्यात यावा. ल्यो श्ला मग छांग्- सुन् ऊ - च्छ्च्या पुतण्याबरोबर रस्त्यावरच ठार मारण्यात आलं. हान् युआन मात्र प्रवासातल्या यातनांमुळे आधीच मृत्यू पावला होता. तरीही संदेश आणणाऱ्यानं त्याची शवपेटिका उघडून तो मेल्याची खात्री पटवण्याची मागणी केली. साम्राज्याच्या इतिहासात अशी नोंद आहे की, हान् युआन आणि छांग्- सुन् ऊ - च्छ् यांच्या मृत्यूनंतर पुढची वीस वर्षं दरबारामध्ये आणि दरबाराबाहेरही उघडपणे काहीही बोलणं लोक टाळू लागले.

माजी वारसदार राजपुत्र लि छुंग याच्याकडून काही धोका होऊ नये याचीही काळजी घेण्यात आली. गादीवरून काढून टाकण्यात आल्यानंतर त्याला प्रांतामध्ये हाकलून देण्यात आलं होतं. दरबारातून ही बातमी ऐकल्यानंतर सम्राज्ञी उ आता आपला खून करवेल या विचाराने तो खूप घाबरला. त्याला भयंकर स्वप्नं पडू लागली आणि तो इतका भयग्रस्त झाला की आपल्याला कुणी मारायला आलंच तर त्याला गोंधळात टाकावं म्हणून तो आपल्या पत्नीचे कपडे घालू लागला. ही बातमी दरबारात कळल्यावर त्याच्यापासून सर्व पदं हिरावून घेतली गेली आणि तो आता सर्वसामान्य माणूस असल्याचं जाहीर करण्यात आलं. त्याला मग दक्षिणेकडच्या छ्वानला पाठवण्यात आलं. तिथे त्याला एका घरात नजरकैदेत ठेवलं गेलं. याच

घरात त्याचा काका म्हणजे थाय चुंगचा सर्वात मोठा मुलगा लि छंग् च्छन या आणखी एका माजी वारसदाराने आपल्या आयुष्यातली शेवटची काही वर्षं घालवली होती.

आपल्याला विरोध करणाऱ्या प्रत्येकाशी उ छाव् अत्यंत कठोर आणि निर्दयीपणे वागली. पण खाव्- चुंग आशावादी होता.

'माझं कुटुंब दुर्दैवी आहे. माझ्या नातेवाइकांमध्ये सतत काही ना काही अडचणी उद्भवत असतात,' तो म्हणत होता.

मात्र, सर्वसामान्यपणे तेव्हाच्या सूत्रांनी नमूद केल्यानुसार आपल्या जवळच्या नातेवाइकांच्या मृत्यूमुळे मनाने आणि नैतिकदृष्ट्या तो खचला आणि अधिकाधिक कमजोर बनू लागला. सम्राज्ञी वांग् आणि त्याचा काका छांग्- सुन् ऊ - च्छ् यांच्या नशिबी जे काही आलं त्यामुळे तो उघडपणे रडत असे. तरीही प्रशासक म्हणून तो अत्यंत सक्षम आणि धडाडीचा होता. त्याच्या सैन्याने पश्चिमेच्या तुर्कींवर आक्रमण करून त्यांना हरवलं. यामुळे त्याच्या साम्राज्याचा परीघ खूप जास्त मोठा बनला. याशिवाय ग्रेट वॉलच्या आतमध्ये राहणाऱ्यांची वर्षातून दोन वेळा जनगणना करण्याचा उपक्रम त्यानं हाती घेतला. पण त्याच्या बाजूलाच सिंहासनावर होती उ छाव्. पडद्याआडून तीच सर्व सूत्रं हलवत होती आणि त्यामुळे हे निर्णय तिनंच घेतले असावेत, असं म्हटलं जातं.

सम्राज्ञी उला सत्तेवर येण्यास लि अ-फुच्या अर्जाची मदत झाली होती. त्या लि अ- फुला प्रथम मंत्री करण्यात आलं. तो अत्यंत भ्रष्ट होता. सरकारी पदं तो सर्रास सर्वांत जास्त बोली लावणाऱ्याला देत असे आणि लवकरच तो एका सेक्स स्कॅन्डलमध्ये अडकला. त्यानं म्हणे तुरुंगाच्या एका पि नावाच्या गव्हर्नरकडे एका आकर्षक स्त्री कैद्याला सोडून द्यायची गळ घातली आणि त्या स्त्रीला स्वतःची रखेल बनवली. सर्वोच्च न्यायालयाच्या अध्यक्षांच्या कानावर ही बातमी गेली तेव्हा त्यांनी ती सम्राटाला कळवली आणि चॅन्सेलरीच्या सर्वोच्च सचिवांच्या अध्यक्षतेखाली या आरोपाची चौकशी सुरू झाली. आता आपण पकडले जाणार आणि आपल्याला शिक्षा होणार, या भीतीनं लि अ- फुनं आपला सगळा रोष तुरुंगाच्या गव्हर्नरकडे वळवला आणि अखेर या गव्हर्नरनं आपल्या स्वतःच्याच तुरुंगात आत्महत्या केली.

सरकारी भ्रष्टाचारावर नजर ठेवण्यासाठी नेमलेल्या सेन्सॉरनं लि अ- फुनं आपल्या अधिकाराचा गैरवापर करून गव्हर्नरचा खून केला आणि नंतर ती आत्महत्या असल्याचं दाखवलं, असा दावा केला. असं करून त्यानं आपल्या विरोधात असलेल्या एकमेव साक्षीदाराचा काटा काढला. राजघराण्याच्या राज्य व्यवस्थेमध्ये आपल्या रयतेला आयुष्य देणं किंवा मृत्यू देणं याचे संपूर्ण अधिकार सम्राटापाशी असत. लि अ- फुनं आपल्यापाशी असलेल्या सत्तेचा उपयोग खासगी गोष्टीसाठी

केला, असंही सेन्सॉरनं म्हटलं. असं करणं हे जवळजवळ देशद्रोह केल्यासारखं होतं. दहा गुन्ह्यांपैकी हा एक गुन्हा होता- राज्य आणि समाज यांच्या विरोधात केलेला गुन्हा मानला जात होता आणि आपला अधिकार राखायचा असेल तर खाव्- चुँगनं या गुन्ह्यासाठी कडक शिक्षा देणं आवश्यक होतं. सेन्सॉरनं केलेल्या आरोपाकडे, तेही इतक्या गंभीर आरोपाकडे सम्राट दुर्लक्ष करू शकत नव्हता. त्यानं लि अ- फुला आपल्या दरबारात हजर राहण्याचा आदेश दिला.

सम्राज्ञी उच्या बाजूनं उभ्या राहिलेल्या एका अधिकाऱ्याच्या विरोधात आपण बोलत असल्यामुळे सेन्सॉरला आपल्या स्वतःच्या आयुष्याची आणि आपल्या कुटुंबाच्या सुरक्षिततेची भीती वाटत होती. पण तरीही त्यानं लि अ- फुला दरबारात सम्राटासमोर गुडघे टेकून आपला गुन्हा कबूल करण्याचा आदेश दिला. लि अ- फु हललासुद्धा नाही. सेन्सॉरनं तीन वेळा आपला आदेश बोलून दाखवला; पण त्यानं काहीही केलं नाही. तो मग मागे वळला, सम्राटाचं आणि सम्राज्ञीचंही अभय आपल्याला आहे, याची खात्री त्याला होती. खोटे आरोप केले म्हणून सेन्सॉरची कानउघाडणी केली गेली. त्याचं पद काढून घेण्यात आलं आणि त्याला दूर प्रांतात पाठवून दिलं गेलं. लि अ- फुच्या वाटेला जायचं नाही असा संदेश आता सगळ्यांपर्यंत पोचला होता. त्याला आता सगळे 'बिबट्या' म्हणून ओळखू लागले आणि त्याच्यापाशी 'कट्यारीसारखं हास्य' आहे असं म्हणू लागले.

त्यानं आणि त्याच्या कुटुंबानं केलेल्या अत्याचारांच्या पापांचा घडा अखेर ६६३मध्ये म्हणजे पुन्हा एकदा नाव बदललेलं असल्यानं लुंग श्वॉच्या तिसऱ्या वर्षात भरला. तोपर्यंत लि अ- फुचा उपयोग संपला होता आणि तो ओझंच बनलेला होता. आठ वर्षं सम्राज्ञीपद सांभाळलेलं असल्यानं उ छाव्चं स्थानही आता बरंच सुरक्षित झालेलं होतं. त्यामुळे त्याला वाचवण्याचा कोणताही प्रयत्न तिनं केला नाही. लि अ- फु इतका उद्धट झालेला होता की त्यानं सम्राटापाशी दयेची याचनाही केली नाही. दक्षिण चीनमधल्या रोगराई पसरलेल्या ठिकाणी त्याची हकालपट्टी करण्यात आली, जिथे तीन वर्षांनंतर त्याचा मृत्यू झाला.

स्वर्गीय सम्राज्ञी

सम्राज्ञी उ छाव् ही अधिकृत सम्राज्ञी बनली ती युंग ह्वेच्या सहाव्या वर्षात, दहाव्या महिन्याच्या एकोणिसाव्या दिवशी- १२ डिसेंबर ६५५ या तारखेला. आवश्यक तेवढ्या थाटामाटात हा समारंभ साजरा झाला. राज्याभिषेकासाठी वापरतात ती राजचिन्हं, खास पोशाख असा सर्व शाही मामला होता. स्त्रियांच्या निवासाकडे जाणाऱ्या राजवाड्याच्या आतल्या दरवाजापाशी, सु अ द्वारापाशी संपूर्ण दरबार हजर होता. या समारंभाला केवळ दरबारीच हजर नव्हते, तर मंत्री आणि परदेशी राजदूतांची हजेरीही होती. त्यानंतर, तोवर कधीही न घडलेली घटना घडली. दरबारातील सर्व अधिकाऱ्यांच्या पत्नींना नव्या सम्राज्ञीप्रती आदर व्यक्त करायला लावला. उ छाव्नं मग थाव् म्याव् म्हणजे राजघराण्यातील पूर्वजांच्या मंदिराला भेट दिली. असं केल्यानं आता ती राजघराण्याची अधिकृत सभासद बनली होती.

तिच्या वडिलांना मरणोत्तर छोचा ड्यूक अशी पदवी देण्यात आली आणि निष्ठावंत म्हणून सन्मानही बहाल केला गेला. तिच्या आईचा, लेडी यांगचा सन्मान करून तिला च्युनची लेडी असा किताब दिला गेला. उ कुटुंबाला हजारो कुटुंबाच्या महसुलावर हक्क देण्यात आला आणि स्सन च्छंगचं- सुविख्यात उत्सवाचं नवीन धोरण जाहीर करण्यात आलं, ज्यामुळे राजाच्या नावामध्ये आणखी एक बदल झाला. उ छाव्च्या दोन सावत्र भावांना, उ यॉन- श्वांग् आणि उ यॉन- च्छंग यांनाही दरबारामध्ये नोकरी देण्यात आली. मात्र, त्यांच्या कुटुंबामध्ये नेहमीच अंतर्गत संघर्ष होता. लेडी यांगच्या या सावत्र मुलांनी वडिलांच्या मृत्यूनंतर तिला फार वाईट वागणूक दिली होती, हे त्यामागचं कारण होतं. एके रात्री नव्यानंच च्युनची लेडी बनलेल्या लेडी यांगच्या घरी मेजवानी होती. तिथे उ श् ह्वोच्या भावाचा मुलगा, उ वे ल्यांग् दारूच्या नशेत असताना च्युनच्या लेडीनं 'आपल्या भाग्याविषयी काय

वाटतं' असं त्याला विचारलं. आपलं मत देताना तो म्हणाला, 'पात्रता असलेल्या अधिकाऱ्यांनी राजदरबारात असायलाच हवं. पण त्यांनी तिथे आपल्या कौटुंबिक संबंधांमुळे असता कामा नये; हे लाजिरवाणं आणि चुकीचं आहे.' च्युनच्या लेडीनं त्याचं म्हणणं सम्राज्ञी उच्या कानावर घातलं. सम्राज्ञीनं ताबडतोब उ कुटुंबाला, म्हणजे तिच्या दोन सावत्र भावांना आणि त्यांच्या कुटुंबीयांना दूरच्या रोगराईग्रस्त प्रांतात पाठवून दिलं. दोन्हीही भाऊ तिथेच मृत्यू पावले.

खाव् चुँग आता पूर्णपणे उ छाव्च्या कह्यात गेलेला होता. तरीही तो माजी सम्राज्ञी वांग् आणि स्याव् यांना विसरलेला नव्हता. एक दिवस या दोघींना ज्या घरात बंदी केलेलं होतं, तिथून जात असताना दरवाजाला एक भोक त्याला दिसलं. याच भोकातून त्यांना अन्न दिलं जात होतं. सम्राटानं त्या भोकातून त्यांना आवाज दिला आणि विचारलं, "सम्राज्ञी, पवित्र रखेल, कशा आहात तुम्ही?"

या दोन्ही बायका रडू लागल्या. 'आपल्याला एखाद्या सर्वसामान्य गुन्हेगाराची वागणूक मिळते आहे आणि राजवाड्यातील गुलामांपेक्षाही आपली स्थिती वाईट आहे आणि असं असताना सम्राट त्यांना त्यांच्या जुन्या नावांनी का हाक मारतोय,' असा प्रश्न त्यांनी केला. रडत रडत त्या म्हणाल्या, "सम्राटाला जुन्या सोनेरी दिवसांची आठवण आहे हे पाहून आम्हाला अतिशय आनंद झालाय. आम्हाला तू मृत्यूच्या जागी जीवन दिलं आहेस. आम्ही तुझ्यामुळे सूर्य आणि चंद्र पाहू शकतोय." असं म्हणून त्यांनी सम्राटाकडे विनंती केली की त्या राहत असलेल्या जागेचं नाव आठवणींचा दरबार असं द्यावं.

त्यांचं म्हणणं ऐकण्याचं वचन सम्राटानं त्यांना दिलं.

हे ऐकल्यावर उ छाव्नं शिक्षा देणाऱ्या सैनिकांना या दोघींच्या घरी पाठवलं. माजी सम्राज्ञी वांग् आणि पवित्र रखेल स्याव् यांना मारहाण करण्यासाठी. प्रत्येकी शंभर फटक्यांची शिक्षा त्यांना देण्यात आली. त्यानंतर दोघींचे हात-पाय कापून त्यांना वाइनच्या कुंडात फेकून देण्यात आलं.

"या दोन म्हाताऱ्यांना पिऊ दे हवी तेवढी वाइन," उ छाव् म्हणाली.

माजी सम्राज्ञी वांग् आणि पवित्र रखेल स्याव् या दोघींचं रक्त वाहून त्या काही दिवसांनी मृत्यू पावल्या. त्यांच्या शरीराचे मग तुकडे तुकडे करण्यात आले.

असं म्हणतात की सम्राज्ञी वांग्नं आपल्या नशिबाचा फेरा स्वीकारलेला होता. मारेकरी आले तेव्हा तिनं मान झुकवली आणि ती म्हणाली, "सम्राटाचा विजय असो. उ छाव्नं प्रेम मिळवलं, मी मृत्यू."

स्याव् एवढी शांत नव्हती. तिनं उ छाव्ला शिव्याशाप दिले.

"उ एखाद्या लबाड कोल्ह्यासारखी आहे. तिनं माझ्या नशिबात हे दिवस आणले. मी प्रार्थना करते की माझ्या पुढच्या सगळ्या जन्मांमध्ये मी मांजर होऊ दे

आणि तिला उंदराचा जन्म मिळू दे. मग प्रत्येक जन्मामध्ये मी तिच्या नरडीला नख लावेन.''

हे ऐकल्यानंतर उ छाव्नं राजवाड्यात एकही मांजर येता कामा नये, असा आदेश काढला. बौद्ध असल्यामुळे स्याव् खरोखरच मांजर म्हणून परत येईल आणि आपल्यावर सूड उगवेल, असं तिला वाटलं म्हणून तिनं ही काळजी घेतली. प्राचीन चीनमध्ये आयुष्यात कर्तृत्व गाजवणाऱ्या राजघराण्यातील किंवा सर्वसामान्य व्यक्तीच्या सन्मानार्थ काही वेळा मरणोत्तर एखादं नाव दिलं जात असे. माजी सम्राज्ञी वांग् आणि स्याव् यांना साप आणि घुबड म्हटलं जावं, असा आदेश उ छाव्नं काढला. या दोन्ही प्राण्यांकडे अपशकुनी म्हणून बघितलं जात असे आणि पुरुष त्यापासून दूर राहत. असं केल्यानं या दोघींचा पुनर्जन्म साप आणि घुबडाचा होईल, असं तिला वाटलं. खेरीज, अशी नावं दिल्यानं, या दोन बायकांच्या चारित्र्यहननाचा परिणामकारक प्रचार करण्यासाठी तिच्या हातात एक हत्यार मिळालं.

तरीही आपल्या प्रतिस्पर्ध्यांच्या रक्तलांछित शेवटामुळे सम्राज्ञी उ छाव्ला त्रास होतच राहिला. असं म्हणतात की विस्कटलेल्या केसांची आणि रक्ताने माखलेल्या अवस्थेतली त्यांची भूतं तिला भेडसावत राहिली. आपला दरबार था मिंग् कुंग् म्हणजे प्रकाशमान महाल इथे हलवावा असा आग्रह तिनं धरला. थाय चुँगनं हा राजवाडा आपल्या वडिलांच्या, निवृत्त सम्राट खाव् त्सुच्या स्मरणार्थ बांधायला सुरुवात केली होती. राजवाडा बांधून पूर्णही झालेला नसताना दरबार तिथे हलला. हे बांधकाम ६६२, 'ड्रॅगनचे दिवस' म्हणजे लुन्ग शोच्या दुसऱ्या वर्षात आणि उ छाव् सम्राज्ञी झाल्यानंतर सात वर्षांनी पूर्ण झालं. तोपर्यंत सम्राट खाव् चुँग, सम्राज्ञी उ आणि संपूर्ण दरबारानं पूर्वेकडची राजधानी ल्वोयांग आपलंसं केलं होतं आणि छांग्- आनला वाळीत टाकलं होतं. ल्वोयांगची बऱ्यापैकी पुनर्बांधणी करण्यात आली. प्रशासनाच्या कामकाजासाठी अगदी आवश्यक असेल तेव्हाच ते छांग्- आनला येत.

हे असं करण्यामागे उत्तम राजकीय खेळी होती. सम्राज्ञी वांगला पाठिंबा देणाऱ्या जुन्या अधिकाऱ्यांपैकी अनेक जण वायव्येच्या शहरांमधून आलेले होते, तर उ छाव्चे पाठीराखे हे बाहेरून म्हणजे ईशान्येकडून आलेले होते आणि उ छाव्ला पाठिंबा देणं म्हणजे आपली प्रगती करणं, असं त्यांना वाटत होतं. लवकरच जुन्या अधिकाऱ्यांपेक्षा दरबारात त्यांची संख्या जास्त झाली आणि पूर्वेच्या राजधानीमध्ये सरकार हलवणं म्हणजे एक प्रकारे त्यांना दिलेला पुरस्कारच होता. शिवाय, राजकीयदृष्ट्या वायव्येच्या लोकांची सद्दी संपल्याचंही त्यातून स्पष्ट होत होतं.

या निर्णयामागे आर्थिक कारणं असण्याचीही शक्यता आहे. छांग्- आन् हा पारंपरिकदृष्ट्या गरीब भाग होता आणि अनेकदा या भागाला दुष्काळाचा सामना

करावा लागत असे. चीनमधल्या दुसऱ्या भागांमधून बोटीनं धान्य आणणं महाग पडायचं. ल्वोयांगला असा पुरवठा होणं सोपं होतं; कारण स्वेंनी बांधलेल्या कालव्यांच्या व्यापक रचनेशी ते थेट जोडलेलं होतं. पण दरबार ल्वोयांगमध्ये असताना पूर्वेची ही राजधानी दुष्काळाच्या तडाख्यात सापडली आहे आणि छांग्-आन्मध्ये सुबत्ता आहे, असंही घडलेलं होतं. पारंपरिक इतिहासकारांनी मात्र दरबार छांग्- आन्मधून बाहेर नेण्याचं कारण हे सम्राज्ञी उला सम्राज्ञी वांग् आणि स्याव् यांच्या भुतांपासून दूर पळायचं होतं, असंच नोंदवलेलं आहे.

या निर्णयाची किंमत अवाढव्य होती. दोन्ही राजधान्यांमध्ये दोन दोन मंत्रालयं स्थापन करण्यात आली आणि उ छाव्च्या सहा वर्षांच्या मुलाच्या, वारसदार असलेल्या राजपुत्र लि हुंगच्या आधिपत्याखाली छांग्- आन्मध्ये काळजीवाहू सरकार बनवलं गेलं. तरीही, खाव्- चुँगचं प्रशासन असताना अधिकृत कामकाजासाठी अनेकदा दरबार छांग्- आन्मध्ये बसवला जायचा. अशा वेळी सम्राज्ञी वांग् आणि पवित्र रखेल स्याव् यांचा खून झाला त्या शहराच्या आतील राजघराण्याच्या महालात राहायला सम्राज्ञी उ स्पष्ट नकार देत असे. त्याऐवजी ती आणि खाव्- चुँग शहराच्या बाहेर असलेला आणि उन्हाळ्यामध्ये राहण्यासाठी बांधलेल्या 'नऊ प्रावीण्यांचा महाल' म्हणजे च्छु छंग् खुन्मध्ये राहत. हा राजवाडा शन्स्स आणि खान्सु प्रांताच्या सीमेलगत असलेल्या देखण्या डोंगरांमध्ये वसलेला होता.

सम्राटाचा भलामोठा लवाजमा छांग आन्पासून ते ल्वोयांगपर्यंत आठशे पासष्ट ली किंवा दोनशे पंचाऐंशी मैल प्रवास करायचा आणि परत जायचा. खाव्- चुँगच्या काळात ही अशी ये-जा किमान सात वेळा केली गेली. या प्रवासाला पंचवीस दिवस लागत. सर्व पुरुष, स्त्रिया, प्रवासासाठी आवश्यक सामानसुमान घोडे आणि उंटांवरून वाहून नेलं जायचं. प्रवासाच्या वाटेवर ठिकठिकाणी सम्राट आणि त्याच्याबरोबरच्या मंडळींचं जेवणखाण आणि राहण्याची व्यवस्था करणं, यामुळे त्या त्या शहराची घडी विस्कटली जात असे. त्याची जाणीव ठेवून या शहरांना खूप मोठ्या प्रमाणावर करसवलती मिळत. शिवाय हा प्रवास धोकादायकही होता. संरक्षणासाठी सशस्त्र शिपाई असले तरी डाकूंचा हल्ला होणारच नाही, याची खात्री देता येत नसे. ६८२ या वर्षी, 'चिरंतन पवित्र' म्हणजे युंग चुन्च्या पहिल्या वर्षी दुष्काळ पडला होता आणि परिस्थिती इतकी बिकट झाली की खाव्- चुँगनं त्यावर मार्ग काढण्यासाठी एका विशेष सेन्सॉरची नेमणूक केली. सम्राटानं डाकूंच्या एका प्रसिद्ध नेत्याला तुरुंगातून सोडलं, त्याच्या बेड्या काढल्या, त्याला टोपी आणि झगा चढवला आणि या मिरवणुकीचं नेतृत्व करायला दिलं. दहा हजार माणसांचा हा लवाजमा ल्वोयांगला पोचला तोवर तांब्याच्या एका नाण्याचीही चोरी झालेली नव्हती; पण भुकेमुळे हजारो माणसांचे प्राण मात्र गेलेले होते. ६८३ या वर्षी, 'विस्तार मार्गाचा' म्हणजे हुंग

थाव्च्या पहिल्या वर्षी खाव्- चुँगचं निधन झालं आणि त्यानंतर उ छाव्नं आपली राजधानी कायमसाठी ल्वोयांगमध्ये नेली. ७०१पर्यंत, छांग्- आन्च्या पहिल्या वर्षापर्यंत ती तिथेच राहिली. छांग्- आन् या शहरापासून घेतलेल्या सिंहासनाच्या या नावाचा अर्थ होता, 'दीर्घ काळासाठी शांतता आणि स्थैर्य'.

६०५मध्ये छांग्- आन्च्या पूर्वेला नऊशे ली किंवा तीनशे मैलांवर ल्वोयांग ही पश्चिमेकडची राजधानी शेवटून दुसरा स्वे सम्राट यांग- थि यानं स्थापन केलेली होती. छांग्- आन् या स्वर्गीय शहराप्रमाणे ल्वोयांग हे शहर फार नेमकेपणानं बांधलेलं नव्हतं. त्याऐवजी उत्तरेला असलेल्या मांग् डोंगराचा कळस आणि दक्षिणेतील ई छ यांना जोडणाऱ्या रेषेवर या शहराचा मुख्य अक्ष होता. पंचवीस चौरस मैल पसरलेलं हे शहरही गजांच्या जाळीवर बांधण्यात आलेलं होतं. राजधानीचं शहर बाकीच्या शहरापासून वळणं घेत वाहणाऱ्या ल्वो नदीमुळे वेगळं होतं. या नदीला वारंवार पूर येत असे आणि त्यात जवळपास एक पंचमांश शहर नष्ट होत असे.

राजवाड्याचं शहर नदीच्या पलीकडे होतं आणि त्याच्या तीन बाजू राजघराण्याच्या शहराच्या भिंतींनी वेढलेल्या होत्या. चौथी भिंत होती राजघराण्याच्या बागेची. राजवाडा आणि प्रशासकीय विभाग हा छांग्- आन्पेक्षा अधिक सोपेपणानं संरक्षण करता येईल असा होता आणि जमिनीच्या खाली धान्याच्या कोठारांची उत्तम साखळी होती. तरीही, उ छाव् आणि खाव्- चुँग यांचा दरबार तिथे हलवला गेला, तेव्हा खूप बांधकाम शिल्लक होतं.

छांग्- आन्प्रमाणेच राजवाड्याचं शहर आणि राजघराण्याचं शहर यांना जोडणाऱ्या उत्तरेकडच्या द्वाराला सुआन उ द्वार असं म्हटलं जायचं. हे सगळ्यात उंच द्वार होतं आणि राजवाड्याच्या शहराला तिथून सर्वाधिक जास्त धोका होता. त्यामुळे तिथल्या दरवाजांवर खूप मोठा पहारा असे. मात्र, सुआन उ द्वारावरील पहारेकऱ्यांना लाच देण्यात किंवा त्यांना आपल्या बाजूनं वळवण्यात यशस्वी झालं तर राजवाड्यावर स्वारी करणं सोपं होतं. छांग्- आन्मध्ये थाय चुँगनं तेच केलेलं होतं. त्यामुळे सगळी बंडं सुआन उ द्वारापाशी सुरू होत.

शहराचा उत्तरेकडचा अर्धा भाग छान, म्हणजे ल्वोच्या उपनदीनं आणखी विभागला होता. या नद्यांमधली कालव्यांची साखळी शहरातून आडवीतिडवी गेलेली होती आणि त्यांच्यावरूनही असंख्य पूल आडवेतिडवे बांधलेले होते. यांतील सर्वांत महत्त्वाचा होता ल्वोवरून जाणाऱ्या तीन पुलांपैकी एक, थ्येन- स्सन् पूल. या पुलाच्या दोन्ही टोकांना दोन टॉवर्स होते आणि मोठमोठे अनेक पडाव एकत्र बांधून त्यांचा आधार या पुलाला दिलेला होता.

मुख्य रस्ता होता तिंगतिंगमनच्ये. तो मांग्- ई छु अक्षाला समांतर होता आणि शहराची भौगोलिक रचना पाहता, तो पश्चिमेला घासून जात होता. मात्र, लाल पक्षी

मार्गाप्रमाणेच शहराच्या दक्षिणेच्या मुख्य द्वारापासून म्हणजे तिंगतिंगमन्च्येपासून राजघराण्याच्या शहराला आणि पुढे राजवाड्याच्या शहराला जोडून आणखी पुढे जात होता. सणसमारंभाच्या मिरवणुका तिंगतिंगमन्च्येवरून निघत आणि तो एकशेसाठ यार्ड रुंद होता. त्याच्या दुतर्फा विलो, एल्म आणि फळझाडं होती. एका बाजूनं एक तलाव वाहत होता. १००*१२० यार्ड लांबी-रुंदीचे पाच मुख्य रस्ते आणि पन्नास यार्ड रुंदीचे लहान लहान रस्ते त्यापासून निघालेले होते.

छांग्- आन्पेक्षा लहान असलं तरी ल्वोयांगचं आर्थिक महत्त्व खूप जास्त होतं. इथे तीन बाजारपेठा होत्या. दक्षिणेच्या होचाय् द्वाराच्या जवळ पश्चिम बाजार आणि ल्वो नदीच्या दोन्ही काठांवर उत्तर आणि दक्षिण बाजार होते. ल्वो नदी हा व्यापाराचा मुख्य मार्ग होता. दक्षिणेचा बाजार तिन्हीमध्ये सर्वांत जास्त मोठा होता. तिथे एकशेवीस रस्ते होते, चारशे कोठारं आणि तीन हजार दुकानं होती. ल्वो नदीबरोबरच या बाजाराच्या पूर्वेच्या टोकानं वाहणाऱ्या कालव्यातून इथे सामान येत असे. पश्चिम बाजारामध्ये एकशेचाळीस कोठारं आणि सहासष्ट रस्ते होते. उ छाव्च्या काळात उत्तरेकडचा बाजार त्व्छ्‌व कालवा आणि छान् नदीच्या जवळ हलवण्यात आला. हा कालवा सम्राट यांग- थि राज्यावर असताना बांधलेला होता आणि 'संपूर्ण चीनमधून दहा हजारांहून अधिक बोटी' आल्यानं तिथे ट्रॅफिक जॅम झालेला होता, असं म्हणतात. छांग्- आन्प्रमाणेच इथेही बाजारपेठांवर कडक नियंत्रण होतं आणि त्यांच्याभोवती भिंती बांधलेल्या होत्या. पश्चिम बाजाराची मातीची परिमितीच बारा ली किंवा चार मैलांची होती आणि त्यावर चार दरवाजे होते.

ल्वोयांगची विभागणी प्रत्येकी एकशेतीन वॉर्डांमध्ये करण्यात आलेली होती आणि प्रत्येक वॉर्ड एक चौरस ली एवढा होता. दोन्ही बाजूंनी पाव मैलाची भिंत होती. सेहेचाळीस फूट रुंदीच्या दोन रस्त्यांनी वॉर्डाचे चार भाग केलेले होते. थांग साम्राज्यामध्ये या एक चतुर्थांश भागाची आणखी विभागणी झाली आणि एकूण सोळा विभागांचा एक वॉर्ड बनला. याचा अर्थ, छांग्- आन्मध्ये पत्ता सांगण्याची जी पद्धत होती, तीच इथेही वापरता येणार होती. थांगच्या काळात हीच पद्धत चीनमधल्या इतर शहरांनाही लागू करण्यात आली.

राजघराण्याच्या शहराच्या दक्षिणेकडच्या भिंतीला लागून सरदार, उमराव यांची निवासस्थानं होती. त्यामुळे त्यांना दरबाराच्या जवळ राहता येत होतं. उच्च दर्जाच्या अधिकाऱ्यांची पसंती मात्र शांतता असलेला शहराच्या आग्नेय भागाला होती. इथे त्यांनी बागा लावल्या होत्या, गुलामांकडून डोंगर, तलाव, बेटं आणि पॅव्हेलियन्स बांधून घेतलेले होते, जे त्यांच्या हुद्द्यानुसार त्यांना दिलेले होते.

शहराचा उत्तरेकडचा भाग खूप व्यग्र असे. ल्वो नदीच्या अगदी उत्तरेकडील वॉर्डांमध्ये अनेक कार्यशाळा होत्या आणि उत्तर बाजारपेठेच्या भोवती अनेक हॉटेल्स

होती. इथे दोन झोरॅस्ट्रियन देवळं होती. दक्षिण बाजारपेठेतही दोन होती. पर्शियाहून आलेल्या पाहुण्यांच्या धार्मिक गरजा पूर्ण करण्यासाठी ही देवळं बांधण्यात आलेली होती.

थांग शहरांमध्ये बौद्ध मठांनी सार्वजनिक स्नानगृहांची सोय केलेली होती. ल्वोयांगमध्ये एक भिक्खू असं स्नानगृह चालवत असे, जे चंद्राच्या प्रत्येक महिन्यातल्या पहिल्या पाच दिवशी उघडं असायचं. हजारो ग्राहक तिथे येत आणि त्यात बेघर असत, तसेच श्रीमंतही असत, सामान्य लोक असत आणि पाद्रीही असत.

दक्षिण छांग्- आन्‌प्रमाणे ल्वोयांग अशा प्रकारे पसरलेलं होतं की त्याला एक किंचित ग्रामीण व्यक्तिमत्त्व लाभलं होतं. मोठे रस्ते आणि भिंती बांधलेले वॉर्ड यामुळे राजकीयदृष्ट्या त्यावर नियंत्रण ठेवणं सोपं होतं आणि ते सम्राज्ञी उच्या फायद्याचंही होतं. छांग्- आन्‌प्रमाणे ल्वोयांगही सपाट शहर होतं. दोन मजल्यांपेक्षा मोठ्या इमारती इथे खूपच कमी होत्या. पण पुन्हा, सम्राज्ञी उ त्यात पूर्ण बदल करणार होती ते स्वर्गीय खांब बांधून. ६९४मध्ये, 'वर्षं लांबवताना' म्हणजे यन् सायच्या पहिल्या वर्षात हा खांब बांधण्यात आला. हे नाव बदललं गेलं ते थांगच्या जागी छाव् साम्राज्य आलं हे दर्शवण्यासाठी. हा खांब शंभर फुटांहून अधिक उंच होता आणि मैलभर लांबूनही तो दिसायचा.

ल्वोयांगमध्ये सुरक्षित आणि गुप्त ठिकाणी दरबार स्थानापन्न झाल्यावर आणि त्यात तिच्या पाठीराख्यांचं बहुमत बनल्यावर उ छाव्‌वर राजकीय हल्ला होण्याची शक्यता कमी झाली. मात्र, माजी सम्राज्ञी वांग आणि पवित्र रखेल स्याव् यांच्या खुनानंतर उ छाव् अतिशय अंधश्रद्धाळू बनली आणि तंत्रमंत्राच्या नादी लागली. अनेकदा मुरब्बी राजकारण्यांचा सल्ला ती धुडकावून लावे, पण मांत्रिकांचं बोलणं ऐकत असे. तिच्या सम्राज्ञी बनण्यासाठी कोणताही पायंडा नव्हता की कॉनफ्युशिअन परंपरा तिच्या बाजूनं नव्हती, त्यामुळे ती आपल्या राज्याला स्वर्गीय मान्यता मिळावी म्हणून दैवी सूचना मिळत आहेत का, काही चिन्हं दिसत आहेत का, याचा शोध घेत राहायची. खाव्- त्सु आणि थाय- चुंग या दोघांनीही आपल्या कार्यकाळासाठी एकच नाव घेतलेलं होतं. पण खाव्- चुँगच्या काळात हे नाव तेरा वेळा बदललं गेलं. काही वेळा तर एका नावाचं पहिलं वर्ष संपल्यानंतर ताबडतोब दुसऱ्या नावाचं पहिलं वर्ष सुरू झालं. हे नाव उ छाव् पदच्युत झाली आणि तिचा मृत्यू झाला तोवर आणखी तेरा वेळा बदलण्यात आलं. प्रत्येक बदलानं आपल्या राज्यात परिवर्तन आलं, असा विश्वास तिला होता.

आपण सत्तेवर असताना काहीतरी मोठी कामगिरी करून दाखवली आहे असं सम्राटाला वाटलं तर तो शान्‌तुंग इथे असलेल्या थाय्-शान् या चीनच्या पवित्र मानल्या गेलेल्या प्रमुख डोंगराच्या पायथ्याशी आणि शिखरापाशी फंग्- शान्

नावाचा यज्ञ करत असे. सम्राट हा स्वर्गाचा पुत्र मानला जायचा, स्वर्गातील देव आणि पृथ्वीवरील मानव यांच्यातला तो दुवा असायचा आणि या समारंभामध्ये तो पृथ्वी आणि स्वर्ग या दोघांनाही पृथ्वीवरील आपलं कर्तव्य पार पडलं असल्याचं सांगत असे. हा दावा इतका मोठा मानला जात असे की, अशा प्रकारचा यज्ञ केल्यानं सम्राटावर गर्विष्ठ असण्याचा आरोप होण्याची शक्यता असायची. यापूर्वी चीनच्या संपूर्ण इतिहासात अशा प्रकारचे फक्त सहा यज्ञ झाले असल्याची नोंद असून, शेवटचा यज्ञ झाला होता तो इ.स. ५६मध्ये. थाय- चुँगनं ६३२मध्ये म्हणजे सम्राट म्हणून सत्तेवर आल्यानंतर केवळ पाचच वर्षांनी असा यज्ञ करण्याचं योजलं होतं; पण त्याचा प्रथम मंत्री वे छंग्नं असं न करण्यासाठी त्याचं मन वळवलं. त्यानंतर ६४१मध्ये, छन् ख्वान्च्या पंधराव्या वर्षात त्यानं पुन्हा एकदा हा प्रयत्न केला. तो थाय्शानला जायला निघालाही होता, पण अचानक एक धूमकेतू अवतरला. हे वाईट चिन्ह मानलं गेलं आणि थाय- चुँग लगेच छांग्- आनला परतला. छन् ख्वान्च्या बत्तिसाव्या वर्षात, ६४८मध्ये त्यानं तिसरा प्रयत्न केला. पण त्या वेळी आलेल्या पुरामध्ये तो प्रयत्न वाहून गेला. थाय- चुँगनं फंग- शान् करण्याला स्वर्ग आणि पृथ्वी या दोघांचाही विरोध आहे, हे लक्षात आलं आणि सम्राट चार नवीन राजवाडे बांधत असल्यानं यज्ञ करणं त्याला परवडणारं नाही, अशी सफाई यज्ञ न करण्यासाठी देण्यात आली. या चार राजवाड्यांपैकी स्यांग् छंग् राजवाड्यासाठीच वीस लाख रोजंदारीचे दिवस लागणार होते. ६५९मध्ये, स्सन च्छंग्च्या चौथ्या वर्षात, सम्राज्ञी उने सु छिंग- सुंगला सम्राटासाठी पत्र लिहायला सांगितलं. यात सम्राटानं फंग- शान् हा यज्ञ करावा अशी अधिकृत विनंती करण्यात आलेली होती. या विनंतीला तत्त्वतः मान्यताही मिळाली, पण गेल्या सहाशे वर्षांमध्ये असा यज्ञ झालेला नसल्यानं तिथे कोणकोणते विधी करावे लागतात, हे शोधण्यासाठी आणि नंतर त्यानुसार तयारी करण्यासाठी काही काळ गेला. दरम्यान, सम्राज्ञीनं आपलं स्थान अधिक सुरक्षित करण्यासाठी इतर प्रयत्न सुरू केले.

थाय- चुँगचं राज्य असताना साम्राज्यामधल्या सर्व महत्त्वाच्या कुळांची, छन्- ख्वान् श्-त्सु- च्छ म्हणजे, 'छन्- ख्वान् काळातील कुळं आणि वंश यांचा सर्वसमावेशक सारांश', यांची यादी बनवण्याचा प्रयत्न झाला होता आणि ६३८मध्ये, छन् ख्वान्च्या बाराव्या वर्षात तो पूर्ण झाला. दुर्दैवानं त्यात एक महत्त्वाची नोंद वगळली गेली होती. उ कुळ इतकं बिनमहत्त्वाचं ठरवलं गेलं होतं की या यादीत या कुळाचा समावेश झालेला नव्हता. ही चूक सुधारणं गरजेचं होतं. ६५९मध्ये, स्सन् च्छंग्च्या चौथ्या वर्षात आणि सम्राज्ञी उच्या पदाला चार वर्षं झालेली असताना सम्राटानं स्संग- श लु म्हणजे 'आडनावं आणि कुळ यांच्या नोंदी' असं नवीन संशोधन करायचं फर्मान काढलं. सम्राज्ञी उचं कुटुंब आणि राजघराण्यातील इतर

रखेल्यांची कुळं यांत पहिल्या दर्जामध्ये नोंदवण्यात आली यात आश्चर्य काहीच नव्हतं. या नवीन पद्धतीवर खाव्- चुंगनंच प्रस्तावना लिहून शिक्कामोर्तब केलं. या पुस्तकामध्ये दोनशे प्रकरणं होती. अधिकृत शासनकर्त्या वर्गाचा यात विस्तार करण्यात आला होता आणि त्यात उ छाव्‌ला सम्राज्ञीपदासाठी पाठिंबा देणाऱ्या नवश्रीमंतांचाही समावेश झाला होता. खेरीज, जुन्या सरदार- उमरावांचा दर्जा यामुळे खालावला गेला. विशेषकरून आपापसांत लग्न करून आपली सत्ता आणि प्रभाव कायम राखणाऱ्या 'चार आडनावा'च्या शान्- थुंगच्या कुळांवर ही कुऱ्हाड कोसळली होती.

प्राचीन चीनमध्ये सम्राटाची ताकद त्यानं कलेच्या क्षेत्रात मिळवलेल्या प्रावीण्याबरोबरच राजकीय आणि लष्करी यशामध्येही मोजली जात असे. खाव्- चुँगच्या राज्यात थाय चुँगनं आपल्या काळात सुरू केलेल्या अनेक साहित्यकृतींची पूर्तता करण्यात आली. काही नवीन कलाकृतींची सुरुवात झाली. यात कॉनफ्युशिअस धर्माच्या पुस्तकांवर झालेल्या समीक्षांचं पुनर्लेखन होतं, हजार प्रकरणं असलेला लेखांचा, कवितांचा संग्रह होता आणि इतरही साहित्य होतं. ६५७मध्ये सम्राटानं औषधं आणि त्यांच्या उपयोगावरचं चिनी इतिहासातलं पहिलं पुस्तक प्रकाशित केलं. यात काही वेगळे उपचार दिलेले आहेत. उदाहरण म्हणून सांगायचं तर, एका पुरुषाच्या वीर्योत्पादक ग्रंथी घोड्यानं चावल्या, तेव्हा डॉक्टरनं त्या शरीरात परत ढकलल्या, तुतीच्या खोडापासून बनवलेल्या बारीक धाग्याने तो छेद शिवून टाकला आणि मग त्या जखमेवर काळ्या कोंबडीचं बारीक तुकडे केलेलं यकृत औषध म्हणून लावलं.

आणखी एक उदाहरण या पुस्तकात होतं. सातव्या शतकातल्या एका जनरलच्या जबड्यात बाणाचं टोक अडकलं होतं. त्याने डॉक्टरला बोलावलं. हे टोक इतकं खोलवर गेलंय की ते काढता येणं शक्य नाही, असं या डॉक्टरनं सांगितलं. मग दुसऱ्या डॉक्टरला बोलावण्यात आलं. ते काढणं अत्यंत वेदनादायी असेल, असं तो म्हणाला. त्यालाही शिक्षा करण्यात आली. मग तिसरा डॉक्टर आला. आपण काहीतरी प्रयत्न करायला हवेत, हे त्याच्या लक्षात आलं. त्यानं मग जबड्यामध्ये घुसलेल्या बाणाच्या टोकाच्या बाजूनं ड्रिल केलं, त्या भोकात त्यानं पाचर मारली, जबडा इंचभर खड्डा राहील इतका उघडला आणि त्यातून बाणाचं ते अडकलेलं टोक बाहेर काढलं. त्याला बक्षीस म्हणून मेजवानी देण्यात आली आणि त्याचं मनोरंजन करण्यासाठी गाणाऱ्या मुलींचं आयोजन करण्यात आलं.

सरकारी अनुदानामध्ये थाव् आणि बौद्ध भिक्खूंचाही समावेश करण्यात आला. थाय- चुँगच्या काळापासून चीनमध्ये बौद्ध धर्म फोफावत असला, तरी खाव्- चुँगला या धर्माविषयी फारसं प्रेम नव्हतं. बौद्ध आणि थाव् भिक्खूंनी आणि नन्सनी सम्राट आणि आपल्या स्वतःच्या पालकांशी अदबीनं वागावं, असा आदेशही त्यानं काढला

होता. त्याचं म्हणणं होतं की शेवटी बौद्ध, थाव् किंवा कॉनफ्युशिअन धर्म, हे मनानं एकच असल्यामुळे बौद्धांनी आणि थाव्नी कॉनफ्युशिअन संस्थांना, म्हणजे कुटुंब आणि शासन यांना आदर देणं आवश्यक आहे. बौद्ध भिक्खू खूप चिडले. आपण धम्माला शरण गेल्यानं आपला या जगाशी संबंधच उरलेला नाही आणि त्यामुळे आपलं कुटुंब किंवा राजा यांच्या आधिपत्याखाली आपण येत नाहा, असा त्यांचा दावा होता. जी सत्ता तुम्हाला संरक्षण देते आणि तुमचा धर्म सुरक्षितपणे आचरणात आणण्याचं स्वातंत्र्य देते, त्या शासनाप्रती तुमचंही काही कर्तव्य असतं असं खाव्-चुँगचं म्हणणं होतं. आपली सत्ता किंवा थ् सार्वभौम आहे आणि ऐहिक वा पारलौकिक असेल किंवा आजचं वा उद्याचं जग असेल, संपूर्ण विश्वावर त्याचं राज्य आहे, तसंच आपल्या पालकांचा आदर करणं आणि पूर्वजांची पूजा करणं, हा चिनी संस्कृतीचा पाया आहे, असं त्याला ठामपणे वाटत होतं.

त्याच्या म्हणण्याला विरोध करताना भिक्खू म्हणत होते की खाव्- चुँग आपल्या पूर्वजांची पूजा करत असताना आत्म्याचा आदर करणं हेही त्याचं कर्तव्य आहे. बुद्ध हा एक पवित्र आत्मा असल्यानं सम्राटानं त्याच्या प्रतिनिधींना आदर दाखवायला हवा, त्या प्रतिनिधींनी राजाला आदर दाखवण्याची गरज नाही. शिवाय, अनेक सूत्र सर्वधर्मसमभावाच्या सत्तेला आदर दाखवण्यास मनाई करत असून, भिक्खू किंवा नन्कडून वंदन स्वीकारेल त्याला अपाय होईल, असं त्यात म्हटलेलं आहे.

हा वाद खूप चालला. हजारो लोकांनी तो ऐकण्यासाठी हजेरी लावली. खाव्-चुँगला आपण ताकदवान प्रतिस्पर्ध्यांसमोर उभे आहोत, याची जाणीव झाली. यात उची आई, युंगची लेडीसुद्धा होती; कारण ती बौद्ध धर्माची पालनकर्ती होती. या वादविवादात सम्राटाचा पराभव झाला. सम्राज्ञी उनं मतदानात फेरफार करण्याचा प्रयत्न केला; पण त्याचा उपयोग झाला नाही. खाव्- चुँगला तडजोड करणं भाग पडलं. त्यानं मग आदेश काढला की भविष्यात बौद्ध आणि थाव्नी आपल्या पूर्वजांचा सन्मान करणं आवश्यक आहे, सम्राटाचा करायलाच हवा असं बंधन त्यांच्यावर नाही!

बौद्ध धर्माविषयी मनात शत्रुत्वाची भावना असतानाही खाव्- चुँगनं बौद्ध धर्माची दीक्षा घेतलेल्या सुआन थांगला अनुदान देणं चालू ठेवलं आणि भारतातून त्यानं आणलेल्या संस्कृत संहितांचा अनुवाद करण्याचं त्याचं काम थांबू दिलं नाही. सम्राज्ञी उ, अर्थातच उघडपणे बौद्ध होती. अ छांग् या आणखी एका अभ्यासकाला भारतातल्या त्याच्या दोन समुद्रसफरींसाठी तिनं पैसे दिले. परत येताना त्यानं चारशेहून अधिक बौद्ध संहिता आपल्याबरोबर आणल्या. लवकरच ती बौद्ध धर्माची प्रमुख आश्रयदाती बनली आणि पुढे आपल्या स्वतःच्या सर्वंकष नियंत्रणाचं समर्थन

करण्यासाठी तिनं महामेघन बौद्ध धर्मातील तत्त्वांचा वापर केला.

६६०च्या दहाव्या महिन्यामध्ये, स्सन च्छ्ंगच्या पाचव्या वर्षात, खाव्- चुँग आजारी पडला. माजी सम्राज्ञी वांग् आणि आपला काका छांग्- सुन् ऊ - च्छ् यांच्या मृत्यूविषयीची अपराधीपणाची भावना त्याच्या मनातून बहुधा गेलेली नव्हती, असं म्हटलं जातं. खाव्- चुँगची दृष्टी अधू झाली आणि तो बराच वेळ ग्लानीत राहू लागला. सम्राटाला काम करणं अशक्य झाल्यावर सम्राज्ञी उनं त्याच्या सगळ्या जबाबदाऱ्या घेतल्या आणि सक्षमपणे पार पाडल्या. स्त्रीनं शासन करता कामा नये आणि तिला ते जमणारही नाही, असं कॉनफ्युशिअस धर्म सांगत असल्यानं साम्राज्याच्या इतिहासकारांनी तिच्या क्षमतांची नोंदच घेतली नाही. त्याऐवजी सरकार चालवण्यामधलं तिचं कसब, हे सत्ता काबीज करण्याचा उघड प्रयत्न आहे, असं त्यांनी म्हटलं. सम्राटाच्या मृत्यूची ती वाट पाहते आहे, असा आरोपही तिच्यावर करण्यात आला. गोष्ट अशी सांगितली जाते की, खाव्- चुँग आजारी पडला तेव्हा राजवैद्य त्याला तपासण्यासाठी आले. यात एक रोग बरे करणारा सुन् स्सु मो नावाचा थाव् वैद्यही होता. सर्वोच्च वैद्यकशास्त्राच्या कार्यालयातल्या वीस ज्येष्ठ डॉक्टरांपैकी तो एक होता. शंभर कनिष्ठ वैद्य, ॲक्युपंक्चरचा उपयोग करणारे दहा जण, चार अव्वल मसाज करणारे, मसाजचा वापर करणारे सोळा जण आणि बाराशे वर्षांचा वैद्यकीय रेकॉर्ड या कार्यालयात होता.

उ छाव्च्या अधिकृत चरित्रानुसार, राजघराण्याचा डॉक्टर चांग् वन्चुंग आणि छिन् मिंगह् यांनी सम्राटाच्या शरीरात एक अनैसर्गिक वायू वाढत असल्याचं निदान केलं, मात्र इतर काही जणांच्या मते हे निदान खुद्द सुन् स्सु मो यानंच केलेलं होतं. डोक्यातून सुईनं रक्त काढून घेतलं तर हा आजार बरा होईल, असंही या डॉक्टरांनी सांगितलं.

"सम्राटाच्या डोक्यातून रक्त काढावं अशी सूचना तुम्ही करू तरी कशी शकता? या वक्तव्यासाठी मृत्युदंडाचीच शिक्षा व्हायला हवी तुम्हाला," आपल्या पडद्याच्या आडून सम्राज्ञी उ म्हणाली.

त्याबरोबर सर्व डॉक्टरांनी जमिनीवर लोळण घेत दयेची याचना केली. पण खाव्- चुँग मध्ये पडला.

"एखाद्या आजारावर उपचार सुचवले म्हणून आपण डॉक्टरलाच कशी काय शिक्षा करू शकतो? माझी डोकेदुखी असह्य होते आहे. त्यांना जे हवं ते करू दे," तो म्हणाला.

डॉक्टरांनी त्याच्या डोक्यातून रक्त काढलं. थोड्या वेळाने खाव्- चुँग म्हणाला, "आता मला नीट दिसू लागलं आहे."

कमरेतून खाली वाकत सम्राज्ञी उ म्हणाली, "देवानेच या डॉक्टरांना पाठवलं

आहे.'' तिनं मग त्या डॉक्टरांना हिरेमाणकांच्या भेटी दिल्या, अनेक वार विविधरंगी सिल्क दिलं.

त्या वेळी ज्या प्रकारच्या वैद्यकीय पद्धती होत्या त्याविषयी उ छावला फारशी माहिती नसण्याची शक्यता आहे. त्यामुळे रुग्णाच्या शरीरातून रक्त काढून घेण्याच्या कल्पनेनं ती घाबरली असावी. मात्र, 'मेंदूच्या दरवाजा'ला कवटीच्या खालून टोचण्याचे थांग काळात केले जाणारे चिनी उपचार हे डॉक्टर करत असताना त्यांनी चुकून सुई थोडी जास्त खोल टोचली असती तर त्याचा परिणाम म्हणून सम्राटाचा झटक्यात मृत्यू झाला असता. कदाचित, सम्राज्ञी उला सम्राटाचा मृत्यूच हवा असेल. तिचा सिंहासनाचा वारसदार असलेला मुलगा आता सात वर्षांचा झाला होता. खाव्- चुँगचं निधन झालं तर त्याची प्रतिनिधी म्हणून तिला कारभार पाहता आला असता. दुसऱ्या बाजूला खाव्- चुँग हा एक मद्यपि, स्त्रियांवर डोळा असणारा पुरुष होता. उ छाव् आता पस्तीस वर्षांची झालेली होती आणि तिनं किमान तीन मुलांना जन्म दिलेला होता. सम्राटाला आपल्या कह्यात घेणाऱ्या कोणत्याही तरुण स्त्रीसमोर ती आपली सत्ता आणि पद गमावू शकत होती. शेवटी तिनंही तर सम्राटाला आपल्या सौंदर्यानं आणि शयनगृहातील आपल्या कौशल्यानं अंकित करून माजी सम्राज्ञीला त्याच प्रकारे पदच्युत केलेलं होतं.

वाघ आणि शेळी

सरकारमधली सम्राज्ञी उची पहिली चाल होती कोरिआवर आक्रमण करण्याची. कोरिआ हा चीनचा शेजारी होता आणि त्यांच्या संस्कृतीची तुलना चीनशी करता येईल, एवढी ती प्राचीन होती. चीनवर त्यापूर्वी तुर्की आणि तिबेटींचा हल्ला होत असे. किंवा त्याही आधी मंगोलही चीनवर हल्ला करत. पण या सगळ्या आदिवासी जमाती होत्या. चिनी लोकांना भारतीय संस्कृतीविषयी माहिती होती; पण हा देश खूप दूर होता, अगदी हिमालयाच्या पलीकडे आणि जाण्यास कठीण. पर्शिया आणि बायचॅन्टियमही लांब होते, तर जपानला समुद्रमार्गे जाण्याशिवाय पर्याय नव्हता. आणि समुद्र ही आपल्या साम्राज्याची सीमारेषा आहे, असं चिनी मानत होते. आठशे वर्षांपूर्वी हान साम्राज्याखाली कोरिआ हा चीनचा भाग होता. तो पुन्हा आपल्यामध्ये सामील करून घेण्यात यश मिळवणं, हे अतिशय मानाचं ठरलं असतं. विशेषतः स्वे यांग- थि आणि थाय चुँग त्यात अपयशी ठरलेले असताना अधिकच. म्हणून उ छाव्नं एक योजना आखली. ल्वो नदी ही चीन आणि कोरिआची, तसंच यालूची सीमा होती. यालू ही आज मान्चुरिआ आणि कोरिआची सीमारेषा आहे. प्फाकचे हा कोरिआच्या द्वीपकल्पाचा भाग असलेल्या तीन राज्यांच्या सर्वांत दक्षिणेकडचा भाग होता. मधला भाग होता सिल्ला, ज्याच्या मदतीनं प्फाकचे उभं होतं. नदीतून आक्रमण करण्याऐवजी सम्राज्ञी उनं एक लाख सैन्य समुद्रामार्गे प्फाकचे काबीज करण्यासाठी पाठवायचं ठरवलं. तिथून सिल्लाच्या मदतीनं चिनी सैन्य दोन्ही बाजूंनी कोरिआवर हल्ला करू शकणार होतं.

खाव्- चुँगला कोरिआला जाणाऱ्या या सैन्याचं नेतृत्व करण्याची इच्छा होती. पण उनं बहुधा त्याच्या तब्येतीच्या कारणास्तव त्याला विरोध केला. खाव्- चुँगची आयुष्याची पुढची तेवीस वर्षं आजारपणात गेली हे खरं, पण ६६०पर्यंत, स्सन्

च्छंगच्या पाचव्या वर्षात आलेल्या अर्धांगवायूच्या झटक्यामधून तो बऱ्यापैकी नीट झाला होता आणि दरम्यानच्या काळात त्याला सम्राज्ञी उ हिच्यापासून आणखी दोन मुलंही झालेली होती. ६६२च्या सातव्या महिन्यात- रन्- यिन, लुन्ग शोच्या दुसऱ्या वर्षात जन्माला आलेला लि थान् आणि त्यानंतर एक-दोन वर्षांनी जन्माला आलेली राजकन्या थाय प्फिंग, तिची जिवंत राहिलेली एकमेव मुलगी. राज्यावर असताना जन्मलेल्या मुलग्यांप्रमाणे सम्राटाच्या मुलींच्या जन्मतारखा नोंदवलेल्या नव्हत्या. मात्र, थाय प्फिंगचं लग्न ६८१मध्ये झाल, तेव्हा ती बहुधा सतरा किंवा अठरा वर्षांची असावी असं गृहित धरलं, तर तिचं जन्मसाल हे ६६३ किंवा ६६४, लुन्ग शोचं तिसरं वर्ष किंवा लिन् थ्चं पहिलं वर्ष असणार. थ् म्हणजे सद्गुण आणि लिन् हा हरणासारखा दिसणारा दंतकथांमधला एक रानटी प्राणी. थाय प्फिंग या तिच्या नावाचा अर्थ होता- शांतता; कोरिआबरोबरच्या युद्धाच्या काळात तिचा जन्म झाला असल्यानं कदाचित तिच्या पालकांना हवी असलेली शांतता त्यांनी तिला हे नाव देऊन मिळवली असावी. तिच्या आयुष्यात नंतर आलेली वादळं पाहाता या नावामधला विरोधाभास अधिकच जाणवणारा आहे.

लांब पल्ल्याचा प्रवास करण्याइतकी खाव्- चुँगची तब्येत चांगली असल्याने सम्राट आणि सम्राज्ञी या जोडप्याने आपल्या कुळातील पूर्वजांचं घर असलेल्या शन्स्स प्रांतालाही भेट दिली. मात्र, पुन्हा एकदा सत्तेची धुरा सांभाळण्याएवढी ताकद खाव्- चुँगमध्ये नंतर कधीच आली नाही आणि तो नावापुरताच सम्राट राहिला. सम्राटाला युद्धापासून दूर ठेवण्यामागे राजकीय हेतूसुद्धा होता. या युद्धात अपयश आलं तर त्याचा दोष खाव्- चुँगला दिला गेला असता आणि स्वे यांग-थिप्रमाणे कदाचित त्यालाही सत्तेमधून बाहेर पडावं लागलं असतं. पण तो यशस्वी झाला, तर त्याचं संपूर्ण श्रेय त्यानं घेतलं असतं, त्यातून तो अधिक ताकदवान बनला असता आणि त्याच्या भोवतीच्या माणसांनी मग तिला खाली खेचण्याचे प्रयत्न नव्यानं सुरू केले असते. नाहीतरी, कोरिआबरोबरचं युद्ध रेंगाळलेलं असताना उ छाव्ला पदावरून हटवण्याचा आणखी एक प्रयत्न झालाच. त्या वेळी एका थाव् पाद्र्यावर तिची मेहेरनजर झालेली होती आणि त्याला राजवाड्यात मोकळेपणानं फिरण्याची मुभा होती. या पाद्र्याकरवी काही विधी करून घेण्यात येणार होते. हे विधी म्हणजे चेटूक आहे, असं वाटत होतं. हा आरोप मोठा होता. वेची लेडी ल्यो आणि ल्यो श् यांना याच आरोपांमुळे पायउतार व्हावं लागलं होतं. उ छाव् काय करू इच्छितेय हे लि छंग् याआधी वारसदार असलेल्या राजपुत्राकडे काम केलेल्या एका तृतीयपंथी सेवकाच्या कानावर गेलं. त्यानं सचिवालयाचा अध्यक्ष शांग्- ख्वान् ए याला ही बातमी ताबडतोब सांगितली. जुन्या अधिकाऱ्यांपैकी जे कोणी थोडेथोडके शिल्लक राहिले होते, त्यांपैकी शांग्- ख्वान् ए एक होता. त्यानं ही माहिती

सम्राटाला सांगितली आणि सम्राज्ञीला तिच्या पदावरून हटवण्याची मागणी केली. उ छाव्च्या हातातलं बाहुलं बनण्याचा बहुधा सम्राटाला कंटाळा आला असावा, म्हणून त्यानं शांग्- ख्वान् एला सम्राज्ञीला पदच्युत करण्याचा आदेश लिहिण्यास सांगितला. पण राजवाड्यात सगळीकडे उ छाव्चे हेर भरलेले होते. या आदेशाची अंमलबजावणी करण्याआधीच सम्राज्ञी उ सम्राटापाशी गेली आणि राजघराण्याच्या इतिहासानुसार, 'सम्राटानं तिला घाबरून पश्चाताप व्यक्त केला आणि आपण हे सगळं शांग्- ख्वान एच्या सांगण्यावरून केलं असल्याचं सांगितलं.'

शांग्- ख्वान् ए आणि त्याला माहिती देणारा तृतीयपंथी या दोघांचीही रवानगी तुरुंगात झाली आणि तिथेच त्यांचा मृत्यू झाला. शांग- ख्वान् एची सगळी संपत्ती जप्त करण्यात आली. त्याच्या कुटुंबाला राजवाड्यात गुलाम म्हणून नेण्यात आलं. कलंकित अधिकाऱ्यांच्या कुटुंबीयांना त्या वेळी हे असंच वागवण्यात येत असे. त्याची नात शांग्- ख्वान वान् एरह् ही सम्राज्ञी उ छाव्ची अत्यंत लाडकी होती. उ छाव्चा मुलगा लि छ जो पुढे सम्राट चुंग- चुँग बनला त्याची रखेल सम्राज्ञी वेच्या राज्यात तिचा फार मोठा प्रभाव होता. मात्र, उ छाव् बरोबर राहून तिने राजकीय कसब मिळवलं असलं तरी तिचा शेवट अत्यंत शोकात्म ठरला. कसा ते आपण पुढे पाहणारच आहोत.

शांग्- ख्वान् ए आणि त्याला माहिती देणारा तृतीय पंथी या दोघांनीही माजी वारसदार राजपुत्र लि च्छंगसाठी काम केलेलं असल्यानं त्यालाही या कटात गोवण्यात आलं आणि हद्दपार झाल्यानंतर तो ज्या राजवाड्यात राहत होता, तिथे त्याला आत्महत्या करणं भाग पाडलं. सम्राटाच्या मुलग्यांपैकी जे उ छाव्चे नव्हते, त्यांतील फक्त दोनच जिवंत राहिले. एक होता पवित्र रखेल स्याव्चा मुलगा लि सु च्छछ् आणि दुसरा लि शांग- छन् जो एका कनिष्ठ दर्जाच्या रखेलीच्या पोटी जन्माला आला होता. दोघांपैकी एकाहीपासून धोका असण्याचा संभवही नव्हता.

या दरम्यान चिनी सैन्यानं कोरिआमध्ये अनेक मोठे विजय संपादन केलेले होते. प्फाक्चेच्या मदतीला आलेल्या जपानी दलाचाही त्यांनी विध्वंस केला होता. या प्रक्रियेमध्ये चारशे बोटी जळल्या होत्या, आणि 'धुरानं आकाश काळं पडलं होतं, तर समुद्र रक्तानं लाल झाला होता.' सैन्य आता थकलं होतं आणि त्यांना घरी परतायचं होतं. पण परतणाऱ्या सैन्याचा उपयोग सम्राज्ञी उच्या विरोधातल्या बंडासाठी केला जाईल अशी भीती असल्यानं, त्यांना कोरिआमधलं आपलं काम संपवण्याचा आदेश देण्यात आला. ज्येष्ठ अशा लि च्छ् याला कोरिआविरुद्धच्या लढाईसाठी पाठवण्यात आलं. त्या वेळी तो ऐंशी वर्षांचा होता. सातव्या शतकातील कोरिआच्या विरोधातली चीनची ही सातवी आणि शेवटची लढाई. परिणामी, तीन वर्षांनी, ६६८च्या चंद्राच्या नवव्या महिन्यात- पिंग्-छन, 'प्रमुख शिष्टाचार' म्हणजे छुन

छांग्च्या पहिल्या वर्षात- कोरिआची राजधानी प्फयांगयांग जळून भस्मसात केली, ज्यात सातशे पाच वर्षांच्या राज्याच्या नोंदी राख होऊन गेल्या. चाळीस लाख कोरिअन नागरिक चीनची प्रजा बनले, त्यांतले दोन लाख हे युद्धकैदी बनले आणि गुलाम म्हणून आले. हे युद्ध आठ वर्षं चाललं, त्यात कधी एका पक्षाची बाजू वर असायची तर कधी दुसऱ्या. पण अंतिमतः उ छाव्च्या धोरणाचा विजय झाला आणि थांगच्या छत्राखालील चिनी साम्राज्याचा कधी नव्हे एवढा विस्तार झाला. आता, कोरिअन द्वीपकल्पापासून ते पर्शिया आणि काश्मिरच्या सीमेपर्यंत चिनी साम्राज्य पसरलं.

सैन्याविषयी सम्राज्ञी उच्या मनात भीती असण्याला सबळ कारण होतं. व्यावसायिक सैनिक हे उच्चभ्रू, श्रीमंत कुटुंबातून आलेले असत आणि वयाच्या एकवीसपासून ते साठपर्यंत ते सैन्यात काम करत. ते उच्चशिक्षित आणि उच्च प्रशिक्षण घेतलेले होते. शरद ऋतूत आणि हिवाळ्यात शेतीची कामं नसताना ते अधिकृत व्यायाम प्रकारांमध्ये सहभागी होत आणि हिवाळ्यात शिकारीलाही जात. या व्यावसायिक सैनिकांना करांमधून सवलत होती, त्यांना अंगमेहनतीच्या अनिवार्य कामामधून सवलत होती. या सैनिकांना राजघराण्यातील बारा रक्षकांचं आणि वारसदार असलेल्या राजपुत्राच्या सहा रक्षकांचं अनुमोदन असे आणि राजधानीच्या शिबंदीत ते काम करत. त्यामुळे त्यांचा वचक मोठा होता आणि ते घरापासून कधीही फार दूर नसत. ६१९मध्ये सुरू करण्यात आलेली धनुष्य-बाणाचं कसब दाखवण्याची पद्धत, द ग्रेट शूट, उ छाव्ने ६६४मध्ये, लिन थ्च्या पहिल्या वर्षात बंद केली. परंपरेनुसार, सम्राटाला त्याच्या सिंहासनासकट राजवाड्याच्या बाहेर आणलं जात असे आणि त्याचे सैनिक सात प्रकारच्या धनुष्यांवर आपलं कसब त्याला दाखवत. खरं सांगायचं तर हा प्रकार धोकादायच होता. एखाद्या नाराज सैनिकानं आपला बाण वेगळ्याच दिशेनं मारला, तर इतिहास बदलू शकत होता. हा सैनिकी प्रकार पुन्हा सुरू झाला तो ७११मध्ये, उ छाव्च्या निधनानंतर सहा वर्षांनी.

उ छाव् सम्राज्ञी होऊन आता दहा वर्षं झाली होती आणि तिला सत्तेवर आणण्यासाठी मदत करणारे वृद्ध आणि निवृत्त झाले होते. सरकारमध्ये आता दोन जनरल्स राहिले होते, जे आपला बहुतेक वेळ लष्करी कामकाजात घालवत. शांग्-ख्वान ए कलंकित होऊन दूर झाल्यानंतर उ छाव्ला पूर्ण मोकळीक मिळालेली होती आणि तिनं सरकारी प्रशासनाचं पूर्ण नियंत्रण घेत त्यावरील आपली पकड घट्ट केली. अर्थात, आपल्या नवऱ्याच्या नावानं ती हे सरकार चालवत होती. साम्राज्याच्या इतिहासानुसार :

'या घटनेनंतर, सम्राटानं कोणतंही काम करायला सुरुवात केली की

सम्राज्ञी पडद्याआडून ऐकायची. सरकारचं सर्व कामकाज, मग ते कितीही छोटं किंवा बिनमहत्त्वाचं असो, तिनं ऐकलेलं नाही, असं होत नसे. साम्राज्याची सार्वभौम सत्ता तिच्या हाती गेली होती. जीवन वा मृत्यू, पुरस्कार वा शिक्षा, निर्णय तिचा असे. स्वर्गाचा पुत्र आपल्या हाताची घडी घालून सिंहासनावर बसलेला असे. बस्स. दरबारात आणि देशात, त्यांना दोन ऋषी म्हटलं जात होतं.'

तरीही, आपल्या राज्याला स्वर्गीय आशीर्वादाचं कायदेशीर शिक्कामोर्तब मिळावं म्हणून उची तगमग होत होती. आणि मग ६६५मध्ये, लिन् थ्च्या दुसऱ्या वर्षात तिने फंग- शान् यज्ञ करण्याची वेळ आली आहे असं फर्मान काढलं. हा अलौकिक यज्ञ करून पृथ्वीतलावरील आपलं काम पूर्ण झालं आहे, असं खाव्- चुँगनं आपल्या राज्याच्या इतक्या सुरुवातीलाच सांगणं हे गर्विष्ठपणाचं मानलं जाईल, असं तिला कोणीही सांगितलं नाही. गंमत अशी की, हा यज्ञ म्हणजे संपूर्ण साम्राज्यात शांती आणि सौहार्द्रता तसंच सम्राटाच्या राज्याविषयीच्या समाधानाचं प्रतीक होतं. त्या वेळी कोरिआबरोबरचं युद्ध चालू होतं आणि साम्राज्याची खरी राज्यकर्ता असलेल्या सम्राज्ञीला खाली खेचण्याचे दरबाऱ्यांचे प्रयत्न थांबलेले नव्हते. पण लोक आनंदी होते. लागोपाठ पाच वर्षं भरपूर पीक आल्यानं चीनमधल्या सर्व लोकांच्या खिशात संपत्ती खुळखुळू लागली होती. आणि पर्शिया आणि जपानसारख्या दूर देशांतून या समारंभाला हजर राहिलेल्या परदेशी प्रतिनिधी मंडळांमुळे चीनची लष्करी आणि परराष्ट्रविषयक ताकद उठून दिसत होती. युद्धविरामाच्या या लहानशा काळात कोरिआच्या हुकुमशहाचा मुलगा, छवान् खाय्-सु-वन्, हासुद्धा हजर होता. शिवाय, या समारंभाच्या निमित्तानं सर्व अधिकाऱ्यांना पदोन्नती मिळणार होती, वेगवेगळी पदं आणि भेटी दिल्या जाणार होत्या, सर्वसाधारण माफी जाहीर होणार होती, वृद्धांना दान मिळणार होतं. थाय्-शान् या पवित्र डोंगराकडे पोचणाऱ्या ज्या ज्या मार्गावरून शाही मिरवणूक जाणार होती, त्या स्थळांना आणि शान्तुंगमधल्या सर्व लोकांना भरपूर देणग्या मिळणार होत्या.

या समारंभात कोणत्याही स्त्रीचा कधीही सहभाग नव्हता. पण तरीही उ छाव्नं त्यात भाग घेतला आणि त्याला कोणीही आक्षेप घेतला नाही. उनं या समारंभाचा खोलवर अभ्यास केलेला होता. तिनं सम्राटाकडे अर्ज करून म्हटलं की एक स्त्री म्हणून तिनं या समारंभात भाग घेऊ नये, असं एकही कारण नाही. हा अर्ज म्हणजे एक प्रकारे आज्ञाच होती.

तिनं लिहिलं होतं, 'पारंपरिक पुस्तकांमध्ये दिलेल्या उपदेशानुसार, पुरुष आणि स्त्री यांचे विधी भिन्न आहेत. एक स्त्री वेदी आहे कारण पृथ्वीदेवता एक स्त्री आहे,

पृथ्वी स्त्रीलिंगी आहे... शिवाय, या महत्त्वाच्या समारंभात दिवंगत सम्राज्ञींच्या आत्म्याला आमंत्रित केलं जातं, मग त्यांच्यासाठी असलेल्या यज्ञामध्ये केवळ ज्येष्ठ पुरुष अधिकाऱ्यांनीच का सहभागी व्हायचं? हे कोणाच्याही आकलनापलीकडचं आहे आणि त्यातून विसंवाद निर्माण होऊ शकतो. जिथे अनुशासन असायला हवं तिथे हे असं होणं योग्य नाही.'

ल्वोयांगपासून थाय्- शान् ब्याऐंशी ली किंवा तीनशे सत्तावन्न मैल दूर होतं. या सफरीला चाळीस दिवस लागले. सम्राटाचा संपूर्ण लवाजमाच साठ मैल लांब पसरला होता. यात लष्करी नेते, सरकारी अधिकारी, सैनिक, सेवक, तुर्की, पर्शियन, भारतीय, कोरिअन, जपानी आणि इतर परदेशी प्रतिनिधी होते आणि या प्रत्येकाचा स्वतःचा लवाजमा होता. वाटेत खाण्यासाठी त्यांनी स्वतःबरोबर शेळ्या आणि गायी घेतल्या होत्या, ते तंबूत झोपत. उच्या चमूला अधिक भक्कम करण्यासाठी तिच्या सावत्र भावाचे, उ युआन च्छिंगचे मुलगे उ वे- ल्यांग आणि त्याचा भाऊ उ हवाय्- युन या समारंभाला हजर झाले. खरं तर त्यांनी आपल्या प्रांतांमध्ये सर्वांच्या नजरेपासून दूर राहणंच अधिक हुशारीचं ठरलं असतं. थाय-चुँगची माजी रखेल आणि उ छाव्ची चुलत बहीण लेडी यांगही आलेली होती. आता राजकन्या डुवेजर यु नावानं ओळखली जाणारी ती राजघराण्यातील सर्वांत वयस्क स्त्री होती आणि उ छाव्ची सहायकही.

नवीन वर्षाच्या पहिल्या दिवशी, च्छन् फंग्च्या पहिल्या वर्षात, १० फेब्रुवारी ६६६ या तारखेला थाय्- शान्च्या पायथ्याशी यज्ञ सुरू झाला. यात सम्राज्ञी उ प्रथम सहायकाची भूमिका निभावत होती. या समारंभाच्या वेळेस खुद्द डोंगरालाही 'पदवी' देण्यात येणार होती. राज्याच्या नावातील फंग्चा अर्थ तोच होता. च्छन् हा पहिला भाग म्हणजे बदलांचं पुस्तक यामध्ये पुरुष किंवा यांग मूलतत्त्वाचं चिन्ह म्हणून दिलेला आहे. पुरुष मूलतत्त्व स्वतःवर घेत उ छाव्ने शिखरापर्यंतच्या दुसऱ्या मिरवणुकीचं नेतृत्व केलं, जिथे दुसऱ्या दिवशी सकाळी यज्ञाची समाप्ती झाली. या काळात कोणताही अपशकुन दिसून आला नाही. मात्र, सम्राज्ञी उला सहभागी व्हायला देऊन सम्राटानं पाप केलं असल्याचं छांग् युह् या ऋषीनं उ छाव्च्या मृत्यूनंतर पाच वर्षांनी सांगितलं. यामुळेच थांगचा अस्त आणि छो साम्राज्याचा उदय झाला, असं त्याचं म्हणणं होतं.

समारंभ संपल्यानंतर राजघराण्याच्या मिरवणुकीनं शान्तुंगची सैर केली. कॉनफ्युशिअसच्या जन्मस्थळाला भेट दिली. तसंच, लाओ त्सु या थाव्च्या संस्थापकाचं जन्मस्थळही तिथेच आहे असं मानलं जात होतं, त्यालाही या सर्वांनी भेट दिली. याच लाओ- त्सुने थाव्- म्हणजे 'मार्ग' किंवा 'सर्वोच्च तत्त्व' आणि थ् म्हणजे सद्गुण यावर पाच हजार वर्णांचं दोन भागांतलं पुस्तक लिहिलेलं आहे. कॉनफ्युशिअस

एक व्यावहारिक तत्त्वज्ञ होता. लाओ त्याच्यापेक्षा कितीतरी अधिक आध्यात्मिक होता. 'थाव्- थ् च्छिंग' लिहिल्यानंतर लाओ- त्सु अदृश्य झाला असं म्हटलं जातं. पण असंही सांगितलं जातं की तो विजनवासात गेला आणि पुढे एकशेबावन्न ते दोनशे वर्षं जगला. या काळात वेषांतर करून तो अनेकदा वावरला. गोष्ट अशीही आहे की, एकदा तो कॉनफ्युशिअसला भेटला आणि त्याच्या गर्विष्ठपणासाठी व महत्त्वाकांक्षी स्वभावासाठी लाओ- त्सुनं त्याची खूप खरडपट्टी काढली. त्याउलट, कॉनफ्युशिअस इतका प्रभावित झाला की त्यानं लाओ- त्सुची तुलना ढग व वाऱ्यावर स्वार झालेल्या उडत्या ड्रॅगनशी केली.

ख्रिस्तपूर्व ६व्या शतकातल्या लाओ-त्सुचं आडनाव लि असल्याचं सांगितलं जातं. लि म्हणजे प्लम या फळझाडासाठी असलेला चिनी शब्द आहे. हे नाव त्याला पडलं कारण बहात्तर वर्षं आईच्या गर्भात राहिल्यानंतर, प्लम झाडाखाली त्यानं आईच्या बगलेतून जन्म घेतला. कालांतरानं थांगन लाओ- त्सुवर आपला हक्क सांगितला. थांगचं कुटुंबाचं नाव लि होतं. थाय- चुँगने ६३७मध्ये, छन् ख्वान्च्या अकराव्या वर्षात स्वे साम्राज्याच्या बौद्ध धर्मापासून स्वतःला वेगळं करण्यासाठी लाओ- त्सु आपला पूर्वज असल्याची घोषणा केली. खाव्- चुँग आणि उ छाव् यांनी त्याचं जन्मस्थान म्हणून जे स्थान ओळखलं जात होतं, त्याला भेट दिली तेव्हा लाओ- त्सुला राजघराण्याचा दर्जा देऊन त्याचा सन्मान करण्यात आला. त्याला 'अद्‌भुत मूळ असलेला सर्वोच्च सम्राट' असं पदही दिलं गेलं. त्याच्या तथाकथित जन्मस्थानावर एक चांगलं स्मारक बांधण्यात आलं आणि त्यावर देखरेख करण्यासाठी दोन सरकारी अधिकाऱ्यांची नेमणूक करण्यात आली. त्याच्या भोवतालच्या प्रांताला खऱ्या स्रोताचा प्रांत असं नाव देण्यात आलं आणि लि आडनावाच्या सर्वांना एका वर्षासाठी करामधून सवलत दिली गेली.

चार महिन्यांच्या प्रवासानंतर संपूर्ण मिरवणूक राजधानीला परतली. उ वे-ल्यांग आणि उ हवाय्- युन हे दोघेही त्यांच्या बरोबर होते. आणि तिथेच उ छाव्च्या मनातली भीती खरी ठरली. शृंगारामध्ये कसब मिळवलं असलं तरी उ छाव्ला माहीत होतं की बायकांच्या बाबतीत ढिला असलेला खाव्- चुँग कोणत्याही क्षणी तिच्या जागी एखाद्या तरुण स्त्रीला आणू शकतो. घडत तेच होतं. सम्राट आता उ छाव्च्या भाचीच्याच, हो-लान ख्वो- छुच्या प्रेमात पडला होता. उ छाव्ची बहीण लेडी हो- लान् आता हानची डचेस झालेली होती आणि एके काळी सम्राटाची प्रेमिकाही होती. ख्वो- छु हे नाव यी-नु-ख्वो-छु या वाक्प्रचारावरून पडलेलं होतं आणि त्याचा अर्थ होता, 'कन्या आणि राष्ट्रीय सौंदर्य'. हो- लान ख्वो- छु ही आपल्या मावशीला, सम्राज्ञी उला भेटण्याचं निमित्त करून वारंवार राजवाड्यात येत असे; पण प्रत्यक्षात मात्र तिचं सम्राटाबरोबर प्रेमप्रकरण चालू होतं. सम्राटानं तिची

आई जिवंत असतानाच तिला वेची डचेस अशी पदवी देऊन राजघराण्याचा भाग करून घेतलं होतं. आता त्याला राजघराण्यातील रखेल्यांमध्ये तिला वरचा दर्जा द्यायचा होता. सम्राज्ञी उ आता एकेचाळीस वर्षांची झाली होती आणि पाच मुलांची आईही. आपल्यापेक्षा वयानं अर्ध्या असलेल्या तरुण, सुंदर मुलीशी स्पर्धा करणं तिला शक्यच नव्हतं.

तरीही, उ छाव्नं संभोगातील वेगवेगळ्या प्रकारांनी खाव- चुँगवरची आपली पकड कायम ठेवण्याचा प्रयत्न केला. दिवसा त्याच्याबरोबर वेळ घालवायची त्या कोचाभोवती तिनं आरसे लावून घेतले. एक दिवस जनरल ल्यो चन्- ख्वे सम्राटाला भेटण्यासाठी आला होता. त्यानं पाहिलं की सम्राट एकटाच बसला आहे आणि त्याच्या बाजूला दोन आरसे आहेत. हे पाहून त्याला धक्का बसला आणि तो म्हणाला, 'आकाशात दोन सूर्य नसतात. पृथ्वीला दोन सम्राट नसतात. पण आता तुमच्या या सेवकाला स्वर्गाचे अनेक पुत्र दिसत आहेत. हा अपशकुन नाही का?' सम्राटानं ते सर्व आरसे काढून टाकायला लावले. पण त्याच्या मृत्यूनंतर आपल्या स्वतःच्या आनंदासाठी उ छाव्नं ते पुन्हा लावून घेतले.

आता सम्राज्ञी उची प्रतिस्पर्धी हो- लान ख्वो- छु हिला काढून टाकण्यासाठी अधिक जोमानं प्रयत्न करणं भाग होतं. च्युंगच्या लेडीनं म्हणजे उ छाव्च्या आईनं सम्राट आणि सम्राज्ञीच्या सन्मानार्थ एक मेजवानी आयोजित केली आणि तिथे हो- लान ख्वो- छु अचानक आचके देऊ लागली आणि तिथेच तिचा मृत्यू झाला. सम्राज्ञी उचे भाचे उ वे- ल्यांग आणि उ हवाय्- युन यांच्यावर तिला विष पाजल्याचा आरोप करण्यात आला आणि त्या दोघांना देहान्ताची शिक्षा देण्यात आली. कुटुंबाची त्यांच्या बाजूची नावं कुळांच्या नोंदवहीतून काढून टाकण्यात आली आणि त्यांना हाकलून देण्यात आलं. च्युंगच्या लेडीनं सम्राटाची सासू म्हणून मिळालेलं आपलं पद सुरक्षित राखण्यासाठी आणि ज्यांच्याविषयी तिच्या मनात तिरस्कार होता त्या सावत्र कुटुंबापासून मुक्तता मिळवण्याकरता हे केलं असण्याची शक्यता आहे. आणखी एक सिद्धान्त असा आहे, की उ वे- ल्यांग आणि उ हवाय्- युन यांनी हे केलं ते उ छावला विष देऊन हो- लान ख्वो- छुला सिंहासनावर बसवण्यासाठी. मात्र, सम्राज्ञी उनंच हो- लान ख्वो- छुच्या अन्नामध्ये चिकणमातीमधील एक अत्यंत विषारी संयुग मिसळलं, अशी नोंद राजघराण्याच्या इतिहासात करण्यात आलेली आहे. चीनच्या दीर्घ इतिहासात, उ छाव्चेच मार्ग वापरून सत्ता मिळवणाऱ्या इतरही सम्राज्ञी होऊन गेलेल्या आहेत; पण त्यांच्या पाठीशी नेहमीच एक ताकदवान कुटुंब होतं. उ छाव्नं हे केलं ते तिचं कुटुंब असं असूनही केलं. जिच्यावर संपूर्ण विश्वास टाकावा अशी तिच्याजवळ केवळ तिची आई होती.

सम्राज्ञी उ छाव्चे वडील उ श् यांच्या पूर्वजांच्या देवळात यज्ञ करेल असा

त्यांचा आता एकही पुरुष वारस राहिलेला नव्हता. म्हणून मग जिचा खून झाला त्या हो- लान ख्वो- छुचा भाऊ, म्हणजेच च्युंगच्या लेडीचा नातू, हो- लान् मिन्- च्छ्ह् याला उ आडनाव देऊन सन्मानित करण्यात आलं, जेणेकरून पूर्वजांसाठी तो प्रार्थना करू शकेल. पण हो- लान् मिन्- च्छ्ह् ही चुकीची निवड ठरली. बिनकामाचा हा मुलगा आपल्या आजीबरोबर राहत असे. सम्राज्ञी उची मुलगी राजकुमारी थाय् प्फींग् च्युंगच्या लेडीची भेट घेण्यासाठी जात असे. तिच्याबरोबर राजवाड्यातील अनेक मुली सेविका म्हणून असत. हा मुलगा त्या सगळ्यांबरोबर प्रेमाचे चाळे करत असे. त्यानंतर त्यानं एका सौंदर्यवतीला पळवून तिच्यावर बलात्कार केला. यांग स्सु- च्छ्नच्या मुलीची निवड वारसदार राजपुत्राची रखेल म्हणून झालेली होती. तिच्यावर बलात्कार करणं, हा अत्यंत गंभीर गुन्हा होता.

या वेळेपर्यंत हो- लान मिन्- च्छ् ह् ला त्याच्या आजीचं संरक्षण होतं, तिचा तो अत्यंत लाडका होता. पण ६७०मध्ये, 'सर्वांसाठी समृद्धी' किंवा 'सर्व काही सुरळीत' असा अर्थ असलेल्या स्सन् हंग्च्या पहिल्या वर्षात च्युंगच्या लेडीचं निधन झालं आणि हे संरक्षण संपलं. तिची अंत्ययात्रा मोठ्या सरकारी इतमामात निघाली, लष्करी अधिकारी त्याला हजर होते, संगीतकार होते आणि ध्वज वाहणारे अधिकारीही होते. त्या वेळेला उत्तर चीनमध्ये दुष्काळ पडलेला होता आणि पीक आलेलं नव्हतं. अशा परिस्थितीत च्युंगच्या लेडीच्या अंत्ययात्रेसाठी झालेल्या सोहळ्यामुळे संपूर्ण उ कुटुंबाविषयी लोकांमध्ये नाराजी पसरली. त्याची भरपाई म्हणून उनं आपल्या पदाचा त्याग करण्याची तयारी दर्शवली. पण तोवर शासनकर्ता म्हणून सम्राट इतका अपात्र झाला होता, की ही केवळ दिखाऊ भूमिका होती. उनं मग आपल्या एका नातेवाइकाचा बळी देण्याचं ठरवलं. आपल्या बहिणीचा खून केला म्हणून हो- लान मिन्- च्छ्हचा आपल्यावर संशय आहे असं उला ठामपणे वाटत होतंच, ही संधी साधून तिनं त्याच्या विरुद्ध पाऊल उचलायचं ठरवलं. च्युंगच्या लेडीच्या निधनानंतर त्याच्या पाठीशी उभं राहणारं कोणीही नव्हतं. त्यातून तो वाया गेलेला मुलगा होता. सुतकामध्ये पाळण्यात येणारे नियम त्यानं उघडपणे धुडकावले होते. या नियमांनुसार नातवानं सत्तावीस महिने सुतक पाळणं आवश्यक होतं. या काळात त्यानं साधे कपडे घालायचे होते, नृत्य आणि संगीताचा आनंद घ्यायचा नव्हता आणि संभोगापासून दूर राहायचं होतं. या सगळ्याकडे दुर्लक्ष करून हो- लान मिन्- च्छ्हने आपली नेहमीची जीवनशैली चालू ठेवली. उनं ताबडतोब त्याच्यावर गैरवर्तणुकीचा आरोप लावला आणि त्याला मिळालेलं उ हे सन्माननीय आडनाव त्याच्याकडून काढून घेतलं. त्याला शहरातून हाकलून देण्यात आलं. तो दुसऱ्या जागी जात असताना रस्त्यातच त्यानं आत्महत्या केली- किंवा त्याचा खून झाला आणि त्याच्या सर्व ज्ञात सहकाऱ्यांना शुद्ध करून घेतलं गेलं. पुन्हा एकदा उ छाव्च्या वडिलांचा कोणी पुरुष

वारसदार उरला नाही. म्हणून मग त्याचे उरलेले नातू, उ छंग् स्सु आणि उ सान् स्सु यांना विजनवासातून परत बोलावण्यात आलं. उ छाव्च्या मृत सावत्र भावांचे हे दोघे हयात मुलगे होत. छंग्- स्सु म्हणजे 'वारसदार म्हणून जागा घेणे' आणि सान्- स्सु म्हणजे 'दोन वेळा विचार करणे'. दोघेही आपल्या आत्याचे, सम्राज्ञी उचे अत्यंत विश्वासू बनले आणि तिच्या यशात व अपयशातही त्यांनी महत्त्वाची भूमिका निभावली.

६७०मध्ये च्युंगच्या लेडीचं निधन झाल्यानंतर सम्राज्ञी उ आणि सम्राट खाव्- चुँग यांनी सुंगशान् डोंगरात असलेल्या शाव्लिन मंदिराला भेट दिली. ल्वोयांगपासून ते सुमारे शंभर ली किंवा तेहतीस मैलांवर होतं. तिथे उ छाव्नं लिहिलं, 'माझ्या मृत आईने आपल्या आश्रयाखाली घेतलेल्या जागेला भेट देताना माझ्या हृदयात एक प्रकारचा एकटेपणा दाटून आला आणि माझं तिच्यावर किती प्रेम होतं हे आठवून मन विदीर्ण झालं. म्हणून माझं दुःख व्यक्त करण्याकरता मी ही कविता केली :

माझ्या सम्राटाबरोबर, मी सैर करतेय निषिद्ध बागेची
सुवासिक दालनांमधून संमती मिळालीय बाहेर पडण्याची
डोंगराच्या शिखरांवर दाटून आलेत ढग
एक धुकं खाली उतरतंय, झुलणाऱ्या फलकांमधून वाट काढत
सूर्याच्या राजवाड्यातून दिसताहेत नदीकाठची घरं
चंद्राच्या दालनातून दृष्टीस पडताहेत डोंगरकड्यांवरची घरं
सोनेरी भूमीवर सोनेरी चक्राची फिरकी
पवित्र दालनांमध्ये लांब, सुगंधी झग्यांची फिरती
घंटांचा नाद, बौद्ध पठण हलकेच वाढतंय
फलक फडफडताहेत, धुकं हळूच विरतंय
एकदा प्रलयंकारी अग्नीशी पडली त्याची गाठ
आगीच्या लोळानं भरगच्च शेतांना केलं सपाट
फुलांच्या बागेची निशाणीही नाही उरली
कमळाच्या टॉवरची मात्र ढळली नाही कीर्ती
खरंच परोपकारी मार्गाने चालणाऱ्यांवर आहे हे अवलंबून
जग सुंदर करण्यासाठी परमेश्वराला मदत करून
सहानुभूतीमधून नशीब चांगलं घडतं
या जागी सुविचारांचं काहुर मनात दाटतं
पण वाऱ्यावरच्या एका फांदीला नाही लाभत शांतता
रक्ताचे अश्रूही आणणार नाहीत परत तिला

खुनशी, सत्तांध अशी उ छाव् अनेक वेळा हृदयशून्य भासत असली, तरी तिच्या मनात भावना होत्या. तिचं क्रौर्य हे चीनच्या इतिहासातील घटनांच्या चश्म्यातून बघायला हवं. इथे एखाद्या व्यक्तीचं आयुष्य आणि काही वेळा लाखोंची आयुष्यं ही राजकीय स्वार्थाच्या वेदीवर बळी गेलेली आहेत.

आपल्या प्रिय पालकाच्या मृत्यूनंतर जीवन क्षणभंगुर असतं याची जाणीव झाली असली, तरी त्यामुळे सम्राज्ञी उच्या राजकीय महत्त्वाकांक्षांना खीळ बसली नाही; उलट, त्या अधिकच तेज झाल्या. एका फंग- शान् समारंभानं तिचं समाधान झालं नव्हतं. ल्वोयांगच्या जवळ असलेल्या सुन्ग- शान् या आणखी एका डोंगरावर आणि काही दूरच्या शिखरांवर तिनं हा यज्ञ आणखी एकदा आयोजित करण्याचा प्रयत्न केला. ६७६मध्ये ई फंग्च्या, म्हणजे पहिल्या वर्षातील हिवाळ्यामध्ये सुन्ग- शान्चा यज्ञ ठरवला गेला. पण तिबेटनं आक्रमण केल्यामुळे तो पुढे ढकलण्यात आला. त्यानंतर तीन वर्षांनी, 'मध्यस्थी करणे' किंवा 'दवबिंदूंशी एकात्मता' म्हणजे थ्याव् लुच्या पहिल्या वर्षी तुर्कींनी त्रास द्यायला सुरुवात केल्यानं तो परत एकदा पुढे ढकलला गेला. मात्र, त्या वर्षी सुन्ग- शान्वर स्सा- हो च्छचं स्मारक बांधून त्यावर शिलालेख बसवण्यात आला. स्सा- हो च्छ म्हणजे ख्रिस्तपूर्व २०व्या शतकातील स्सा साम्राज्याच्या अगदी सुरुवातीच्या सम्राटाची आई. तिचं रूपांतर डोंगरावरील एक मोठा शिळेमध्ये करण्यात आलं होतं. चिनी पुराणकथांमधली ती एक सक्षम आणि ताकदवान स्त्री व्यक्तिरेखा मानली जात असे. अखेर ६८३मध्ये, हुन्ग थाव्च्या पहिल्या वर्षात, दुसऱ्यांदा फंग- शान् यज्ञ करण्याचा शेवटचा प्रयत्न सम्राट खाव्- चुँगच्या गंभीर आजारामुळे रद्द झाला. त्याच वर्षी त्याचं निधन झालं. मात्र, समारंभाची योजना तोवर तयार झालेली होती आणि त्या वर्षी यज्ञातील कर्मकांडांची विभागणी पुरुष आणि स्त्री देवतांमध्ये समसमान करण्यात आलेली होती, ज्यात च्छच्या आईचा आणि पश्चिमेतील राजमाता स्स- वांग मु यांचा समावेश होता.

स्स- वांग मु म्हणजे अमरत्व मिळालेल्यांची राणी मानली जात असे. स्स- ह्वा, म्हणजे पश्चिमेचं फूल नावाच्या पऱ्यांच्या राज्यातील स्त्रियांच्या आत्म्यांवर तिचं राज्य होतं. पऱ्यांच्या राज्यातील तिच्या बागेत वेगवेगळे, अनोखे, परदेशी पक्षी आणि दुर्मिळ फुलं होती. प्फान् थाव्, अमरत्वाचं पीच हे फळही त्या बागेतल्या झाडांवर लागायचं. तिची लोकप्रियता एवढी की त्यात तिचा पुरुष सहकारी, तिचा नवरा पार झाकोळला गेला होता. त्याचं नाव पूर्वेचं फूल- थुन्ग ह्वामधील पुरुषांचं प्रतिनिधित्व करणारा एक साधा राजपुत्र म्हणून घेतलं जायचं. मुळात, स्स- वांग मु म्हणजे डोंगरातील आत्मा होती, शरीर माणसाचं आणि वाघाचे दात व बिबट्याची शेपटी असलेला आत्मा. याचं रूपांतर नंतर एका सुंदर स्त्रीमध्ये झालं. तिचा

वाढदिवस फ्का स्सन्- आठ अमर आत्मे- साजरा करत. त्या वेळी एक मोठी मेजवानी दिली जायची आणि जेवणात स्स- वांग मु ड्रॅगनचं यकृत, माकडाचे ओठ आणि कासवाचे पंजे यांचा समावेश करत असे. गोड पदार्थ म्हणून फ्फान् थाव् दिलं जायचं.

थाव् दंतकथेनुसार, मुने ख्रिस्तपूर्व दुसऱ्या शतकाच्या शेवटी आणि पहिल्या शतकाच्या सुरुवातीला महान हान सम्राट उ थि याला भेटून अमरत्वाचं पीच त्याला दिलं होतं. उ थिला त्याचं बी रुजवायचं होतं, पण स्स- वांग मुने त्याला त्यापासून परावृत्त केलं. इतकं अनोखं फळ रुजेल अशी चीनची भूमी सुपीक नाही, असं तिचं म्हणणं होतं. खेरीज, फ्फान् थाव्चं झाड तीन हजार वर्षांतून एकदाच फळं देत असे. तरीही उ थिनं तो बीरुपी खडा आपल्यापाशी ठेवून घेतला. इ.स. १३६८मध्ये मिंग साम्राज्याचा पहिला सम्राट हुन्ग-उ गादीवर बसला, तेव्हा त्याला फ्फान् थाव्चा खडा भेट म्हणून देण्यात आला. त्या आधीच्या य्वान साम्राज्याच्या खजिन्यामध्ये हा खडा सापडलेला होता. त्याच्या दहा कोरीव प्रतिकांवरून हा खडा म्हणजे स्स- वांग मुने उ-थिला सुमारे पंधराशे वर्षांपूर्वी दिलेला पीचच्या फळाचा खडा आहे, हे ओळखता आलं. सम्राज्ञी उच्या काळात फ्फान् थाव्चा हा खडा कुठे होता हे माहीत नाही, पण अशा ताकदवान स्त्री देवतांना मोठं करणं तिच्या सोयीचं होतं, एवढं निश्चित.

उ छाव् अतिशय अंधश्रद्धाळू होती. तिच्यासाठी असे समारंभ म्हणजे सत्ता होती आणि ती सिंहासनावर असतानाच्या संपूर्ण काळात तिनं अनेक भव्य सणासमारंभांना प्रोत्साहन दिलं, जिथे ती केंद्रस्थानी असे. ६६८-९मध्ये, चुँग छांग्च्या पहिल्या आणि दुसऱ्या वर्षात तिनं मिंग् थांग म्हणजे 'प्रकाशाचं दालन' बांधण्याच्या एका पुराणकालीन प्रथेचं पुनरुज्जीवन करण्याचाही प्रयत्न केला. हे एक खास प्रेक्षकांचं दालन होतं, ज्याचा उपयोग सणासमारंभांसाठी केला जात असे आणि ते शांग-थिच्या सन्मानार्थ उभारण्यात आलं होतं. शांग-थि म्हणजे चिनी देवदेवतांमधील सर्वांत जुना आणि सर्वोच्च देव, थाव् अस्तित्वात येण्याच्या कितीतरी आधी या देवाची पूजा केली जायची. तिथे केलेल्या विधींमुळे सम्राटाची आणि पर्यायानं सम्राज्ञीचीही पृथ्वीवरील ताकद वाढली असती, स्वर्गाशी त्यांचं नातं अधिक सुसंवादी झालं असतं. मात्र, हे दालन कसं बांधावं याविषयी तज्ज्ञांचं एकमत होईना आणि त्याचं बांधकाम पुढे ढकललं गेलं. अगदी खाव्- चुँगच्या मृत्यूनंतर आणि त्या जागी उ छाव् स्वतः सम्राज्ञी बनेपर्यंत. या अशा प्रकारच्या पीछेहाटीनंतरही ६७४मध्ये, शांग् युआनच्या पहिल्या वर्षात, सम्राज्ञी उने खाव्- चुँग आणि स्वतःचं नाव थ्येन- हवांग् आणि थ्येन- हो असं बदलून घेतलं. स्वर्गीय सम्राट आणि स्वर्गीय सम्राज्ञी असा या नावांचा अर्थ होता आणि चिनी इतिहासात पहिल्यांदाच ही पदं कोणाला देण्यात आली होती.

चीनमध्ये सरकारला पाठिंबा मिळवायचा असेल, तर पंडितांचा आदर मिळवणं आवश्यक आहे, याची सम्राज्ञी उला कल्पना होती. म्हणून मग तिनं साहित्यिकांना मदत करण्यास सुरुवात केली. ६६२मध्ये, लुन्ग श्वॉच्या दुसऱ्या वर्षात, ल्वोयांग इथे स्थापन झालेल्या राज्य विद्यापीठामधील पंडितांना दरबारात आमंत्रित केलं गेलं. त्यांनी उसाठी 'लिह्- नु छ्वान' म्हणजे प्रसिद्ध स्त्रियांच्या चरित्रांचा संग्रह प्रकाशित केला. त्याबरोबरच 'छन् खुए' हे पुस्तकही त्यांच्याकडून लिहून घेतलं. या पुस्तकामध्ये सरकारविषयीचं तिचं तत्त्वज्ञान व्यक्त झालेलं होतं आणि कालांतरानं नागरी सेवांच्या परीक्षांमध्ये सर्व उमेदवारांसाठी हे पुस्तक वाचणं अत्यावश्यक बनलं. आणखी एक राजकीय पुस्तक लिहिण्याचा प्रस्ताव तिनं अमलात आणला. 'प्फाव्-ल्याव् स्सन-च्छ्ह' म्हणजे 'शंभर अधिकाऱ्यांसाठी नवीन सूचना' हे ते पुस्तक होय. याखेरीज, 'युह् शु' नावाचं संगीत आणि आचारपद्धतींवर एका भल्यामोठ्या पुस्तकाचं लिखाणही करवून घेतलं. तिला विविध विषयांमध्ये रस असल्याचं दर्शवणारी आणखी हजारो पुस्तकं छापण्यात आली. पण साहित्यामध्ये तिला जो रस वाटत होता त्यामागे सुप्त हेतू होता. ६६०च्या उत्तरार्धात या पंडितांमधील काही पंडित तिच्या खासगी सचिवालयामध्ये काम करू लागले होते. राजवाड्याच्या शहराच्या उत्तर द्वाराच्या जवळ घरं असल्यानं या पंडितांना उत्तरेकडील द्वाराचे पंडित असं म्हणत. राजेरजवाड्यांच्या काळातील चीनमध्ये सत्ता मिळवू इच्छिणाऱ्यांमध्ये पंडितांचं असं दरबारी असणं ही सर्वसाधारण पद्धत होती. सुआन ऊ द्वारावर सत्ता काबीज करण्याआधी थाय- चुँगने आपल्याभोवती च्छनच्या राजपुत्राचे अठरा पंडित जमा केलेले होते. त्याच्या मुलानं, लि थाय्नं पदच्युत होण्याआधी भौगोलिक नोंदी असणाऱ्या पाचशे चर्मपत्रांचं मुख्य संपादकपद भूषवलं होतं आणि त्याकरता आपल्याबरोबर काही पंडितांचा एक गट गोळा केला होता. सम्राटाला देण्यात येणारी सर्व कागदपत्रं उ छाव्चे हे पंडित तपासून पाहत आणि तिच्यासाठी अपायकारक ठरतील असा कोणताही अर्ज ते सम्राटापर्यंत पोचू देत नसत. त्यामुळे उ छाव्ची सरकारवरची पकड अधिकाधिक घट्ट होत चालली होती.

उ छाव् अत्यंत धूर्त राजकारणी होती. आपल्या काही उच्च पदस्थ अधिकाऱ्यांवर कडक कारवाई करताना त्यांच्या हाताखालच्या अधिकाऱ्यांबरोबर मवाळपणे वागत असे; एकूणच समाजाप्रती वागताना उदारमतवादी असे आणि खालच्या दर्जाच्या लोकांसाठी दानशूर बनत असे. असं वागून तिनं ही पकड अधिकच मजबूत केली. ६७४मध्ये, 'पहिल्यापेक्षा वरचढ' म्हणजे शांग युआनच्या पहिल्या वर्षात तिनं सुधारणांसाठी एक बारा कलमी योजना आणली आणि स्वतःची लोकप्रियता वाढवण्याच्या दिशेनं आणखी एक पाऊल टाकलं. ही बारा कलमं होती-

१. शेती माल आणि सिल्क उत्पादनांवरील करांमध्ये कपात करण्यात आली आणि या उद्योगांमधल्या लोकांवर लादण्यात आलेली सक्तीची लष्करसेवा बंद केली गेली.
२. महानगरी कर बंद केले गेले आणि राजवाड्याच्या भोवतालच्या पडीक जमिनीवर शेती करण्यास परवानगी देण्यात आली.
३. कोरिआबरोबरचं युद्ध आता संपलेलं असल्यानं, तिने बहुतेक सैन्याचं विसर्जन केलं, यापुढे शांततेचं धोरण आपण स्वीकारणार असून, राज्य आता धर्म आणि सद्गुणांच्या आधारे चालवलं जाईल, असं तिने जाहीर केलं.
४. राजवाडे, देवळं आणि मठ यांच्या सजावटीवर होणारा अतिरेकी खर्च सार्वजनिक बांधकाम खात्याला थांबवायला सांगितला.
५. वेठबिगार आणि सक्तीचे कामगार काम करत असले तरीही इमारत बांधणीसाठी असलेल्या बजेटमध्ये कपात करण्यात आली.
६. लोकांना आपलं मत मांडता यावं किंवा सम्राटाकडे त्यांना योग्य प्रतिनिधित्व मिळावं यासाठी असलेले मार्ग अधिक विस्तारण्यात आले.
७. नव्यानं मिळालेल्या या अभिव्यक्तिस्वातंत्र्याशी समतोल साधावा म्हणून 'खोटे आरोप करणाऱ्यांचे तोंड बंद करण्यात येईल' असा आदेशही काढण्यात आला.
८. राजपुत्र आणि ड्यूक्स यांच्यासकट सर्वांवर थाव् ॠषि लाओ त्वु याने लिहिलेल्या 'थाव्- थ् च्छंग' म्हणजे 'सत्तेकडे जाण्याचा योग्य मार्ग' या पुस्तकाचा अभ्यास करण्याची सक्ती करण्यात आली.
९. वडील जिवंत असले तरीही मृत आईसाठी शोक करण्याचा काळ वाढवून तीन वर्षं करण्यात आला. त्या आधी केवळ वडिलांच्या निधनाचा शोक इतका काळ केला जात असे.
१०. ६७४पूर्वी सन्मानपूर्वक निवृत्त झालेल्या नागरी सेवेतील कोणत्याही अधिकाऱ्याला पुन्हा बोलावण्यात येणार नाही, किंवा त्यांच्या पूर्वीच्या कृतींची पुनर्तपासणी होणार नाही आणि कोणत्याही मार्गाने मिळवलेली असली तरी त्यांची पदं कायम राखता येतील, असा आदेश काढण्यात आला.
११. राजधानीमध्ये काम करणाऱ्या आठव्या दर्जाच्या वरील सर्व अधिकाऱ्यांचे पगार वाढवण्यात आले.
१२. उत्तम रेकॉर्ड असलेल्या आणि दीर्घ काळ सेवेत असलेल्या सर्व अधिकाऱ्यांना शिफारस करण्यासाठी कोणीही प्रायोजक नसले तरी पदोन्नती मिळणार होती.

राजकीय पदासाठी प्रयत्न करणाऱ्या एखाद्या आधुनिक राजकारण्याने उचलावीत अशीच ही पावलं होती.

लोकांमध्ये आणि नागरी सेवांमध्ये काम करणाऱ्या अधिकाऱ्यांमध्ये उची लोकप्रियता वाढावी यासाठी जाणीवपूर्वक केलेले हे प्रयत्न होते. पण खाव्- चुँगनं या बारा कलमी योजनेला कमी महत्त्व मिळावं असे प्रयत्न केले. ६३०मध्ये, छन् ख्वान्च्या पाचव्या वर्षात, थाय- चुँगने संपूर्ण साम्राज्यासाठी विविध पदांकरता वेगवेगळ्या रंगांचे कपडे वापरले जावेत असा आदेश काढला होता. तिसऱ्या आणि त्यावरील दर्जाचे मॅन्डरीन्स यांनी जांभळ्या रंगाचे कपडे घालायचे होते. चौथ्या आणि पाचव्या दर्जाच्या लोकांनी लाल रंगाचे, सहाव्या आणि सातव्या दर्जाच्या लोकांनी हिरव्या आणि आठव्या व नवव्या दर्जाच्या लोकांनी निळ्या रंगाचे कपडे घालायचे होते. इतर महत्त्वाच्या व्यक्तींना, म्हणजे बौद्ध किंवा थाव् भिक्खूंना आणि मान्यवर पंडितांना जांभळा रंग आणि त्यांच्या पत्नींना आपल्या नवऱ्याच्याच रंगाचे झगे घालण्याची परवानगी होती. या आदेशानुसार शोकात असताना वापरायचा पांढरा हा पारंपरिक रंग सर्वसामान्य लोकांनी वापरायचा होता. पण आपण कोणत्या रंगाचे कपडे घालायचे असं सांगणारा आदेश असावा, हे लोकांना आवडत नव्हतं. म्हणून मग त्यांनी रंगीत अंतर्वस्त्रं घालायला सुरुवात केली. काही जण मग आपले पांढरे कपडे काढून या अंतर्वस्त्रांमध्ये फिरत. ६७४मध्ये सम्राटाच्या कानावर ही गोष्ट गेली तेव्हा प्रत्येकाने त्यांना दिलेल्या कपड्यांच्या रंगाचीच अंतर्वस्त्रं घालावी असा नवीन आदेश त्यानं काढला.

खाव्- चुँग आपल्या कपड्यांबाबत आग्रही असे. स्त्रियांना पूर्णपणे झाकणारा चिनी प्रकारचा बरनूझ नावाचा झगा फॅशनबेल असणं थांबलं तेव्हा सार्वजनिक सभ्यता खालावत चालल्याचं हे लक्षण आहे, असं या सम्राटाला वाटू लागलं. आणि मग ६६३मध्ये, लुन्ग श्वॉच्या तिसऱ्या वर्षात आणि ६७१मध्ये, स्सन हंगच्या दुसऱ्या वर्षात त्यानं तो झगा पुन्हा एकदा वापरात आणण्याच्या संदर्भात आदेश काढला. पण एक व्यक्ती लोकांना फॅशनच्या बाबतीत असे धडे देऊ शकत नाही आणि ७०५मध्ये उ छाव्चा मृत्यू झाला तोपर्यंत बरनूझ पूर्णपणे अदृश्य झालेला होता. त्याऐवजी स्त्रिया पडद्याच्या कापडाच्या हॅट्स वापरू लागल्या होत्या. या हॅट्सना लावलेल्या तलम पारदर्शक कापडामुळे केवळ चेहरा झाकला जात असे. काही अधिक धाडसी स्त्रिया तर चेहरा न झाकता घराबाहेर पडू लागल्या होत्या. खाव्- चुँगला ते थेट अश्लील वाटत असे.

उ स्वतः बौद्ध असली, तरी तिनं आखलेला बारा कलमी कार्यक्रम हा बौद्ध देवळं आणि मठांच्या बांधकामासाठीचा खर्च कमी करून थेट थाव्चा आणि कॉनफ्युशिअनिस्ट्सचा पाठिंबा मिळावा म्हणून अमलात आणलेला होता. या बारा

कलमांचं रूपांतर आदेशामध्ये करण्यात आलं आणि त्यावर सम्राटाची सही झाली; पण प्रत्यक्षात या आदेशामागे कोण आहे हे सर्वज्ञात होतं. सर्वसाधारण माफी जाहीर करण्यात आली. त्याच्या पुढच्याच वर्षी उनं पुन्हा करांमध्ये कपात केली आणि कोरिअन युद्धासाठी अर्थसाहाय्य म्हणून जे सक्तीचे कर होते, ते थांबवले.

मार्क्सवादी इतिहासकार उ छाव्चं कौतुक करत असले, तरी तिच्या राज्यामध्ये शेतकऱ्यांना खूप त्रास सहन करावा लागला. सरदार, उमराव, मॅन्डेरिन, लष्करी गव्हर्नर्स, व्यापारी आणि सैन्यातील अधिकारी यांनी प्रचंड इस्टेटी जमवल्या, कृषीमधल्या 'समान शेती'ची संकल्पना पार धुळीला मिळवली आणि शेतकऱ्यांकडून त्यांच्याच जमिनी हडप केल्या. पण या शेतकऱ्यांकडे कोणतीही सत्ता नसल्याने त्यांच्या दुःखाविषयी तिला काहीही कदर नव्हती.

सम्राज्ञी उच्या सत्तेला सर्वांत मोठं आव्हान दिलं ते तिच्याच मुलानं, वारसदार राजपुत्र लि हुन्ग यानं. ६७५मध्ये खाव्- चुँगला पक्षाघाताचा आणखी एक झटका आला, तेव्हा हा राजपुत्र चोवीस वर्षांचा होता. उ छावला सम्राटाच्या नावाने शासन चालवायला द्यावं, असं त्यानं सुचवलं. पण सचिवालयाचे उपाध्यक्ष हाव् छुन्- छुन यानं त्याला विरोध करताना म्हटलं, 'स्वर्गाचा पुत्र बाहेरच्या जगातली सर्व कामं पाहतो आणि सम्राज्ञी आतली. हीच स्वर्गाची रीत आहे.' स्वतः लि हुन्ग हा सक्षम असून, त्यानंच सम्राटाच्या नावानं शासन का करू नये, असंही काही दरबाऱ्यांनी सुचवलं. सम्राट आणि सम्राज्ञी ल्वोयांगला असताना तो छांग्- आन्मधून बरंचसं सरकारी कामकाज पाहत असे. त्याचं वय योग्य होतं, तो माणुसकीनं वागणारा होता, तो राजघराण्याचा वारसदार होता, आपल्या कामाबाबत गंभीर होता आणि लवकरच हक्कानं सिंहासनावर बसण्याची शक्यता होती. त्या वेळी मग आई आणि मुलामध्ये संघर्ष निर्माण झाला. दरम्यान लि हुन्गला आणखी एक गोष्ट कळली. उ छाव्च्या आदेशावरून पवित्र रखेलीच्या दोन मुलींना, खाव् आन आणि ए यांग, यांना त्यांच्या आईच्या मृत्यूनंतर वीस वर्षं त्यांच्या घरामध्ये डांबून ठेवण्यात आलेलं होतं. या दोन मुलींनी आता तिशी पार केलेली होती आणि त्या अविवाहित होत्या. लि हुन्गला त्यांची दया आली आणि त्यांना मोकळं करावं, असा अर्ज त्यानं सम्राटाकडे केला. खाव्- चुँगला नकार देणं जमणारच नव्हतं. उ छाव्नं त्याचा सूड म्हणून या दोन मुलींशी लग्न करण्यासाठी लष्करातले खालच्या पदावरचे दोन अधिकारी निवडले आणि त्यांचा अपमान केला. पण सम्राज्ञी उचा राग तरीही शांत झालेला नव्हता. यि- हाय् म्हणजे चौथ्या महिन्याच्या बाविसाव्या दिवशी, शांग् युआनच्या दुसऱ्या वर्षात, २५ मे ६७५ रोजी लि हुन्ग ल्वोयांगच्या बाहेर असलेल्या राजघराण्याच्या बागेमधील वसंतातील राजमहालात आपल्या आईला भेटायला आला आणि त्यानंतर रहस्यमयरीत्या त्याचा मृत्यू झाला. सम्राज्ञी उनं किंवा तिच्या

आदेशावरून त्याला विष पाजण्यात आलं, असं त्या वेळी म्हटलं गेलं. त्याच्या मृत्यूनंतर खाव्- चुंग म्हणाला की लि हुन्गसाठी आपल्या पदाचा त्याग करण्यापासून त्याला केवळ त्याच्या आजारामुळे जमलं नव्हतं. त्यानं मग आपला मुलगा जणू काही सम्राट झाला आहे असं समजून, त्याला मरणोत्तर स्साव्- च्छंग हे नाव दिलं, ज्याचा अर्थ 'आदरणीय सम्राट' असा होता.

पवित्र रखेल स्याव्चा मुलगा, लि सु- च्छ्ह याचा त्याच्या वडिलांवर थोडाफार प्रभाव होता. पण उ छाव्नं ६६६मध्ये त्याला संसर्गजन्य आजार झाल्याचा आरोप करून विजनवासात पाठवून दिलं होतं. पदोन्नती होत वर आलेल्या छांग च्छह्न- च्छ या अधिकाऱ्यानं त्यानं परत यावं, असा अर्ज दाखल केला. उत्तरेकडच्या पंडितांच्या हाती हा अर्ज लागला. लि सु- च्छ्हवर लाच देत असल्याचा आरोप करण्यात आला आणि रक्षकांच्या देखरेखीखाली त्याला आणखी दूरच्या ठिकाणी पाठवून दिलं गेलं. एका छोट्याशा रखेलीपासून खाव्- चुँगला झालेला आणखी एक पुत्र, लि शांग- च्छ्न याला काही आरोपांखाली हुनानच्या जंगलात धाडण्यात आलं.

घरापासून जवळच खाव्- चुँगची तरुण आत्या राजकन्या छांग् लो राहत होती आणि तिच्या भाच्याची खूप लाडकी होती. सम्राटावर तिचाही थोडाफार प्रभाव होता. तिच्यापासून आणखी एका कारणासाठी धोका होता. तिच्या मुलीचं, लेडी त्साव्चं सम्राज्ञीच्या सर्वांत मोठ्या हयात मुलाशी, यिंगचा राजपुत्र लि च्छ्शी लग्न झालेलं होतं. उ छाव्नं मग या दुर्दैवी तरुण मुलीला तिच्या घरात नजरकैदेत ठेवलं, जिथे तिला स्वतःच स्वतःचा स्वयंपाक करून घ्यावा लागत असे. काही दिवस तिच्या चिमणीमधून धूर येत नसल्याचं तिच्या जेलर्सना जाणवलं. ते तिच्या खोलीत शिरले तेव्हा ती मरून पडलेली त्यांना दिसली. राजकन्या छांग् लो आणि तिचा पती यांना मग हाकलून लावलं गेलं आणि सम्राट व त्यांच्यात कोणताही संपर्क राहणार नाही, याची काळजी घेतली गेली.

बहुधा उची बहीण लेडी हो- लान हिचा मुलगा असलेल्या लि स्सन याला १ जुलै ६७५ रोजी, पिंग त्त्व् म्हणजे पाचव्या महिन्याच्या शेवटच्या दिवशी आणि शांग युआनच्या दुसऱ्या वर्षात वारसदार राजपुत्र म्हणून घोषित केलं गेलं. तो एकवीस वर्षांचा होता, या पदासाठी अत्यंत लायक समजला जात होता आणि त्याला स्वतःला मुलगे होते. बौद्ध धर्मामध्ये, पंडिती ज्ञानामध्ये त्याला रस होता. त्याच्या शिक्षणावर उ छाव्नं स्वतः देखरेख केलेली होती. वेळोवेळी त्याला सूचना देणारी पत्रं ती लिहीत असे, त्यात काही वेळा त्याला रागवणारी पत्रं असत आणि तिच्या विरोधात असणाऱ्या चार जणांना तिने त्याचे समुपदेशक म्हणून नेमलेलं होतं. वारसदार राजपुत्र म्हणून त्याची नेमणूक झाल्यानंतर वर्षभरानं त्यानं सिंहासनासमोर

उभं राहून केलेलं भाष्य प्रसिद्ध होतं. पण त्याचं स्थान अनिश्चित होतं कारण तो सम्राटाचा लाडका होता आणि म्हणूनच उ छाव्साठी धोक्याचा.

सम्राज्ञीला आणखी दोन मुलगे होते. तिचे स्वतःचेच. एकोणीस वर्षांचा लि छ् आणि तिचा लाडका तेरा वर्षांचा लि थान्. या मुलाला तिनं परंपरेच्या विरोधात जाऊन दरबारात स्वतःजवळ ठेवून घेतलेलं होतं. याशिवाय तिची लाडकी मुलगी राजकन्या थाय्- प्फींग होती. ६७७मध्ये, यी फंग्च्या दुसऱ्या वर्षात, ती साधारण तेरा वर्षांची असताना तिबेटच्या राजानं दोन देशांमध्ये शांतता नांदावी म्हणून या राजकन्येशी विवाह करण्याचा प्रस्ताव दिला होता. पण जो देश फारसा सुसंस्कृत नाही असं मानलं जायचं, त्या देशात आपल्या मुलीला पाठवून देण्यास उ छाव् तयार नव्हती. थेट नकार देऊन तिबेटी लोकांचा रोष ओढवून घेण्याऐवजी, सम्राज्ञी उनं राजवाड्याच्या एका भागात मठ निर्माण केला आणि राजकन्या थाय्- प्फिंग अधिकृतपणे थाव् नन् बनली. स्वाभाविकच आता ती लग्नाला पात्रच राहिली नव्हती. तिच्या आजीचं निधन झालं तेव्हा वयाच्या सहाव्या वर्षी नन् म्हणून तिचं नाव मठात नोंदवलेलं होतं. तिच्या आईनं आपल्या शपथेबाबत माघार घेतल्यानं तिचं पापक्षालन करण्यासाठी थाय्- प्फिंगला नन् करण्यात आलं, असं म्हटलं जातं. उ छाव् बौद्ध होती, एका बौद्ध मठात भिक्षुणी होती, पण आता राजकीयदृष्ट्या थाव् धर्म स्वीकारणं तिच्यासाठी महत्त्वाचं होतं. कारण स्वेंच्या ऱ्हासानंतर हा धर्म पुन्हा एकदा देशाचा धर्म बनलेला होता. बौद्ध धर्मात फक्त पुरुष देवता होत्या, तर थाव्मध्ये पश्चिमेची राजमाता स्स वांग मु हिच्यासारख्या काही स्त्री देवतांची पूजा करणाऱ्या पंथांचाही समावेश करण्यात आलेला होता. त्यांची सर्वांत महत्त्वाची परंपरा, माव्-शान्च्या शांग- च्छिंग संप्रदायाची संस्थापक एक स्त्री होती. तिचं नाव होतं सुआन-म्याव् यु- नु, 'रहस्यमय आणि अद्‌भुत जेड स्त्री', तिच्यापाशी अलौकिक शक्ती होती आणि तिच्या मुलांमध्येही ती आलेली होती.

मात्र, राजकन्या थाय्- प्फिंगला नन्चं आयुष्य मानवलं नाही. एक दिवस, लग्नाच्या वयाची झालेली असताना, ती जांभळ्या रंगाचा झगा, हिरेजडित पट्टा आणि डोक्यावर फेटा असे अधिकारी घालत तसे समारंभातले कपडे घालून आपल्या पालकांसमोर नृत्य आणि गायन करण्यासाठी आली. ती सैनिक नसताना हे कपडे तिनं का घातले आहेत असा प्रश्न सम्राटानं तिला केला. त्यावर, हे कपडे तुमच्या जावयासाठी चालतील का, असा प्रतिप्रश्न तिने विचारला. तिला काय म्हणायचंय ते तिच्या पालकांना समजलं. आणि मग सातव्या महिन्यातील बाविसाव्या दिवशी, उ- त्च, खाय् यावोच्या पहिल्या वर्षात, ११ ऑगस्ट ६८१ रोजी तिचं लग्न सुएह् शॉव् या मोठ्या पदावरील अधिकाऱ्याशी लावण्यात आलं. सम्राट थाय- चुंग आणि सम्राज्ञी वन- थि यांची मुलगी राजकन्या छंग्यांग हिचा सुएह् शाव् हा मुलगा. रात्री

झालेल्या एका भव्य समारंभात हे लग्न पार पडलं. राज्यावरच्या खाय् यावो या नावाचा अर्थ होता, 'खुलेपणाने चमकणे'. या लग्नाला एक डाग लागला. मशालींच्या महाभव्य अशा मिरवणुकीच्या मार्गावरील काही झाडांना आग लागली. या वेळेपर्यंत लि स्सन् उच्या मर्जीतून उतरलेला होता.

या वारसदार राजपुत्रानं स्वतःभोवती अनुभवी सल्लागारांचा गट जमा केलेला होता. ६७९मध्ये सम्राट पुन्हा एकदा आजारी पडला तेव्हा लि स्सन पुढे सरसावला आणि त्याच्या उत्तम प्रशासकीय कर्तबगारीमुळे त्याचं खूप कौतुकही झालं. त्याच वेळी तो सम्राज्ञी उचा मुलगा नसून, राजघराण्यातील जनानखान्यात ६४०मध्ये आलेली उची बहीण लेडी हो-लान् हिचा मुलगा असल्याची अफवा पसरू लागली. या अफवेचा सामना करणं अशक्य होतं. कारण लि हुन्गाचा जन्म लि स्सनच्या एक वर्ष आधी झालेला होता आणि त्यानंतर वर्षभरानं लि च्छचा जन्म होता. आणि ज्या वर्षी लि स्सनचा जन्म झाला, त्याच वर्षी सम्राज्ञी उनं ज्या मुलीला गुदमरवून मारलं तिचा जन्म झाला होता.

लि स्सनला वाइन आणि संभोगाची चटक होती. सम्राज्ञीकडे घरकाम करणाऱ्या छाव् थाव्- शंग् नावाच्या एका गुलाम मुलाबरोबर त्याचे संबंध होते. या गुलामाला तो पैसे आणि सिल्कही देत असे. यामुळे त्याला बेदखल करण्यात आलं आणि सम्राज्ञी उनं आपल्या उत्तरेच्या द्वारावरील पंडितांकडून त्याच्यावर थेट टीका करणारी दोन पुस्तकं लिहून घेतली. पैकी एक होतं, 'शाव्- यांग छंग- फान्' म्हणजे 'सिंहासनाच्या वारसदारासाठी सरकारी आदर्श' आणि दुसरं होतं, 'स्याव्- त्जु छ्वान' म्हणजे 'कायदेशीर पुत्रांची चरित्रं'.

त्या सुमारास, सम्राज्ञी उकडे एक नवीन जादूगार आणि चेटूक करणारा आलेला होता. त्याचं नाव होतं मिंग छुन्ग- येन् आणि सम्राटाची मर्जीही त्यानं संपादन केलेली होती. त्यानं असं निदर्शनास आणलं, की लि च्छ हा दिसायला खाव्- चुँगसारखा असून, त्याचा लहान भाऊ लि थान् आणि एका माजी सम्राटाच्या चेहरेपट्टीत साम्य आहे, पण लि स्सनमध्ये मात्र सम्राटाच्या शरीरयष्टीमधलं काहीच दिसत नाही. त्यानंतर मिंग छुन्ग- येन्चा रस्त्यावर दरोडेखोरांनी खून केला आणि हे दरोडेखोर कधीच सापडले नाहीत. लि स्सन या खुनामागे असावा असा संशय उ छावला होता. अधिकृतपणे याविषयीची तक्रार करण्यात आली आणि चौकशीसाठी एक उच्चस्तरीय समिती नेमली गेली. उ छाव्चा गुलाम आणि लि स्सन्चा प्रियकर छाव् थाव- शंग्ला अटक करण्यात आली. मिंग छुन्ग्- येनच्या मृत्यूचा आदेश लि स्सन्नंच दिला होता, अशी कबुली त्यानं दिली. या प्रकरणाची चौकशी करणाऱ्यांना मग वारसदार राजपुत्राच्या पागांमध्ये शस्त्रास्त्रांचा खूप मोठा साठा आणि चिलखतं सापडली. लि स्सन् बंड करण्याच्या तयारीत होता असा निष्कर्ष मग त्यांनी काढला.

सम्राटाचा यावर विश्वास बसला नाही आणि त्यानं लि स्सन्ला माफी मिळावी म्हणून प्रयत्न केला. लोकांचाही या आरोपावर विश्वास नव्हता. म्हणून मग नागरिकांनी आणि अधिकाऱ्यांनी त्याच्या अपराधाचा पुरावा बघावा म्हणून ल्वोयांगमधील नदीच्या पात्रातील उथळ जागेवर बांधण्यात आलेल्या पुलावर हा साठा आणि चिलखतं जाहीररीत्या जाळण्यात आली. लि स्सन्ची सर्व पदं आणि दर्जा काढून घेण्यात आला आणि त्याला सर्वसामान्य माणसाचा दर्जा देऊन तुरुंगात टाकण्यात आलं. कालांतरानं, त्याला छ्वान प्रांतात हाकलून लावण्यात आलं, जिथे काही वर्षांनी उ छाव्च्या सांगण्यावरून त्याला आत्महत्या करण्यास भाग पाडलं गेलं. त्याच्या अनेक सल्लागारांचीही हकालपट्टी झाली. यातच च्छची माजी राजकन्या लेडी यांग हिचा मुलगा साव्चा राजपुत्र लि मिंग आणि च्छांगचा राजपुत्र लि वे यांचाही समावेश होता. काही काळानं या दोघांनाही दरबारात पुन्हा परत येण्याची परवानगी देण्यात आली; पण तोवर त्यांच्या अधिकाराला चांगलाच धक्का बसलेला होता.

त्यानंतर तीन वर्षांनी लि मिंगची पुन्हा एकदा हकालपट्टी करण्यात आली. या वेळी सम्राज्ञी उकडून काही लाभ व्हावा या उद्देशानं, जिल्ह्याच्या गव्हर्नरनं त्याच्या विरुद्ध खोटे आरोप केले. तिनं मग लि मिंगला आत्महत्या करण्याचा आदेश दिला. ही गोष्ट इथेच संपत नाही. पुढे, हा गव्हर्नर झोपलेला असताना एक खुनी त्याच्या खोलीत शिरला, त्याचा शिरच्छेद केला आणि त्याचं डोकं घेऊन पळून गेला. आणखी काही काळानं, शुद्धीकरणाची नवीन मोहीम हाती घेत उ छाव्नं लि मिंगच्या मुलग्यांनाही देहान्ताची शिक्षा दिली. आता सरकारच्या मालकीची असलेली त्यांची संपत्ती सरकारी अधिकारी ताब्यात घेत असताना त्यांना गव्हर्नरची कवटी सापडली. त्यावर गव्हर्नरचं नाव लिहिलेलं होतं, त्याला लेप लावलेला होता आणि लघवीचं भांडं म्हणून त्याचा उपयोग केला जात होता. दुर्दैवानं अधिकृत इतिहासात या रंजक कथेला पुष्टी मिळत नाही. लि मिंगच्या मृत्यूनंतर सम्राट खाव्- चुँगनं गव्हर्नरला त्याच्या पदावरून काढून टाकलं आणि मग त्यानं आत्महत्या केली, एवढाच उल्लेख तिथे आढळतो.

लि स्सन् मार्गातून दूर झाल्यानंतर ची- माव् म्हणजे आठव्या महिन्यातील तेविसाव्या दिवशी आणि युंग लुन्ग, म्हणजे 'चिरंतन समृद्धी'च्या पहिल्या दिवशी, २४ सप्टेंबर ६८० रोजी उ छाव्चा पुढचा पुत्र लि छ् याला सिंहासनाचा वारसदार राजपुत्र म्हणून घोषित केलं गेलं. त्या आधी त्याने सरकार दरबारी दोन लहान जागांवर काम केलेलं होतं आणि त्याला प्रशासनाचा फारच कमी अनुभव होता. त्यामुळे सम्राज्ञी उ छाव्च्या सत्तेला त्याच्यापासून थेट धोका नव्हता. मात्र वारसदार राजपुत्र असल्याने राजकीय कुरघोड्यांच्या केंद्रस्थानी तो होताच. ६७५मध्ये उ छाव्ला सम्राटाच्या नावाने शासन करू देण्याला विरोध करणाऱ्या हाव छुन छुन्ची

त्याचा प्रशिक्षक म्हणून नेमणूक करण्यात आली. या नेमणुकीने स्वाभाविक भय निर्माण होणार होतं. सम्राटाने मग एक वेगळंच पाऊल उचललं. लि छ्चा मुलगा लि छुंग- चुन् याला त्याने ह्वांग थाय- सुन म्हणजे 'सिंहासनाचा वारसदार नातू' बनवलं. उ छाव्मुळे आपल्या मुलाला त्याचं सिंहासन मिळणार नाही ही भीती खाव्- चुँगने हे पाऊल उचलून व्यक्त केली होती असं लोकांना वाटलं.

६८१मध्ये खाव्- चुँग पुन्हा एकदा आजारी पडला. त्याच्यावर वैद्यकीय उपचार होत असताना लि च्छ् त्याच्या नावाने कारभार चालवू लागला. उ छाव्ला त्यामुळे आनंदच झाला कारण त्या वेळी नागरिक सरकारवर अत्यंत नाराज होते. ६७६ आणि ६७९मध्ये पाच पवित्र डोंगरांवर फंग्- शान्चा यज्ञ करण्याच्या योजनेला थांबवणाऱ्या सीमेवरील नोंदी आणि राजवाड्याच्या नवीन इमारतीचं बांधकाम यामुळे राजाचा खजिना रिकामा झालेला होता. यावर उपाय म्हणून नव्याने कर लावणं आवश्यक होतं, पण दुष्काळामुळे जीवनावश्यक गोष्टींच्या किंमती गगनाला भिडल्या. पैशांच्या चलनाचा तुटवडा होताच, त्यातच अर्थव्यवस्था काबूत यावी म्हणून टाकसाळीतून नवीन चलन बनवण्यावर बंधन घालण्यात आलं. हे पाऊल इतकं अयशस्वी ठरलं की राजघराण्यावर आपल्या शाही पागेमधून घोडेखत विकण्याची वेळ आली. यातून खूप नफा होऊ शकत होता. ६८१मध्ये, खाय् याओच्या पहिल्या वर्षात, केवळ एका वर्षात २ कोटी तांबं खजिन्यात जमा झालं होतं. पण तरीही उ छाव्ने ही विक्री थांबवली. 'येणाऱ्या काळात घोडेखत विकणारे म्हणून थांग ओळखले जातील,' हे तिचं यामागचं कारण होतं. याच कारणास्तव तिने छांग्- आन्च्या उत्तरेला असणाऱ्या निषिद्ध बागेतील फळं आणि भाज्या विकण्यापासून तिथल्या अधिकाऱ्याला मनाई केली.

त्यानंतरच्या वर्षी, ६८२मध्ये किंवा युन्ग चुन्च्या पहिल्या वर्षी, चीनला टोळधाडीने ग्रासलं, साथीचे रोग पसरले आणि त्यालाच जोडून पूरही आल्याने दोन्ही राजधान्यांमध्ये ओला दुष्काळ पडला. रस्त्यांमधून प्रेतं पडू लागली आणि जिवंत राहाण्यासाठी माणसं माणसांचं मांस खाऊ लागली. परंपरेनुसार, वैयक्तिकरीत्या सम्राट या अशा आपत्तींची जबाबदारी घेत असे कारण पृथ्वीवरील त्याची माणसं आणि स्वर्गातल्या घडामोडी यांच्यामधला तो एकमेव दुवा असे. ६२८मध्ये, छन् ख्वान्च्या दुसऱ्या वर्षात छांग्- आन्मध्ये टोळधाड आलेली असताना खाव्- चुँगचे वडील थाय- चुँगने निषिद्ध बागेत स्वतः एक टोळ पकडला होता.

'मानवजात जगण्यासाठी धान्याच्या दाण्यावर अवलंबून असते,' त्याने जाहीर केलं होतं. 'लोकांनी जर अपराध केलेले असतील तर त्याला मी एकटा जबाबदार आहे. तू मला खाऊन टाक, पण माझ्या माणसांना अपाय करू नकोस.'

असं म्हणून थाय- चुँगनं तो टोळ खाऊन टाकला.

पुढे उ छाव्‌चा नातू सम्राट सुआन- त्सुंग हा दुष्काळ पडलेला असताना देवांची सहानुभूती मिळवण्यासाठी प्रार्थना करत सलग तीन दिवस नग्नावस्थेत सूर्यासमोर उभा राहिला होता.

पण खाव्- चुँग असं काही करणाऱ्यातला नव्हता. या सगळ्यातून स्वतःचं लक्ष बाजूला करण्यासाठी त्यानं बांबूची एक दुर्मिळ जात शोधण्याकरता यांगत्वला एक पथक पाठवलं. अर्थात, ६८३पर्यंत सम्राटाची घटिका भरत आल्याचं सगळ्यांच्याच लक्षात आलेलं होतं. तरीही सम्राज्ञी उनं त्याच्या साम्राज्यावर आणखी शिक्कामोर्तब व्हावं म्हणून पुढच्या वर्षी पुन्हा एकदा फंग्- शान् यज्ञाचं आयोजन करण्याचा घाट घातला. ही योजनाही रद्द करावी लागली. खाव्- चुँग आता आपल्या मंत्र्यांना भेटण्याएवढाही नीट नव्हता आणि त्याच्या अनेक मंत्र्यांना त्याचं निधन झालेलं आहे, असंच वाटत होतं. पण, ६८३च्या अकराव्या महिन्यात त्यानं नदीच्या उथळ पात्रावरील पुलाजवळ एक शेवटचा दरबार भरवला.

बाराव्या महिन्यातील चौथ्या दिवशी, २७ डिसेंबर ६८३ रोजी, खाव्- चुँगनं सर्वसाधारण माफीची घोषणा केली आणि राज्यावरचं नाव बदलून हुन्ग- थाव् म्हणजे, 'महान थाव्‌ची निर्मिती' असं केलं. प्रत्येक महत्त्वाच्या प्रांतामध्ये किमान तीन थाव् मठ, मध्यम दर्जाच्या प्रांतांमध्ये दोन आणि कनिष्ठ दर्जाच्या प्रांतांमध्ये एक मठ बांधण्यात यावा, असं त्यानं जाहीर केलं. राजवाड्याच्या शहरातील स्- थिएन् मन् या दक्षिण द्वारावर जाण्याची आणि तिथे माफी जाहीर करण्याची त्याची इच्छा होती; पण घोड्यावर मांड ठोकायला जमेल एवढीही शक्ती त्याच्यात नव्हती. त्याऐवजी मग ल्वोयांगमधील नागरिकांना राजवाड्यातील प्रेक्षकांसाठी असलेल्या सभागृहात ही बातमी ऐकण्याकरता बोलावलं गेलं. त्यानंतर त्याला साधं हलणंही जड होऊ लागलं. त्या रात्री प्फे येन हे प्रशासनात, सचिवालयात आणि चॅन्सेलरीमध्ये ज्येष्ठ पदावर असलेले अधिकारी त्याला भेटायला आले आणि त्याची शेवटची इच्छा त्यांनी विचारली. खाव्- चुँग म्हणाला, "वारसदार राजपुत्रानं आपल्या शवपेटीसमोर, म्हणजे आपल्याला पुरण्याआधी सिंहासनावर पद ग्रहण करावं. राज्यातील महत्त्वाच्या गोष्टी त्यानं एकट्यानंच पाहाव्यात आणि संरक्षण आणि प्रशासन यांतील काही बाबींमध्ये त्याला निर्णय घेता आला नाही, तर स्वर्गाच्या सम्राज्ञीनं ज्या मार्गाची शिफारस केलेली असेल, त्याचा स्वीकार करावा." आणि मग खाव्- चुँगला मृत्यू आला. त्या वेळी त्याचं वय पंचावन्न होतं. त्याची विधवा उ छाव्‌नं त्याला मरणोत्तर थ्येन्- ह्वांग था- थि हे लाओ- त्सुचं नाव बहाल केलं. परंपरेनुसार आता अठावन्न वय झालेल्या उ छाव्‌नं सन्मानपूर्वक निवृत्ती स्वीकारायची होती; पण नवऱ्यामुळे आपोआप सम्राज्ञीपद मिळालेल्या उच्या मनात काही वेगळंच होतं.

मोकाट सुटलेली काळजीवाहू सम्राज्ञी

नवऱ्यामुळे आपोआप सम्राज्ञीपद मिळालेल्या उनं आपल्या मृत सम्राटाच्या इच्छेला काहीही किंमत दिली नाही. आधीच्या सम्राटाचं दफन होण्याआधी नवीन सम्राटानं पदग्रहण करायचं असतं, पण तसं न करता तिनं राज्याभिषेक एक आठवडा पुढे ढकलला.

गादीवर बसण्यापूर्वीच्या लि च्छ्विषयी आपल्याला फारशी माहिती उपलब्ध नाही. तो सम्राटाचा सातवा आणि उ छाव्चा तिसरा मुलगा होता. त्यामुळे तो कधी सिंहासनाचा वारसदार होईल, अशी शक्यता कोणाला वाटली नव्हती. या पदासाठी तो पात्रही नव्हता. राजकन्या छांग्- लोची मुलगी त्याची पहिली पत्नी होती आणि तिला सम्राज्ञी उनं तुरुंगात डांबलं, तेव्हा लि च्छ्नं काहीही प्रतिकार केलेला नव्हता. अखेर तुरुंगातच तिचा मृत्यू झाला होता. वडिलांप्रमाणेच, लि च्छ्लाही खंबीर आणि सामर्थ्यवान स्त्रिया आवडत. त्याची दुसरी बायको ही वायव्येकडील ताकदवान आणि व्यापक अशा ख्वान् चुंग केंद्रित वे वंशातली होती. तिच्यापासून त्याला एक मुलगा आणि एक मुलगी होती. खाव्- चुँग जिवंत असताना त्यानं आपल्या या मुलाच्या मुलाला, लि छुंग- चुन् याला 'सिंहासनाचा वारसदार नातू' म्हणून घोषित केलेलं होतं. असं करणं म्हणजे मृत्युदंड दिल्यासारखं असल्यानं ७०१मध्ये या मुलाला देहान्ताचं शासन दिलं गेलं.

दरबारातील अधिकाऱ्यांना लि च्छ् आवडत होता. सिंहासनावर तो बसला ते चुंग- चुँग या नावानं. कारण राजगादीचा वारसदार या नात्यानं काळजीवाहू प्रशासकाचं काम पाहणाऱ्या सम्राज्ञीच्या सत्तेपासून स्वतःला वेगळं करण्याची संधी त्याला मिळाली होती. मात्र, सत्ता हाती घेतल्यानंतर त्यानं पहिलं पाऊल उचललं ते आपल्या सासऱ्याला, वे सुआन- छन् याला प्रथम मंत्री म्हणून नेमण्याचं. सम्राटाच्या

पत्नीच्या कुटुंबाविषयी काही नियम होते आणि असं करणं म्हणजे या नियमांचा भंग होत होता. लि च्छ् वारसदार राजपुत्र झाला, तेव्हा व सुआन- छनला मुलकी अधिकारी करण्यात आलं होतं आणि नियमानुसार त्याला बहाल करण्यात आलेलं ते सर्वोच्च पद असायला हवं होतं. आपल्याला अंगावर पाजणाऱ्या दाईच्या मुलालाही चुंग- चुँगनं पाचव्या दर्जाचं पद दिलेलं होतं. हा मुलगा 'पवित्र जातीचा नाही' असं मानलं जात असतानाही त्यानं हे पाऊल उचललं होतं. शिवाय, आपल्याला आपल्या आईनं नव्हे, तर या दाईनं वाढवलं आहे, असं म्हणून त्यानं तिलाही राजघराण्याचं पद दिलेलं होतं. उ छाव्नं आपल्या वंशजांपैकी कोणालाही जाणीवपूर्वक दरबारातली अशी मोठी पदं देऊ केलेली नव्हती आणि तिच्या दृष्टीने चुंग- चुँगनं घेतलेल्या या निर्णयांमुळे तो सम्राट म्हणून अपात्र ठरला होता. लि च्छ काळजीवाहू राजा असताना चॅन्सेलरीचा अध्यक्ष प्फे येन त्याच्या बाजूनं होता. पण आता त्याच्या अधिकाराला वे सुआन- छन्कडून आणि त्याहीपेक्षा वाईट म्हणजे सम्राज्ञी वेकडून आव्हान मिळत होतं. सम्राज्ञी वे अतिशय कणखर स्त्री होती. तिच्या वंशानं त्यापूर्वी साम्राज्यासाठी पत्नी आणि प्रथम मंत्री पुरवलेले होते. वे सुआन- छनला हे पद त्याच्या नात्यामुळे मिळालेलं आहे, याचा प्फे येनला अधिक त्रास होता होता; कारण त्यानं स्वतः हे पद सरकारी सेवांसाठी असलेली परीक्षा उत्तीर्ण करून मिळवलेलं होतं. खालच्या स्थानापासून सुरुवात करत तो वरपर्यंत पोचलेला होता. आपल्याला पाठिंबा मिळावा म्हणून मग तो विधवा सम्राज्ञीकडे वळला आणि चुंग- चुँगला प्रत्येक टप्प्यावर विरोध करू लागला. खाव्- चुँगच्या शेवटच्या इच्छेनुसार, 'संरक्षण आणि प्रशासन यांतील काही बाबींमध्ये सम्राटाला निर्णय घेता आला नाही, तर स्वर्गाच्या सम्राज्ञीनं ज्या मार्गाची शिफारस केलेली असेल, त्याचा स्वीकार करावा.' प्फे येन मग प्रत्येक प्रश्नावर सम्राटाच्या विरोधात भूमिका घेऊ लागला, ज्यामुळे प्रत्येक निर्णयासाठी उ छाव्चा सल्ला घेणं सम्राटाला भाग पडू लागलं. पण सम्राज्ञी वे हटली नाही. आणि याला कंटाळून चुंग- चुँगनं चॅन्सेलरीचा अध्यक्ष म्हणून त्याच्या जागी वे सुआन- छनला आणण्याची धमकी प्फे येनला दिली. वे सुआन- छन् आधीच प्रथम मंत्री होता. त्यात त्याला हे पद मिळालं असतं, तर तो राज्यात खूपच ताकदवान झाला असता. प्फेनं याला हरकत घेतली.

"संपूर्ण साम्राज्य त्याच्या हाती सोपवण्यापासून आम्हाला कोण रोखू शकतं?" चुंग- चुँगनं विचारलं. "मग आम्ही त्याला चॅन्सेलरीचा अध्यक्ष का बनवू नये? तुझं मत आमच्या दृष्टीनं महत्त्वाचं का असावं?"

प्फे येन या प्रश्नांनी हबकून गेला आणि त्यानं सरळ ही सर्व माहिती विधवा सम्राज्ञी उला दिली. दुसऱ्या दिवशी, सम्राज्ञीनं छन् युआन सभागृहात दरबार बोलावला. राजवाड्याच्या शहराच्या दक्षिण द्वाराच्या आतल्या मुख्य सभागृहांमधलं

हे एक सभागृह होतं. तिनं आपल्या मुलावर देशद्रोहाचा आरोप लावला आणि शांतपणे पदच्युतीचा आदेश वाचून दाखवला.

"पण माझा गुन्हा काय आहे?" चुंग- चुँगनं निषेध व्यक्त करत विचारलं.

"हे साम्राज्य आपल्या सासऱ्याला देऊ इच्छितो आहेस तू. हा गुन्हा नव्हे का?" तिनं प्रश्न केला.

त्यानंतर प्फे येन आणि उत्तर द्वाराचा पंडित ल्यो वे- छ्ह यांच्या नेतृत्वाखाली यु- लिन दलाच्या रक्षकांनी चुंग- चुँगला सिंहासनावरून खेचलं. पारंपरिकदृष्ट्या यु- लिनच्या दलामध्ये शंभरच रक्षक असले, तरी अगदी सुरुवातीच्या थांग काळापासून याच दलानं राजवाड्यात झालेल्या प्रत्येक बंडाची सूत्रं हाताळलेली होती. खरं तर ते लिशी बांधील होते, त्यामुळे कायद्यानं सिंहासनावर बसलेल्या लि वंशजाच्या वारसदाराऐवजी त्याच्या विरोधात त्यांनी विधवा सम्राज्ञीला आणि प्फे येनला साथ देणं फारच आश्चर्यकारक होतं. त्याचं बक्षीस त्यांना मिळणार होतंच. सम्राज्ञी उच्या आधिपत्याखाली यु- लि दलाचा विस्तार होऊन कालांतरानं ते दहा हजार रक्षकांपर्यंत गेलं.

उ छाव्च्या खेळीमागे एक पायंडा होता. हान साम्राज्याच्या वेळेस, विधवा सम्राज्ञी लुनं आपला मुलगा ह्वे थिकडून सत्ता खेचून घेतली होती, पण त्या वेळेस याचा कुठे उल्लेख झाल्याचं आढळत नाही. त्याऐवजी, उच्या म्हणण्यानुसार, सिंहासनाला वेंपासून धोका होता आणि थांग साम्राज्य वाचवण्यासाठीच तिनं हे पाऊल उचललेलं होतं. तिनं स्वतःभोवती गोळा केलेल्या महत्त्वाकांक्षी मंत्र्यांना स्वहितामुळे हे पटवून देणं तिला अजिबात कठीण गेलं नाही.

चुंग- चुँगला पुन्हा एकदा राजपुत्राचं स्थान देऊन तुरुंगात टाकलं गेलं. दुसऱ्या दिवशी, २७ फेब्रुवारी ६८४ रोजी, शिन्- यो, चंद्राच्या दुसऱ्या महिन्यातील चौथ्या दिवशी आणि वन् मिंगच्या, म्हणजे 'सजग संस्कृती'च्या पहिल्या वर्षात, उच्या बावीस वर्षांच्या मुलाला- लि थान् याला त्याच्या मंदिरातील च्यु- चुंग या नावानं सम्राट म्हणून घोषित केलं गेलं.

'परिपूर्ण आरशाचे मूलभूत घटक'- 'थुंग- च्छ्न खांग् मु' हे पुस्तक लिहिलेला इतिहासकार नव कॉनफ्युशिअन छु स्स याच्या दृष्टीनं चुंग- चुँगला अशा प्रकारे पदच्युत करणं बेकायदा होतं. म्हणूनच त्यानं चुंग- चुँगचं ७१०मध्ये निधन होईपर्यंत त्यालाच खरा सम्राट मानलं. च्यु- चुंग हा अर्थातच, उ छाव्च्या हातातलं बाहुलं होता. पुढे काही वर्षांनी तो स्वतःच्या अधिकारात सम्राट बनला तेव्हाही त्याला मनापासून राज्य करायचं नव्हतं. वाणीदोष असल्यानं त्याला बोलता येत नाही म्हणून आपण केवळ त्याचं म्हणणं मांडत आहोत, असं सम्राज्ञी उ म्हणत राहिली. आपल्या पुस्तकात छु स्सनं अधिक उघड मत मांडलेलं आहे - 'राजकीय

कामकाज विधवा सम्राज्ञीच पाहत असे. तिनं च्यु- चुँगला एका निर्जन राजवाड्यात पाठवलेलं होतं आणि कोणत्याही कामामध्ये सहभाग घेणं त्याला शक्यच नव्हतं.'

आणि खरोखरच, उनं आता आपण काळजीवाहू सम्राज्ञी आहोत, असं भासवणंही बंद केलं होतं. खाव्- चुँग जिवंत असताना ती दरबाराचं कामकाज पडद्याआडून ऐकत असे. आता तिनं हा पडदाही काढून टाकला होता. राजघराण्याच्या राजचिन्हांसहितचा पोशाख घालून आता ती दरबाराला सामोरी जाऊ लागली होती. खरं तर, वेगवेगळ्या प्रकारच्या समारंभांसाठी राजघराण्याचे चौदा प्रकारचे निरनिराळे पोशाख होते. चंद्राच्या महिन्याच्या पहिल्या दिवशी किंवा अमावस्येला दरबाऱ्यांसमोर घालायचा एक, पोर्णिमेला किंवा चंद्राच्या महिन्याच्या पंधराव्या दिवशी घालायचा एक, कायदेशीर न्याय देताना एक, अधिकाऱ्यांना मेजवानी देतेवेळी एक, अंत्ययात्रांसाठी एक, थडग्यांवर श्रद्धांजली देताना एक, शिकारीसाठी, धान्य आणि मातीच्या देवतांची पूजा करताना, स्वर्गाची पूजा करताना, आधीच्या शासनकर्त्यांसाठी यज्ञ करताना, डोंगर आणि समुद्राच्या देवतांपुढे नैवेद्य दाखवताना आणि सर्वांत महत्त्वाचं म्हणजे राज्याभिषेकाच्या वेळेस एक. राजघराण्याचे हे पोशाख इतक्या कलाकुसरीनं शिवलेले असत, की त्यांची शिवणही दिसत नसे. त्यावर पवित्र डोंगरांची, ड्रॅगन्सची किंवा राजघराण्याच्या इतर प्रतिकांची चित्रं एम्ब्रॉयडरी केलेली असत. आजच्या काळातल्या ड्रेसिंग गाउनसारखे हे झगे असत, ज्याला गुडघ्यापर्यंत जाणारे लांब हात असायचे. उजव्या बाजूचा भाग जेडचे हूक असलेल्या चामड्याच्या बेल्टनं डाव्या बाजूला जोडलेला असे. राजघराण्याच्या तलवारीवर जेड आणि सोन्याची सजावट केलेली असे. या बेल्टला ती तलवार लटकवली जायची. त्याचबरोबर घराण्याचं सील आणि जेडचे मेखले ठेवलेली सिल्कची पाकिटंही त्याला लटकवली जात असत. डोक्यावर रत्नजडित मुकुट आणि पायात सिल्कच्या मोजड्या. हे सर्व पोशाख आणि इतर अधिकाऱ्यांची वेषभूषा दरबारातील एका कलावंताने तयार केलेली होती, जो पंखे, छत्र्या, पालख्या यांच्यासाठीही डिझाइन्स करून देत असे.

च्यु- चुँगला हे खास कपडे घालायला मिळाले नाहीत कारण राज्याच्या प्रश्नांवर चर्चा व्हायची तेव्हा तो हजर नसायचा. आपल्या राजवाड्यात डांबलेला, एक प्रकारे तो बंदीच होता. मात्र, त्याची पत्नी लेडी ल्यो सम्राज्ञी बनली आणि त्याचा पाच वर्षांचा मुलगा वारसदार राजपुत्र. पण उ छाव्नं आपला भाचा उ छंग्- स्सु याला प्रथम मंत्र्याचं पद दिलं आणि 'ह्वांग स्सु' म्हणजे 'अपेक्षित सम्राट' असं त्याचं नामकरण केल्यानं वारसदार राजपुत्राच्या स्थानाला काहीही अर्थ राहिला नाही. संवेदनशील आणि गुप्त व्यवहार पार पाडण्यासाठी उ छाव्नं ह्वांग स्सुचा उपयोग करून घेतला आणि रूढी व परंपरा मंडळाचा अध्यक्ष या नात्यानं उ छावला स्वतंत्रपणे सम्राज्ञी बनवण्याची मागणी करणाऱ्या शिष्टमंडळाचा तो नेता बनला.

उ छाव्ची हीच महत्त्वाकांक्षा होती आणि त्यासाठी तिला स्वर्गाकडून एखाद्या चिन्हाच्या रूपानं मदत हवी होती. ६८४मध्ये, वन् मिंगच्या पहिल्या वर्षात, सुआन- नू किंवा 'रहस्यमय स्त्री', यलो एम्पररची रखेल पवित्र रंगाच्या ढगावर अवतरली आणि तिचा परीसस्पर्श सम्राज्ञीला झाला. आता तिनं राजगादीचं उ - छन् हे नाव धारण केलं. त्या वर्षाच्या नवव्या महिन्यात लाओ त्वूच्या आईला पद नाही, असं असता कामा नये असं जाहीर केलं; खाव्- चुँगने तिच्या मुलाला खूप मोठं पद दिलेलं होतंच की! तेव्हापासून लाओ त्वूच्या आईला स्सन- थिएन् थाय- हो म्हणजे 'स्वर्गाच्या आधीची महान सम्राज्ञी' या नावानं ओळखलं जाऊ लागलं. थाव् देवळांमध्ये तिच्या पुतळ्यांची प्रतिष्ठापना केली जाऊ लागली. या पुतळ्यांचं उच्या आईच्या, लेडी यांगच्या चेहऱ्याशी साम्य होतं, असं काही सूत्रं सांगतात. उ छाव्ला लेडी त्सु-वेचा दैवी पाठिंबा आहे, अशी पवित्रवाणी झाल्याचं सांगितलं जाऊ लागलं. त्सु-वे ही चौथ्या शतकातील माव्- शान् परंपरेतील एक महत्त्वाची देवता होती.

छांग्- आन् आणि ल्वोयांग यांच्या दरम्यान सतत होणारी ये-जा उ छाव्नं थांबवली. ल्वोयांगला तिनं 'पवित्र राजधानी'- शन् थु हे नाव दिलं आणि तिथल्या उच्या राजवाड्याचं थाय छु म्हणजे 'महान सुरुवात' असं नामकरण झालं. शहराची ताकद वाढवण्यासाठी छांग्- आन्च्या भोवताली असलेल्या सात जिल्ह्यांमधून किमान एक लाख घरांचं ल्वोयांगजवळ पुनर्वसन करण्यात आलं.

पण स्थानिक लोकांवर सोडून द्यावं इतकं छांग्- आन् कमी महत्त्वाचं नव्हतं. म्हणून मग ल्यो च्येन ख्वान् या कोरिआच्या युद्धातील निवृत्त झालेल्या आपल्या एका जनरलला उ छाव्नं निवृत्ती रद्द करून छांग्- आन्चा व्हाइसरॉय म्हणून जबाबदारी स्वीकारायला भाग पाडलं. याची तुलना तिनं खाव् त्सु या हान साम्राज्याच्या संस्थापकानं त्याच्या काळात जे पाऊल उचललं होतं, त्याच्याशी केली. छांग्- आन् ज्या जागेवर उभं राहिलं होतं, त्या शेनस्स् प्रांताची देखभाल करण्याची जबाबदारी खाव् त्सुने आपल्या सर्वांत विश्वासू सहकाऱ्यावर सोपवली होती. ल्यो च्येन ख्वान्नं हे पद स्वीकारलं तर नाहीच, वर उ छाव्वर ती खाव् त्सुच्या विधवेसारखी, अत्यंत क्रूर आणि कावेबाज सम्राज्ञी लुसारखी वागत असल्याचा आरोपही केला. ख्रिस्तपूर्व दुसऱ्या शतकात, म्हणजे त्या आधी नऊशे वर्षं या सम्राज्ञी लुनं आपल्या स्वतःच्या कुटुंबासाठी विधवा सम्राज्ञी असताना आपला मुलगा सम्राट हु थि आणि त्याचे दोन मुलगे यांची जागा घेऊन सिंहासन हिसकावण्याचा प्रयत्न केलेला होता. परिणामी, तिच्या मृत्यूनंतर लु वंशाची कत्तल करण्यात आली. सम्राज्ञी लु आणि सम्राज्ञी उ यांच्यामध्ये अनेकदा तुलना केली जाते; पण असं म्हणतात की सम्राज्ञी लु ही ल्वान् अर फ्यु यिन म्हणजे आळशी होती; पण असभ्य नव्हती, तर सम्राज्ञी उ ही यिन अर

फु ल्वान् म्हणे असभ्य होती; पण आळशी नव्हती.

ल्यो च्येन ख्वान्नं केलेल्या अपमानाकडे उ छाव्नं दुर्लक्ष केलं आणि त्याचं विधान म्हणजे हुशार इशारा असं आपण समजू असंही ती म्हणाली. ती त्याच्यावर कौतुकाचा वर्षाव करत राहिली. अखेर त्यानं व्हाइसरॉयचं पद स्वीकारलं. कॉनफ्युशिअन प्रथेनुसार कोणाही स्त्रीनं राज्य करणं चुकीचं असलं, तरी उच्या प्रशासनातील इतर महत्त्वाच्या अधिकाऱ्यांप्रमाणेच, देशावर राज्य करण्यासाठी उ छाव् सर्वांत योग्य आहे, हे त्यानं मान्य केलं.

चुंग- चुँग जाहीररीत्या स्पर्धेतून बाहेर पडल्यानंतर आणि च्यु- चुँगला बाजूला टाकल्यानंतर उ छाव्च्या अधिकाराला धोका ठरू शकेल, अशी एकमेव व्यक्ती म्हणजे तिची बहीण लेडी हो- लानचा तथाकथित मुलगा लि स्सन जो अजूनही छ्वानमध्ये विजनवासात होता. माजी वारसदार राजपुत्र म्हणून तो बंड करण्याची शक्यता कायम होती. उ छाव्नं जनरल च्छु शन् च्छ या अधिकाऱ्याला लि स्सनचं संरक्षण करण्यासाठी पाठवलं. त्यानं लि स्सनला एका दुर्गम शहरात नेलं, बंदिवान केलं आणि इतका त्रास दिला की त्यानं शेवटी आत्महत्या केली. च्छु शन् च्छवर या आत्महत्येचा दोष टाकण्यात आला आणि त्याची पदावनती करण्यात आली. लि स्सनची काढून घेतलेली सर्व पदं मरणोत्तर त्याला पुन्हा बहाल करण्यात आली आणि शाही इतमामात त्याच्यावर अंत्यसंस्कार करण्यात आले. काही काळानं च्छु शन् च्छला शांतपणे पुन्हा त्याचं पूर्वीचं स्थान दिलं गेलं.

सा- श् म्हणजे 'कृपादृष्टी करणे' हे राजघराण्याचे आदेश होते. त्यांच्या अंतर्गत काही गुन्ह्यांना माफी दिली जायची, तर चांगल्या कामासाठी पुरस्कार. थांग साम्राज्याच्या काळात हे आदेश देशाची स्थिती जाहीर करण्यासाठी आणि प्रशासनाच्या नवीन तरतुदींविषयी घोषणा करण्यासाठी वापरले जात. उ छाव्नं सा- श्चा उपयोग नको इतका वारंवार केला, ६८४मध्ये एकहाती सत्ता मिळवल्यापासून ते ७०५मध्ये पदच्युत झाल्यानंतर मृत्यू येईपर्यंत तिनं सोळा वेळा राजगादीवरचं नाव बदललं आणि यातल्या प्रत्येक वेळी सा-श्चा वापर केला.

६८४मध्ये राजगादीवरचं ख्वांग् छ् हे नाव असताना पहिल्यांदा सा-श्चा आदेश निघाला. खाव् चुँग, चुंग चुँग आणि च्यु चुँग या सगळ्यांना एक नाव असल्यानं त्या वर्षीचं हे तिसरं नाव होतं. या नावाचा अर्थ 'घराचा गौरव करणे' असा होता. काही बौद्ध वस्तूंचा लागलेला शोध साजरा करण्यासाठी हे नाव धारण करण्यात आलं होतं. कृपादृष्टीचा आदेश काढताना 'लोकांच्या अतुलनीय गुणां'चं कौतुक केलं गेलं, वेगवेगळ्या प्रकारच्या गुन्हेगारांना माफी देण्यात आली, वृद्धांना मदत आणि गरीब व आजारी लोकांना उपचार दिले गेले. पुन्हा एकदा करकपात झाली. खर्चात त्या दृष्टीनं कपात व्हावी म्हणून राजवाड्यात असलेल्या जास्तीच्या

दासींना काढून टाकण्यात आलं. काटकसर हा कॉनफ्युशिअन गुण मानला जात असे आणि उ छाव्नं आपण त्याला बांधील आहोत, हे दाखवून दिलं. दूरवरच्या सीमेवर तैनात असलेल्या सैनिकांना आपल्या पितरांना घास देण्यासाठी घरी येण्याची परवानगी दिली गेली.

कित्येक वर्षं देशांतर्गत असलेल्या शांततेचा परिणाम म्हणून लोकसंख्या मोठ्या प्रमाणात वाढलेली होती. आणि त्याबरोबरच भ्रष्टाचारानंही शिरकाव केलेला होता. जनगणना कठीण होऊ लागली आणि त्यामुळे खोटी नावनोंदणी, कर बुडवणं आणि इतर गैरकामांसाठी मुबलक संधी उपलब्ध झाल्या. यातून मार्ग काढायचा म्हणून सेन्सॉरची नवीन शाखा काढण्यात आली. प्रांतीय प्रशासनाची ते कधीही अचानक तपासणी करू शकत होते. एका प्रांतात दहा हजारांपेक्षा जास्त घरं झाली असतील तर तिथे नवीन प्रांत आणि तीस हजारापेक्षा जास्त घरं असतील, तर नवीन जिल्हा निर्माण करण्याचा प्रस्ताव आला. सैन्यामध्ये नीतिधैर्य खालावलेलं होतं म्हणून मग सेवेच्या कार्यकाळात कपात करण्यात आली, पुरस्कार पुन्हा वाटले गेले आणि काम स्वीकारल्यानंतरही जे सैन्याच्या कामासाठी हजर झाले नाहीत, त्यांना शिक्षा करण्याचं ठरलं. या सर्व सुधारणांची अंमलबजावणी कॉनफ्युशिअन 'गुणवान पुरुष' नागरी सेवेत आणून करण्याचं ठरलं.

प्रतिकात्मक बदलही होऊ घातले होते. नवीन साम्राज्यासाठी जांभळ्या रंगाची किनार असलेले सोन्याचे फलक असणार होते. अधिकाऱ्यांना नवीन झगे आणि अधिकार मिळणार होते. विविध पदांना अधिक महत्त्वाकांक्षी नावं दिली जाणार होती. कॉनफ्युशिअन्सनुसार शांतता आणि समृद्धीचं सुवर्णयुग मानल्या गेलेल्या छोच्या सुरुवातीच्या काळासारखा, साधारण ख्रिस्तपूर्व १०५० ते ६०० या कालखंडासारखा हा काळ आहे असं काहींना वाटू लागलं. हान साम्राज्याखाली आपलं अल्पमुदतीचं स्सन् साम्राज्य कायदेशीरदृष्ट्या प्रस्थापित करण्यासाठी ते इ.स. ९मध्ये सिंहासन बळकावणाऱ्या वांग मांगनेही अशी तथाकथित छो-लि पदं स्वीकारलेली होती. इतर नावं थाव् पद्धतीची होती. नवीन सेन्सॉर असणार होतं, सु- छंग थाय किंवा 'दूरदर्शी कायद्याचा सज्जा' आणि सचिवालयाचं नाव होणार होतं, फंग खो म्हणजे 'फिनिक्सची गच्ची' आणि चॅन्सेलरी होणार होती ल्वान् थाय म्हणजे 'ल्वानची गच्ची'. ल्वान हा एक प्रकारचा फिनिक्स पक्षी होता. त्याने म्हणे हान थाव्मध्ये प्रावीण्य मिळवलेल्या मे फु याला अमरत्व मिळालेल्यांच्या प्रदेशात नेलं होतं आणि त्यामुळे फिनिक्स पक्षी दिसला की पूर्वीच्या काळापासून ऋषितुल्य राजाच्या आगमनाची तो सूचना देतो, असं मानलं जात असे. पुन्हा एकदा उ छाव्नं थाव्, कॉनफ्युशिअन आणि बौद्ध प्रतिकांचा वापर करून समाजातल्या जास्तीत जास्त लोकांशी स्वतःला जोडून घेतलं होतं.

सम्राज्ञी उचे हेतू स्पष्ट करणारे आणखी काही निर्णयही तिनं घेतले. स्वर्गवासी च्युनच्या लेडीला मरणोत्तर विधवा सम्राज्ञीचा मान दिला गेला, ज्यामुळे आपोआपच तिची मुलगी सम्राट बनत होती. उ छाव्च्या पूर्वजांसाठी सात देवळं बांधण्याचं ठरलं आणि त्या प्रत्येकाला योग्य ती पदं देण्याचा निर्णय झाला. सात हा क्रमांक सहसा राजघराण्यासाठी राखून ठेवलेला असे. उ छंग्- स्सुनं या निर्णयाला जोरात पाठिंबा दिला. कारण त्यांच्या पूर्वजांना राजघराण्याचा मान देणं म्हणजे उ छाव्नंतर सिंहासनावर त्याचा नंबर लागण्याची शक्यता निर्माण होणं, किंवा पुरुष असल्यानं तो उ छावला पदच्युत करून तिची जागाही घेऊ शकणार होता. मात्र देवळांच्या बांधकामाच्या वेळेसच प्फे यन्ने त्याला विरोध दर्शवला आणि ल्यो च्येन- ख्वान्प्रमाणेच उची तुलना सम्राज्ञी लुशी केली.

तो म्हणाला, ''युवर मॅजेस्टी, आपण या साम्राज्याची माता आहात. तुमच्या गुणांवर हे सरकार चाललं आहे. पण युवर मॅजेस्टी, तुम्ही वस्तुनिष्ठ विचार करायला हवा. तुम्ही तुमच्या पूर्वजांना राजघराण्याचा दर्जा देता कामा नये. कारण मग तुम्ही व्यक्तिगत स्वार्थाचा विचार करत आहात, असं म्हटलं जाईल. हानची सम्राज्ञी लुच्या पावलावर पाऊल टाकण्याचा धोका तुम्ही पत्करू नये.'

उ छाव्नं त्याला उत्तर देताना म्हटलं, ''सम्राज्ञी लुनं राजघराण्याचा आपला अधिकार जिवंत व्यक्तींकडून मिळवला,'' म्हणजे तिनं आपला मुलगा हु थि आणि त्याच्या मृत्यूनंतर तिनं तुरुंगात टाकलेले तिचे नातू यांच्याविषयी उ बोलत होती. ''माझ्या पूर्वजांना मी मान देते आहे, ते सगळे मृत आहेत. मग या दोन गोष्टींमध्ये साम्य कसं काय आहे?''

''सरपटणारी वनस्पती वेगाने पसरते,'' प्फे यन्नं चतुराईनं उत्तर दिलं.

काही सूत्रांच्या म्हणण्यानुसार प्फे यन् जे म्हणाला त्याचा उ छाव्नं गंभीरपणे विचार केला आणि आपल्या पूर्वजांना वरच्या दर्जाला नेणं थांबवलं. मात्र, आपल्या स्वतःच्या अधिकारात सिंहासनावर सत्ता मिळवण्याची तिची योजना तिनं बासनात बांधून ठेवली, असं सुचवणारा कोणताही पुरावा उपलब्ध नाही आणि आपल्याला काय हवंय याविषयी तिला असलेल्या स्पष्टतेमधूनच तिनं बंडाची ठिणगी पेटवली.

या ठिणगीचं नेतृत्व केलं ते लि च्छंग-ये यानं. लि च्छंग-ये म्हणजे कोरिआवर आक्रमण करणारा आणि उ छाव् सम्राज्ञी बनण्यात महत्त्वाची भूमिका पार पाडणारा लि च्छ्चा नातू. त्यानं आपल्या आजोबांच्या पावलावर पाऊल टाकून युद्धात उडी घेतलेली होती आणि शूर योद्ध्याप्रमाणे लढला होता. मात्र, ६६९मध्ये, चुँग छांग्च्या दुसऱ्या वर्षात मरणासन्न असताना लि च्छला आपल्या नातवाची अधोगती दिसली होती म्हणे. ड्यूक ऑफ यिंग ही पदवी त्याला वारसाहक्कानं मिळालेली असल्यानं लि च्छंग-येला विशेषाधिकारामुळे नागरी सेवेमध्ये प्रवेश मिळालेला होता.

तिथून प्रांतीय गव्हर्नरपदापर्यंत त्याने मजल मारली आणि मग भ्रष्टाचाराचे आरोप झाल्याने ६८४च्या सुरुवातीला त्याला त्याच्या पदावरून काढून टाकण्यात आलं होतं. त्याला आणि त्याचा भाऊ लि च्छिंग-यु आणि या भ्रष्टाचारातल्या इतर आरोपींना यांग- छो इथे पाठवण्यात आलं.

यांगत्चे नदी आणि ग्रँड कनाल यांची भेट होते त्या जागेवर यांग- छो एक श्रीमंत व्यावसायिक केंद्र होतं. पर्शिया, अरेबिया आणि आग्नेय आशिया इथून येणाऱ्या बोटींमधून दुर्मिळ अत्तरं, हिरेमाणकं, औषधं, रंग आणि इतर श्रीमंती वस्तू तिथे उतरत. इथेच उत्तम प्रकारचं फर्निचर, फेल्ट हॅट्स, कांस्याचे आरसे, रिफाइन्ड साखर तयार होत असे आणि पन्नास लाख रोख एवढी किंमत असलेल्या बोटीही. राजघराण्यात नोकरी मिळण्याची शक्यता नसलेल्या चांगल्या कुटुंबातील वाया गेलेल्या मुलांचं ते आश्रयस्थान होतं. दिवसभर बंड करण्याच्या योजना आखण्याखेरीज त्यांच्यापाशी काहीही काम नसे. सम्राज्ञी उला पदच्युत करून देश पुन्हा एकदा एका पुरुषाच्या ताब्यात दिला की आपण राष्ट्रीय हिरो बनू आणि आपले आधीचे सगळे गुन्हे विसरले जातील, असा विचार लि च्छंग-ये आणि त्याचे अनुयायी करत होते. या अनुयायांमध्ये लो प्फीन- वांग हा कवी आणि राजघराण्याचा माजी खजिनदार होता, थांग च्छ- च्छ्ह हा चॅन्सेलरीचा माजी प्रमुख सचिव होता आणि माजी सेन्सॉर वे स्सु- वेन हाही होता.

या बंडखोरांचं नेमकं उद्दिष्ट ज्ञात नाही. वरकरणी तरी त्यांना चुंग चुँगला स्वतंत्र करून पुन्हा सिंहासनावर बसवण्यासाठी बंड करायचं आहे, असं वाटत होतं. पुढे, चुंग चुँगनं म्हटलं की त्या वेळी आपण स्वतः या बंडाचं नेतृत्व करावं, असा विचार त्याच्या मनात येऊन गेला होता, पण ६८४मधल्या कृपादृष्टीच्या आदेशामध्ये देशासमोर असलेले प्रश्न ज्या प्रकारे मांडले गेले होते, ते पाहून त्याच्या लक्षात आलं की या वेळी देशाला एका ताकदवान आणि अनुभवी शासकाची गरज आहे, आणि आपण तसे नाही. चुंग चुँगचा मोठा भाऊ मृत लि स्सनला मग या बंडखोरांनी आपला नामधारी नेता बनवलं. मात्र, आपली स्वतःची सिंहासनाची महत्त्वाकांक्षा लपवण्यासाठी लि च्छंग-येनं एका जिवंत नसलेल्या माणसाचं नाव उधार घेतलं असावं.

स्वतः नागरी सेवेमध्ये काम केलेलं असल्यानं या कट करणाऱ्यांच्या सरकारमध्ये चांगल्या ओळखी होत्या. वे स्सु-वेननं आपला माजी सहकारी सुएह् छुंग- छांग याच्याशी संपर्क साधला आणि त्याला यांग छोमध्ये बोलावलं. सुएह् छुंग- छांग शहरात आला तेव्हा आणखी एक कारस्थानी आणि तिथला मुलकी अधिकारी असलेल्या वे छाओ त्याला भेटला. यांग छोचा गव्हर्नर बंडखोरी करण्याची योजना आखत असल्याची माहिती त्यानं सुएह् छुंग- छांगला दिली. सुएह् छुंग- छांग हा

काही नजरेतून उतरलेला माजी नागरी सेवक नव्हता. किंबहुना, सरकारी कामासाठी आलेला उच्चपदस्थ अधिकारी असल्यानं त्यानं आपलं काम केलं आणि गव्हर्नरला अटक केली. मग राजघराण्यातील पोस्टखात्याच्या सौजन्यानं लि च्छंग-ये तिथे आला तो तिथला अधिकारी बनून. स्वतःला लष्करी गव्हर्नर म्हणून नेमलं गेलं आहे अशा अर्थाची खोटी कागदपत्रं त्यानं तयार करून घेतली. दक्षिण छ्वानमधल्या दुर्गम अशा खाव् छाव् भागामध्ये होऊ घातलेलं बंड शमवण्यासाठी सैन्य जमा करण्याचे अधिकार आपल्याला आहेत, असं त्यानं सांगितलं. लि च्छंग-येनं यांग-छोच्या गर्व्हनरला त्याच्या एका पाठीराख्यासह देहांताची शिक्षा फर्मावून आपल्या अधिकाराचं प्रदर्शन केलं. प्रांतीय खजिना त्यानं ताब्यात घेतला आणि तुरुंग रिकामा केला. आतल्या कैद्यांना मोकळं करताना सोबत शस्त्रंही दिली. या कटामध्ये सहभागी असलेल्या आपल्या अनुयायांना त्यानं या खलनायकांच्या सैन्याचे अधिकारी बनवलं आणि तिथे लष्करी तळाचं मुख्यालय स्थापन करून दहा दिवसांच्या आत एक लाख सैन्य जमा केलं.

सत्तेच्या पुनर्स्थापनेमधला स्वयंघोषित महाजनरल म्हणून लि च्छंग-येनं सम्राज्ञी उला पदच्युत करत असल्याचं जाहीर केलं आणि एक जाहीरनामा सादर केला. लो प्फीन- वांगनं तो लिहिला होता. लि च्छंग-येनं आपली भूमिका त्यात मांडलेली होती. त्यात म्हटलं होतं,

> 'उ नावाच्या या स्त्रीनं सिंहासनावर कब्जा मिळवलेला आहे. ती राजघराण्यातली नाही; पण निसर्गतः कठोर आणि पाषाणहृदयी आहे आणि तिच्यामध्ये कोणतीही स्पष्टता नाही. पूर्वी ती थाय- चुँगच्या सेवकांमधली खालच्या दर्जाची एक सेवक होती, आपलं शरीर तिनं सम्राटाच्या सेवेत बहाल केलेलं होतं आणि नंतर वारसदार राजपुत्र (खाव्- चुँग) नैसर्गिक विधीसाठी गेलेला असताना त्याचे कपडे बदलायचं निमित्त करून तिनं संधीचा फायदा उठवला. वयात आल्यावर वारसदार राजपुत्राच्या राजवाड्याची शिस्त तिनं धुळीला मिळवली. माजी सम्राटाबरोबर असलेले आपले संबंध लपवून तिनं सर्वोच्च सम्राटाची आवडती स्त्री बनण्याचा प्रयत्न केला. आपल्या बाह्यांमध्ये तोंड लपवून अत्यंत हुशारीनं तिनं इतर स्त्रियांची निंदानालस्ती केली आणि चतुराईनं सम्राटाचं गुणगान गात, आपल्या विकृत कौशल्यानं तिनं सम्राटाला अंकित करून घेतलं. त्या वेळच्या सम्राज्ञीला उद्ध्वस्त करण्याचा बेत आखला, तिच्याकडून हे पद हिसकावून घेतलं आणि अनैतिक संबंधांमध्ये सम्राटाला अडकवलं.
>
> 'त्यानंतर, एखाद्या सर्पासारखं हृदय आणि लांडग्यासारखा स्वभाव असलेल्या

या स्त्रीनं तिचं कौतुक करणाऱ्या दुष्ट प्रवृत्तींना सन्मान दिले, तर चांगल्या आणि निष्ठावान अधिकाऱ्यांचा खातमा केला. तिनं आपल्या स्वतःच्या मुलांचा खून केला, मोठ्या बहिणीला ठार मारलं, सम्राटाचा काटा काढला आणि स्वतःच्या आईला विष पाजलं. देवदेवता आणि पुरुष या दोघांनाही तिचा तिरस्कार वाटतो. स्वर्ग किंवा पृथ्वी कोणालाही तिचं वागणं सहन होत नाही. आणि तरीही आजही तिच्या मनात सम्राटपदाची वस्त्रं मिळवण्याची योजना तयार होते आहे. सम्राटाच्या लाडक्या मुलाला तिनं एका वेगळ्या राजवाड्यात बंदिवान करून ठेवलेलं आहे आणि राज्यातली सर्व महत्त्वाची खाती तिनं आपल्या कोंडाळ्यातल्या चोरांना दिलेली आहेत.'

एखाद्या स्त्रीनं राजकीय सत्ता मिळवण्याला कॉनफ्युशिअन आक्षेप काय आहेत, याचा लो फ्िकन- वांगनं मग अभ्यास केला आणि त्या अनुषंगानं इतिहासातली असंख्य उदाहरणं दिली. लि च्छंग-येच्या व्यक्तिगत विधानानं त्यानं या जाहीरनाम्याचा शेवट केला :

'मी, च्छंग-ये, थांग राजघराण्याचा माजी मंत्री आणि एका उच्च कुळातला सर्वांत मोठा मुलगा. आपल्या माजी सम्राटाकडून मला करारपत्र मिळालेलं होतं आणि आज आपल्यावर सत्ता करणाऱ्या या साम्राज्याच्या औदार्याचा मी शतशः ऋणी आहे... वारा आणि ढगांप्रमाणे माझ्या रागाचा उद्रेक होतोय. या धरणीवर आणि धान्यावर पुन्हा एकदा समृद्धी आणण्यासाठी मी कटिबद्ध आहे. संपूर्ण जग निराशेच्या गर्तेत गेलेलं आहे आणि साम्राज्यातील लोकांनी माझ्यावर विश्वास टाकलेला आहे. आणि म्हणूनच मी या साम्राज्यावर पसरलेल्या काळ्या सावलीला दूर करण्यासाठी आणि ते पुन्हा पवित्र करण्यासाठी प्रामाणिक बंड पुकारत आहे...

तुम्ही, तुम्ही माझे मायबाप, तुमच्यापैकी काहींवर दिवंगत सम्राटाने महत्त्वाच्या जबाबदाऱ्या सोपवलेल्या होत्या. काहींनी सभागृहामध्ये त्याची अंतिम इच्छा ऐकलेली होती. अजूनही आपल्या सम्राटाचे शब्द तुम्हाला ऐकू येत असतील. तुमच्या हृदयातून मग निष्ठा अशी नाहीशी कशी झाली? सम्राटाच्या थडग्यावरची माती अजून सुकलेलीही नाही. कुठे आहेत त्याचे पोरके झालेले राजपुत्र, अजून ते प्रगल्भ झालेले नाहीत का? आपण अजूनही या दुर्दैवाचं रूपांतर सुदैवात करू शकतो, दिवंगत सम्राटाला श्रद्धांजली अर्पण करून त्याच्या वारसाची सेवा करू शकतो. तुम्ही, सगळ्यांनी, प्रत्येकानं उठून उभं राहायला हवं आणि या बंडात

सहभागी व्हायला हवं. आपल्या माजी सम्राटाचे आदेश धुळीत पडलेले आपण सहन करता कामा नये. मी तुम्हाला विचारतोय, जरा आजच्या जगाकडे बघा आणि सांगा, साम्राज्याचं वास्तव्य कुठल्या घराण्यामध्ये आहे?'

या जाहीरनाम्याची एक प्रत सम्राज्ञीकडे पोचली. तिनं अतिशय मन लावून तो वाचला आणि मग लो फ्किन-वांगसारख्या हुशार साहित्यिकाला असं एखाद्या दुर्गम प्रांतात तुम्ही सडत का ठेवलंय, म्हणून आपल्या प्रथम मंत्र्यांवर ती रागावली.

तिच्यावर केलेले काही आरोप खोटे होते. आपल्या आईला तिनं विष दिलं असण्याची शक्यता नव्हती. कारण नैसर्गिक कारणानं तिच्या आईचा मृत्यू झालेला होता. सम्राट खाव्- चुँग आजारातून लवकर बरा व्हावा यासाठी उ छाव् उत्सुक नसली, तरी तिनं त्याचा खून केला असं सुचवणारी एकही गोष्ट आपल्याला सापडत नाही. उ छाव्नं तिच्या भाचीचा, हो-लान ख्वो- छुचा, काटा काढला होता. पण या भाचीचं आणि तिच्या बहिणीचं आडनाव एकच असल्यानं लो फ्किन-वांगला तिनं आपल्या बहिणीला मारलं असं वाटलं असणार. आणि उ छाव्च्या आदेशावरून तिच्या भावांना विजनवासात पाठवलं गेलं आणि त्यांना मृत्यू आला हे जरी खरं असलं तरी, तिनं त्यांचा प्रत्यक्ष खून केला, असंही म्हणता येत नाही. मात्र, त्या जाहीरनाम्यातले काही आरोप खरे होते आणि बहुसंख्य लोकांची तसंच दरबारातल्या अनेकांची सहानुभूती त्यामुळे मिळणं सहजशक्य होतं. कारण खरोखरच, तेव्हा साम्राज्यावर सत्ता होती ती उ घराण्याची; लि घराण्याची नव्हे. पण उ छाव् मात्र या आरोपांमुळे जराही गडबडली नाही. तिचं वय आता एकोणसाठ होतं आणि दरबारातलं आपलं संपूर्ण आयुष्य तिनं आपल्या विरोधात गेलेल्यांना संपवून टाकण्यामध्ये खर्ची घातलेलं होतं.

या बंडाला सुरुवातीला काही यश मिळालं. छु छोचा गव्हर्नर लि च्छंग-येच्या बाजूचा झाला आणि आपल्याबरोबर उत्तर ख्यांग्सुमधले तीन प्रांतही त्याच्या बाजूनं वळवले. यांगत्से नदीच्या काठावरचं एक छोटंसं स्स ए नावाचं शहर तेवढं सम्राज्ञी उच्या सोबत राहिलं. तिनं मग ताबडतोब या शहराच्या संरक्षणाचं नेतृत्त्व करणारा अधिकारी आणि त्याचा भाऊ यांना लष्करातलं मोठं पद देऊन गौरवलं. बंडखोरांना जबरदस्ती मदत करायला लावलेल्या यांग छो आणि छु छो इथल्या लोकांना माफ करून टाकलं. लि च्छंग ये आणि त्याच्या अनुयायांना ठार मारण्यासाठी बक्षीस जाहीर केलं, तसंच हे बंड मोडून काढण्यासाठी लि स्सओ-ए, ल्योंगचा ड्यूक याच्याबरोबर तीन लाखांचं सैन्य पाठवलं.

प्रत्युत्तरादाखल लि च्छंग येनं माजी वारसदार राजपुत्र लि स्सन्सारखा दिसणारा

एक पुरुष शोधून काढला आणि आपल्या कॅम्पमध्ये त्याला फिरवलं. राजपुत्राचा मृत्यू झालेला नाही, तो अजूनही जिवंत आहे आणि एका स्त्री राज्यकर्त्याच्या विरुद्ध होत असलेल्या लढाईचं नेतत्व करत आहे, असं लि च्छंग ये सांगत राहिला. हे बंड जर यशस्वी ठरलं असतं आणि चुंग च्युँग पुन्हा सिंहासनावर बसला असता, तर लि च्छंग येची ही खेळी फारच शरमेची ठरली असती.

उ छंग् स्सु या त्याच्या चुलतभावाप्रमाणेच उ सान् स्सु आता सम्राज्ञी उचा लाडका बनला होता. ज्येष्ठ थांग राजपुत्र तिच्या बाजूनं नाहीत, असा इशारा त्यानं उला दिला आणि खाव्- चुँगचा काका हानचा राजपुत्र लि युआन- च्छा आणि लुचा राजपुत्र लि लिंग- ख्वाय् यांना फासावर चढवण्याचा सल्ला दिला. उनं आपल्या प्रथम मंत्र्यांचा सल्ला मागितला तेव्हा या झगड्यात कोणाची सरशी होईल याची खात्री नसलेले हे मंत्री भीतीपोटी काहीही बोलेनात. फक्त प्फे यन्नं त्यांच्या फाशीच्या विरोधात भूमिका घेतली आणि उ छाव्चा रोष ओढवू घेतला. पण तोवर प्फे यन्नं तडजोड केलेली होतीच. जो सुएह् छुंग- छांग नकळत या बंडाच्या फसवेगिरीमध्ये सामील झालेला होता, त्याचा प्फे यन् काका होता.

असं म्हणतात की, लो प्फिन- वांगनं प्फे यन्ला बंडात सामील होऊन राजधानीमध्ये लहान मुलांसाठी बंडाचं गीत बनवायचं आणि त्यांच्याकडून गाऊन घ्यायचं यासाठी गळ घातली होती. त्या गीताच्या ओळी होत्या, 'एक ज्वाळा आगीची, दोन ज्वाळा आगीच्या, सिंहासनावर बसला लाल कपड्यातला मुलगा'. p'ei -हा वर्ण म्हणजे फे- fei -या वर्णाचा एक भाग आहे आणि फे म्हणजे लाल. yi -यि हा वर्ण म्हणजे कपडे. आणि huo ह्वो म्हणजे आग, ज्यांतील दोन वर्णांचा मिळून बनतो yen -यन् म्हणजे ज्वाळा.

सम्राज्ञी उच्या मर्जीतून उतरलेला असला, तरी प्फे यन्ला बंडखोरांची बाजू घेतल्यानं मिळण्यासारखं काहीही नव्हतं; कारण चुंग चुँगला पदच्युत करण्यामध्ये त्यानं हातभार लावलेला होता. त्यामुळे आता त्याला आपला स्वतःचा मार्ग निवडणं आवश्यक होतं. ल्वोयांगच्या सीमेबाहेर लुंग्- मन् इथे एक बौद्धांचं धार्मिक स्थळ होतं, ज्याचा सर्व आर्थिक भार उ छाव्नं उचललेला होता. या बुद्धाच्या गुहांना सम्राज्ञी उ भेट देणार आहे असं त्याला कळलं, तेव्हा त्यानं एक योजना आखली. शहराच्या बाहेर तिला पकडून तुरुंगात डांबायचं, च्यु चुँगला पुन्हा गादीवर बसवायचं आणि आपलं स्थान पक्कं करायचं, असं त्यानं ठरवलं. पण इथे नियतीनंच उ छाव्ची साथ दिली. पावसानं इतकं थैमान घातलं की सम्राज्ञीला आपली भेट रद्द करावी लागली आणि प्फे यन्ची संधी हुकली.

या वेळेपर्यंत लि च्छंग येचं बंड ख्यांग्सु प्रांताच्या पूर्व भागात पसरलेलं होतं आणि ते कसं शमवायचं हे ठरवण्याकरता सम्राज्ञी उनं मंत्रिमंडळाची बैठक बोलावली.

प्फे यन्नं ही संधी साधून च्यु चुँगसाठी उ छाव्नं आपलं पद सोडावं, अशी गळ तिला घातली. यामुळे लि घराण्यातील पुरुष सत्तेवर येईल आणि राजकीयदृष्ट्या हे बंड आपोआपच थंड पडेल.

'स्वर्गाचा पुत्र आता वयात आलेला आहे आणि तरीही सत्ता त्याच्या हाती नाहीये.' त्याचं म्हणणं होतं. 'म्हणूनच कुणीही बंडाचा झेंडा हाती घेत आहे. मात्र, विधवा सम्राज्ञीनं हे सरकार सम्राटाच्या हाती सोपवलं तर बंडखोरांच्या विरोधात कोणतंही बळ न वापरता ते शांत होतील.'

पण मंत्रिमंडळातील कोणाचीही त्याच्या या बोलण्याला पाठिंबा द्यायची तयारी नव्हती. त्याऐवजी त्याचा निषेध करण्यासाठी ताबडतोब एक सेन्सॉर पुढे सरसावला.

'प्फे यन्वर आपल्या धरतीवरचा सर्वांत मोठा अधिकार सोपवण्यात आलेला आहे आणि सम्राटाच्या हिताचं संरक्षण करणं हे त्याचं कर्तव्य आहे,' तो सेन्सॉर म्हणाला. 'आणि तरीही त्याला सम्राटाविरुद्धच्या बंडाची माहिती मिळाल्यावर तो ते शमवण्यासाठी काहीही करत नाही आणि वर विधवा सम्राज्ञीलाच आपली सत्ता सोडायला सांगतो. या सगळ्यामध्ये काही अभद्र ताकद काम करते आहे असं वाटतं.'

प्फे यन्ला ताबडतोब अटक करण्यात आली आणि त्याची चौकशी करण्याचे आदेश सेन्सॉरला देण्यात आले. त्याच्या घराची झडती घेतली तेव्हा इतर कागदपत्रांबरोबर काही गुप्त संदेश सापडला पण कुणालाही त्या संदेशाची फोड करता आली नाही. 'च्छंग ए' एवढंच त्यावर लिहिलेलं होतं ज्याचा अर्थ होता 'निळा हंस'. उ छाव्नं मग या दोन शब्दांची फोड केली. वेगळ्या प्रकारानं हे वर्ण एकत्र आणले तर तयार होणाऱ्या शब्दाचा अर्थ होता- 'बारावा महिना, मीच हे काम करणार.' याचा अर्थ असा काढला गेला की, प्फे यन्ला स्वतःला सिंहासनावर बसायचं होतं. इतिहासकारांना मात्र संशय आहे की हे सगळं उ छाव्च्या सेवकांनीच निर्माण केलं आणि प्फे यन्ला त्यात अडकवलं.

विरोधाचा सूर असा जवळ येऊन ठेपल्याचं लक्षात आल्यावर उ छाव्नं छांग् आन्चा व्हाइसरॉय ल्यो च्येन- ख्वानचं मत जाणून घेतलं. प्फे यन्प्रमाणेच त्यानेही तिच्यावर सम्राज्ञी लु सारखी वागत असल्याचा आरोप केलेला असल्याने त्याच्या निष्ठेविषयी तिच्या मनात शंका होती. म्हणून मग त्याचं मत माहीत व्हावं यासाठी तिनं एका वाहकाबरोबर त्याला तसं पत्र पाठवलं. ते पत्र वाचल्यावर ल्यो च्येन- ख्वाननं वाहकाला ल्वोयांगमधली बातमी विचारली. त्यानं प्फे यन्च्या अटकेविषयी सांगितलं आणि लुंग- मनला प्फे यन्नं जी योजना आखली होती ती आपल्याला माहीत असल्याची बढाईसुद्धा मारली. ल्यो च्येन- ख्वाननं मग सम्राज्ञी उसाठी एक संदेश लिहून त्या वाहकाला परत पाठवून दिलं. तिनं तो संदेश फोडला तेव्हा त्यात

फक्त लिहिलं होतं, 'हे पत्र घेऊन येणाऱ्याला प्फे यन् तुझ्या विरोधात योजना आखतोय हे ठाऊक होतं, पण त्यानं तशी माहिती दिली नाही.' उ छाव्नं त्या वाहकाची गळा दाबून हत्या करण्याची आज्ञा दिली. ल्यो च्येन- ख्वानच्या निष्ठेविषयी आता तिच्या मनात कोणतीही शंका राहिलेली नव्हती.

उ छावला आता लुंग्- मन्च्या योजनेविषयी माहिती झालेली होती; पण ती माहिती सेन्सॉरला नव्हती. प्फे यन्ची चौकशी करणाऱ्या न्यायसभेला तो निरपराध असल्याची खात्री पटलेली होती. सचिवालयाचा उपाध्यक्ष उजवळ आला आणि म्हणाला, 'प्फे यन् हा अत्यंत सभ्य माणूस असून साम्राज्याप्रती अतिशय निष्ठावान आहे. या सिंहासनाची त्यानं मनापासून सेवा केलेली आहे. तेव्हा शासनानं त्याला चांगली वागणूक द्यायला हवी. सर्व साम्राज्याला हे माहीत आहे. तुमचा हा सेवक प्फे यन् द्रोही नसल्याची ग्वाही देत आहे.'

''प्फे यन्ने देशद्रोह केला असल्याचा पुरावा माझ्यापाशी आहे,'' सम्राज्ञी उ त्याला म्हणाली. ''फक्त तुम्हा, चौकशी समितीला त्याची माहिती नाहीये.''

''प्फे यन् जर देशद्रोही आहे, तर मग आम्ही सगळेही देशद्रोही आहोत,'' सचिवालयाच्या उपाध्यक्षानं म्हटलं आणि त्याच्याऐवजी आपला जीव घ्यावा, असं सम्राज्ञीला सुचवलं.

''प्फे यन् देशद्रोही आहे आणि तुम्ही नाही आहात, हे मला ठाऊक आहे,'' उ छाव्नं त्याला सांगितलं.

देशद्रोहाचा स्पष्ट पुरावा असला, तरी प्फे यन्चेही काही अनुयायी होतेच. त्याला अटक झाली तेव्हा सीमेवरील आपल्या कर्तृत्त्वामुळे 'तुर्कींचा दहशतवादी' म्हणून ओळखल्या जाणाऱ्या जनरल छंग् उ- थिंग याने प्फे यन्ची बाजू घेणारं एक निवेदन पाठवलं. सम्राज्ञी उला याचा खूप संताप आला. छंग् उ-थिंगचं मत धुडकावून लावता येणं शक्य नव्हतं कारण चुंग चुँगला पदच्युत करतेवेळी यु-लिन दलाचा अधिकारी म्हणून त्याने सम्राज्ञी उच्या प्रती आपल्या निष्ठेचा पुरावा दिलेला होता. आणि नेमक्या या प्रकरणामुळेच तो प्फे यन्च्याही जवळचा बनला होता. यांग- छोमधल्या बंडखोर जनरल थांग च्छ्-च्छ आणि इतर कारस्थान्यांचा तो खूप पूर्वीपासूनचा मित्र असल्याचा आरोप लवकरच त्याच्यावर करण्यात आला. मग असंही म्हटलं गेलं की, लि च्छंग येचा तो गुप्त पाठीराखा होता आणि लुंग्-मन्च्या कटामधला साथीदार. आपल्या जनरल्समध्ये कोणाच्या निष्ठेविषयी शंका आली तर त्याकडे दुर्लक्ष करणं आपल्याला परवडणार नाही, असं सम्राज्ञी उनं ठासून सांगितलं आणि छंग उ-थिंगचा त्याच्या स्वतःच्या सैनिकांसमोर शिरच्छेद करण्यात आला. हे सैनिक इतके घाबरलेले होते की, त्यांनी या प्रकाराला जराही विरोध दर्शवला नाही. ही बातमी समजल्यावर तुर्कींना अतिशय आनंद झाला आणि छंग उ-थिंगचा मृत्यू

त्यांनी मेजवानी देऊन साजरा केला. आपल्या या जुन्या शत्रूच्या स्मरणार्थ त्यांनी एक मंदिरही बांधलं. प्रत्येक वेळी चीनवर स्वारी करायला निघताना तुर्की सैन्य तिथे बळी चढवत असे.

प्फे यन्च्या इतर पाठीराख्यांनी त्याला आपल्या समर्थनार्थ भक्कम स्पष्टीकरण देण्याची विनंती केली. त्यानं नकार देत म्हटलं, 'प्रथम मंत्र्याला जेव्हा तुरुंगात डांबलं जातं, तेव्हा स्पष्टीकरणांचा काहीही उपयोग होत नाही.' आपण राजकीय स्वार्थाचे बळी आहोत असंच त्याला यातून सुचवायचं होतं. पण लुंग्-मन्चा कट त्यानं आखलेला होता, हे सत्य होतंच. शिवाय, च्यु चुँगला सिंहासनावर बसवण्याचा प्रयत्न करून आपण सम्राटावर निष्ठा दाखवतो आहोत, असंही त्याला सांगता येणार नव्हतं; कारण चुंग चुँगला पदच्युत करण्यात त्याचा हातभार होता.

३० नोव्हेंबर ६८४ रोजी, चि स्स म्हणजे दहाव्या महिन्याच्या पंधराव्या दिवशी आणि ख्वांग् छ्च्या पहिल्या वर्षात, प्फे यन्ला सार्वजनिकरीत्या अत्यंत हीन पद्धतीने देहांताची शिक्षा दिली गेली. त्याच्या पाठीराख्यांची पदावनती करण्यात आली आणि त्यांना दूरच्या प्रांतांमध्ये हाकलून लावलं. विधवा सम्राज्ञीनं मग प्फे यन्च्या आजोबांच्या थडग्याची नासधूस करवली आणि त्याच्या कुटुंबाचे सर्व मानसन्मान काढून घेण्यात आले. मात्र, त्याच्या सोळा वर्षांच्या पुतण्यानं सहजासहजी हार मानण्याचं नाकारलं. त्यानं सम्राज्ञीसमोर आपली कैफियत मांडण्याची मागणी केली. उ छाव्नं ती मान्य केली.

"तुझ्या काकानं माझ्याविरुद्ध कट केला, आता आणखी काय बोलायचं राहिलंय?" तिनं त्याला प्रश्न विचारला.

"युवर मॅजेस्टी, मला एक सल्ला द्यायचा आहे." असं म्हणून त्यानं तिला सांगितलं की, सम्राज्ञी उ ही लि कुटुंबाची पत्नी आहे आणि म्हणून तिनं या कुटुंबाच्या भल्याचा विचार करायला हवा, सरकारमध्ये दखल देणं थांबवायला हवं आणि त्याऐवजी आपल्या मुलांचं हित कशामध्ये आहे, ते बघायला हवं. आपला काका हा अत्यंत निष्ठावान होता, त्याच्यावर खोटे आरोप केले गेले असं म्हणून काकाच्या अधोगतीस त्यानं उला जबाबदार धरलं.

"युवर मॅजेस्टी, तुमच्या विचारानं मला भय वाटतं. युवर हायनेस, आपण तातडीनं योग्य वारसाची सिंहासनावर नेमणूक करावी आणि अंतर्गत राजवाड्यामध्ये उतारवयातलं आयुष्य शांततेनं घालवावं, तरच हे साम्राज्य वाचेल; नाहीतर, क्रांती होईल आणि राजघराणं नष्ट होऊन जाईल," तो म्हणाला.

"माझ्याशी अशा प्रकारे बोलण्याची तुझी हिंमत कशी झाली?" उ छाव् त्याच्यावर ओरडून म्हणाली आणि तिनं या मुलाला दरबारातून खेचत बाहेर घेऊन जाण्याची आज्ञा दिली. पण त्यानं जोरदार प्रतिकार केला. तिच्या समोरून त्याला

बाहेर घेऊन जाण्याचा तीन वेळा प्रयत्न झाला; पण तो ओरडून बोलतच राहिला, ''मी जे सांगतो ते केलं तरच तुम्ही वाचाल.'' त्याला बाहेर नेणं अशक्य आहे असं लक्षात आल्यावर विधवा सम्राज्ञीनं संतापानं त्याला तिथल्या तिथे फोडून काढण्याचा आदेश दिला.

लि च्छंग- येच्या बंडामुळे दरबारात दुही माजण्याची शक्यता होती; पण मुळात बंडखोरांमध्येच एकवाक्यता नव्हती. लि च्छंग- येच्या कर्मचाऱ्यांचा आता प्रमुख बनलेल्या वे स्स-वन् यानं ल्वोयांगवर स्वारी करून सम्राटाला सोडव असा सल्ला त्याला दिला. लि च्छंग- ये स्वर्गाच्या पुत्राला त्याची हक्काची जागा देण्याचा प्रयत्न करतोय हे समजल्यानंतर, ल्वोयांगच्या वाटेवर असलेल्या शानूथुंग आणि होनान या प्रांतांमधले लोक लि च्छंग- येच्या पाठीशी उभे राहतील. त्याच्या पाठीराख्यांची संख्या खूप असल्यानं तो साम्राज्य आपल्या ताब्यात घेऊ शकेल, अशी ही एकूण कल्पना होती. पण इतर सल्लागारांनी लि च्छंग- येला आणखी वेगळा सल्ला दिला. उत्तरेच्या हो-प्फे प्रांतामध्ये आधी जायचं, कारण तिथे लढाईमध्ये अत्यंत वाकबगार असे सैनिक होते आणि विधवा सम्राज्ञीच्या राज्याबाबत सर्वाधिक विरोधी भूमिका त्यांचीच होती.

दरम्यान सुह् छुन्- छांग यानंही आपल्या सैन्यासकट बंडखोरांना पाठिंबा दिलेला होता. त्यानं अशी सूचना केली की, या दोन्ही गोष्टी न करता सर्वांनी दक्षिणेच्या दिशेनं कूच करावं आणि च्छ्न च्छांग आणि छांग छो ही तिथली शहरं ताब्यात घेऊन तो आपला तळ बनवावा. म्हणजे मग नानखिंग् या दक्षिणेतल्या जुन्या राजधानीच्या शहरावर त्यांना ताबा मिळवता येईल आणि या बंडाला आवश्यक ती कायदेशीर चौकट देता येईल. तिथून मग पुढे उत्तरेला जावं, अशी त्याची सूचना होती. वे स्स- वन्नं या सूचनेला जोरदार विरोध दर्शवला. नानखिंग्वर स्वारी करणं हा सापळा असून, त्यामुळे बंडाचं अपयश पक्कं होईल आणि हे बंड करणाऱ्यांच्या नशिबी मृत्यू येईल, असं त्याचं म्हणणं होतं.

वे स्स- वन् आणि सुह् छुन्- छांग यांच्यातली ही दुही राजकीय होती तशीच लष्करीही होती. वे स्स- वन् हा थांग साम्राज्याचा निष्ठावान होता आणि या साम्राज्याचा योग्य वारस चुंग चुंग यानं गादीवर बसावं अशी त्याची इच्छा होती. सुह् छुन्- छांगच्या मनात बनावट लि स्सन्च्या साहाय्यानं चीनला शांत करावं आणि नंतर मधल्या काळात नानखिंग्चा राजधानीचं शहर म्हणून उपयोग करून नवीन साम्राज्याचा शोध घ्यावा, असं होतं.

ल्वोयांगमधल्या दरबारातील विरोधाची बातमी ऐकल्यानंतर सुह् छुन्- छांग आणि लि च्छंग- ये यांना थांग साम्राज्य आता नष्ट होणार, असं वाटू लागलं होतं. भूतकाळात अशी अल्पकाळ सत्तेत राहिलेली साम्राज्यं कायदेशीर वारशाची सत्ता

प्रस्थापित करण्यासाठी लढलेल्या लष्करी जनरल्सनी स्वतःला काळजीवाहू प्रशासक नेमून आणि अखेर आपल्याच कुटुंबाला सिंहासनावर बसवून ताब्यात घेतलेली होती. त्यामुळे लि च्छंग- येनं आपलं मुख्य सैन्य दक्षिणेला यांगत्चेच्या पलीकडे हलवलं आणि छन् छांग् काबीज केलं. दक्षिणेकडून अठ्ठेचाळीस ली किंवा सोळा मैलावर असलेल्या थान् यांग्च्या गव्हर्नरनं हल्ला केला, तेव्हा शहरातल्या नागरिकांनी अक्षरशः सुटकेचा निःश्वास सोडला. बंडखोरांनी त्याच्या सैन्याशी दोन हात केले आणि तो लढाईत मारला गेला. तरीही, या शहरानं एक महिनाभर तट लढवला. यामुळे कोरिआच्या युद्धातील ज्येष्ठ जनरल हे- छ्ह छांग्- छ याला दक्षिणेकडे जाऊन थांग साम्राज्यातील खांग्नान या खूप मोठा विस्तार असलेल्या प्रांतावर अधिकार प्रस्थापित करण्यासाठी वेळ मिळाला. थांगचा अत्यंत निष्ठावान अशा हे- छ्ह छांग्- छनं तिबेटी आणि तुर्कांच्या विरोधातल्या लढायाही यशस्वीरीत्या हाताळलेल्या होत्या. गंमत म्हणजे तो स्वतः कोरिआतील प्फाय च्छ् इथे जन्माला आलेला कोरिअन होता. त्याच्या नावाचा अर्थ होता- काळे दात कायमचे- काळे दात ही कोरिआतील अग्रगण्य सरदार- उमराव यांच्यापैकी एक जमात होती.

दक्षिणेच्या दिशेनं कूच करत असताना मागे राहिलेल्या शहरांना संरक्षण मिळावं म्हणून लि च्छंग्- येने आपल्या भावाला, लि च्छंग्- यु याला आणि वे छाय् या यांग- छोच्या माजी मुलकी अधिकाऱ्याला हुंगत्से तलावाच्या दोन्ही बाजूंच्या यांग- छोसाठी धोरणात्मक पावलं उचलण्याकरता उत्तरेच्या दिशेनं, नेमकं सांगायचं तर दोनशेसत्तावीस ली किंवा पंचाहत्तर मैल ईशान्येला पाठवलं. लि च्छंग-युनं ग्रँड कनालवर असलेल्या हवाय् यिनवर ताबा मिळवला, तर वे छाय्नं थु ल्यांग शान् या निर्जन डोंगरावर. हा डोंगर निष्ठावान मानल्या गेलेल्या स्सु ए या शहराच्या आग्नेय दिशेला शहात्तर ली किंवा पंचवीस मैलांवर होता.

लि स्साव-एचं तीस लाखांचं शाही सैन्य जेव्हा आलं, तेव्हा वे स्स-वन् टिकू शकला नाही. बंडखोरांचं सैन्य आता विभागलं गेलं होतं आणि ल्वोयांगच्या दिशेनं मोठी बाजी मारता न आल्यानं त्यांच्यापाशी बंडाच्या सुरुवातीला गोळा केलेल्या मूळ एक लाखाच्या सैन्यापेक्षा आणखी सैन्य नव्हतं. नानखिंग्च्या दिशेनं जाण्याची योजना रद्द करून मागे फिरण्याशिवाय लि च्छंग-येपाशी दुसरा पर्याय नव्हता. बंडखोर सैन्य आता बचावात्मक पवित्र्यात होतं. तो मागे फिरला आणि त्यानं यांगत्चे ओलांडून यांग-छोच्या उत्तरेकडे शहात्तर ली किंवा पंचवीस मैलांवर असलेल्या खाव् यु या शहरामध्ये बस्तान ठोकलं.

शाही सैन्यानं हवाय्यिनवर हल्ला केला, पण तिथे बंडखोरांनी त्यांना मागे हटवलं. लि स्याव्- ए हा सावधगिरी बाळगणारा जनरल होता. आपण हरलो तर आपलं काय होईल, याची भीती त्याच्या मनात असे. तो मागे वळला आणि

दक्षिणेकडून हे- छ्ह छांग्- छ येण्याची वाट पाहत त्यानं आपला तळ ठोकला. मात्र, त्याच्याबरोबर वे युआन- छुंग नावाचा एक सेन्सॉर होता, ज्याला तिबेटी युद्धाचा अनुभव होता.

"जनरल, इथे आपल्या साम्राज्याचं भवितव्य पणाला लागलेलं आहे," वे युआन- छुंगनं म्हटलं. "गेली कित्येक वर्षं साम्राज्यात शांतता होती. बंडाच्या या बातमीने धक्का बसलेला आहे आणि लोकांना हे बंड शमल्याची बातमी आता ऐकायची आहे. शाही सैन्य आता आहे त्या ठिकाणीच स्थिर राहिलं आणि पुढे गेलं नाही, तर लोकांच्या आशा मावळतील. आणि दरबारानं मग तुमच्या जागी दुसरा जनरल पाठवला तर तुमच्यावर वेळकाढूपणा केल्याचा आरोप होईल. मग तुम्ही स्वतःचं समर्थन कसं करणार आहात?"

लष्कराशी संबंधित सेन्सॉरकडून असा प्रश्न विचारला जाणं म्हणजे एक प्रकारे इशारा देणंच होतं. स्वाभाविकच लि स्याव्- एनं आपल्या सैन्याला आगेकूच करण्याचा आदेश दिला. या वेळी त्यानं थु ल्यांग शान् येथे वे च्छाव्वर हल्ला केला. वे छाय्चा एक आघाडीचा कमांडर मारला गेला आणि शत्रूचं सैन्य थोपवून ठेवण्यासाठी त्याला तातडीनं आपली कुमक पुढे पाठवावी लागली.

पुन्हा एकदा लि स्याव्- ए पुढे काय करावं याचा विचार करण्यासाठी मागे हटला. त्याच्या बहुतेक जनरल्सच्या मते, वे छाय्चं स्थान मजबूत होतं. त्याच्यावर हल्ला केला तर तो मरेपर्यंत लढत राहील आणि शाही सैन्याचं बऱ्यापैकी नुकसान करेल. त्याऐवजी त्याला थोपवून धरावं, मुख्य सैन्याला त्याला पार करून पुढे जाऊ द्यावं, खाव् यु इथे लि च्छंग येवर हल्ला करावा आणि पुढे यांग छोच्या दिशेनं निघावं, असं त्यांना वाटत होतं.

काहींना हे मान्य नव्हतं. वे छाय्ला यशस्वीपणे थोपवून धरायचं तर लि च्छंग येवर हल्ला करण्यासाठी लागणाऱ्या मुख्य सैन्याची हानी होणार होती. पण वे छाय्शी लढत राहण्याकरता कमी सैन्य हाताशी ठेवलं तर तो बाहेर पडून मागच्या बाजूनं त्यांच्यावर हल्ला करण्याची शक्यता होती.

वे युआन- छुंगनं तिसरा पर्याय समोर ठेवला. हुंगत्से तलावाच्या दुसऱ्या बाजूनं हवाय् यिन येथे लि च्छंग-युवर पहिल्यांदा हल्ला करावा. लि च्छंग-यु हा काही लष्करी माणूस नाही, त्याला सैनिकी गोष्टींविषयी काहीही जाण नाही. बंडखोर सैन्यातील सर्वांत उत्तम सैनिक हे खाव् यु येथे लि च्छंग- येच्या मुख्य गटात असणार, हे स्वाभाविक होतं. बंड केलेल्या प्रत्येक विभागातून हे सैन्य जमलेलं होतं. हवान् यिन इथे असलेल्या तुलनेनं कमजोर सैन्याचा पाडाव करणं सोपं होतं, त्यानंतर एक विजय हाताशी घेऊन लि स्याव् एचे सैनिक खाव् युच्या दिशेनं कूच करू शकले असते. ताकदवान सैन्याच्या आधी कमजोर सैन्यावर हल्ला करणं

अधिक शहाणपणाचं वाटत होतं.

स्याव्- एचे बहुतेक अधिकारी वे युआन- छुंगच्या या योजनेच्या विरोधात होते. लि च्छंग यु जर मागे हटला नाही, तर त्याचा भाऊ त्याच्या मदतीला येईल आणि शाही सैन्य मग दोन भावांच्या सैन्याच्या मध्ये अडकून राहील, असं त्यांचं म्हणणं होतं. बंडखोरांच्या उत्तरेकडच्या थु लिएन् शान आणि हवान् यिन या दोन्ही तळांकडे दुर्लक्ष करावं, असं ते सांगत होते. लि च्छंग येच्या हाताखालील मुख्य सैन्याचा एकदा पराभव केला की वे छाय् आणि लि च्छंग यु हे दोघं आपोआप शरण येतील, असं त्यांना वाटत होतं.

नेहमीप्रमाणे सावधगिरी बाळगणाऱ्या लि स्याव्- एनं जिंकण्यापेक्षा पराभव कसा टाळता येईल याचा विचार केला. थु ल्यांग शान् इथेच त्यानं पुन्हा वे छायूवर हल्ला केला. वे युआन- छुंगचं म्हणणं अर्ध खरं ठरलं. बंडखोरांमधले उत्तम सैनिक हे खाव यु इथे लि च्छंग येच्या बरोबर होते. वे छायूनं जेमतेम किल्ला लढवला आणि रात्रीत थु ल्यांग शान्मधून तो बाहेर पडला. मग शाही सैन्यानं हवान् युवर चाल केली. लि च्छंग येनं पळ काढला, त्यानं अजिबात लढत दिली नाही. खाव् युपर्यंतचा मार्ग आता मोकळा होता.

खरी मोठी लढाई आता होती. स्सा ह या ग्रँड कनाल आणि खाव् यु या तलावाला जोडणाऱ्या नदीच्या काठालगत लि च्छंग येनं बचावात्मक जागा बनवून ठेवलेली होती. पाच हजार सैनिकांच्या शाही सैन्यानं रात्री हल्ला केला. पण लि च्छंग येनं आपली सर्वांत लढाऊ माणसं नदीकाठी नेमून ठेवलेली होती. त्यामुळे हल्ला करणाऱ्या सैन्याला मागे हटावं लागलं. त्यांचे अर्धे सैनिक मारले गेले, काही निसटण्याचा प्रयत्न करताना नदीत वाहून गेले. त्यांचा जनरल पकडला गेला. आधी तो लि स्याव् ए आहे, असंच सर्वांना वाटलं, पण आपलं नाव त्यानं सांगितल्यावर त्याची ओळख पटली. पण तो नुसतं नाव सांगून थांबला नाही; तो म्हणाला, "सम्राटाचं सैन्य तुमच्यावर चाल करून येत आहे. हा दिवस संपायच्या आत तुमचा पराभव झालेला असेल. माझ्या मृत्यूनंतर माझ्या कुटुंबाचा सन्मान केला जाईल. आणि तुमच्या कुटुंबाला यमसदनाला पाठवलं जाईल." यावर बंडखोरांनी त्याचा शिरच्छेद केला.

लि च्छंग येला त्याच्या जागेवरून मागे हटवण्याचे आणखी काही प्रयत्न अयशस्वी ठरले. बंडखोरांची स्थिती अत्यंत मजबूत झाली आहे, असं शाही जनरल्सना वाटू लागलं. लि स्याव्- एनं आपण पश्चिमेला शहात्तर ली किंवा पंचवीस मैलांवर असलेल्या थिएन् छांगमध्ये परतण्याची सूचना केली. मात्र, वे युआन- छुंगनं त्याला थांबण्याची गळ घातली. लि च्छंग येचा तळ होता त्या ठिकाणी असंख्य कावळे घिरट्या घालताना त्याला दिसले होते. याचा अर्थ, लि च्छंग येचे सैनिक

मोठ्या प्रमाणावर मृत्युमुखी पडले असणार, असा त्यानं लावला होता.

लि च्छंग ये नदीच्या ज्या काठावर लढत होता, तिथे वेळूचं घनदाट बन असल्याचं आणि वारं आता उत्तरेकडून वाहत असल्याचं वे युआन- छुंगच्याही लक्षात आलेलं होतं.

"बंडखोर हरलेले आहेत," तो ओरडला. "वेळूचं बन सुकलेलं आहे. वारे योग्य दिशेनं वाहत आहेत. आपण जर या बनाला आग लावली तर आपण जिंकणारच."

या वेळेपर्यंत आपण शाही सैन्याला परतवून लावलं आहे असं लि च्छंग येला वाटू लागलं होतं. आता दिवसभरात ते पुन्हा हल्ला करणार नाहीत याची खात्री वाटल्यानं त्यानं आपले उत्तम सैनिक नदीच्या काठावरून मागे आणले. हे- छ्ह छांग्- छच्या सैन्याला भेटण्यासाठी दक्षिणेच्या दिशेनं कूच करायचं तर त्यांना विश्रांती देणं आवश्यक आहे, असा विचार त्यानं केला. स्सा ह नदी आपल्या दुसऱ्या फळीच्या सैनिकांकडे तो सोपवणार होता.

वेळूच्या बनाला आग लावल्यानंतर त्या ज्वाळा आणि धुराच्या आड संपूर्ण शाही सैन्यानं खाडी पार केली. तिथे असलेल्या बंडखोर सैनिकांना आगीची धग लागली, डोळ्यांत धूर जाऊन त्यानं दिसेनासं झालं. काही मिनिटांच्या अवधीतच बंडखोर सैन्याचा निःपात करण्यात आला. रणांगणावर सात हजारांहून अधिक सैनिक मरून पडले होते. त्यापेक्षा जास्त निसटण्याचा प्रयत्न करत असताना खाडीत किंवा कालव्यात वाहून गेले होते. लि च्छंग ये, लो प्फीन् वांग् आणि थांग च्छ्ह- च्छ घोड्यावरून यांग- छोच्या दिशेनं धावू लागले. तिथे त्यांनी आपल्याकडची सगळी कागदपत्रं जाळून टाकली आणि आपापल्या कुटुंबांना बरोबर घेतलं. छन् च्छ्वांग इथून बोट पकडून कोरिआला पळून जायची योजना त्यांनी आखली. पण ते खाडीपाशी पोचले तोवर वारे त्यांच्या विरोधात वाहू लागले. त्यांनी डोंगरात आश्रय घेतला. पण एक दिवस आपलं स्वतःचं आयुष्य वाचवायचं म्हणून एका कनिष्ठ दर्जाच्या अधिकाऱ्यानं लि च्छंग ये आणि त्याच्या बरोबरच्या चोवीस जणांना मारून टाकलं. २७ फेब्रुवारी ६८५ रोजी, रन् शन् म्हणजे पहिल्या महिन्याच्या सोळाव्या दिवशी, छवे खुंगच्या पहिल्या वर्षात, त्यानं आपण मारलेल्या लोकांची मुंडकी शाही सैन्यासमोर हजर केली. लि च्छंग येच्या कुटुंबाची पाळंमुळं खणून काढण्यात आली आणि त्यांची थडगी नष्ट केली गेली. यात लि च्छ्च्या थडग्याचाही समावेश होता. वे स्स-वन् आणि थांग च्छ्- च्छ यांना अटक करण्यात आली आणि त्यांचा शिरच्छेद झाला. या गोष्टीचं आणखी एक रूप आहे. असं सांगतात की, लि च्छंग ये आणि लि प्फो वांग् पळून गेले आणि बौद्ध भिक्खू बनले. काहीही असलं, तरी हे बंड तीन महिन्यांच्या आत संपुष्टात आलं होतं आणि यांग छो व

छन् च्छांग् यांच्या भोवतीच्या छोट्याशा भागांपुरतंच मर्यादित राहिलं होतं.

उ छावृनं एक बंड मोडून काढलं होतं आणि राजवाड्यातील विरोधही निपटून काढला होता. आता तिला आपली सत्ता अधिक बळकट करायची होती. तिनं संपूर्ण दरबार भरवला आणि त्यांच्या अकार्यक्षमतेवर आणि नसलेल्या निष्ठेवर टीकास्त्र सोडलं.

'जे घडलं त्याचा दोष आपण साम्राज्यावर टाकलेला नाही, हे तुम्हा मंडळींना समजतंय ना? स्वर्गवासी सम्राटाला आम्ही तीस वर्षं साहाय्य केलं, साम्राज्याची काळजी घेताना रक्ताचं पाणी केलं. तुम्हाला मिळालेली पदं, हुद्दे, संपत्ती आणि समृद्धी ही आम्ही तुम्हाला दिलेली आहे. आणि आम्ही केलेल्या देखभालीमुळेच साम्राज्यामध्ये शांतता आणि सुबत्ता आलेली आहे. स्वर्गवासी सम्राटाचं निधन झालं तेव्हा ही सत्ता त्यानं आमच्या ताब्यात दिली. आम्ही ती स्वीकारली, आमच्यासाठी नव्हे, तर आमचं तुमच्यावर प्रेम होतं म्हणून. मात्र, या बंडाचं नेतृत्व करणाऱ्यांमध्ये जनरल्स आहेत, प्रथम मंत्री आहेत. त्यांचा आम्हाला एवढा विरोध का आहे? यांच्यातल्या एकाच्या हातीच स्वर्गवासी सम्राटानं आपलं इच्छापत्र सोपवलेलं होतं. आणि तरीही, प्फे यन् मुजोर आणि विश्वासघातकी निघाला. एका महान जनरलच्या मुलानं, लि च्छंग येनं, या बंडाचं नेतृत्व केलं. आणि युद्धात मोठं कर्तृत्व गाजवणारा छंग उ थिंग् त्यांना सामील झाला. या तीन माणसांकडे आदरानं बघितलं जायचं, पण त्यांनी आम्हाला अपाय करण्याचा प्रयत्न केला, आणि त्यांना नष्ट करण्यात आम्ही यशस्वी झालो. आता, तुमचं हृदयपरिवर्तन होईल असं पाहा, आमच्या सेवेत सामील व्हा, आम्हाला आदर दाखवा किंवा मग संपूर्ण साम्राज्यात छीः थू करून घ्या.

हे ऐकणाऱ्या सगळ्यांनी तिचा शब्द न् शब्द मनावर घेतला. तिला विरोध करणारं आता कोणीही उरलेलं नसल्यानं उ आपली सत्ता कोणत्याही अडसराशिवाय राबवू शकणार होती.

फिनिक्सची भरारी

६८५मध्ये, च्छु खुंगच्या पहिल्या वर्षात, छांग्- आन्च्या व्हाइसरॉयचं निधन झालं. थाय- चुँगच्या आघाडीच्या निष्ठावान अधिकाऱ्यांपैकी तो शेवटचा. आता हे साम्राज्य आपलं स्वतःचं व्हावं म्हणून उ छाव् हालचाल करू शकत होती. पहिल्यांदा तिनं सत्ता काढून घेतल्यापासून ल्वोयांगच्या तुरुंगात खितपत पडलेल्या चुंग चुँगला हद्दपार केलं. हुप्फे येथील फांग्-छोमध्ये त्याला आणि त्याच्या गरोदर पत्नीला पाठवलं गेलं. ६९८, शन् लुंगच्या पहिल्या वर्षापर्यंत ते राजधानीच्या शहरात परतू शकले नाहीत. मात्र, तिथे तो आपल्या कुटुंबासोबत बऱ्यापैकी स्वतंत्र होता. पण फांग्- छो डोंगरांनी वेढलेलं असल्यामुळे त्यावर पहारा ठेवणं सोपं होतं.

या काळात संस्कार मंडळाचा अध्यक्ष हा लि च्छंग-येचा नातेवाईक होता. बंडखोरांची निर्भत्सना करून त्याने स्वतःचा बचाव केलेला होता. ख्रिस्तपूर्व चौथ्या शतकात किंवा त्या आधी लिहिण्यात आलेल्या शु च्छंग् किंवा 'अधिकृत इतिहासा'तील सोयीची अशी विधानं उद्धृत करून त्यानं अंतिम सत्तेवर आपला अधिकार सांगण्यासाठी उ छाव्ला मदत केली. या पुस्तकात म्हटलं होतं, 'त्यांनी आपले झगे खाली घरंगळू दिले आणि साम्राज्य चालवलं.' म्हणजे, स्वर्गानं ज्यांना राज्य करण्यासाठी निवडलं होतं, त्यांनी विनासायास सत्ता मिळवली- आपला झगा खाली घरंगळू देण्याएवढं ते सोपं होतं, असं त्यातून सुचवलेलं होतं. उ छाव्च्या बाबतीत तर हे शब्द फारच चपखल बसत होते. कारण थाय- चुँग आणि खाव्- चुँग या दोघांसाठी खरोखरच आपला झगा घरंगळायला देऊन तिने सत्ता मिळवलेली होती. हे विधान संपूर्ण साम्राज्यभर जाहीर करण्यात आलं. आणि साम्राज्याचं नाव पुढच्या चार वर्षांसाठी च्छु खुंग असं करण्यात आलं. त्याचा अर्थ होता- 'खाली घरंगळू देणं', त्या विधानाच्या पहिल्या ओळी. आणखी काही विधानं, भविष्यवाणी राज्यभर जाहीर

केल्या गेल्या आणि सत्तेवर असलेला उ छाव्‌चा अधिकार हा स्वर्गामध्येच निश्चित झालेला आहे, असा समज दृढ होऊ दिला.

आता विधवा असलेल्या उ छाव्‌नं फंग स्याव्‌- प्फाव्‌ नावाचा एक प्रियकर मिळवला होता. 'मौल्यवान लाडका' असा त्याच्या नावाचा अर्थ होता. तो 'विनापरवाना लव्हाळी, वनस्पती आणि सौंदर्यप्रसाधनं विकणारा' एक गरीब फेरीवाला होता, म्हणजेच तो अमली पदार्थ आणि लैंगिक वासना उद्दीपित करणारी औषधं विकायचा. प्राचीन चीनमध्ये संभोग कला सुधारण्यासाठी पावडरी आणि पेयं मोठ्या प्रमाणावर वापरली जात. योनिमार्ग घट्ट होण्यासाठी सल्फरचा ॲस्ट्रिंजंट म्हणून वापर केला जात असे. दालचिनी, मोहरी, मिरी आणि आलं यांचं मिश्रण असलेली लाल पावडर पुरुषांच्या लैंगिक अवयवांसाठी उपयोगात आणली जायची. शिस्नाचं टोक आणि योनिमार्गातील पडद्याच्या भिंती विस्ताराव्यात, त्यामुळे उद्दीपन वाढावं, अशा रीतीनं ही पावडर बनवली जायची. शिस्नाचा ताठरपणा जास्त काळ राहावा यासाठी अफूचा उपयोग केला जायचा. एक कविता होती-

त्याचा केवळ एक कण घे;
झाला तुझ्यावर त्याचा अंमल
की वाऱ्याप्रमाणे शयनगृहात धाव घे
पहिली भेट देईल तुला तरतरी
दुसरी असेल अधिकच ताकद देणारी
किरमिजी रंगाच्या कपड्यातल्या बारा सौंदर्यवती
जर वाट पाहत असतील तुझी
सगळ्यांबरोबर होऊ शकशील रत
हवा तसा, तुला हवी ती पद्धत
संपूर्ण रात्रभर तुझं शस्त्र नाही निवळणार
पायात आणि पोटात नवीन ताकद तुला मिळणार
तुझे लैंगिक अवयव नाही अजिबात थकणार
एखादा दाणा वेळोवेळी जर तू तोंडात टाकणार
तुझं शस्त्र दयामाया नसलेलं
तुझं पौरुष भक्कम बळकट
पहिल्याच प्रयत्नात तुझं बीज फळेल
एका रात्रीत दहा स्त्रियांना तुझं सुख मिळेल
तुझी ताकद नाही जराही कमी होणार
वयस्क स्त्रियांच्या भुवया उंचावणार

तरुणींची शरीरं तू थकवणार
तुझं झालं समाधान, तुला वाटलं थांबावं
की घे थंड पाणी घोटभर
काढ बाहेर तुझं शस्त्र
नाही होणार तुला कोणताही अपाय

ताठरपणा येण्यासाठी वनस्पतींचा उपयोग केला जात असे. एक रेसिपी अशी होती-

> जर, तुमचं शिस्न घासल्यानंतर वा त्याच्याशी खेळल्यानंतरही ताठ होत नसेल, तर तुमच्या स्त्रीनं प्रेतांवर विखुरतात तशा सुकलेल्या सुवासिक वनस्पती, काही हातरुमाल आणि पाण्याची कटोरी घ्यावी. ते शिस्न जणू एखादं मृत शरीर आहे असं मानून धुवावं, त्यावर वनस्पतींचं आच्छादन टाकावं आणि अशा तरुण व रसरसलेल्या अवयवाच्या या स्थितीबद्दल दुःख व्यक्त करावं, त्यामुळे त्या अवयवावर पडलेली दुष्ट छाया निघून जाते. ते शिस्न वनस्पतींमध्ये पुरलं म्हणजे मग लवकरच ते नव्या जोमानं बाहेर येईल.

याशिवाय, शिस्न मोठं करण्याचेही मार्ग होते. कारण माहीत नाही, पण यांपैकी प्रत्येक उपायात कुत्र्याला कापण्याचा उल्लेख आहे. ही एक टिपिकल रेसिपी :

> च्यो छुंग च्युंग नावाच्या एका वनस्पतीचे तीन भाग आणि हाय् थासो नावाच्या समुद्रातील एका खास तणाचे दोन भाग घेऊन त्याची पावडर करावी. कोणत्याही वर्षातील पहिल्या पंधरवड्यात जन्माला आलेला पांढरा कुत्रा शोधावा. त्याच्या यकृतातील द्रवामध्ये ही पावडर टाकून त्याची पेस्ट तयार करावी. ही पेस्ट तुमच्या शिस्नाला तीन वेळा लावावी. दुसऱ्या दिवशी पहाटे विहिरीतून पाणी काढून ही पेस्ट धुवून टाकावी. तुमचा अवयव किमान तीन इंच एवढा वाढलेला असेल.

फंग स्याव्- प्फाव् ल्वोयांगमध्ये ६८०च्या मध्याला आला होता. खाव्- त्सुची अठरावी मुलगी राजकन्या च्छन छिन् ही थांग होती आणि आपल्या आयुष्याला इजा पोचणार अशी भीती तिच्या मनात होती. तिच्या एका दासीचा फंग स्याव्- प्फाव् प्रियकर बनला. विधवा सम्राज्ञीची मर्जी संपादन करण्याच्या उद्देशाने राजकन्या च्छन छिन्ने सम्राज्ञीची मुलगी राजकन्या थाय- प्फिंग् हिच्या मार्फत त्याची ओळख उ छाव्शी करून दिली. असं म्हणतात की फंग स्याव्- प्फाव् हा फे- छांग् त्साय्-

युंग म्हणजे 'आगळ्या क्षमतां'चा माणूस होता. भेटायला बोलावलं तेव्हा त्यानं आपल्या या क्षमता सम्राज्ञीसमोर सादर केल्या. ताबडतोब ते एकमेकांचे प्रियकर आणि प्रेयसी बनले आणि त्यानंतर लवकरच त्याला राजवाड्यात कुठेही कधीही जाण्या-येण्याचं स्वातंत्र्य मिळालं. अर्थात, अधिकृत इतिहास वाचला तर त्यात या दोघांच्या नात्यासंबंधी संदिग्धता आहे. पण या नातेसंबंधांचा त्या काळात मोठा गाजावाजा झाला हे खरं. राजघराण्याची सत्ता असतानाच्या काळात, चीनमध्ये प्रतिहारी किंवा तृतीय पंथी म्हणून काही जणांना राजवाड्यात नियमित प्रवेश मिळायचा. थाय- चुँगच्या कार्यकाळात, उ छाव् आणि दरबारातील काही स्त्रियांना संगीत शिकवण्यासाठी एका संगीतकाराची नेमणूक केली तेव्हा त्याच्या अवयवाचं खच्चीकरण करून त्याला आधी नपुंसक बनवण्यात आलेलं होतं. उ छाव्नं ही प्रथा पाळण्याचं नाकारलं. त्याऐवजी फंग स्याव्- प्फावला सुए हे आडनाव दिलं गेलं आणि राजकन्या थाय- प्फिंग्च्या कुटुंबात दत्तक म्हणून सामावून घेतलं गेलं. तिचा नवरा सुए शाव याला नव्यानं बारसं झालेल्या सुए हुआय्-ए याला आपला मुलगा म्हणून नव्हे, तर काका म्हणून दत्तक घ्यावं लागलं. कदाचित यामुळेच नंतरच्या काळात राजपुत्रांच्या बंडाला सुए शावनं पाठिंबा दिला असावा.

सुए हुआय्-ए राजवाड्यातील मठात काम करता यावं म्हणून बौद्ध भिक्खू बनला. यामुळे शिष्टाचाराचा भंग न करता त्याला आणि उ छाव्ला एकत्र एकांतात खूप वेळ घालवता येऊ लागला. उ छाव्नं नंतर त्याला राजधानीच्या पश्चिमेला असलेल्या व्हाइट हॉर्स मॉनेस्ट्री, पांढऱ्या घोड्याच्या मठामध्ये मठाधिपती म्हणून नेमलं. या मठाचं पुनरुज्जीवन करण्याकरता उ छाव्नं खूप पैसा ओतलेला होता. बौद्ध ग्रंथ आणि चीनमधील प्राचीन कायदा यांचं सर्वांत जुनं भांडार तिथे होतं. भारतातून पांढऱ्या घोड्यावरून पहिल्यांदा बौद्ध ग्रंथ घेऊन येणाऱ्या यात्रेकरूंनी तिथलं हे पवित्र भांडार स्थापन केलेलं होतं. पण सुए हुआय्-एने या मठात आपले दारूडे मित्र आणून बसवले. थाव् भिक्खूंना त्याच्या सांगण्यावरून हे मित्र मारहाण करत. सुए हुआय्-ए थाव् धर्मगुरूच्या लांब केसांची टिंगलटवाळी करत असे आणि धर्मगुरूच्या अनुयायांना जबरदस्ती केस कापायला लावत असे. राजवाड्यात तबेल्यातील चांगल्यातले चांगले घोडे त्याच्या दिमतीला होते आणि त्याची सेवा करण्यासाठी तृतीय पंथी सेवक. इतकंच काय, उ छाव्चे दोन भाचे उ छंग्-स्सु आणि उ सान्-स्सु हेसुद्धा त्याचा आदेश ऐकत. त्याच्यावर टीका करण्याची कोणाचीही हिंमत नव्हती. एकदा एका सेन्सॉरने त्याच्या या वर्तणुकीकडे लक्ष वेधायचा प्रयत्न केला तेव्हा त्या सेन्सॉरला बेदम मारहाण करण्यात आली. त्याचा जीव जेमतेम वाचला.

इतकंच नव्हे, तर सुए हुआय्-ए चॅन्सेलरीच्या अध्यक्षाचा, सरकारमधील सर्वांत मोठ्या अधिकाऱ्याचा, अपमान करायलाही मागेपुढे पाहत नसे. एक दिवस

सुए हुआय्-ए राजवाड्यात शिरत असताना चॅन्सेलरीचा अध्यक्ष त्याच्या बाजूने गेला, पण तो त्याच्याशी एक चकार शब्दही बोलला नाही. चॅन्सेलरीच्या अध्यक्षाच्या एका सेवकानं हे प्रकरण आपल्या हातात घेतलं आणि सुए हुआय्-एच्या कानशिलात लगावली. त्यानं सम्राज्ञीकडे तक्रार केली. पण आपल्या गावंढळ प्रियकराची कधी साथ द्यायची आणि कधी नाही याची तिला चांगली जाण होती. त्यातून इतक्या मोठ्या अधिकाऱ्याच्या विरोधात जाणं योग्य नाही, हेही तिला कळत होतं. तिनं मग त्याला भविष्यात राजवाड्यात शिरताना उत्तरेकडच्या द्वाराचा वापर करायचा सल्ला दिला. म्हणजे मग कोणाही सरकारी अधिकाऱ्याशी त्याची भेट होण्याचा प्रश्नच नव्हता.

सुए हुआय्-ए शयनगृहाच्या बाहेरही तिच्यासाठी उपयोगाचा होता. त्यानं शिक्षण कसं घेतलं होतं याची इतिहासात कुठेही नोंद नाही, पण तो एक आर्किटेक्ट होता आणि सम्राज्ञीचं स्वप्न असलेल्या मिंग-थांग् किंवा प्रकाशमान सभागृहाच्या बांधकामामध्ये त्यानं लक्ष घातलं. उपनगरात एखादं छोटंसं बांधकाम करावं या जुन्या जाणत्या पंडितांच्या मताकडे उ छाव्नं दुर्लक्ष केलं. मिंग-थांग्साठी डिझाइन्स तयार करण्याचं काम उत्तरेच्या द्वारावरील पंडितांकडे सोपवण्यात आलेलं होतं. राजधानीच्या मधोमध आणि राजवाड्याच्या जवळ एक भव्य इमारत उ छाव्ला बांधायची होती. ६८८मध्ये च्छु खुंगच्या चौथ्या वर्षात या बांधकामाला सुरुवात झाली. जुन्या सभागृहाच्या जागेवर, राजवाड्याच्या दक्षिण द्वाराच्या आतमध्ये लगेचच ही जागा होती. मोठ्या संख्येने कामगार जमा केले गेले. दूरवरच्या जंगलांमधून दगडधोंडे आणायचे होते आणि ते वाहण्यासाठी हजारो कामगार ल्वोयांगला आणले गेले.

दोनशेचौऱ्याण्णव फूट उंच मिंग-थांग् हे उ छाव्च्या कारकिर्दीतलं पहिलं मोठं बांधकाम. तीनशे चौरस फुटाच्या पायावर भव्य असे तीन मजली पॅगोडा बांधण्यात आले होते. खालचे दोन मजले आयाताकृती होते, तर तिसरा मजला गोलाकार. तळमजल्यावरील भिंतीवर तीन मोसमांचं प्रतिनिधित्व करणारी चित्रं काढलेली होती, पैकी हिवाळ्याची चित्रं उत्तरेकडच्या भिंतीवर तर वसंत ऋतूची चित्रं दक्षिणेच्या भिंतीवर होती. दुसऱ्या मजल्यावर चिनी दिवसातील बारा तास दर्शवण्यात आले होते आणि तिसऱ्या मजल्यावर चिनी वर्षातील चोवीस सौर काळ. छताला आधार देण्यासाठी ड्रॅगनच्या आकाराचे लोखंडाचे नऊ भक्कम खांब होते. त्यावर मोठ्या तुळया होत्या, ज्या पुलासारख्या ठेवल्यानं छताचं पूर्ण वजन घेत होत्या. छताच्या टोकाला, इमारतीच्या शिखरावर सोन्याचा मुलामा दिलेला एक दहा फुटी लोखंडी फिनिक्स बसवलेला होता. उ छाव्नं आता फिनिक्स पक्ष्याला आपलं वैयक्तिक प्रतीक बनवलेलं होतं.

उत्तरेकडे, सुए हुआय्-एनं एक छोटी जोड इमारत बांधली होती. थ्येन- थांग्

म्हणजे 'स्वर्ग' असं त्याचं नाव होतं. या इमारतीला पाच मजले असले तरी इतिहासकारांच्या मते, 'ती मूळ इमारतीपेक्षा कमी भव्य, देखणी आणि अवाक् व्हावं अशी होती.' ही जोडइमारत पहिल्यांदा बांधली तेव्हा वादळामध्ये ती पडली. म्हणून मग उ छाव्नं सुए हुआय्-एकडून ती पुन्हा बांधून घेतली. खुंगतुंगसारख्या दूरच्या ठिकाणाहून नव्यानं लाकूड आणण्याकरता दहा हजार कामगार कामाला लावण्यात आले.

६८८मध्ये या दोन्ही इमारती बांधून पूर्ण झाल्या. आणि २४ डिसेंबर या दिवशी, उ-उ म्हणजे अकराव्या महिन्याच्या तेविसाव्या दिवशी, मोठ्या दिमाखात त्यांचा अनावरण समारंभ पार पडला. खूप मोठी मेजवानी देण्यात आली. या वेळीही चिनी पदार्थांची संख्या खूप जास्त होती. वेगवेगळ्या प्रकारचे मसाले आणि साहित्य वापरलं जायचं. पोर्क, लॅम्ब, बदक, मासे, चिंबोरी, कालवं, तिसऱ्या, जेलीफिश, समुद्रातील लव्हाळी, आंबवलेलं सोया, लसूण, वेलची, मिरी, व्हिनेगर, लोणची, दालचिनी, जिनसेंग, पाइनचे कोन, तांदूळ, बांबूचे अंकूर, लिची, संत्री, मॅन्डरीन्स, टॅन्जरीन्स, पीच, खुमक्वा, केळी, खजूर, अंजीर, पिस्ते, दाणे आणि आज जपानमध्ये कच्ची खाल्ली जाते त्या गाभोळीची भजी, अशी सगळी रेलचेल होती. शंभर ते तीन हजार ली किंवा साठ ते शंभर मैल एवढं अंतर रिले स्पर्धेप्रमाणे कामगार कापत होते आणि समुद्रातील मासे पोचवत होते. याशिवाय दुर्मिळ असे काही पदार्थही होते. खारीसारखा लहान प्राणी, पाणमांजर, बर्फातला तितर, उडणारी झुरळं, कुत्र्याच्या आकाराचे आणि बांबूच्या मुळांवर जगणारे विशेष प्रकारचे बांबू-उंदीर, विशिष्ट प्रकारचे उंट आणि खास करून त्यांचं कुबड, कासवाच्या कवचाचं किंवा मॅकाक माकडाचं सूप, हिरव्या मोरापासून केलेला पदार्थ, मध भरलेले उंदीर जे टेबलवर जिवंत खाण्याची पद्धत होती, टॅरो नावाच्या एका उकळत्या वनस्पतीमध्ये टाकलेले जिवंत बेडूक, भाज्यांबरोबर घट्ट सॉसमध्ये घातलेली जिवंत कोलंबी, बारीक तुकडे केलेलं व्हिनेगरमधलं अजगराचं मांस, मुंग्यांच्या अंड्यापासून बनवलेल्या सॉसमध्ये मीठ लावलेली गांधीलमाशीची अंडी, फुलं आणि पक्ष्यांच्या आकाराची लिंबं, अस्वल (त्यांचे पंजे हा एक खास पदार्थ मानला जात असे) आणि विषारी बाणाने मारलेले हत्ती (ज्यांची सोंड फार चविष्ट मानली जात असे). आज ज्याला आपण डिमसम म्हणून ओळखतो, तसेही काही पदार्थ होते. सर्वसाधारणपणे बैलाचं मांस टाळलं जायचं; कारण शेतीसाठी नांगर ओढण्यासाठी बैलांचा उपयोग होता. बौद्ध आणि थाव् या दोन्ही धर्मांमध्ये तीव्र गंध असलेले लसूण, कांदा, कांद्यासारख्या इतर फळभाज्या आणि कोथिंबीर यांसारख्या भाज्या टाळल्या जात. कॉनफ्युशिअन्सना मात्र त्या वर्ज्य नव्हत्या. सन्माननीय पाहुण्यांना जरी, सिल्क आणि इतर भेटी दिल्या गेल्या.

मेजवानीनंतर ल्वोयांगच्या नागरिकांना आणि दूरदूरवरून राजधानीत आलेल्यांनाही इमारतीमध्ये फिरून ती पाहण्याची परवानगी देण्यात आली. मिंग-थांग्चं बांधकाम ज्या लोकांच्या करांमधून करण्यात आलं, त्यांच्यासाठी उ छाव्नं ही सूट दिलेली होती. असं म्हणतात की मिंग-थांग् आणि थ्येन्-थांग बांधत असताना सुए हुआय्-एनं पाण्यासारखा पैसा ओतला. पण त्यानं जे जे मागितलं ते ते त्याला मिळेल हे उ छाव्नं पाहिलं, खर्चाकडे दुर्लक्ष करून. या वाढत्या खर्चाने अचंबित झालेल्या एका सेन्सॉरनं त्याकडे सम्राज्ञीचं लक्ष वेधताना सांगितलं की, मिंग-थांग् खरं म्हणजे एक छोटी झोपडी असणं अपेक्षित असतं. उ छाव्ची मिंग-थांग् म्हणजे सोने माणकांनी मढवलेली तात्पुरत्या निर्वाणासाठीची इमारत होती. थ्येन्-थांगमध्ये तर सोन्याचा मुलामा दिलेला बुद्धाचा दोनशे फूट उंच भव्य पुतळा होता. असं म्हणतात की या पुतळ्याच्या उभ्या बोटावर वीस ते तीस पुरुष सहज उभे राहू शकत. सेन्सॉरच्या म्हणण्याकडे अर्थातच दुर्लक्ष करण्यात आलं आणि या बांधकामामुळे धन्य झालेल्या उ छाव्नं सुए हुआय्-एला जनरलचा हुद्दा आणि ड्यूकची पदवी देऊन सन्मानित केलं. तेव्हापासून उ छाव्चे सगळे मोठे सणसमारंभ मिंग-थांग्मध्ये होऊ लागले आणि ही इमारत दहा हजार दैवी प्रकटीकरणाचा राजवाडा म्हणून ओळखली जाऊ लागली.

सिंहासन आपल्याला मिळावं म्हणून उ छाव् आता आपल्या पाठीराख्यांचा नवा पक्ष बांधू लागली. शिक्षित आणि उच्चभ्रू वर्गाला तिनं बाजूला ठेवलं आणि अंगी कर्तृत्व असणाऱ्या पुरुषांचा शोध घेतला, त्यांना पदं आणि हुद्दे दिले. परिणामी, सर्व महत्त्वाच्या जागांवर असे लोक आले ज्यांना या जागा केवळ उ छाव्च्या कृपादृष्टीमुळे मिळालेल्या होत्या. ज्यांनी उ छाव्चं म्हणणं मानलं नाही किंवा आपली निष्ठा दाखवली नाही, त्यांना पदांवरून काढून टाकण्यात आलं आणि देहांताचं शासन दिलं गेलं.

या धोरणामुळे पारंपरिकदृष्ट्या ज्यांच्याकडे सत्ता होती, ते उ छाव्पासून राजकीयदृष्ट्या दूर गेले. म्हणून मग आणखी कुणी काही कट कारस्थानं करू नयेत आणि केली तर आपल्याला ते समजावं यासाठी तिनं एक व्यवस्था विकसित केली. सिंहासनाच्या विरोधात कोणी काही कारस्थान रचत असल्याची माहिती मिळाली, की ती स्थानिक अधिकाऱ्याला कळवायची. हा अधिकारी त्यांना मग पाचव्या दर्जाच्या अधिकाऱ्याच्या पगाराइतके पैसे देणार आणि राजधानीकडे जाण्याचा खर्च. चीनच्या 'पोनी एक्सप्रेस'वर वेगवेगळ्या ठिकाणी घोडे ठेवलेले असत. रिले पद्धतीनं या घोड्यांवरून त्यांनी जास्तीत जास्त लवकर ल्वोयांगला पोचायचं. प्रवासाच्या मार्गावर त्यांना पाचव्या दर्जाच्या अधिकाऱ्याला मिळतात त्या राहण्याच्या आणि खाण्याच्या सोयी दिल्या जात. ज्या दिवशी हा माहीतगार राजधानीमध्ये पोचत असे, त्याच

दिवशी त्याला सम्राज्ञीसमोर हजर केलं जात असे. त्याच्यावर मानसन्मानाची उधळण केली जायची, सरकारी खर्चानं त्याच्या खाण्या-पिण्याची, मनोरंजनाची व्यवस्था व्हायची. हे सगळं अशासाठी की इतर कोणाला कटाविषयी माहिती मिळाली तर त्यांनाही ती सम्राज्ञीपर्यंत पोचवावी, असं वाटेल! ही माहिती देणारा कितीही खालच्या स्तरातला माणूस असला तरीही अधिकाऱ्यांनी राजधानीपर्यंत त्याच्या प्रवासात उशीर करता कामा नये किंवा त्याला ही माहिती देण्यापासून परावृत्त करता कामा नये, असे आदेश होते. एखाद्या अधिकाऱ्यानं तसं केलंच, तर त्याच्यावरच देशद्रोहाचा आरोप लावला जात असे.

याचा परिणाम असा झाला की, देशभरात सगळ्यांनाच आपल्याविषयीची माहिती राजधानीमध्ये जाईल, अशी भीती वाटू लागली. साम्राज्यावर टीकात्मक असं कोणतंही वक्तव्य कोणीही करेना आणि खुलेपणानं कुठल्याही चर्चा होणं थांबलं. बेफिकिरीनं केलेल्या गप्पांमुळे जीव जाऊ लागले. एकदा राजधानीतील एका खानावळीत काही सैनिक जेवत होते. गप्पा मारताना एक जण म्हणाला, ''नवीन सम्राट च्यु- चुँगच्या हाती काहीही सत्ता नसल्यानं त्याच्यासाठी काम करणं हे त्याच्या आधीचा सम्राट चुंग चुँगसाठी काम करण्यापेक्षा खूपच कमी फायद्याचं आहे.'' तिथे हजर असलेल्यांपैकी एक जण थेट पोलिसांकडे गेला. या सैनिकांचं जेवण झालेलंही नव्हतं की पोलीस आले आणि त्यांनी त्या सर्वांना अटक केली. ज्या सैनिकानं म्हणे सरकारवर टीका केली होती त्याचा शिरच्छेद करण्यात आला. बाकीच्यांचे गळे आवळण्यात आले आणि ही माहिती देणाऱ्याला पदोन्नती मिळाली.

नियमितपणे माहिती देणाऱ्यांना सरकारी नोकऱ्या दिल्या गेल्या आणि अशा प्रकारे हेरगिरी करणाऱ्यांची एक साखळी म्हणजे एक परिणामकारक गुप्त पोलीस दल बनलं. या दलामध्ये असलेले अधिकाधिक सत्ता मिळवू लागले. केक विकणारा असाच एक जण माहिती देत जनरलच्या हुद्द्यापर्यंत पोचला आणि त्याला कारस्थानं रचणाऱ्यांना तुरुंगात डांबण्याच्या कामावर देशभर पाठवलं जाऊ लागलं. पण त्याचं तेवढ्यानं समाधान होणार नव्हतं. त्याला सेन्सॉर बनायचं होतं. तुला लिहिता-वाचताही येत नसल्यामुळे त्या कामाला तू योग्य नाहीस, असं विधवा सम्राज्ञीनं त्याला सांगितल्यावर तो म्हणाला, 'चित्त्यांना तरी कुठे येतं लिहिता-वाचता; पण सगळ्यांना त्यांची भीती वाटतेच की!' आपल्या कामावर असलेली या माणसाची निष्ठा पाहून उ छाव् खूश झाली. ज्या माणसांविरुद्ध माहिती दिली जायची त्यांची संपत्ती ही माहिती देणाऱ्याला बक्षिसादाखल दिली जात असे. पण या माणसानं अशी सर्व संपत्ती नाकारली. 'देशद्रोह्यांच्या संपत्तीनं आपल्याला अपवित्र व्हायचं नाही,' असं तो म्हणाला. देशद्रोह्यांना खाली पडलेलं पाहणं, हेच आपलं बक्षीस आहे, असं त्याचं म्हणणं होतं.

हे गुप्त पोलीस दल अधिक परिणामकारक बनावं म्हणून, लाय् छुन- छन् आणि छो स्संग या दोन अधिकाऱ्यांच्या हाताखाली एका गुप्तहेर शाळेची स्थापना करण्यात आली. न्याय आणि सेन्सॉर मंडळाच्या या दोन अधिकाऱ्यांची चरित्रं साम्राज्याच्या इतिहासामध्ये 'दुष्ट' या खास प्रकरणामध्ये लिहिलेली आहेत. 'लो-च्छ छिंग' म्हणजे 'सापळ्यात पकडण्याची कला' या पुस्तिकेमध्ये सांगितल्यानुसार हे अधिकारी संशयितांना पकडण्यासाठी खोटेपणा, हाल करणं आणि अनेक भ्रष्टाचारी मार्गांचा अवलंब करत. ते ज्यांना अटक करत, त्यांना अन्न देत नसत, झोपू देत नसत. रात्र रात्र त्यांच्यावर प्रश्नांची सरबत्ती होत असे आणि त्यांना डोळा लागला की त्यांच्या कोठडीत माती फेकली जायची. इतर काहींना जमिनीखालील खड्ड्यांमध्ये ठेवलं जायचं. त्यांनी आपला गुन्हा कबूल केला नाही, तर त्यांना खाली डोकं वर पाय या अवस्थेत केसानं टांगलं जात असे किंवा मग त्यांच्या डोक्याला दगड बांधून हवेत लटकवलं जात असे. कैद्यांच्या नाकपुड्यांवर व्हिनेगर ओतलं जायचं, कानात माती आणि नखांमध्ये बांबूचे फाक कोंबले जात. हे हाल इथेच संपत नसत. कैद्याच्या डोक्यावर एक लहान पिंजरा ठेवला जायचा. आणि मग त्यातून पाचर खाली खेचली जायची, जेणेकरून त्या कैद्याची कवटी फुटत असे आणि मेंदू बाहेर येत असे.

हाल करण्याच्या वेगवेगळ्या पद्धती लाय् छुन- छन् आणि छो स्संग यांनी शोधून काढल्या होत्या आणि त्याला त्यांनी काव्यात्मक नावंही दिलेली होती. नव्यानं अटक झालेल्यांसमोर हाल करण्याची उपकरणं मांडली जात आणि ती पाहूनच बहुतेक जण घडाघडा बोलू लागत. लाय् छुन- छन् आणि छो स्संग यांच्या हाल करण्याच्या पद्धती इतक्या परिणामकारक होत्या की माणसं त्यांना कोणाविषयी प्रश्न विचारले की क्षणात कबुली देऊन मोकळी होत. त्यामुळे कोणावर नुसता संशय आला तरी त्या माणसाला काढून टाकणं किंवा गुप्त पोलिसांना कोणाविषयी आकस निर्माण झाला तर त्याचा काटा काढणं, सहजशक्य होत होतं. काही वेळा तर उ छाव्‌चे रक्षक एखाद्याला आधी ठार मारत आणि त्याच्यावरचे आरोप नंतर तयार करत.

हे क्रौर्य उ छाव्‌च्या सोयीचं असलं, तरी इतरांना ते आपल्या फायद्यासाठी वापरता येणार नाही, याची काळजी ती घेत होती. एकदा गव्हर्नर प्फेच्या सहायकांपैकी एकाला आपला बॉस नकोसा झाला. त्यानं गव्हर्नरच्या निवेदनांपैकी एकाचा लिफाफा उघडला आणि परत अशा प्रकारे बंद करून ठेवला की त्या निवेदनामध्ये देशद्रोही विधानं असतील. गव्हर्नरला अटक झाली. ते हस्ताक्षर आपलं असल्याचं त्यानं मान्य केलं; पण ती विधानं आपण लिहिलेली नसल्याचं सांगितलं. तीन चौकशी समित्या नेमल्या गेल्या; पण त्यातून प्रकरण सुटलं नाही. उ छाव्‌ला प्फेच्या

निष्ठेविषयी शंका नव्हती. म्हणून मग तिने शोध घेण्यासाठी चौथा माणूस पाठवला. त्यानं ते कागद सूर्यप्रकाशात बघितले आणि कागदांना लावलेले जोड त्याला दिसले. उ छाव्‌नं मग प्फेवर आरोप करणाऱ्याला बोलावलं आणि त्याच्यासमोर ते कागद पाणी असलेल्या भांड्यात टाकले. कागद जोडलेली पेस्ट पाण्यात विरघळून गेली आणि कागदाचे तुकडे वेगळे झाले. त्या माणसानं आपला आरोप मान्य केला. त्याला अर्थातच देहान्ताची शिक्षा झाली.

६८४मध्ये झालेल्या बंडामुळे आणि कटामुळे सम्राज्ञी उ आपल्या विरोधात कोणी काही योजना बनवत आहे का, या विचारानं पछाडलेली असे. त्यामुळे सातत्यानं नवनवीन कट रचत असल्याचं उघडकीस आणणाऱ्या लाय् छुन- छन् आणि छो स्संग यांच्यावर ती विश्वास ठेवत असे. या दोघांच्या पकडीतून कोणीही सुटू शकत नव्हतं. सर्वसाधारण माफी जाहीर होणार आहे हे कानावर आलं, की ते आपल्या सगळ्या कैद्यांना मारून टाकत. म्हणजे मग एखादा चुकून बाहेर जाऊन त्यांच्या तुरुंगांमध्ये काय होतंय, हे सांगण्याचा धोकाही उरत नसे. या महाभयंकर व्यवस्थेचा उ छावला उपयोग होत होता, तोवर तिनं ती चालू दिली. त्यानंतर आता त्यांचं काम संपलंय असं वाटल्यावर तिनं त्यांचं दुकानही बंद करून टाकलं. गुप्त पोलिसांचं काम चालू असतानाच्या काळात हे दल एक आवश्यक काम आवर्जून करत असत, ते म्हणजे उ छाव् स्वतंत्रपणे सम्राट बनण्याच्या आड येणाऱ्या सगळ्यांना संपवून टाकणं. तिच्या मते ज्या पारंपरिक अमीर-उमरावांना ती सतत छळत असे, त्यांच्याकडून हा विरोध होणार होता.

गुप्त पोलीस दलाचं मुख्यालय लि छंग-मन्‌च्या आत म्हणजे 'नयनरम्य दृश्य दाखवणाऱ्या द्वारा'च्या आत होतं. लि छंग-मन् ही अक्षरं वेगळ्या वर्णात पण त्याच सुरात उच्चारली तर त्याचा अर्थ 'कायदेशीर शिक्कामोर्तब करणारं द्वार' असाही होतो. तिथं काम करणारी माणसं मोठ्या फुशारकीनं सांगत की त्या द्वारामधून आत येणारा कधीही जिवंत बाहेर पडत नाही! पण ते तितकंसं खरं नव्हतं. लि च्छंग येच्या बंडाच्या वेळेस लि स्याव्-ए याला सल्ला देणारा सेन्सॉर वे युआन-चुंगला अटक करून तिथे नेण्यात आलेलं होतं. त्याला आरोपी ठरवून शिरच्छेदाची शिक्षा ठोठावण्यात आली. जमिनीवर गुडघे टेकून तो त्या शिक्षेची अंमलबजावणी होण्याची वाट पाहत असतानाच बातमी आली की उ छाव्‌नं त्याच्या शिक्षेचं रूपांतर हद्दपारीमध्ये केलेलं आहे. त्यानं ना सुटकेचा निःश्वास टाकला, ना तो उठून उभा राहिला. तू अजून गुडघ्यांवर का बसला आहेस असं विचारल्यावर तो म्हणाला की, त्याला अजून कोणी तो आदेश दाखवलेला नसल्यानं ही बातमी खरी आहे याविषयी त्याला खात्री नाही.

मात्र, मृत्यू समोर दिसत असतानाही असं शांत चित्त ठेवणं यात विशेष असं

काही नव्हतं. अनेक वर्षांनी दोन ब्रिटिश अधिकारी च्छान्थॉन येथे तीन चिनी पुरुषांच्या झालेल्या शिरच्छेदाचे साक्षीदार होते. ते सांगतात,

> 'हे प्रकार नित्याचे असणार, त्याविषयी फारसा विचारही केला जात नसावा, इतका की जिथे ही शिक्षा दिली जाणार होती त्या मैदानाच्या एका कोपऱ्यात अनेक मुंडकी पडलेली दिसत होती, वेगवेगळ्या वेळेला धडापासून वेगळी झालेली मुंडकी. हे काम करणाऱ्यांना आपण काही वेगळं करतोय असंही वाटत नव्हतं, ज्यांचा शिरच्छेद व्हायचा होता ते तिघे आपल्यासमोर काय वाढून ठेवलंय या कल्पनेनं जराही बिथरलेले दिसत नव्हते. उलट, त्या क्षणापर्यंत ते एकमेकांशी हसत बोलत होते. दुसऱ्या क्षणी त्यांना खेचून पुढे आणलं गेलं आणि एका जड, बुटक्या तलवारीनं एका मागोमाग एक त्यांची मुंडकी छाटली गेली. आम्ही या सगळ्या प्रकाराकडे वेगळ्या नजरेनं पाहत आहोत किंवा आमच्या मनात विचित्र भावना आहेत, याचा त्यांना गंधही नव्हता.'

वारसदार राजपुत्राच्या घरातील माजी मार्शल मात्र असा शांत नव्हता. एका दासीनं त्याच्यावर बंड करत असल्याचा आरोप ठेवला आणि तो छो स्संगच्या ताब्यात आला. मात्र, त्याच्यावर खटला दाखल झाला आणि त्यात तो निर्दोष सुटला. या मार्शलचे आजोबा, जनरल आणि मुत्सद्दी राजकारणी हाव् छु- छुन यानं खाव्-चुँगला पहिल्यांदा पक्षाघाताचा झटका आला तेव्हा उ छाव्च्या काळजीवाहू सम्राट बनण्याला विरोध केलेला असल्यानं तिच्या मनात त्याच्याविषयी राग होता. म्हणून मग मार्शलचा खटला चालवणाऱ्या न्यायाधीशांना अधिकारपदावरून दूर करण्यात आलं, त्यांना हद्दपार केलं गेलं आणि मार्शलला देहान्ताची शिक्षा दिली गेली. पण तो असा शांतपणे जाणार नव्हता. वाटेत तो रस्त्यावरच्या गर्दीसमोर विधवा सम्राज्ञीला मोठमोठ्याने दोष देऊ लागला. रक्षकांनी त्याला थांबवायचा प्रयत्न केला, तेव्हा त्यानं एका फेरीवाल्याच्या गाडीवर बसलेल्या तृतीयपंथींना मारहाण केली. शेवटी त्याचा शिरच्छेद करणाऱ्यांना रस्त्यातूनच त्याला पाठवून द्यावं लागलं. तेव्हापासून उ छाव्च्या राज्यात शिक्षेसाठी नेणाऱ्यांच्या तोंडात लाकडाचा चेंडू कोंबण्याची पद्धत सुरू झाली.

गुप्त पोलिसांची ही यंत्रणा अतिरेकी होती, पण म्हणून सम्राज्ञी उला न्यायाची अजिबातच चाड नव्हती, असं नाही. सर्वोच्च न्यायालयाचे सहायक न्यायमूर्ती सु यु खुंग यांना तिच्यासमोर दयेच्या अर्जाची सुनावणी करायची परवानगी तिनं दिली होती. दयाळू माणूस म्हणून ते ओळखले जात. प्रांतीय न्यायमूर्ती असताना त्यांनी

एकदाही कोणालाही फटके मारण्याची शिक्षा फर्मावलेली नव्हती. असं म्हणत की, लाय छुन- छन्शी तुमची गाठ पडली तर मृत्यू नक्की होता आणि सु यु खुंगशी गाठ पडली तर जीवन नक्की होतं. त्यानं रयतेसाठीच्या सभागृहात शेकडो प्रकरणं उ छाव्समोर चालवली आणि अनेकांची आयुष्यं वाचवली. त्याच्या धैर्याविषयी तिला कौतुक होतं आणि त्याच्या न्यायप्रियतेवर विश्वास.

६८६मध्ये, छवे खुंगच्या दुसऱ्या वर्षात, गुप्त पोलिसांच्या छळावर उतारा म्हणून सम्राज्ञी उनं रयतेच्या सभागृहात एक कांस्याचा घडा बसवून घेतला. त्याला चार कप्पे होते. त्यात एक चिठ्ठी टाकता यायची आणि घडा उघडला जाईल तेव्हा ती वाचली जायची. पहिला कप्पा होता, 'उपकारांना उशीर' या नावाचा. एखाद्या सरकारी कार्यालयामध्ये आपल्याला नोकरी मिळावी अशी स्वतःच स्वतःची शिफारस करण्यासाठी किंवा शेती वा समाजकल्याणासाठी काही योजना सुचवण्यासाठी या कप्प्याचा उपयोग होणार होता. दुसरा कप्पा होता, 'टीकेला आमंत्रण' आणि त्यात सरकारवरील टीकेच्या चिठ्ठ्या टाकायच्या होत्या. तिसरा होता, 'तक्रार निवारण' आणि इथे लोक अन्यायाविरुद्ध किंवा दमन होत असल्याच्या तक्रारी करू शकत. चौथा कप्पा होता, 'गहन विचारांना प्रवेश' आणि इथे अपशकुनांविषयी, भविष्यवाणीविषयी किंवा गुप्त योजनांविषयी माहिती द्यायची होती.

या घड्याची कल्पना होती उ छाव्च्या सेन्सॉरच्या मुलाची. सम्राज्ञीला लोकांच्या कल्याणाची काळजी आहे हे दाखवण्यासाठी या घड्याची स्थापना झालेली असली, तरी लवकरच तो घडा म्हणजे बिननावाने केल्या जाणाऱ्या आरोपांचं पात्र बनला. यातला एक आरोप तर घडा बनवणाऱ्या मुलाच्या विरोधातच होता. लि च्छंग ये आणि त्याच्या बंडखोरांना शस्त्रं पुरवल्याचा आळ त्याच्यावर घालण्यात आला आणि आपल्या शोधाचा तो स्वतःच बळी ठरला.

चुंग चुँग हद्दपार झालेला होता त्यामुळे उ छाव्ला आता काळजी करायची होती ती केवळ च्यु चुँगची जो अजूनही नामधारी का होईना, पण सम्राट होता. तिनं एक साधीशी चाल खेळली. त्याच्या हाती सार्वभौम सत्ता देणारा आदेश काढला. पण च्यु चुँग मूर्ख नव्हता. कॉम्प्रिहेन्सिव्ह मिररच्या मते, विधवा सम्राज्ञी प्रामाणिक नाही हे त्याला माहीत होतं. आपण जर ही संधी साधली आणि सत्ता ताब्यात घेतली, तर आपली आई आपल्याला तिच्या मार्गातून बाजूला काढण्यासाठी, आणि बहुधा ठार मारण्यासाठी काहीतरी योजना आखणार, याची कल्पना त्याला होती. उ छाव्च्या मार्गात आल्यानं कुटुंबातील अनेकांना आपले जीव गमवावे लागले होते. त्यानं उ छाव्ची ऑफर अमान्य केली आणि सम्राज्ञी उ घटनात्मक विरोधाच्या अभावी राज्य करत राहिली.

सिंहासनाचे वारस इतके कमकुवत दिसत असताना लि कुटुंबातील एखाद्या

ताकदीच्या व्यक्तीनं सिंहासनावर आपला हक्क सांगण्यासाठी पुढे येणं स्वाभाविक होतं. अशीच एक व्यक्ती होती लि स्याव्-ए. लि च्छंग येचं बंड ज्यानं निपटून काढलं तो जनरल. आपलं स्वत:चं स्थान बळकट करण्याच्या उद्देशानं सम्राटपदाची इच्छा धरणाऱ्या उ छंग- स्सु यानं लि स्याव्-एच्या विरोधात भूमिका घेतली. सिंहासनावर आपण बसणार असल्याचा शकुन झालेला आहे, असा दावा लि स्याव्-एनं केलाय, असा आरोप त्यानं केला. लि स्याव्-एनं सम्राज्ञी उची खूप चांगली सेवा केलेली असल्यानं त्याला देहान्ताचं शासन दिलं गेलं नाही, पण त्याला दक्षिणेकडे हद्दपार केलं गेलं, जिथे लवकरच त्याचा मृत्यू झाला.

च्यु चुँगलाही त्याचे असे स्वतःचे पाठीराखे होते. त्यांपैकीच एक होता ल्यो वे- च्छ्ह. उत्तरेकडील द्वाराचा तो एक पंडित होता. वय होतं सत्तावन आणि पदोन्नती मिळवत सचिवालयाचा उपाध्यक्ष बनला होता. चुंग चुँगला पदच्युत करण्यात सहभागी झालेला उचा तो मुख्य निष्ठावान अधिकारी होता. पण आता त्याचा भ्रमनिरास होऊ लागला होता. त्यानं आपल्या एका सहकाऱ्याला विश्वासात घेऊन म्हटलं, ''विधवा सम्राज्ञीनं एका मूर्ख राज्यकर्त्याला दूर केलं आणि हुशार राज्यकर्त्याला मोठं केलंय. मग आता तिनं काळजीवाहू म्हणून काम करण्याची काय गरज आहे? सरकार आता सम्राटाच्या ताब्यात देऊन लोकांची मनं शांत करणं आता योग्य नाही का ठरणार?''

या सहकाऱ्यानं हे विधान उ छाव्च्या कानावर घातलं. ती अतिशय संतापली. 'ज्याला आम्ही रोजगार दिला आहे' त्यानं अशी कृतघ्नता दाखवणं तिला सहन झालं नाही. दिवंगत सु च्छंग-चुँगच्या रखेल्यांशी अयोग्य नातेसंबंध राखल्याचा आणि प्रांतीय गव्हर्नरकडून लाच घेतल्याचा आरोप ल्यो वे- च्छ्हवर लावण्यात आला. खालच्या हुद्द्याचा एक अधिकारी त्याला अटक करण्यासाठी गेला असता, ल्यो वे-च्छ्हनं तसा आदेश बघायला मागितला.

'हा आदेश नाही,' त्या अधिकाऱ्यानं दाखवलेला कागद पाहून ल्यो वे-च्छ्हनं म्हटलं. 'सचिवालयाने हा आदेश मंजूर केलेला नाही.' सचिवालय हा शेवटी त्याचाच विभाग होता.

ल्यो वे-च्छ्हला अटक झाल्यानंतर च्यु चुँगनं त्याच्या वतीनं सम्राज्ञीला पत्र लिहिलं. त्याच्या मित्रांना आशा असली तरी ल्यो वे-च्छ्हच्या लक्षात आलं की त्यानं च्यु चुँगच्या बाजूनं वक्तव्य केलेलं असल्यानं च्यु चुँगनं पत्र लिहिणं म्हणजे त्याच्या मृत्यूवर शिक्कामोर्तब होण्यासारखंच होतं. सम्राज्ञी उ दयाबुद्धीनं वागली आणि तिनं त्याला आत्महत्या करायचा आदेश दिला.

सिंहासनावर बसण्यासाठी तयारी करत असताना उ छाव् सतत आपल्या बाजूनं काही शकुन होत आहेत का, ते तपासत होती. ६८६च्या अखेरीला, छवे खुंगच्या

दुसऱ्या वर्षात, स्सन् फंग्मध्ये झालेल्या भूकंपामुळे डोंगराचं एक नवीन शिखर तयार झालं. उ छाव्साठी हा शुभशकुन होता आणि तिनं सम्राट च्छंग शान्चं नाव त्या शिखराला देण्याचा आदेश काढला. च्छंग शान्चा अर्थ होता, 'सुदैवी डोंगर'. पण काही जण या घटनेकडे वेगळ्या दृष्टीनं पाहत होते. नैसर्गिक पर्यावरणामध्ये यिन आणि यांगचा समतोल बिघडला की भूकंप होतो, असं सहसा मानलं जात असे. स्वर्ग आणि पृथ्वी यांच्या मध्ये असलेल्या सम्राटाच्या आगळ्यावेगळ्या स्थानानं हा समतोल राखायचा असे. यावर विश्वास असणाऱ्यांच्या मते, एक सम्राज्ञी सिंहासनावर ताबा मिळवायचा प्रयत्न करत असल्यानं स्त्रीच्या यिननं हा समतोल बिघडला होता; कारण ते सिंहासन म्हणजे सत्तेचं आसन हे केवळ यांगचंच असायला हवं होतं. हे निदर्शनास आणण्यासाठी एका अधिकाऱ्यानं सम्राटाला तसं पत्र लिहिलं-

> हवामान बिघडलं की नको तेव्हा थंडी पडते किंवा उष्णता वाढते. पुरुषाचं आरोग्य जेव्हा तंदुरुस्त नसतं, तेव्हा त्याला रोग होतात. पृथ्वीची तब्येत नीट नसते तेव्हा खड्डे आणि टेकड्या तयार होतात. युवर मॅजेस्टी, आपण पुरुषाच्या स्थानावर एका स्त्रीला बसवलं आहे, हे निसर्गाच्या नियमाच्या विरोधात आहे, पृथ्वीची विभूती दबली जातेय, तिला नैराश्य येतंय आणि डोंगर आपला आकार बदलत आहेत. हा अपशकुन आहे. युवर मॅजेस्टी, तुम्ही त्याकडे सुदैवी डोंगर म्हणून पाहत असाल, पण मी, तुमचा सेवक याकडे अपशकुन म्हणूनच पाहत आहे.

उनं हे वाचलं तेव्हा ती अतिशय संतापली आणि त्या अधिकाऱ्याला दक्षिणेकडे हद्दपार केलं गेलं.

उ छाव्च्या राज्यामध्ये आणखीही काही शुभशकुन झाले. ६८४मध्ये तीन पायांची एक कोंबडी जन्माला आली. ६९३मध्ये बेमोसमी बर्फ पडलं आणि ७०१मध्ये बुद्धाची पावलं उमटलेली दिसली. मात्र, या शकुनांची माहिती देताना काळजी घ्यावी लागे. उ छाव् स्वतः मंत्रतंत्रांमध्ये पारंगत असली, तरी इतर थांग राज्यकर्त्यांप्रमाणे तिनंही जादूटोण्याला बेकायदा ठरवलेलं होतं.

उ छाव् आता सिंहासनावर बसणार आहे, असं दर्शवणारी काही चिन्हं जाणीवपूर्वक निर्माण करण्यात आली. ६८८पर्यंत, छवे खुंगच्या चौथ्या वर्षात, ल्वोयांगमधील उ वंशाचं देऊळ बांधून पूर्ण झालं. छांग्- आन्मध्ये लि वंशाचं देऊळ जेवढं मोठं होतं, तेवढंच हे देऊळही होतं. उ छाव् आता भव्य समारंभ करू लागली होती, त्यावर लाखो रोख रकमा खर्च केल्या जात होत्या. चीनवर हजारो वर्षं राज्य

केलेल्या आणि सोन्याचं युग मानल्या गेलेल्या छो साम्राज्याचे दाखले ती वारंवार देऊ लागली होती. यातला सर्वांत मोठा समारंभ होता ६८९मध्ये फ्फाव्- थुची प्रतिष्ठापना केली तो.

उ छंग- स्सु हाही साम्राज्यामधील बदलाला स्वर्गीय मंजुरी देणाऱ्या शकुनांच्या शोधात होता; कारण उ कुटुंबानं सिंहासनाचा ताबा घेतला तर त्यात त्याचाही फायदा असणार होता. च्या-यिन, ६८८च्या सातव्या महिन्यामध्ये त्यानं आपल्याला लो नदीमध्ये पांढरा खडा- फ्फाव्- थु मिळाल्याचा दावा केला. त्या खड्यावर अक्षरं कोरलेली होती- 'मनुष्यप्राण्यावर राज्य करण्यासाठी एक ऋषितुल्य स्त्री सत्तेवर येईल; आणि तिच्या नियंत्रणामुळे सर्वत्र समृद्धी येईल.'

हान साम्राज्याच्या काळात वांग् मांग्च्या सत्ता बळकावण्याच्या घटनेचा प्रतिध्वनी या घटनेमध्ये होता. विधवा सम्राज्ञी वांग् हिचा वांग् मांग् हा पुतण्या होता. तिचा मुलगा सम्राट छंग् याला राज्य करण्यात फारसा रस नव्हता आणि अनेक काळजीवाहू व्यक्ती देश चालवत होत्या. यात विधवा सम्राज्ञीचे भाऊ आणि चुलत भाऊ यांचा समावेश होता. त्यांच्यातल्या चौथ्यानं ख्रिस्तपूर्व ८मध्ये जेव्हा राजीनामा दिला तेव्हा वांग् मांग् काळजीवाहू राजा बनला. त्याच्या पुढच्याच वर्षी सम्राट छंग्चं निधन झालं. त्याला मुलं नसल्यामुळे सिंहासनाचा ताबा त्याचा पुतण्या आय् याला मिळाला. आय् हा वांग् वंशाचा नसल्यामुळे वांग् मांग्ची सद्दी संपली आणि निवृत्त होऊन तो आपल्या वतनवाडीवर जाऊन राहू लागला. पण इ.स. १मध्ये सम्राट आय्सुद्धा मूलबाळ नसताना मृत्यू पावला आणि राजघराण्याच्या किल्ल्या त्याच्या समलिंगी प्रियकराच्या हाती गेल्या. विधवा सम्राज्ञी वांग् हिनं ही संधी साधली. ती वेगानं राजघराण्याच्या महालामध्ये गेली, सर्व किल्ल्या ताब्यात घेतल्या आणि त्या प्रियकराला तुरुंगात डांबलं, जिथे लवकरच त्यानं आत्महत्या केली. वांग् मांग्ला मग त्याच्या गावाहून बोलावण्यात आलं ते त्यानंतर रांगेत असलेल्या अकरा वर्षांच्या सम्राट फ्फिंग याचा काळजीवाहू राजा म्हणून काम करण्यासाठी. वांग् मांग्नं लवकरच आपल्या मुलीची स्थापना फ्फिंगच्या बरोबरीनं सम्राज्ञी म्हणून केली. मात्र, इ.स. ६मध्ये फ्फिंग केवळ चौदा वर्षांचा असताना अचानक मृत्यू पावला. वांग् मांग्साठी हे सोयीचं नव्हतं. मात्र, त्याच्या विरोधकांनी त्याच्यावर फ्फिंगला विष घातल्याचा आरोप केला. फ्फिंगची गादी कोण चालवणार, हा प्रश्न वांग् मांग्नं स्वतःच सोडवला आणि पन्नास संभाव्य उमेदवारांमधून सर्वांत तरुण मुलाची सम्राट म्हणून निवड केली. त्या बाळाला अधिकृतरीत्या सिंहासनावर बसवलं नाही, पण 'तरुण राजपुत्र' म्हणून त्याची प्रतिष्ठापना करण्यात आली आणि स्वतः वांग् मांग् 'कार्यकारी सम्राट' म्हणून काम पाहू लागला. हान वंशानं आपला कार्यकाळ पूर्ण केला असून, आता स्वर्गातून साम्राज्यामध्ये बदल होण्याचे संकेत मिळू लागले

आहेत, असा प्रचार त्यानं सुरू केला. त्याचा परिणाम म्हणून एक पांढरा खडा सापडला ज्यावर लाल अक्षरांमध्ये वांग् मांगला सम्राट म्हणून घोषित करण्यात आलं होतं. इ.स. ९मध्ये त्याचा राज्याभिषेक झाला आणि नवीन स्सन साम्राज्याची घोषणा त्यानं केली. उ प्रमाणेच त्यानंही परंपरा, विधी आणि आपल्या दरबाराची आखणी छो साम्राज्यासारखीच केली होती. मात्र, त्याच्या छोट्या कार्यकाळात पिवळ्या नदीनं आपला मार्ग बदलला आणि खूप नुकसान केलं. विस्थापित शेतकऱ्यांनी आपला स्वतःचा एक गट स्थापन केला. त्याचं नाव ठेवलं, 'लाल भुवया' आणि कालांतरानं हा गट इतका ताकदवान बनला, की त्यांनी वांग् मांग्च्या सैन्याचा पराभव केला. राजमहालातून पळून जाणं त्याला भाग पडलं आणि इ.स २३मध्ये 'पाण्याने अंघोळ घातलेल्या गच्चीवर' त्याला ठार मारण्यात आलं आणि हान साम्राज्याची पुन्हा स्थापना करण्यात आली.

उच्या पांढऱ्या खड्ड्याचा शोध म्हणजे उ छंग-स्सुची एक कपोलकल्पित कहाणी होती हे सर्व इतिहासकार मान्य करतात. सम्राट फु स्स याला लो नदीमध्ये एक कासव मिळालेलं होतं, ज्याच्या पाठीवर चिनी वर्णमालेचा पाया असलेले ट्रायग्रॅम्स होते. ट्रायग्रॅम्स म्हणजे एकापाठोपाठ एक तीन अक्षरं किंवा तीन प्रतीकांचा क्रम. याच गोष्टीची आठवण यावी म्हणून उ छंग-स्सुनं आपली गोष्ट जाणीवपूर्वक रचली होती. या खोटेपणाविषयी उ छाव्ला किती माहिती होती ठाऊक नाही, पण प्फाव्- थु म्हणजे 'मौल्यवान रचना'- अत्यंत आदरपूर्वक ताईत म्हणून तिच्यासमोर सादर केला, तेव्हा सम्राज्ञी उनं तितक्याच आदरानं तो स्वीकारला. मग, त्यासाठी आभार मानण्याकरता १२ जानेवारी ६८९ रोजी, चि वे- बाराव्या महिन्याच्या तेराव्या दिवशी, त्साय् शोच्या पहिल्या वर्षात तिनं सर्वांना स्वर्गाच्या वेदीवर नेलं. यात संपूर्ण दरबार, सम्राट च्यु चुंग आणि त्याचा मुलगा, वारसदार राजपुत्र लि स्सन् यांचाही समावेश होता. तिथे साम्राज्याकडच्या खजिन्याचं आणि दूरदूरच्या देशांमधून मिळालेल्या भेटवस्तूंचं प्रदर्शन मांडण्यात आलं. साम्राज्याच्या सर्व अधिकारांचा उपयोग करत तिनं लो नदी ही पवित्र नदी असल्याचं जाहीर केलं. त्यामध्ये मासेमारी करायला बंदी घालण्यात आली आणि तिनं स्वतःला सार्वभौम दैवी ऋषितुल्य माता अशी पदवी बहाल केली. सार्वभौम- हवांग्- हा शब्द हुशारीनं निवडण्यात आलेला होता; कारण तो स्त्री आणि पुरुष या दोघांनाही लागू होता. उ छाव् आता स्वतःला सम्राट म्हणवून घेण्यापासून केवळ एक पाऊल दूर होती.

या खड्याची प्रतिष्ठापना करण्यासाठी ती आता एका भव्य समारंभाची योजना आखू लागली. प्फाव्- थुवर जे लिहिलेलं होतं त्याबरहुकूम तिनं राज्याचं नाव बदलून ते युंग छांग म्हणजे 'निरंतर समृद्धी' असं केलं. हा समारंभ तिच्या मिंग-थांग्मध्ये होणार होता, जेणेकरून त्याचं उद्घाटनही तितकंच भव्य असणार होतं.

साम्राज्यातील सर्व महत्त्वाच्या व्यक्तींनी ल्वोयांगमध्ये या समारंभासाठी येणं आवश्यक आहे, असा आदेश तिनं काढला. यात कोणाचाही अपवाद असणार नाही, असं या आदेशात म्हटलं होतं. त्यात अर्थातच, लि कुटुंबाच्या दूरच्या नातेवाइकांचाही समावेश होता, जे आधीच वेगवेगळ्या प्रांतांमध्ये विखुरलेले होते. त्यांच्यासाठी हे आमंत्रण काही फार स्वागतार्ह नव्हतं. साम्राज्य बदलणार असेल तर ते त्या बदलाच्या मार्गातले काटे होते. शिल्लक राहिलेल्या थांग राजपुत्रांना सम्राज्ञी उ आपल्याला ठार मारून टाकेल अशी भीती वाटत होती. किंवा मग निदान पदच्युत करून हद्दपार करेल, याचं भय वाटत होतं. बंड करून उठण्यावाचून त्यांच्यासमोर दुसरा पर्याय नव्हता.

यामागे होता लि छ्वान, हवांगचा ड्यूक आणि च्यु चुँगचा काका. सध्या तो छ्वानमध्ये थुंग-छो चा मुलकी अधिकारी होता. हानचा राजपुत्र लि युआन- च्छा याचा मुलगा म्हणून खाव्- चुँगचा हयात असलेल्या नातवांपैकी तो एक होता. युएचा राजपुत्र लि छन् याला त्यानं एक गुप्त संदेश लिहिला. लि छन् हा उ छाव्चा दीर आणि सध्या ल्वोयांगजवळच्या आन्हवे प्रांतातील यु- छो या शहराचा गव्हर्नर होता. त्याच्याबरोबरच या कारस्थानामध्ये सामील झालेल्या आणखीही काही जणांना त्यानं हे पत्र पाठवलं. त्यात लिहिलं होतं, 'माझ्या बायकोचं (शब्दशः 'तिचं घर') आजारपण दिवसेंदिवस अधिकच वाढत चाललंय आणि त्यावर लवकरच इलाज करणं आवश्यक आहे. येत्या हिवाळ्यापर्यंत जर त्यावर उपचार झाले नाहीत, तर तिच्या जिवाला धोका निर्माण होईल.' काही सूत्रांच्या मते, हे पत्र लि छ्वान याने नाही, तर लि युआन- च्छा यानं पाठवलं होतं.

लि छ्वाननं मग एक खोटा आदेश काढला, जो वरवर पाहता, च्यु चुँगनं काढला असावा, असं वाटत होतं. या आदेशात थांग राजपुत्रांनी सैन्य जमा करून आपली सुटका करावी, असं म्हटलेलं होतं. हा आदेश मग देशभर ठिकठिकाणी विखुरलेल्या थांग राजपुत्रांकडे पाठवण्यात आला. लि छ्नचा मुलगा लि छुंग म्हणजे लांग् येह्चा राजपुत्र, त्या वेळी हो- प्फे या उत्तरेकडील प्रांताचा गव्हर्नर होता. इथले पुरुष आक्रमक होते. विधवा सम्राज्ञी राजघराण्याचा विनाश करत असून, त्या जागी उ साम्राज्य आणू पाहत असून, ते थांबवण्यासाठी ही जबरदस्ती होत आहे असं सांगणारा आणखी एक आदेश त्यानं काढला. उ छाव् विशेषतः त्या भागात खूप अप्रिय होती आणि तरीही लि छुंगला तिच्या विरुद्ध केवळ पाच हजारांचं सैन्य जमा करता आलं. लि छुंगनं इतरही थांग राजपुत्रांना संदेश पाठवले, ज्यात त्याच्या वडिलांचाही समावेश होता. या सर्वांनी सैन्य गोळा करावं आणि ल्वोयांगच्या दिशेनं कूच करावं, अशी गळ त्यानं घातली होती. पहिल्या आदेशाचं कायदेशीर असणं या दुसऱ्या आदेशामुळे डळमळीत झालं आणि त्याला मिळालेला प्रतिसाद जेमतेम

होता. मात्र आता जे ठरवलं ते करण्याशिवाय लि छुंगसमोर दुसरा पर्याय नव्हता.

१६ सप्टेंबर ६८८ रोजी, यी- माव् म्हणजे आठव्या महिन्याच्या चौदाव्या दिवशी, छवे खुंगच्या चौथ्या वर्षात, शानथुंगची राजधानी च्छ् नान्वर तो स्वारी करून गेला. हे ऐकल्यावर उ छाव्नं शाही सैन्य एकत्र आणलं आणि प्रसिद्ध जनरल च्छु शन्-च्छ याला हे बंड मोडून काढण्यासाठी पाठवून दिलं. पण ते मोडण्याकरता गरज होती ती थोड्याफार स्थानिक प्रतिकाराची. च्छ् नान्च्या दिशेनं जाताना लि छुंगला उ श्वे नावाचं एक छोटंसं गाव काबीज करायचं होतं. त्याचा तळ होता ल्याव् छंग् इथे. तिथून यलो नदीचं पात्र ओलांडल्यानंतर हे गाव फक्त पंचेचाळीस ली किंवा पंधरा मैलांवर होतं. उ श्वेच्या जिल्हा मॅजिस्ट्रेटनं आपल्या शेजारी गावांकडून मदत मागितली. एका गावानं सतराशे लोक पाठवले, जे लि छुंगला वाटेतच भेटले. संख्येनं समोरचे सैनिक जास्त आहेत हे लक्षात आल्यावर, निष्ठावान सैन्य मागे हटलं आणि उ श्वेला परतलं. लि छुंगनं मग या शहरावर हल्ला केला. त्याची योजना साधी होती. जळकं गवत घेऊन गाड्या पाठवायच्या आणि शहराचं द्वार जाळून टाकायचं, मग त्या धुराच्या पडद्याआडून शत्रूवर हल्ला करायचा. मात्र, वाऱ्याची दिशा बदलली आणि धूर व ज्वाळा त्याच्याच सैन्याच्या दिशेनं झेपावू लागल्या.

या पीछेहाटीमुळे बंडखोर सैनिकांचं नीतिधैर्य खच्ची झालं आणि त्याचे अधिकारी या सगळ्या कारवाईबाबत थंड पडले. लोकांची मानसिकता ढिली पडू नये म्हणून लि छुंगनं उदाहरण घालून देण्याकरता आपल्या एका अधिकाऱ्याचा शिरच्छेद करवला. मात्र, त्याच्या या कृतीनं इतर अधिकाऱ्यांना एवढा धक्का बसला की ते वेगळे झाले. आता त्याच्याभोवती केवळ त्याच्या घरातलं काम करणारे लोक राहिलेले होते. लि छुंग मग २२ सप्टेंबर, यी-माव्च्या चोविसाव्या दिवशी ल्याव् छंगला परतला. राजपुत्राला त्याच्या सैन्याशिवाय परतलेलं पाहून सुरक्षारक्षकांना त्याचं बंड अपयशी ठरल्याचं लक्षात आलं. आता आपल्याला जगायचं असेल तर सत्तेमध्ये जे कोणी आहेत त्यांची मर्जी संपादन करणं आवश्यक आहे, हे लक्षात आल्यामुळे या रक्षकांनी शहराच्या द्वारावरच लि छुंगला मारून टाकलं. पण त्यांची ही योजना यशस्वी झाली नाही. च्छु शन्-च्छ जेव्हा शाही सैन्याला घेऊन ल्याव् छंगच्या वेशीवर आला, तेव्हा लि छुंगचे अधिकारी आपल्याला पश्चात्ताप झाल्याचं दर्शवण्यासाठी सुतकातले कपडे घालून त्याला सामोरे गेले. पण च्छु शन्-च्छनं त्यांच्या या कृतीला धुडकावून लावलं आणि त्यांच्या कुटुंबासकट त्या सगळ्यांची कत्तल केली. यात हजारो लोक मारले गेले.

लि छुंगनं उघडपणे बंड केल्यामुळे त्याचे वडील लि छन् यांच्यासमोर आन्हवेमध्ये बंडाचा झेंडा उभारण्याखेरीज पर्याय उरला नाही. पण सैन्य उभं करण्याआधीच

आपल्या मुलाच्या मृत्यूची बातमी त्याच्या कानावर आली. लि छन् शरणागती पत्करण्याच्या मार्गावरच होता जेव्हा त्याच्या अनुयायांनी त्या विभागातल्या दोन शहरांवर कब्जा मिळवल्याचं त्याला समजलं. त्यामुळे शाही सैन्य चाल करून आलं तेव्हा त्यांच्याशी दोन हात करणं त्याला भाग होतं. पण त्याचे अधिकारी आणि सैनिक यांपैकी कोणालाच युद्ध करण्याची इच्छा नव्हती. शत्रू समोर येताक्षणी ते सर्व जण मागे वळले आणि पळून गेले. लि छन्सुद्धा यु-छोला पळून गेला आणि त्यानं शहराचे दरवाजे लावून घेतले. शाही सैन्य बाहेर आलं तेव्हा एका अधिकाऱ्यानं भिंतीवरून लि छन्ला विचारलं, "राजपुत्रा, तू आतमध्ये बसून मृत्यूची वाट का पाहतो आहेस?"

या प्रश्नाचं उत्तर नसल्यामुळे लि छन्नं आपली मुलगी आणि जावई यांच्यासह आत्महत्या केली.

राजपुत्रांच्या या असफल बंडानंतर उ छाव्ला असलेला अंतर्गत विरोध संपुष्टात आला. मात्र, कोणीतरी याचा सूड उगवेल, अशी भीती तिच्या मनात होती. त्यानंतरच्या दोन वर्षांच्या काळात लि वंशाचं नाव बदलून ह्वे -चिनी भाषेत याचा अर्थ व्हायपर नावाचा साप असा होतो- करण्यात आलं आणि एकापाठोपाठ एक हा संपूर्ण वंश कापून काढण्यात आला. लि कुळातील बारा कुटुंबांची पाळंमुळं खणून काढण्यात आली, मोठ्यांना मारून टाकलं गेलं आणि लहान मुलांना दूरच्या गावांमध्ये हद्दपार करण्यात आलं. खाव्- चुँगची लाडकी आत्या ग्रँड प्रिन्सेस छांग्-लो, हानचा राजपुत्र लि युआन- च्छा, खाव्- चुँगच्या काळात तुर्कांवर आक्रमण करणारा थाय- चुँगचा सावत्र भाऊ आणि हवोचा राजपुत्र लि युआन-खुए यांना त्याची झळ पोचली. लेडी चाव्ची आई आणि उ छाव्चा तिसरा मुलगा आणि नंतर सम्राट चुंग चुँग बनलेल्या लि छ्ची बायको छांग्-लो हिनं बंडाला सक्रिय पाठिंबा दिलेला होता. पुरुषांना शरणागती पत्करताना पाहिल्यावर तिनं त्यांना संदेश पाठवून 'भेकडासारखे वागू नका' असं कळवलं. ती आणि तिचा नवरा लि छ्नबरोबर असल्यामुळे त्यांनाही त्याची किंमत मोजावी लागली.

लि स्सन् या माजी वारसदार राजपुत्राचे दोन मुलगे मारले गेले आणि उ छाव्च्या पोटी जन्माला न आलेल्या खाव्- चुँगच्या हयात मुलांवर कारस्थान रचल्याचा आरोप ठेवला गेला व त्यांना राजधानीमध्ये बोलवून घेतलं गेलं. लि शांग्- च्छननं आत्महत्या केली तर पवित्र रखेलीचा मुलगा लि सु-च्छह् दुःखी होऊन राजधानीच्या प्रवासाला निघाला. वाटेत त्याला एक अंत्ययात्रा दिसली. त्यात रडत असलेल्या लोकांकडे बोट दाखवत तो आपल्या रक्षकाला म्हणाला, "रोगाने आलेला मृत्यू. तो जर मिळाला तर रडण्यासारखं काहीच उरणार नाही." तो लुंग-मनला पोचला तेव्हा त्याच्या रक्षकांनी त्याला गळा दाबून ठार मारलं. दोन्ही पुरुषांच्या कुटुंबांना पूर्णपणे

निपटून टाकण्यात यावं, असे आदेश देण्यात आलेले होते, पण या दोन्ही बाबतींत, एकेका तरुण मुलाला लपवून ठेवण्यात आलं. खूप वर्षांनंतर ते परतले आणि काळ त्यांच्या बाजूनं फिरलेला असल्यानं त्यांनी आपल्या वडिलांचा सन्मान परत मिळवला.

इतरत्र उमटणाऱ्या विरोधाच्या सुरांची माहिती गुप्त पोलिसांमुळे मिळत होती. बुजुर्ग जनरल आणि थांगचा निष्ठावान ए- च्छ्ह छांग्-च्छ याच्या विरोधात छो स्संगनं आरोपपत्र तयार केलं. देशद्रोहाचा गुन्हा त्याच्यावर लावण्यात आला आणि त्याला अटक केली गेली. तुरुंगात त्यानं स्वतःला गळफास लावून घेतला. उ छाव्‌चा जावई सुएह् शाव् याच्यावर लि छुंगला शस्त्रपुरवठा करून आपला अपराध लपवण्याकरता सहकारी अधिकाऱ्याचा खून केला, असा आरोप झाला. उ छाव्‌ची लाडकी मुलगी राजकन्या थाय- प्फिंग हिचा तो नवरा असल्यामुळे त्याच्या बाबतीत मवाळ भूमिका घेण्यात आली. सार्वजनिकरीत्या त्याला फाशी देण्याऐवजी तुरुंगातील त्याच्या कोठडीत अन्नपुरवठा बंद करून त्याला मारलं गेलं.

एखादा आरोप झाला म्हणजे ती व्यक्ती मरणार असं गृहीत नव्हतं. राजपुत्रांच्या बंडानंतर दहशतीचा जो आसूड सर्वत्र उगारला जात होता, त्या काळातही, सु यु-खुंग काही वेळा आपली जादू दाखवू शकत असे. लि छुंगला काही पैसे कर्ज म्हणून दिलेल्या एका अधिकाऱ्यावर राजपुत्राबरोबर कटात सामील होण्याचा आरोप लावण्यात आला. छळ करण्यात तरबेज अशा लाय् छुन छन्‌नं या प्रकरणाची चौकशी करायला सुरुवात केली. पण तेव्हाच सर्वसाधारण माफीची घोषणा झाली आणि या अधिकाऱ्याला केवळ हद्दपारीची शिक्षा झाली. लि च्छंग येच्या बंडानंतर मृत्युदंडापासून सुटका झालेला सेन्सॉर वे युआन-चुंगनं मग आरोपी आणि लि छुंग यांच्यातला पत्रव्यवहार उघडकीस आणून या आरोपीला केवळ कटाची माहितीच नव्हती, तर त्यात त्याचा सक्रिय सहभाग होता, हे सिद्ध केलं. म्हणून मग उ छाव्‌नं त्याला देहान्ताची शिक्षा सुनावली. कुजबुजणाऱ्या दरबारासमोर सु यु-खुंगनं त्याच्या बाजूनं खटला लढवला.

तो म्हणाला की सर्वसाधारण माफी जाहीर झालेली असल्यानं ती युएचा राजपुत्र लि छन् याच्या बंडात सहभागी असलेल्या सर्वांना लागू होते. त्यानं अधिकृत इतिहासातील काही विधानं उद्धृत केली. 'मुख्य नेत्याला मृत्युदंड द्यावा', असं त्यात म्हटलं होतं. कायद्यानुसार ज्यानं बंडाचा विचार केला तो 'मुख्य बंडखोर' आणि या प्रकरणात 'मुख्य बंडखोर' जो होता त्याला आधीच मृत्यू देण्यात आलेला होता. सर्वसाधारण माफीच्या आधी त्या अधिकाऱ्यावर कटाची माहिती असल्याचा आरोप होता आणि त्याची शिक्षा रद्द झालेली होती. पण आता त्याच्यावर 'मुख्य बंडखोर' असल्याचा आरोप करण्यात आला होता. म्हणजे, हे प्रकरण दुहेरी संकटाचं होतं.

सु यु खुंग म्हणाला, "हे म्हणजे जीवनाचं रूपांतर मृत्यूमध्ये करण्यासारखं

आहे. मग सर्वसाधारण माफी जाहीर केली नसती तर बरं झालं असतं असं म्हणायला हवं. कारण तुम्ही जर जीवन देणार असाल आणि नंतर ते हिसकावून घेणार असाल तर मग त्याला काय अर्थ राहणार? अशा प्रकारे कोणताही न्याय होत नाही.''

सु यु खुंगनं मांडलेल्या या कायदेशीर बाबींमुळे उ छाव् अस्वस्थ होत होती.

''कोण आहेत हे 'नेते' आणि 'प्रमुख'?'' तिनं ओरडून विचारलं.

शांतपणे सु यु खुंग म्हणाला, ''मुख्य बंडखोर' म्हणजे बंडखोर सैन्याचा कमांडर. आणि 'नेता' म्हणजे ज्यानं बंडाच्या योजनेचा पहिल्यांदा विचार केला तो.''

''पण हा माणूस 'नेता' आणि 'प्रमुख' असा दोन्ही नाही का?'' उ छाव् म्हणाली.

''युएचा राजपुत्र लि छन् हा 'प्रमुख' आणि 'नेता' होता. त्याला तर आधीच शिक्षा झालेली आहे. आणि आता या माणसावर कटाची माहिती असणारा म्हणून नाही, तर नेता म्हणून आरोप दाखल करण्यात आला आहे.''

अनिच्छेनंच या प्रकरणाचा पुन्हा विचार करण्यात यावा, असा निर्णय उ छाव्नं दिला आणि त्या माणसाचा मृत्यू टळला.

थि चन-च्छ्ह हा आणखी एक न्याय्य बुद्धीचा माणूस. राजपुत्रांच्या बंडानंतर या अधिकाऱ्याला यु-छो इथे पाठवण्यात आलं होतं. तिथून त्यानं उ छाव्ला पाठवलेल्या पत्रात म्हटलं होतं, 'लि छन्च्या माजी अनुयायांच्या बरोबरीनं अनेक निरपराध लोकांवर वाटेल तसे आरोप लावण्यात येत आहेत, त्यांना बंडात सामील असल्याचं दाखवून देहान्ताची शिक्षा दिली जात आहे. सार्वजनिकरीत्या मी याला विरोध केला तर माझ्यावरच आरोप होतील. पण मी जर काहीच न करता गप्प राहिलो तर विधवा सम्राज्ञीच्या नावावर होत असलेल्या या अशा अन्याय्य घटनांमुळे तिचंच नाव डागाळलं जाईल.' उ छाव्नं या पत्राला प्रतिसाद देत शेकडो निरपराधांची सुटका केली आणि ज्यांना देहान्ताची शिक्षा सुनावण्यात आली होती, त्यात बदल करून त्यांना हद्दपार केलं गेलं. यु-छोच्या लष्करी गव्हर्नरला हे अजिबात आवडलं नाही. तुझा या सगळ्याशी काय संबंध आणि तू यात मध्ये का पडतो आहेस, असा प्रश्न त्यानं रागानं थि चन-च्छ्हला केला. थि चन-च्छ्हने उत्तर दिलं की लि छन् या एका बंडखोरानं आधी कुरापत काढली आणि तो आता मेला आहे. पण आता त्याची जागा आणखी हजारोंनी घेतली आहे आणि हे हजारो म्हणजे स्वतः गव्हर्नरचे सैनिक आहेत जे लोकांना मारत सुटले आहेत, तुरुंगात टाकत सुटले आहेत, लुबाडत सुटले आहेत. लि छन्नं केलं त्यापेक्षा दसपट जास्त नुकसान हे सैनिक करत आहेत, म्हणजे त्यांचं वागणं हे दहा हजार पट जास्त वाईट आहे. लष्करी गव्हर्नर या आरोपांनी खूपच संतापला आणि त्यानं थि चन-च्छ्हवरच आरोप लावले. पण

उ छाव्नं ते रद्द केले आणि लष्करी गव्हर्नरची बदली दुसऱ्या एका प्रांतामध्ये करण्यात आली. त्यानंतर लगेचच थि चन-च्छ्हला ल्वोयांगला बोलावून घेण्यात आलं आणि पुढे सरकार दरबारी त्याची कारकीर्द खूप बहरली.

गुप्त पोलिसांच्या दहशतीला काहींनी उघडपणे विरोध केला. यांपैकीच एक महत्त्वाचा टीकाकार होता च्छन त्सु-आंग्. ६८९मध्ये त्यानं उ छाव्ला लिहिलेल्या पत्रात म्हटलं होतं, 'युवर मॅजेस्टी, आपण दयाळू आहात... पण तुम्ही अत्यंत निर्दयी आणि दुष्ट अधिकाऱ्यांची नेमणूक केलेली आहे, जे बेबंदपणे वागतात आणि दुष्टपणाच्या बाबतीत एकमेकांशी स्पर्धा करतात. प्रत्येकाकडे संशयाच्या नजरेनं पाहून गुप्त योजना आखल्या जात असल्याचं ते सांगतात. एका पुरुषावर आरोप होतो आणि शेकडो तुरुंगात जातात... काही जण म्हणतात की युवर मॅजेस्टी तुम्ही तुमच्या एका नागरिकावर प्रेम करता तेव्हा किमान शंभर असे असतात ज्यांना तुम्ही इजा पोचवता. संपूर्ण साम्राज्य दहशतीखाली आहे आणि शांतपणे विश्रांती घ्यावी अशी एकही जागा कोणाला सापडत नाहीये.'

पण ही दहशत उ छाव्च्या फायद्याची होती. एक स्त्री असून, कॉनफ्युशिअन तत्त्वांच्या विरोधात जाऊन ती साम्राज्य चालवत आहे, या वस्तुस्थितीकडे त्यामुळे लोकांचं दुर्लक्ष होत होतं. शिवाय, या दहशतीचा आवाका मर्यादित असल्यानं बहुतेक लोकांवर त्याचा परिणाम होत नव्हता. या दहशतीचे सर्व बळी हे पाचव्या दर्जाचे किंवा त्यावरचे अधिकारी होते. तिला सरकारमध्ये विरोध करणाऱ्या सर्व उमराव- सरदारांना या प्रकारे तिला आपल्या वाटेतून दूर करता येत होतं. त्यांच्या मुलग्यांना मानसन्मान, पदं आणि खास सवलती नाकारल्या जात होत्या. त्यांच्या कुटुंबीयांना हद्दपार केलं जात होतं किंवा गुलाम बनवलं जात होतं आणि त्यांची संपत्ती हिसकावून राज्याच्या मालकीची होत होती. ६९७मध्ये, स्वर्गात पोचण्यासाठी दहा हजार वर्षं म्हणजे वान् स्वे थुंग थ्येनच्या पहिल्या वर्षात, ल्यो स्सु-लिचं कारस्थान असं ज्याला नाव पडलं त्यामध्ये छत्तीस जमीनदारांना यमसदनाला पाठवलं गेलं आणि त्यांच्या हजारो नातेवाइकांना, मित्र-मैत्रिणींना हद्दपार करण्यात आलं, जिथे कालांतरानं त्यांची कत्तल केली गेली. यामुळे उ छाव्च्या सुधारित परीक्षा पद्धतीमधून वर आलेल्या अधिक सक्षम पुरुषांना त्यांची जागा घेता आली. ही दहशत अनेक ठिकाणी लोकप्रिय होती आणि या भीतीमुळे तिच्यावर सत्ता मिळवण्याच्या मंत्र्यांच्या प्रयत्नांना खीळ बसत होती.

पण उ छाव् जितकी क्रूर होती तितकीच उदारही. एकदा ती आपल्या एका मंत्र्याच्या घरी भेट द्यायला गेलेली असताना त्याच्या पलंगाला स्वस्त सिल्कचे पडदे लावल्याचं तिच्या लक्षात आलं. तिनं लगेच त्याला अत्यंत महाग सिल्कच्या पडद्यांचा सेट भेट दिला. पण त्याला या महाग पडद्यांमध्ये झोप येईना. मग त्यानं

उ छाव्कडे आपल्याला पुन्हा आपले जुने पडदे वापरू द्यावेत, अशी विनंती केली. तो तरुण असताना त्याला एका ज्योतिष्यानं महागड्या वस्तू वापरू नकोस असा सल्ला दिला होता म्हणे.

६८८मध्ये, छवे खुंगच्या चौथ्या वर्षात उ छाव् अजूनही तांत्रिकदृष्ट्या काळजीवाहू सम्राज्ञीच होती. तरीही ६७६मध्ये खाव् चुँगसाठी आखलेल्या योजनेनुसार तिने सुंग-शान्वर फंग-शान् यज्ञ साजरा केला. ६९६मध्ये पुन्हा एकदा तिनं हा यज्ञ केला आणि तिथे एक घरही बांधलं. ७०० आणि ७०१मध्ये तिने या ठिकाणाला पुन्हा भेट दिली.

चिनी नववर्षाच्या दिवशी, २७ जानेवारी ६८९ रोजी, मिंग-थांग्मध्ये उनं एक समारंभ आयोजित केला. या वेळी तिनं प्राचीन छोचा राजेशाही झगा परिधान केला होता. त्याला ड्रॅगन वेषभूषा असं म्हटलं जायचं. तिच्या हाती जेडचा राजदंड होता ज्याला ख्वाय् असं म्हटलं जात होतं. हा राजदंड म्हणजे सत्तेचं वंशपरंपरागत प्रतीक होतं. प्फाव-थुच्या पाठोपाठ झालेला हा थांग काळातील आणखी एक अतिभव्य समारंभ. या यज्ञाच्या वेळेस नाममात्र सम्राट च्यु चुँग पहिला सहायक होता, तिच्या नंतर त्याला पूजा करायला मिळत होती. दुसरा सहायक होता वारसदार राजपुत्र लि स्सन. पहिली पूजा होती स्वर्गातील सर्वोच्च देवता शांग्-थिसाठी. दुसरी पूजा थांग साम्राज्याचे संस्थापक खाव- त्सु, थाय- चुँग आणि खाव्- चुँग यांच्यासाठी. त्यानंतरची पूजा उ छाव्चे वडील उ श् ह्वो यांच्यासाठी होती. एका नवीन साम्राज्याचा संस्थापक म्हणून त्याला हा मान मिळत होता हे तर स्पष्ट होतं आणि मरणोत्तर त्याचं नाव थाय-हवांग् असं करण्यात आलं ज्याचा अर्थ होता, 'भूतकाळातील महान सम्राट'. उ वंशाच्या पाच पिढ्यांना राजपुत्राचा दर्जा दिला गेला. उ छंग-स्सु याला सरकारमधल्या सर्वांत महत्त्वाच्या हुद्द्यांपैकी एक असं चान्सेलरीचं अध्यक्षपद देण्यात आलं. त्याचा उत्तराधिकारी असणार होता उ यु-उनिंग, उ श् ह्वोच्या भावाचा नातू. राज्याचं नाव बदलून साय छु करण्यात आलं, ज्याचा अर्थ होता- 'नव्या सुरुवातीची नोंद'.

सत्ता बळकावण्याच्या दिशेनं आणखीही काही पावलं उचलली गेली. सम्राट फु स्स या महान सम्राटानं लेखनक्रियेचा शोध लावला. उ छाव्नं आपली तुलना त्याच्याबरोबर करताना बारा नवीन वर्णांची निर्मिती केली आणि 'दिवस' आणि 'महिना' यांसारख्या सर्वसामान्य शब्दांसाठी नवीन सोपे आकार आणले. अनेक पंडितांचं असं निरीक्षण आहे की त्या काळात 'स्वर्ग', 'पृथ्वी', 'सूर्य', 'चंद्र', 'वर्ष', 'सुरुवात', 'देश', 'मंत्री', 'आयुष्य', 'ताठ', 'पुरुष', 'पुरावा', 'तेजोमय', 'ऋषी' आणि 'देणे' या शब्दांसाठी नवीन वर्ण दिसू लागले. 'चंद्रा'साठीचा नवीन वर्ण किंवा प्रतीक म्हणजे एका वर्तुळातलं स्वस्तिक होतं आणि नुसतंच स्वस्तिक असेल तर

त्या काळात त्याचा अर्थ होता, 'दहा हजार.'

या वर्णमालेच्या अंमलबजावणीचा आदेश काढताना उ छाव्‌ने असं निदर्शनास आणलं की जुने वर्ण इतके गुंतागुंतीचे झाले होते की हुशार पंडितांनाही ते समजणं अवघड झालं होतं. आपल्या स्वत:च्या छाव् या नावासाठीही तिने एक नवीन वर्ण तयार केला. या चित्राच्या वरील अर्ध्या भागात मिंग्‌चं शून्य होतं ज्यात सूर्य आणि चंद्र एकत्र दिसत होते. याचा अर्थ होता, तेजोमय. खाली होता खुंगचा रिकामा भाग, हवा किंवा आकाशाचं प्रतीक असणारा. दिवसा सूर्य आणि रात्री चंद्र चमकतो, आणि त्यांचा प्रकाश संपूर्ण आकाशाला व्यापतो असं हे चित्रं दर्शवत होतं. म्हणजे कायमस्वरूपी, चोवीस तास प्रकाश आणि सर्वांना आपल्या कवेत घेणारं आकाश असा अर्थ त्यातून निघत होता. उ छाव्‌च्या मते, 'या प्रतिकामुळे सर्व पुरुष आपल्या छत्रछायेखाली येतील आणि आपण सुयोग्य प्रशासन देऊ शकू.' शिवाय, सूर्य आणि चंद्र एकत्र असल्याने यिन आणि यांगचा संगम होत होता. इतर काहींच्या मते, मिंग्- खुंग या नावाला एक झेन स्वर आहे हे लक्षात घेता बौद्ध भिक्खुणी असताना तिला दिलेलं हे नाव होतं. नावातल्या या बदलामुळे गैरसोयही टाळली गेली कारण छाव्- म्हणजे चमकणे- हा चिनी भाषेतला एक सर्वसामान्य शब्द होता. त्यामुळे सिंहासनावर त्या नावाचा सम्राट बसणं म्हणजे तो शब्द बोलीभाषेतून बाद करण्यासारखं होतं. राज्य करणाऱ्या सम्राटाचं नाव उच्चारणाऱ्याला तीन वर्षांची सक्तमजुरीची शिक्षा असे.

याच आदेशामधये उ छाव्‌ने पुन्हा एकदा छो कॅलेंडर आणलं. धर्मही तिच्या बाजूने होता. उ छाव्‌च्या काळात बौद्ध धर्म हा चिनी लोकांच्या आयुष्यातील महत्त्वाची शक्ती बनला होता. आणि हा धर्म स्त्रियांचं सक्षमीकरण करतो म्हणून उ छाव्‌ची त्याला मान्यता होती. ६८९मध्ये लाओ त्च या थाव्‌च्या संस्थापकाला आणि थांगच्या मूळ पुरुषाला ६६६मध्ये देण्यात आलेला सन्मान काढून घेण्यात आला होता. आणि लेखी परीक्षेसाठी ज्या कॉनफ्युशिअन पुस्तकांचा अभ्यास करणं गरजेचं होतं ती अभ्यासक्रमातून काढून टाकण्यात आलेली होती. परीक्षा पद्धतीची संपूर्ण जबाबदारी उ छाव्‌ने स्वत:कडे घेतली. आता या परीक्षेमधून सर्व नऊ हुद्यांसाठी अधिकाऱ्यांची निवड होऊ लागली. त्या आधी सरदार आणि उमराव घराण्यातील पुरुषांना ही परीक्षा उत्तीर्ण न होताही सरकारी हुद्दे मिळण्याची सुविधा होती. ल्वोयांगमध्ये या परीक्षा आपल्या साम्राज्यासाठी किती महत्त्वाच्या असणार आहेत हे स्वतः उ छाव् दाखवून देत होती. सरकारी पदांसाठी आलेल्या उमेदवारांची तोंडी परीक्षा उ छाव् अनेक दिवस आपल्या राजवाड्यात घेत असे आणि बऱ्याचदा हे उमेदवार तिच्या कसोट्यांवर उतरले नाहीत म्हणून त्यांना परत पाठवून देत असे. वैयक्तिक आवडीनिवडी परीक्षांचे पेपर तपासण्याआड येता कामा नयेत म्हणून

आपण कोणाचा पेपर तपासत आहोत हे तपासणाऱ्यांना कळू नये यासाठी तिने उत्तरपत्रिकांवर उमेदवारांच्या नावांच्या जागी कागदाची पट्टी चिकटवण्याची प्रथा सुरू केली.

राजकीय क्षमतेपेक्षा साहित्यिक क्षमतेला उ छाव् अधिक प्राधान्य देत असे. म्हणून तिने ६८१मध्ये, खाय् योच्या पहिल्या वर्षात, कवितांवरच्या एका प्रश्नपत्रिकेचा परीक्षेमध्ये समावेश केला. परीक्षा जवळ आली तेव्हा अनेक उमेदवार सरकारी कार्यालयांमध्ये आपल्या कविता आणि आपल्या लेखनाचे नमुने घेऊन गेले. यामुळे आपली नोकरीमध्ये वर्णी लागेल या आशेनं ही गर्दी झाली होती. सर्व प्रकारच्या हुद्द्यांवरची तरुण मुलं मँडेरिन बनण्याकरता उत्सुक होती. बहुतेक पदांवरचं काम असं होतं की त्यासाठी फार वेळ द्यावा लागत नसे. शिवाय, आठवड्यातून, म्हणजे दहा दिवसांमधून एक दिवस सुट्टी असे. नागरी सेवांमधल्या पुरुषांना कुटुंबामध्ये 'कॅपिंग'चा समारंभ असला तर तीन दिवसांची सुट्टी मिळत असे. घरातला मुलगा पुरुष होतो तेव्हा करण्यात येणाऱ्या समारंभाला कॅपिंग असं म्हटलं जायचं. मुलाचं किंवा मुलीचं लग्न असेल तर नऊ दिवस, कुटुंबातील इतर कोणाच्या लग्नासाठी त्याहून थोडा कमी काळ आणि आपल्या पालकांना भेट देण्याकरता दर तीन वर्षांनी पंधरा दिवसांची वा पालक जर पाचशे ली किंवा एकशे सदुसष्ट मैलांहून जास्त दूर राहत असतील तर ही सुट्टी तीस दिवसांची व्हायची. उच्च पदावरील अधिकाऱ्यांना चंद्राच्या पाचव्या महिन्यात शेतीची सुट्टी म्हणून पंधरा दिवसांची रजा मिळायची, तर चंद्राच्या नवव्या महिन्यात आणखी पंधरा दिवस 'वस्त्रं बहाल करण्यासाठीची सुट्टी' दिली जायची.

एखाद्या पुरुषाची एखाद्या पदावर नेमणूक झाली की दर वर्षी त्याचे ज्येष्ठ त्याच्या कामाचं मूल्यमापन करत. चार विभागांमध्ये त्याच्या कामाचं मोल ठरवत. व्यासंग, निःपक्षपातीपणा, सदाचार आणि चांगुलपणा हे ते चार विभाग. मग सत्तावीस निकषांवर त्याच्या प्रत्यक्ष कामगिरीचं मूल्यमापन होत असे, ज्यात तो त्याच्याहून कनिष्ठ पदांसाठी कोणत्या प्रकारे लोकांची निवड करतो, हेही बघितलं जायचं.

त्या वेळेस श्रीलंकेत निर्माण झालेला बौद्ध धर्मातील महामेघन पंथ चीनमध्ये अतिशय लोकप्रिय झालेला होता. त्यानुसार धर्माच्या शेवटच्या काळात नव्यानं साक्षात्कार झालेला मैत्रेय निर्वाणाचा प्रवेश नाकारेल आणि यम त्याला वैश्विक सम्राट म्हणून पृथ्वीवर पाठवेल, असं भाकीत केलेलं होतं. पृथ्वीवर तो भ्रष्टाचारी आणि गोंधळलेल्या जगाचं शुद्धीकरण करून एक नवीन सुवर्णयुग आणेल, असंही त्यात म्हटलं होतं. तीन शतकं या कथेवर लोक विश्वास ठेवत होते आणि चीनमध्ये ती सर्वदूर खूप लोकप्रिय होती. मात्र, तेव्हा घडलेल्या काही घटनांमुळे लोकांच्या

मनात या लोककथेविषयीचा विश्वास अधिकच दृढ बनला. ६७७मध्ये, यी फंग्च्या दुसऱ्या वर्षात, राजधानीमधून आकाशात एक रहस्यमय तेजोवलय दिसलं आणि त्या खालच्या जमिनीमध्ये बौद्ध धर्माचे अवशेष सापडले. ख्वांग् छाय् मंदिराची स्थापना तिथे झाली. मग, ६८३मध्ये, हुंग थाव्च्या पहिल्या वर्षात, सु-छोमध्ये आणखी एका विचित्र बुद्ध प्रकाशाखाली आणखी बौद्ध अवशेष सापडल्याचं म्हटलं गेलं. ही अफवा असल्याचं नंतर सगळ्यांनी म्हटलं, पण आक्रमण करणाऱ्यांनी मैत्रेयच्या नावाखाली बंडाचा झेंडा उभारला आणि दोन स्सन् प्रांत काबीज केले. मात्र थोड्याच काळात त्यांचं बंड थंडावलं.

सम्राज्ञी उचा मठातील प्रियकर सुए हुआय्-ए आणि त्याच्या इतर सहकारी भिक्खूंनी महामेघाच्या कल्पनेचा आधार घेतला आणि मैत्रेय परतणार असल्याचं ते सांगू लागले. मैत्रेय- 'दयाळू असलेला'- आता स्त्रीच्या रूपात जन्म घेणार आहे आणि ज्या पुनर्जन्माची आपण वाट पाहत आहोत तो खरं म्हणजे सम्राज्ञी उच्या रूपाने झालेला आहे, असं ते ठामपणे सांगू लागले. सम्राज्ञी उ म्हणजे 'दहा हजार देशांवर राज्य करणारी माता असून, असंख्य पुरुषांना ती आपल्या स्वतःच्या मुलांप्रमाणे शिक्षित करणार आहे,' असं सांगितलं जाऊ लागलं. हे समालोचन ऑगस्ट ६९०च्या मध्याला, सातव्या महिन्यात, उ-यिन, थ्येन छांग्च्या पहिल्या वर्षात, सिंहासनासमोर सादर करण्यात आलं.

या समालोचनाचा काही भाग आजही अस्तित्वात आहे आणि पंडितांच्या म्हणण्यानुसार सुए हुआय्-एच्या मनात केवळ ही क्लृप्ती आला; पण अत्यंत बुद्धिमान अशा भिक्खूंनी ते तयार केलं. त्याला आणि इतर सात भिक्खूंना नेहमीच्या काळ्या वस्त्रांऐवजी लाल वस्त्रं दिली गेली आणि चौथ्या दर्जाच्या अधिकाऱ्याकडे असतो तसा दागिना म्हणून चांदीचा पट्टा बहाल करण्यात आला. महामेघाविषयी बोलणाऱ्या इतर भिक्खूंना सरकार दरबारी विविधं पदं मिळाली.

या समालोचनाचा आज उपलब्ध असलेला एक भाग असा आहे :

> बुद्धाने मग जिच्या चारित्र्यावर शिंतोडे उडवण्यात आले होते त्या (राणी) च्छंग-ख्वांग् (पवित्र प्रकाश)च्या चांगुलपणाची स्तुती केली. देवीची भविष्यवाणी होती की, तिने स्त्रीच्या शरीरातून या भूमीवर राज्य करावं. ही स्त्री, जिचं नाव शन्-मु शन्-हवांग (सम्राज्ञी उ) आहे. आपण हे सिद्ध कसं करणार? छंग्- मिंग च्छंग जे सूचित करत आहे, त्यावरून आपण हे सिद्ध करू शकतो. त्यात म्हटलंय, 'आदरणीय बुद्धाने मैत्रेयला सांगितलंय की जेव्हा भागवताचा जन्म होईल तेव्हा तो सर्व दुष्टांचा नाश करेल. जर उद्धट आणि क्रूर पुरुष असतील तर त्यांना शिक्षा करण्यासाठी मी सोन्याचा दंड

> हातात असलेल्या देवीला पाठवेन... नदीच्या पूर्वेला आपल्याला भेटेल प्रकाशमान प्रमुख आणि सुयोग्य कायद्याचा राजा... आदरणीय बुद्धाच्या मनात मैत्रेयनं त्याच्यासाठी परिवर्तनाचं शहर बांधावं, त्यात वरच्या बाजूला पांढऱ्या चांदीचा खांब असावा आणि येणाऱ्या हजारो पिढ्यांसाठी शिलालेख लिहिलेला असावा, असं होतं. देवीच्या अंगात स्वर्गीय वस्त्रं असतील, खांबावर सोन्याच्या घंटा लटकवलेल्या असतील आणि बुद्धाच्या शिष्यांना ती शहरात येण्याचं आमंत्रण देईल. यावरून लक्षात येतं की मैत्रेय म्हणजेच सम्राज्ञी आहे.

या समालोचनामध्ये पुढे म्हटलंय की मैत्रेयनं स्त्रीच्याच रूपात यायला हवं कारण विमलकृती सूत्र सांगतं की, 'दयाळू मन हे स्त्रीचं किंवा पुत्रीचंच असू शकतं.' या सूचनांमध्ये 'उद्धट आणि क्रूर' पुरुषांच्या शिक्षेविषयीसुद्धा सांगितलेलं आहे. सम्राज्ञी उनं तिच्या विरोधात बंड करणाऱ्या सगळ्यांना तीच तर शिक्षा दिलेली आहे. नदीच्या पूर्वेकडून 'प्रकाशमान प्रमुख आणि सुयोग्य कायद्याचा राजा' येतो तो अ च्छंग किंवा बदलांच्या पुस्तकात सांगितल्याप्रमाणे, 'छन्कडून सम्राटाचं आगमन होतं. छन् पूर्वेला आहे.' उ छाव् छन्मधली होती आणि साम्राज्यावर राज्य करत होती. इथे ती ल्वोयांग या पवित्र शहरात राहत होती आणि हे शहर नदीच्या पूर्वेला आहे. समालोचनामध्ये पुढे म्हटलं आहे, 'परिवर्तनाचं शहर म्हणजे मिंग-थांग् आणि चांदीचा खांब म्हणजे तिथे असलेला मध्यवर्ती स्तंभ. असं म्हणतात की, यावर दीर्घ शिलालेख होता जो 'येणाऱ्या हजारो पिढ्यांसाठीचा शिलालेख' मानला गेला. देवीनं घातलेली 'स्वर्गीय वस्त्रं' म्हणजे उने २७ जानेवारी ६८९ रोजी झालेल्या समारंभात घातलेली शाही वस्त्रं होय, असंही या समालोचनामध्ये सांगितलेलं होतं.

महामेघ सूत्रामधली आणखीही काही विधानांचा या समालोचनामध्ये उल्लेख केलेला होता :

> प्रकाशमान राजा आणि ऋषिदेव हे दोघंही परिवर्तनाच्या शहरात असतील आणि टॉवरच्या शिखरावर असतील आणि शिष्यांसाठी संदेश जाहीर करण्यासाठी सोनेरी ड्रम वाजवतील. या कायद्यावर विश्वास असणाऱ्यांपर्यंत हा संदेश ताबडतोब पोचेल; मग ते हजारो मैल दूर का असेनात. पण ज्यांचा विश्वास नाही, ते अगदी बाजूच्याच दालनात असले, तरी त्यांना काहीही ऐकू येणार नाही.

या समालोचनामध्ये असं ठासून म्हटलं होतं की, सोनेरी ड्रम वाजवणं म्हणजेच मिंग्- थांग्मध्ये झालेला भव्य समारंभ. ज्यांचा या कायद्यावर विश्वास होता त्यांच्या

कानावर हजारो मैल दूर असतानाही हा संदेश पडला; कारण या भव्य समारंभाची बातमी संदेशवाहकांच्या माध्यमातून संपूर्ण चीनभर पसरेल, याची काळजी घेण्यात आलेली होती. समालोचनामध्ये पुढे म्हटलं होतं, शेजारच्याच दालनात असलेल्यांचं बहिरेपण म्हणजे काय, तर स्त्री म्हणून सम्राज्ञी हजारो विभागांवर राज्य करतेय, तिथल्या नागरिकांना स्वतःच्या मुलांप्रमाणे मानतेय आणि तरीही तिथे असलेले काही जण अशांतता पसरवत आहेत. त्यांचा नाश नक्कीच होईल आणि दुष्ट व क्रूर स्वतःचा विनाश ओढवून घेतील. हो-थूमध्ये म्हटलंय, 'जे कोणी दुष्ट आहेत ते चांगले बनतात, त्यांनी जर बंड केलं तर ते स्वतःचा विनाश करतात.'

हो-थूचा शब्दशः अर्थ आहे, नदीची आकृती आणि यलो नदीमधून बाहेर आलेल्या व ऋषितुल्य राजा फु स्सनं मिळवलेल्या पुराणकथेतील ड्रॅगन-घोड्याच्या पाठीवर ही आकृती दिसली होती. ती मग ए च्छंगच्या आठ ट्रायग्रॅम्स, म्हणजे एकाला एक लागून असलेल्या तीन अक्षरांचा किंवा प्रतीकांचा क्रम अर्थात् पाक्वामध्ये विकसित करण्यात आली. भविष्यवाणी करणारं पुस्तक असल्यानं हान साम्राज्यात त्याचा खप खूप जास्त होता. पण नंतर त्यावर बंदी घालण्यात आली; कारण त्यातील काही कडवी विध्वसंक पद्धतीनं वापरली गेली. शेजारच्याच दालनात असलेले हे बहिरे लोक कोण असू शकतात, हेसुद्धा सांगण्याचा प्रयत्न या समालोचनामध्ये केला गेला :

> मिंग-थांग्ची उभारणी झाली आणि तीन ऋषींसाठी (म्हणजे पहिल्या तीन थांग सम्राटांसाठी) तिथे यज्ञ करण्याचं योजलं म्हणून संपूर्ण साम्राज्यामधून अधिकारी तसंच राजघराण्यातील मंडळी पवित्र राजधानीमधील या भव्य समारंभाला हजर झाली. मग हवे (लि) वंशातल्या सर्व सभासदांनी बंड पुकारलं आणि त्यातून त्यांचा पराभव आणि विनाश झाला. जे जिवंत राहिले त्यांना दया दाखवली गेली व दूरच्या प्रांतांमध्ये त्यांना हद्दपार करण्यात आलं. तिथे या भव्य समारंभाविषयी त्यांना काहीही कळलं नाही. बाजूच्याच दालनातील लोकांच्या बहिरेपणाचा हा पुरावा आहे.

पुन्हा एकदा पवित्र सूत्रांचा दाखला देत समालोचनामध्ये लिहिलंय, 'चक्रवर्ती राजाच्या एक चतुर्थांश क्षेत्र ती मिळवेल.' चक्रवर्ती राजा म्हणजे दंतकथांमधला सम्राट- ज्याचा अश्वमेध कोणत्याही अडथळ्यांशिवाय चौफेर उधळलेला होता. पुढे समालोचनामध्ये म्हटलंय, 'आता सम्राज्ञीनं संपूर्ण साम्राज्य एकसंध केलं आहे आणि जांबुद्विपाच्या दक्षिणेकडेही तिचं राज्य आहे. (जांबुद्वीप म्हणजे चार बौद्ध राज्यांमधला सर्वांत दक्षिणेकडचा भाग, जो इथे पूर्व चीन मानला गेला असावा).

आणि हा भाग म्हणजे चक्रवर्तीच्या साम्राज्याचा एक चतुर्थांश भागच आहे.'

उ छाव्च्या राज्यामध्ये आणखी बंड होणार नाहीत, युद्ध होणार नाहीत, असा ग्रंथातील सूत्रांचा अर्थ या समालोचनामध्ये लावण्यात आला होता. साम्राज्यामधले सर्व लोक अत्यंत निष्ठावान असतील आणि 'चार परदेशी लोक' तिच्यासमोर शरणागती पत्करतील. 'त्यांना अनेक मुलगे आणि नातू होतील आणि त्या काळात कोणत्याही गोष्टीची कमतरता भासणार नाही, प्रत्येक जण आनंदी असेल, कोणालाही कोणताही आजार होणार नाही, त्यांच्यावर कोणतीही आपत्ती कोसळणार नाही.' हे सर्व घडेल कारण बुद्धाच्या रूपातील एक जण उच्च स्थानावरच्या ठिकाणाहून आलेला आहे आणि त्यानं तिच्या डोक्यावर आशीर्वादाचा हात ठेवलेला आहे.

पहिल्या तीन थांग सम्राटांनंतर चीनवर एका स्त्रीचं राज्य येईल, जिने 'सर्व राज्यांना आपल्या आधिपत्याखाली आणलेलं असेल आणि तिच्या सत्तेची कोणाशीही तुलना करता येणार नाही' असं दर्शवणारी अनेक सूत्रं उद्धृत केली गेली. तिची पवित्र राजधानी ल्वोयांग असेल आणि तिथे संपूर्ण जग तिच्याभोवती फिरेल व ती केंद्रस्थानी स्थिर राहील. त्याच वेळी 'चार खंडांमध्ये राहील, या खंडांचं अज्ञान दूर करेल आणि एकाच वेळी ती सर्व आठही दिशांवर राज्य करेल' आणि 'हजार वर्षांसाठी वंशपरंपरागत मंदिर आपल्या स्थानावरून हलणार नाही.' त्यात म्हटलं होतं की, 'उ छाव् संपूर्ण जगावर शासन करेल आणि पहिल्या तीन थांग सम्राटांनी जो पाया घालून दिलेला आहे, त्यावर या साम्राज्याला चिरंतन समृद्धीच्या मार्गावर नेईल.' ती वेळ अशी होती की, या सर्व गोष्टी सुसंगत वाटत होत्या; कारण जग म्हणजे धर्माचा शेवटचा काळ आहे आणि मैत्रेय स्त्री अवतार घेण्याच्या मार्गावर आहे आणि नवा सुवर्ण काळ येण्यावाचून आता पर्याय नाही, असा समज सर्वच लोकांमध्ये पसरलेला होता.

'खऱ्या कायद्याची रक्षक' म्हणून उ छाव्नं जगभरात पवित्र धर्मग्रंथ आणि शिलालेख ठेवण्यासाठी ८,४०,००० स्तूप बांधण्याचा संकल्प सोडला. या सूत्रांमध्ये असंही म्हटलं होतं, 'राज्य करत असलेल्या सर्व ठिकाणांचं परिवर्तन ती करेल, त्यांना शिक्षित करेल आणि सर्व वयोगटातले स्त्री-पुरुष पंचवेरामणी म्हणजे हिंसा, असत्य, चोरी, व्यभिचार आणि व्यसन या पाच गोष्टींना मनाई करणाऱ्या सूचनांचं पालन करतील. ती पाखंडी आणि विविध विकृत विचारांचाही नायनाट करेल.' उ छाव्नं वेळोवेळी आपल्या आयुष्यभरात वापरलेल्या विविध नावांचा आणि सम्राज्ञी झाल्यानंतर तिनं स्वीकारलेल्या राज्यावरच्या वेगवेगळ्या नावांचाही या लिखाणात वेळोवेळी उपयोग केलेला होता. त्यात, 'एका एकशृंगी घोड्याचा जन्म झाला, पण त्याला दोन शिंगं होती आणि अनेक पिढ्यांना त्याची माहिती नव्हती,' असाही उल्लेख होता. याला उ छाव्ची आई लेडी यांगचा संदर्भ होता. यांगचा अर्थ

आहे सरळ किंवा उंच. पण या शब्दाचा उच्चार यांग नावाच्या शेळीसारखाही होतो, म्हणजेच युनिकॉर्न किंवा एकशृंगी घोडा ज्याला दोन शिंगं आहेत. तसंच, चिनी भाषेत 'लोक' म्हणजे शह्- मिन् आणि शह्- मिन् हे थाय- चुँगचं मूळ नाव होतं.

त्या आधी चीनमध्ये विधवा सम्राज्ञी किंवा सम्राटाची विधवा पत्नी वा रखेल म्हणून सत्ता मिळवणाऱ्या चार स्त्री राज्यकर्त्या होऊन गेल्या होत्या. पण त्या मैत्रेय नव्हत्या; कारण राजाचं प्रतिनिधित्व करणाऱ्या नियमित षट्कोनाच्या बाजू वाढवून मिळणारी तारकाकृती आकृतीमध्ये केवळ पाचवी ओळ मोडलेली असते किंवा स्त्रीची ओळ असते. त्या आधीच्या सम्राज्ञींनी राज्य केलं होतं ते पुरुषाच्या नावानं आणि म्हणून त्यांनी पुरुषाची न मोडलेली ओळच पुढे चालू ठेवलेली होती. पण उ छाव् ही पाचवी सम्राज्ञी होती, तिनं ओळ मोडायची होती आणि स्त्री म्हणून स्वतःच्या नावानं ती राज्य करणार होती.

समालोचनामध्ये म्हटलं होतं, 'हान काळापासून ते सम्राज्ञी उच्या काळापर्यंत अनेक स्त्री राज्यकर्त्या झाल्या, ज्यांनी राज्य सांभाळलं आणि जनतेनं त्यांना स्वीकारलं, पण त्यांना नेहमीच विधवा सम्राज्ञी म्हणून ओळखलं गेलं आणि सूत्रांच्या भविष्यवाणीचं पालन झालं नाही. केवळ आपली पवित्र माता, सम्राज्ञी उ या भविष्यवाणीनुसार योग्य ठरते आणि म्हणूनच सूत्रं म्हणतात की जांबुद्वीपाची स्त्री सत्ताधीश सर्व ठिकाणी मौल्यवान स्तूप बांधेल आणि बुद्धाच्या शिकवणीला त्याचा फायदा होईल.'

इतरही काही चिन्हं होती. फ्िंग-छो शहरामध्ये, तिच्या वडिलांच्या समाधीजवळ, एक विहीर होती जिचं नाव होतं उची विहीर आणि ती कित्येक वर्षं कोरडी पडलेली होती. मात्र, स्वे साम्राज्याच्या शेवटापासून ती पुन्हा एकदा भरू लागली. शिवाय, चाळीस वर्षांपूर्वी एका महाज्योतिष्यानं केलेली भविष्यवाणीसुद्धा कोणी विसरलेलं नव्हतं. थांग साम्राज्याचा नाश होईल आणि त्याची जागा एक स्त्री सम्राट घेईल जिचं नाव असेल योद्धा राजपुत्र किंवा उ-वांग्, अशी ती भविष्यवाणी होती.

त्या वर्षी संपूर्ण साम्राज्यात उत्तम पीक आलेलं होतं, यावरही समालोचनामध्ये भर देण्यात आला होता. सहसा एखाद्याच विभागात चांगलं पीक येत असे, बाकीच्या भागांना दुष्काळाचा किंवा अवर्षणाचा सामना करावा लागत असे. पण या वेळी तसं झालेलं नव्हतं. शिवाय, 'ताकदवान दरोडेखोरांचा पूर्ण बीमोड झालेला आहे'- याचा अर्थ, विविध बंडखोर- 'आणि आठव्या महिन्यात खूप मोठा साठा होऊन हुशारी आणि तल्लखपणा यांचा प्रसार सगळीकडे होऊन युद्ध थांबेल आणि समृद्धी येईल.' उ छाव् सिंहासन मिळवणार होती ती आठव्या महिन्यात, ची-माओ. मग 'स्त्री राज्यकर्ती, ताठ उभी राहणारी, थांग संस्कृती जिवंत ठेवणारी' असं समालोचनात म्हटल्यावर, ती उ छाव् असणार हे ओघानं आलं होतं. कारण आपण

थांगची परंपरा चालू ठेवू, असं विरोधाभासी विधान करून उ छाव् सिंहासन काबीज करू पाहत होती. 'दुष्ट पुरुषांना सत्तेपासून दूर नेलं जाईल. संरक्षण करण्यासाठी ड्रॅगन येऊन उभा राहील, चार समुद्रांमधील सर्व गोष्टी तो शुद्ध करेल आणि आठही दिशा प्रमाणित करेल.'

उ छाव्चं सिंहासनावर बसणं समर्थनीय ठरावं म्हणून या समालोचनामध्ये बौद्ध धर्मातील परंपरांचा तर उल्लेख होताच, शिवाय त्या काळी वेगानं प्रसार होत असलेल्या 'कायद्याचे नंतरचे दिवस' किंवा मोफाच्या दंतकथांचाही आधार घेतला होता. बुद्धाला ज्ञानप्राप्ती होऊन आता पंधराशे वर्षं होऊन गेलेली होती आणि हळूहळू धर्माला कीड लागून ती पसरू लागलेली आहे, असा समज दृढ होत चाललेला होता. लि वंश म्हणजे देवदत्त किंवा जगाला ग्रासलेला राक्षस होता आणि जग पुन्हा पवित्र व्हायचं असेल, तर हा वंश नष्ट करणं गरजेचं होतं. यामुळे प्फे यन् आणि माजी वारसदार राजपुत्र लि स्सन् यांच्या खुनांचं समर्थन होत होतं. मैत्रेय पुन्हा पृथ्वीवर परतल्यानंतर चर्चचं काम हे केवळ आध्यात्मिक बाबींपुरतंच मर्यादित राहील; जांबुद्वीपाच्या राजानं चूक करणाऱ्या पाद्र्यांना नष्ट केलं अशी जी बोधकथा आहे, त्याचा संबंध जोडून आता वैश्विक सम्राटाकडे ऐहिक न्याय देण्याचे अधिकार येतील, असं या समालोचनामध्ये स्पष्ट करण्यात आलं होतं. असं म्हणून शेवटी ही सूत्रं सांगत होती,

> भरपूर पीक येईल, सर्वत्र आनंद असेल, लोकांची भरभराट होईल, आजार, चिंता, भीती, संकट यांपासून माणसं मुक्त होतील... शेजारी देशांचे सत्ताधीश मैत्रीचा हात पुढे करतील... त्या वेळी राजसिंहासनाची वारसदार म्हणून या स्त्रीला तिचे सर्व दरबारी आणि जनता पाठिंबा देईल. एकदा का तिनं योग्य मार्ग स्वीकारला की संपूर्ण जग तिच्यासमोर शरणागती पत्करेल.

उ छाव् केवळ तिच्या कुटुंबाच्या किंवा तिच्या पूर्वजांच्या चिनी साम्राज्यावर राज्य करणार नव्हती. ती मैत्रेय या नावाखाली एका वैश्विक बौद्ध साम्राज्याची सम्राज्ञी बनणार होती. अतुल्य मैत्रेय, सोनेरी चक्र, ऋषितुल्य आणि पवित्र सम्राट अशी सर्व नावं ती राज्य करत असताना घेणार होती. तिची स्वतःचीच पूजा केली जाणार होती. तिनं आपलं एक दालनही बौद्ध मठाला देवस्थान म्हणून देणगीदाखल दिलं. यातून एक पद्धत सुरू झाली. उच्च वर्गातील स्त्री आणि पुरुष पापक्षालन म्हणून गाड्या भरभरून रोख रकमा आणि सिल्क यांच्या देणग्या देऊ लागले. बौद्ध मठ प्रचंड श्रीमंत होऊ लागले. एक भिक्खू न संपणारा खजिना या नावानं आलेले पैसे जमा

करू लागला आणि ही रक्कम एवढी मोठी होती की त्यावरचं व्याज खर्च करणंही अशक्य होत होतं.

तिनं बौद्ध धर्माचा प्रचार करायला सुरुवात केली; कारण त्यातून तिच्या प्रतिमेलाही फायदा होत होता. देशाचा हा अधिकृत धर्म असल्यामुळे तो आता थाव्पेक्षा वरचढ झाला होता. चर्च किंवा त्यांचे पाद्री आता संस्कार मंडळाच्या नियंत्रणाखाली येऊ लागले. थाव् धर्मावर त्यांचं पूर्वीपासून असं नियंत्रण होतंच. आणि ६८५मध्ये, छवे खुंगच्या पहिल्या वर्षात, ल्वोयांगमधल्या बौद्ध भिक्खूंच्या कामावर देखरेख करण्यासाठी विशेष सेन्सॉरची नेमणूक करण्यात आली.

आपल्या सार्वजनिक घोषणांमध्ये बौद्ध धर्म, थाव् आणि कॉनफ्युशिअन यांच्यात समतोल राखण्याचा प्रयत्न उ छाव् करत होती; कारण अजूनही तिला जास्तीत जास्त लोक आपल्या बाजूचे राहावेत, असं वाटत होतं. पण तरीही साम्राज्याच्या खजिन्यामधून प्रचंड मोठ्या रकमा बौद्ध धर्माच्या प्रसारासाठी दिल्या जात. महामेघाची अनेक देवळं बांधली जात होती. किंवा जी देवळं अस्तित्वात होती, त्यांची मोठ्या प्रमाणात नव्यानं सजावट केली जात होती. उ छाव्चं दैवतीकरण करणारी सूत्रं आणि समालोचन ठेवण्यासाठीचं संग्रहालय म्हणून या देवळांचा उपयोग होत होता. प्रत्येक प्रांतामध्ये हजारो भिक्खूंना सूत्रांचं पठण करून त्याचा अर्थ भाविकांना सांगण्याच्या कामी खास पाठवलं गेलं. दरम्यान, ज्या भिक्खूंनी समालोचन लिहिलेलं होतं, त्यांना ड्यूकची पदवी दिली गेली आणि उच्च पदावरील अधिकाऱ्यांचा दर्जा दिला गेला.

लुंग-मन् आणि राजधानीमध्ये बुद्धाच्या नवीन प्रतिमा बसवण्यात आल्या. सुए हुआय्-एने थ्येन- थांग् मधल्या सोन्याचा मुलामा दिलेल्या बुद्धाच्या पुतळ्यासमोर अडथळ्यांशिवाय विधी केला. या समारंभाला समाजातल्या सर्व थरांतले लोक आलेले होते आणि त्यांना भरपूर पैसे दान म्हणून दिले गेले. काही जण म्हणतात की प्रत्येक विधी झाला की दहा हजार गोफांमध्ये गुंफलेली रोख रक्कम दान होत होती. आणखी काहींच्या मते दहा बग्ग्यांमधून रोख रक्कम जमलेल्या गर्दीमध्ये वाटली गेली. त्यासाठी माणसं एकमेकांना खेचू, ओढू लागली आणि त्या चेंगराचेंगरीत अनेक जण घुसमटून मेले. असंही म्हणतात की सुए हुआय्-एनं तिथे रक्तरंजित असे काही विधीही केले.

आपल्या कार्यकाळाच्या अखेरीला खजिन्यावर पडत असलेला आर्थिक बोजा खूप जास्त आहे, याची जाणीव उ छाव्ला झाली. हा खर्च मिळावा म्हणून ७००मध्ये तिनं एका नवीन कराचा प्रस्ताव मांडला. पण मुळातच बौद्ध देवळं आणि मठ हे राजवाड्यासारखे दिसू लागले आहेत, तेव्हा त्यांच्या बांधकामासाठी आणखी कर कसा काय लावणार, असं थि चन-च्छ्हनं सांगितल्यावर कराचा हा प्रस्ताव

बारगळला. चर्चची संपत्ती हा लोकांवर बोजा होता, असं तो म्हणाला. तिथले पाद्री म्हणजे निव्वळ परजीवी, दुसऱ्याच्या जिवावर जगणारे खंडणीखोर असून, लोकांना आपले धर्मग्रंथ आणि सूत्र विकून पैसे कमावतात. बौद्ध धर्म हा दयाळू धर्म आहे, त्यामुळे लोकांवर या धर्मामुळे कराचा बोजा येता कामा नये, असं त्याचं म्हणणं होतं.

बौद्ध धर्माचा वापर उ छाव्नं स्वतःसाठी केला हे खरं असलं, तरी तिनं या धर्माचं पालन अतिशय मनापासून केलं आणि काही वेळा इतरांना धर्मासाठी काटकसर करण्याचा सल्लाही दिला. अनेकदा तिनं मासेमारीवर आणि खाटीकखान्यांवर बंदीही आणली. ६९२ ते ७०० या आठ वर्षांच्या काळात, मांस खाण्यासाठी एखाद्या प्राण्याचं आयुष्य घेण्याला कायद्यानं बंदी होती. राजघराण्याच्या संपत्तीसंबंधित गुन्ह्यांना होती तीच शिक्षा बौद्ध देवळं आणि मठांशी संबंधित गुन्ह्यांना होती. शिलालेखांच्या भाषांतराला तिनं अनुदान दिलं आणि मान्यवर भिक्खूंना ती व्याख्यानं देण्यासाठी आमंत्रित करत असे. आणि काही वेळा त्यांच्या सहायकाची भूमिकाही पार पाडत असे. स्वतः धर्मपंडित असल्यामुळे, त्या काळात होणाऱ्या धर्मावरच्या चर्चांमध्ये ती रस घेत असे. फा-त्सांग् या हवा-यन् पंथाच्या संस्थापकाला थाय-युआन देवळाचा प्रमुख म्हणून उ छाव्च्या आईच्या स्मरणोत्सवासाठी आमंत्रण देण्यात आलं होतं. उ छाव्नं त्याला स्सन-शो म्हणजे ऋषींचा प्रमुख म्हणून संबोधलं होतं आणि त्याचा योग्य मानसन्मान केला होता. तिच्या मृत्यूपर्यंत हे दोघं अगदी जवळचे सहकारी राहिले. दिवाकर या थोर भाषांतरकाराच्या बरोबरीनं फा-त्सांग्नं थाय-युआन देवळाची सेवा केली. अत्यंत दीर्घ अशा अवतामसका गांडवयुहाच्या किंवा हवा-यन् सूत्राच्या नवीन भाषांतराची गरज आहे, असं या दोघांनीही ठरवलं. हे काम करण्यासाठी उ छाव्नं मध्य आशियातील खोतानमधून सिक्सनंद या मोठ्या पंडिताला बोलावून घेतलं. थांगनं खोतान काबीज केलेलं होतं. त्यानं अवतामसका गांडवयुहाची स्वतःची एक प्रत आणली आणि कामाला सुरुवात केली. ६९९मध्ये, 'पवित्र काळ' म्हणजे शंग्-लिच्या दुसऱ्या वर्षात सर्वच्या सर्व ऐंशी खंडांचं काम पूर्ण झालेलं होतं. या संपादनामध्ये स्वतः उ छाव्नं मदत केल्याचं आणि अंतिम खंडासाठी प्रस्तावना लिहिल्याचं सांगितलं जातं. त्यात अर्थातच, महामेघाच्या भविष्यवाणीविषयी खूप संदर्भ होते, हे ओघानं आलंच.

त्याच सुमारास उ छाव्नं उत्तर आणि दक्षिणेकडील शन्-स्सु आणि हवे-नन्ग या दोन ज्येष्ठ व्यक्तींना राजधानीमध्ये बोलावून घेतलं. आजारी असल्यानं हवे-नन्ग येऊ शकला नाही, पण शन्-स्सु राजवाड्यात आला तेव्हा उ छाव्नं त्याचं स्वागत स्वतः गुडघ्यावर बसून केलं. परिणामी ल्वोयांगमध्ये त्याची मोठी ख्याती झाली. आणि तिपित्का किंवा 'तिहेरी पिशवी'च्या नवीन प्रकाशनामध्ये दक्षिणेतील बौद्ध

धर्माचे सगळे सिद्धान्त संकलित करणाऱ्या मिंग-छ्वान यानं तिचा उल्लेख 'लोक जिची दीर्घ काळ वाट पाहत होते, ती सर्वांना मोक्ष देणारी' असा केला.

आपल्या राजकीय महत्त्वाकांक्षेची पूर्तता करण्याकरता बौद्ध धर्म महत्त्वाची भूमिका निभावत असल्यानं, उ छाव्नं आता हा धर्म पूर्णपणे राज्य शासनाच्या नियंत्रणाखाली आणला. राष्ट्रीय यज्ञ खातं आता धर्माधिकारदीक्षा आणि भिक्खूंच्या नेमणुका, तसंच शाही समारंभाच्या वेळी होणाऱ्या प्रार्थना व पूजा कोण करणार यावर नियंत्रण ठेवू लागलं. बौद्ध भिक्खूंची वर्तणूक आता धर्मनिरपेक्ष कायद्यांतर्गत येऊ लागली. खाव्- चुँगची अवहेलना करणारं चर्च आणि प्रशासन यांच्यातल्या वादाचे दिवस पुन्हा यावेत, असं कोणालाच वाटत नव्हतं. तरी उ छाव्नं तीन आदेश काढले, ज्याद्वारा भिक्खू आणि पाद्र्यांवर शिस्त लादली गेली. यांतले दोन आदेश हे बौद्ध आणि थाव् भिक्खूंमधला संघर्ष कमी करण्याच्या दृष्टीनं दिले गेले होते. तिसरा आदेश हा आपल्या सहकारी भिक्खूच्या मृत्यूनंतर किंवा अवशेषांच्या दफनानंतर नको एवढे भावनांचे कढ काढण्यावर बंदी आणणारा होता. असं करताना कोणी आढळलं तर त्याला सामान्य नागरिकाचा दर्जा मिळणार होता. सरकारच्या अखत्यारीत आल्यानंतरही चर्चमधला भ्रष्टाचार थांबला नाही आणि ते गरिबांप्रती असलेल्या आपल्या जबाबदारीकडे दुर्लक्ष करत राहिले. धर्मगुरूच्या पदाची विक्री होत होती. पाद्रींची खोटी नोंदणी केली जात होती आणि जमिनीच्या मोठ्या भ्रष्टाचारामध्ये चर्चचा हात होता.

स्वर्गातल्या देवतांचा आशीर्वाद होताच; पण आता निदान बौद्ध चर्च तरी उ छाव्च्या मागे ठामपणे उभं होतं. त्यामुळे स्वतंत्रपणे सिंहासनावर बसण्याची तिची तयारी पूर्ण झालेली होती. सप्टेंबर ६९०मध्ये ल्वोयांगमध्ये उ छाव्नं नवीन साम्राज्याची स्थापना करावी, अशी विनंती करणारे तीन अर्ज आले. त्यांपैकी एका अर्जात साठ हजार शाही अधिकाऱ्यांची, पाद्र्यांची, भिक्खूंची नावं होती. यात बौद्ध आणि थाव् अशा दोन्ही धर्मांतल्या भिक्खूंचा समावेश होता. तसंच सर्वसामान्य नागरिक आणि परदेशी नागरिकांनीही त्यावर सह्या केलेल्या होत्या. वारे कोणत्या दिशेनं वाहत आहेत, हे लक्षात घेऊन च्यु चुँगनं आपल्याला उ आडनाव द्यावं, अशी मागणी केली. या मागणीला सर्व दरबाऱ्यांनी पाठिंबा दिला.

त्या वेळच्या परंपरेनुसार आपला नम्रपणा दाखवण्यासाठी पहिल्यांदा सिंहासनावर बसण्याची विनंती नाकारण्याची पद्धत होती. उ छाव्नंही ते केलं. पण मग ऋषितुल्य राजाच्या आगमनाची बातमी देणारा फिनिक्स पक्षी दिसल्याचं कोणीतरी सांगितलं. मग नागरिकांच्या दालनात लाल पक्ष्यांचा थवा दिसला. पहिल्या छो सम्राटाच्या लाल पक्ष्याची आठवण त्यानं दिली. आपल्या नवीन साम्राज्याला छो हे नाव देण्याचा निर्णय उ छाव्नं आधीच घेतलेला होता. तिच्या वडिलांना मरणोत्तर ड्यूक

ऑफ छो ही पदवी दिली गेल्यामुळे तिनं हे नाव निवडलं असावं, असं मानलं जातं. हजार वर्षं चाललेल्या छो साम्राज्याच्या भव्यतेची नक्कल ती गेला काही काळ जाणीवपूर्वक करत होती. लि घराण्यानं ज्याप्रमाणे लाओ-त्सू आपला पूर्वज आहे असं म्हटलं होतं, त्याप्रमाणेच तिनं आता छोचा ड्यूक उ हा महान ऋषी आपला पहिला पूर्वज आहे, असं जाहीर केलं. त्याचं नाव अर्थातच उ-वांग् असं होतं आणि तो 'योद्धा राजपुत्र' असून शांग्ची सत्ता उलथवून छो साम्राज्याची सत्ता त्यानंच स्थापन केली होती. लाल पक्ष्याच्या आगमनानं आता यापुढे स्वर्गाच्या इच्छेकडे दुर्लक्ष करणं शक्य होणार नव्हतं.

पवित्र आणि दैवी सम्राट

२१ सप्टेंबर ६९० रोजी, चि माव्- आठव्या महिन्यातील दहाव्या दिवशी उ छाव्‌नं स्स थिएन् द्वारावरून सर्वसाधारण माफीची घोषणा केली आणि साम्राज्याचं थांग हे नाव बदलून ते छो असं केलं. च्यु चुँगनं आपल्या सम्राटपदाचा त्याग करून 'अपेक्षित सम्राट' हे पद स्वीकारलं. त्याचा वारसदार राजपुत्र असलेला मुलगा आता फक्त राजघराण्याचा नातू बनला आणि शन्- शंग् हवांग्- थि म्हणजे पवित्र आणि दैवी सम्राट या नावानं उ छाव्‌नं सिंहासन स्वीकारलं. ती आता चीनची पहिली आणि आजवरची एकमेव स्त्री सम्राट बनली होती. आता ती स्वर्गाची कन्या बनली होती.

थिएन्- शो हे तिनं आपल्या राज्याचं पहिलं नाव म्हणून स्वीकारलं. याचा अर्थ होता- 'स्वर्गाने बहाल केलेली'. पांढरा खडा आणि लो नदीच्या भविष्यवाणीचा या नावाशी संदर्भ होता. तिचे वडील 'ज्याला तोड नाही अशी राजघराण्यातील महान व्यक्ती' आणि आई 'विधवा सम्राज्ञी' बनले. थांगच्या पिवळ्या फलकांची जागा आता लाल फलकांनी घेतली आणि संपूर्ण साम्राज्यभर ज्या ज्या ठिकाणांची नावं थांग अशी होती, त्या त्या ठिकाणांची नावं उ झाली. मात्र, छो साम्राज्याच्या पद्धती यापूर्वीच स्वीकारलेल्या असल्यामुळे साम्राज्याचं नाव बदलल्यानंतरही दरबाऱ्यांची वेषभूषा, समारंभपूर्वक दिली जाणारी पदं किंवा अधिकाऱ्यांची पदं आणि कार्यालयांची नावं, ही बरीचशी होती तीच राहिली.

उ छंग्-स्सु आता वेचा राजपुत्र बनला आणि उ सान्-स्सु ल्यांगचा राजपुत्र. उ घराण्याच्या हयात असलेल्या इतर एकवीस सभासदांना राजपुत्राच्या दर्जाची पदं देण्यात आली. उच्या इतर पाठीराख्यांना पदोन्नती आणि काही पदं देण्यात आली. उ छाव्‌नं सम्राट बनावं म्हणून अर्ज करणाऱ्या सेन्सॉरला वरची पदं इतक्या झपाट्यानं मिळाली की निळा, हिरवा, लाल आणि जांभळा ही वेगवेगळ्या दर्जासाठी

असलेल्या चार रंगांची वस्त्रं त्यानं एका वर्षात बदलली. दरबारामध्ये तो चार मोसमांचा अधिकारी म्हणून ओळखला जाऊ लागला.

आता आणखी एक भव्य इमारत बांधून साम्राज्याचं थांगपासून बदललेलं छो हे नाव साजरं केलं गेलं. थिएन्-शु किंवा 'स्वर्गाचं मुख्यालय' असं या इमारतीचं नाव होतं. राजघराण्याच्या शहराच्या थुआन्-मन् या दक्षिणेकडल्या द्वाराच्या बाहेर, ल्वोयांगच्या मधोमध फोर्ड ऑफ हेवन या पुलाच्या थेट समोर उभी राहिलेली ही इमारत एकशेपाच फूट उंच होती. लोखंडी पाया आणि एकशेसत्तर फूट व्यास यामुळे भव्य अशा कांस्याचे ड्रॅगन्स ठेवण्याकरता चौथऱ्याची सोय झाली होती. पाच फूट घेराचे चेहरे असलेल्या बारा फूट रुंद अष्टकोनी खांबांना त्यांनी आधार दिलेला होता. इतर काही हिंस्र प्राण्यांच्या चेहऱ्यांनी त्यांना सजवण्यात आलं होतं. तीस फूट गोल छत दहा फूट उंच होतं आणि आकाशातल्या ढगांचं रूप त्या छताला देण्यात आलं होतं. त्यावर चार बारा फुटी ड्रॅगन्स उभे केलेले होते, ज्यांच्या हातात दहा फूट व्यास असलेला तांब्याचा चेंडू होता. या आकारांचं डिझाइन केलं होतं उ छाव्चा सर्वांत लहान भाचा उ सान-स्सु यानं आणि ते बनवले होते माव् प्फो-लो यानं. त्यासाठी हजार किलोहून अधिक लोखंड आणि तांबं वापरण्यात आलं होतं. उ छाव्ला पाठिंबा देणाऱ्या सर्व मांडलिक राजांची आणि शाही अधिकाऱ्यांची नावं खांबांवर कोरण्यात आलेली होती. शिवाय, स्वतः उनं लिहिलेला शिलालेखही त्यावर कोरण्यात आला होता. तिनं लिहिलं होतं, 'महान छो साम्राज्याच्या दहा हजार गुणांचा सन्मान करणारा दैवी खांब.'

शहराला भिंत घालण्याचा प्रचंड मोठा घाटही तिनं घातला. शिवाय, देवळं, स्मारकं बांधणं चालू होतंच. सार्वजनिक कामंही खूप सुरू झाली. कारण छांग्-आनला टक्कर देईल असं ल्वोयांग् दिसायला हवं, हे तिच्या मनानं घेतलं होतं.

राजघराण्याच्या सिंहासनावर विराजमान झाल्यानंतरही आपल्याभोवती शत्रू आहेत, हा विचार उ छाव्च्या मनातून गेलेला नव्हता. शांग्लिन् पार्कला ती भेट देणार होती आणि आपल्याला धोका आहे असं तिला वाटलं. काही काळानं तिनं लिहिलं, 'चंद्राच्या बाराव्या महिन्याच्या आठव्या दिवशी, थिएन-शो राज्याच्या दुसऱ्या वर्षात (४ जानेवारी ६९२), काही अधिकारी मला शांग्लिन् पार्कला भेट देण्यासाठी भरीला पाडत होते. तिथे फुलांना बहर आलेला आहे, असं त्यांनी जाहीर केलं. खरं तर, ते एक कट रचत होते. मी त्यांचं आमंत्रण स्वीकारलं; पण लवकरच मला त्यांच्या योजनेविषयी संशय आला. म्हणून मी एका संदेशवाहकामार्फत हे जाहीर केलं. त्यात म्हटलं होतं,

'उद्या सकाळी शांग्लिन् पार्कला देणार आहे मी भेट

घाईघाईत मी वसंत ऋतूला देतेय संदेश
रात्रीतल्या रात्रीत फुलांच्या पाकळ्या हव्यात उमलायला
पहाटेचे वारे वाहण्याची वाट न बघता.'

'दुसऱ्या दिवशी शांग्लिन् पार्कमधल्या फुलांना अचानक बहर आला,' ती म्हणाली. 'या असामान्य घटनेने अधिकाऱ्यांनी सुटकेचा निःश्वास सोडला.'

आपण एक सर्व शक्तिमान सम्राट आहोत अशी प्रतिमा करण्याच्या उ छाव्च्या सुरुवातीच्या प्रयत्नांचं उदाहरण म्हणून वरील प्रसंग सांगितला जातो. मात्र, छो साम्राज्याच्या स्थापनेनंतर बऱ्याच काळानं तो लिहिला गेलाय. ती इतकी ताकदवान होती की तिच्या म्हणण्यानुसार, फुलांनीही तिची आज्ञा मानली. ती सम्राट झाल्यानंतर, खरं म्हणजे, तिला फारसा विरोध झालाच नाही. थांग साम्राज्याच्या अधिकृत इतिहासामध्येही तिच्या राज्याविषयी फारशी टीका केलेली नाही. त्यात म्हटलंय, 'शिक्षा आणि बक्षीस या दोन्ही गोष्टी केवळ तिच्याकडूनच मिळत होत्या आणि तिनं आपल्या मंत्र्यांचे अधिकार कधीही उधार घेतले नाहीत. तिनं सर्वोच्च स्थान बळकावलं, पण प्रशासन खालपासून केलं आणि म्हणूनच ती साम्राज्यावर राज्य करू शकली.'

तिच्या राज्यात पहिली सहा वर्षं चीनमध्ये खूप समृद्धी आली. पुढे तिबेटकडून चीनला पराभव पत्करावा लागला आणि त्यानंतर चीनचं नशीब पालटलं. थि चन्च्छ्हच्या हाताखाली अर्थव्यवस्था पुन्हा सुधारली, पण छांग् बंधूंनी आणलेल्या भ्रष्टाचाराखाली नंतर पुन्हा दबली गेली.

रोमन सम्राटांप्रमाणे उ छाव्नं लोकांना खायला पाव आणि मनोरंजनासाठी सर्कस देऊन राज्य केलं. सुरुवातीच्या काळात आलेल्या समृद्धीमुळे मोठ्या प्रमाणावर करवसुलीमधून महसूल मिळत होता. हा महसूल तिनं मोठमोठ्या महोत्सवांसाठी वापरला. या कार्निव्हल्समध्ये नागरिक रस्त्यावर येत, भरपूर खात आणि यथेच्छ दारू पीत. बाजूला काही माणसं आपली कला सादर करत असत, रस्त्यावर नाचगाणी करत आणि 'डोंगराच्या बग्ग्या' म्हणून ओळखल्या जाणाऱ्या भव्य रथयात्रा निघत. या भव्य रथांवर सिल्कचे पडदे असत, बांबू किंवा लाकडापासून ते बनवलेले असत. त्यांच्याबरोबर बैलगाड्या असायच्या आणि बैलांवर वाघाचं कातडं पांघरलेलं असे. या बैलगाड्यांवर शेकडो मैल दूरवरून बोलावलेले संगीतकार असत. लोकांचं मनोरंजन करण्यासाठी अतिशय सडपातळ तरुण मुली खांबावर आपल्या हनुवटीच्या साहाय्यानं लोंबकळून दाखवत, तलवारीच्या शिडीवर थाव् अनवाणी पायानं चढून दाखवत आणि एक हात नसलेला भिकारी आपल्या पायांनी चित्रकलेचे ब्रश उडवून पकडत असे आणि त्या ब्रशनं उत्तम हस्ताक्षरकलेचं प्रदर्शन करत असे. सुमो कुस्तिगीरांचे दोन संघ एकमेकांना भिडत. फ्फंग आणि काव् त्यांचे

दोन कप्तान होते. आजच्या काळातल्या कोणत्याही जागतिक दर्जाच्या कुस्तीच्या फडाइतकाच भव्य खेळ ते खेळत. एका स्पर्धेच्या वेळेस फ्फंग्नं डुकराच्या दूध पीत असलेल्या पिल्लाला पकडलं आणि त्याच्या डोक्यातून व मानेतून त्याचं मांस बाहेर काढून जोरजोरानं ओरडणाऱ्या त्या पिल्लाला प्रेक्षकांमध्ये सोडून दिलं. आपण मागे असता कामा नये म्हणून काव्नं पहिल्यांदा एका जिवंत मांजरीची शेपटी खाल्ली, मग तिचा मागचा भाग, तिचं आतडं आणि पोट तो खाऊ लागला. ते मांजर जिवाच्या आकांतानं ओरडत राहिलं. काव् तिच्या पोटापर्यंत आल्यावर फ्फंग्नं पराभव मान्य केला.

मध्ययुगीन चीनमधल्या कार्निव्हल्समध्ये क्रूर जादू करून दाखवण्याची परंपरा होती. एका भारतीयानं आपली जीभ कापली, तोंड उघडून तुटलेला भाग लोकांना दाखवला, मग कापलेली जीभ सर्वांसमोर फिरवली आणि मग ती पुन्हा तोंडात घालून चिकटवून टाकली. एका बौद्ध भिक्षूनं आपलं आतडं बाहेर काढलं, ते धुतलं आणि पुन्हा आपल्या पोटात घातलं. ६५६मध्ये, स्सन् छांग्च्या पहिल्या वर्षात खाव्- चुंगनं या अघोरी प्रकारांवर बंदी घालण्याचा प्रयत्न केला होता. पण ते लगेचच पुन्हा होऊ लागले. ६७०मध्ये, स्सन् हंग्च्या पहिल्या वर्षात, असा एक जादूगार आला, ज्यानं पाण्याची सुरई एका दोराला अडकवली, मग तो दोर कापला, पण तरीही सुरई खाली पडली नाही. काही वेळा तो अधिक भयावह प्रकार करत असे. तो मोठी सुरई एका कुलुपबंद खोलीत ठेवत असे. काही काळानं प्रेक्षकांना त्या खोलीत जायची परवानगी देण्यात यायची. तिथे सुरईमध्ये जादूगाराच्या शरीराचे तुकडे त्याच्याच रक्तात तरंगताना प्रेक्षकांना दिसत. प्रेक्षकांना नंतर खोलीतून बाहेर काढलं जायचं, हा जादूगार स्वतःचं शरीर पुन्हा पूर्ववत करून खोलीच्या बाहेर प्रेक्षकांसमोर हजर राहत असे. ही जादू करून त्यानं खूप पैसे कमावले. पण नंतर त्याची तक्रार करण्यात आली, त्याला अटक झाली आणि मृत्युदंडाची शिक्षा ठोठावण्यात आली. प्राचीन इंग्लंडप्रमाणेच प्राचीन चीनमध्ये भविष्य वर्तवण्याला कायद्यानं बंदी होती. कारण सिंहासनावर बसलेल्या सम्राटाच्या मृत्यूचं भविष्य सांगणं म्हणजे देशद्रोह मानला जात असे. शिक्षेच्या ठिकाणी तो जात असताना त्याच्या चेहऱ्यावर जराही धास्ती नव्हती. कदाचित, न्यायालयीन शिरच्छेदानंतर पुन्हा आपलं शरीर आपल्याला जोडता येईल, असं त्याला वाटत असावं.

आता आपण ज्याला 'दोरावरची भारतीय जादू' म्हणून ओळखतो ती तर नियमितपणे केली जात असे. या प्रकारे एका कैद्याने आपली सुटका कशी करून घेतली याची गोष्ट सांगितली जाते. दोनशे फूट दोराच्या टोकावर हा कैदी चढला आणि मग एखाद्या पक्ष्याप्रमाणे उडून गेला. थांग काळातली सर्वांत भयानक जादू 'घोड्याच्या पोटातला प्रवेश' म्हणून ओळखली जाते. याचा तपशील जपानी

चर्मपत्रामध्ये नोंदवलेला आहे. ही जादू करताना असा आभास निर्माण केला जातो की एक माणूस प्राण्याच्या शरीराच्या आत जाऊन बाहेर येतो. त्यासाठी एक माणूस घोड्याच्या गुद्द्वारामधून आत जातो आणि दुसरा त्याच्या तोंडावाटे बाहेर येतो. हे करणारा माणूस म्हणजे एखादं लहान मूल असावं किंवा एखादा बुटका माणूस! नाहीतर त्या घोड्याचं काय होत असेल याची कल्पनाच केलेली बरी. या समारंभात काही चांगले कार्यक्रमही होत. नाचणारे घोडे आणि साळू असत, यंत्राची खेळणी असत, संगीतावर वेगवेगळे आकार घेणारे कोळ्यांचे बँड्स असत.

तोपर्यंतच्या कुठल्याही सम्राटानं दिल्या नसतील एवढ्या मेजवान्या उ छाव्नं आपल्या सम्राटपदाच्या काळात दिल्या. पंधरा वर्षांमध्ये सतरा. हे कार्निव्हल्स आणि या मेजवान्या तीन, पाच, सात किंवा काही वेळा नऊ नऊ दिवस चालत. पण हा आकडा नेहमी विषमच असे. शिवाय, वर्षभरात येणारे नेहमीचे दहा सण, राजघराण्यातील वाढदिवस, जन्म, मृत्यू आणि लग्नसमारंभ यांच्याखेरीज हे कार्निव्हल्स कधीही साजरे केले जात.

सम्राट म्हणून सिंहासनावर बसल्यानंतर सहा महिन्यांनी उ छाव्नं एक अधिकृत आदेश काढून बौद्ध भिक्खू आणि भिक्षुणींना थाव् पाद्र्यांपेक्षा अधिक प्राधान्य मिळेल हे पाहिलं. आपण हे का केलं याचं कारण सांगताना ती म्हणते, ''कारण, बौद्ध धर्मानं स्वर्गाचं मत बदलण्याच्या दिशेनं दरवाजे खुले केले.'' म्हणजे साम्राज्य बदलाचे असं तिला सुचवायचं आहे. अर्थात, कॉनफ्युशिअन धर्माला ती विसरली नव्हती. महामेघाच्या देवळांची तिनं स्थापना केली, त्या दहा दिवसांच्या काळात तिनं कॉनफ्युशिअसला नवीन पद बहाल केलं. आपल्या राज्यकारभाराच्या नंतरच्या काळात तिनं कॉनफ्युशिअसच्या मुख्य शिष्यांसाठीही हे पाऊल उचललं. स्वतःसाठी तिनं सर्व पदं नम्रपणे नाकारली आणि ६९१मध्ये, थिएन् शोच्या दुसऱ्या वर्षात हो-नान्मधील सुंग डोंगरावर तिनं फंग्-शान् यज्ञ करावा, असं कोणीतरी सुचवलं तेव्हा तिनं या सूचनेला कायदेशीर हरकत घेतली. सिंहासनावर बसून केवळ एकच वर्ष झालेलं असल्यानं हा यज्ञ इतक्या लवकर करणं योग्य नव्हतं. मात्र, ६९५मध्ये, थिएन् स्च्या पहिल्या वर्षात तिनं ल्वोयांगच्या दक्षिण उपनगरात स्वर्ग आणि पृथ्वीसाठी फंग्-शान् यज्ञ केला आणि संपूर्ण साम्राज्यात वर्षभरासाठी सर्व कर माफ केले. ती एक कसलेली राजकारणी होती. एका बाजूला आपला अधिकार कसा प्रस्थापित करायचा आणि दुसऱ्या बाजूला आर्थिक सवलती देऊन लोकांना आपल्या बाजूनं कसं ठेवायचं, हे तिला चांगलंच माहीत होतं.

छो साम्राज्य प्रस्थापित झाल्यानंतर, उ छाव्ला आपल्या गुप्त पोलिसांची जास्त गरज भासू लागली. पण छो स्संग आणि लाय् छुन- छन् यांना बदललेल्या दिवसांचं भान आलेलं नव्हतं. ते त्यांच्या जुन्या पद्धतीनंच काम करत होते. त्यांना सातत्यानं

विरोध करणाऱ्या अॅडव्होकेट सु यु खुंगला काढून टाकण्याचा त्यांनी प्रयत्न केला. एका प्रांतीय गव्हर्नरला दोषमुक्त करण्यात अपयशी ठरल्यानंतर छो स्संगनं सु यु खुंगवर त्या गुन्हेगार माणसाला सामील असल्याचा आणि कारस्थान रचत असल्याचा आरोप केला. उ छाव्नं हा खटला ऐकला, पण सु यु खुंगला मृत्यूची शिक्षा देण्याचं नाकारलं. मात्र, तिनं त्याला त्याच्या कामावरून काढून टाकलं. लवकरच तिनं त्याला पुन्हा बोलावून घेतलं आणि सेन्सॉरवर त्याची नेमणूक केली. त्यानं या कामाला नकार दिला. डोळ्यांत अश्रू आणून तो गुडघ्यावर टेकला आणि म्हणाला, "डोंगरावरच्या आणि जंगलातल्या हरणांची त्यांच्या कातडीसाठी सतत शिकार केली जाते. युवर मॅजेस्टी, आपण जर मला कायद्याचा रक्षक बनवलं, तर युवर मॅजेस्टी, आपला कायदा मोडणाऱ्यांना मी साहाय्य करणार नाही आणि मग मला मृत्यूचीच शिक्षा सुनावली जाईल."

सु यु खुंगच्या न्यायबुद्धीवर उ छाव्चा विश्वास होता. हळूहळू, आपल्या नावावर अत्याचार झालेले आहेत, हे तिनं मान्य केलं. आणि सु यु खुंगनं सेन्सॉर बनावं म्हणून आग्रह कायम ठेवला. त्याच्या पदोन्नतीच्या बातमीनं संपूर्ण चीनला आनंद झाला. उ छाव्नं मग छो स्संग आणि लाय् छुन- छन् यांच्या विरोधात पावलं उचलायला सुरुवात केली. राजपुत्रांचं बंड मोडून काढण्यात आणि माजी वारसदार राजपुत्र लि स्सन् याच्या आत्महत्येमध्ये महत्त्वाची भूमिका बजावणाऱ्या जनरल च्छु शन्-च्छवर नुकतीच या दोघांची वक्रदृष्टी वळली होती. छो स्संगवर शिक्षा झालेल्या जनरलचा साथीदार असल्याचा आरोप करण्यात आला आणि लाय छुन-छन्वर या प्रकरणाचा तपास करण्याची जबाबदारी उ छाव्नं टाकली.

लाय छुन- छन्नं आपल्या या जुन्या सहकाऱ्याला त्याच्यावर असलेल्या आरोपांची कोणतीही कल्पना न देता आपल्या घरी जेवायला बोलावलं. जेवत असताना लाय छुन- छन् तक्रार करत म्हणाला की, गंभीर गुन्हे असलेल्या अनेक आरोपींकडून कबुलीजबाब मिळवणं अतिशय कठीण झालेलं आहे आणि बहुतेक वेळा ते निर्दोष असल्यामुळे हे स्वाभाविकही आहे. तुरुंगातील कैद्याला त्याच्यावर असलेले आरोप मान्य करायला लावण्यासाठी छळ करण्याची एखादी नवीन युक्ती त्याच्यापाशी आहे का, असा प्रश्नही लाय छुन- छन्ने केला. छो स्संग् एकदम खूश झाला आणि त्यानं यात काहीच कठीण नसल्याचं म्हटलं. एक मोठी कढई घ्यायची, त्यात पाणी उकळायचं आणि ते कैद्याला दाखवून म्हणायचं की त्याने कबुली दिली नाही तर त्याला या उकळत्या पाण्यात फेकून दिलं जाईल. ही अतिशय उत्तम कल्पना असल्याचं लाय् छुन- छन् म्हणाला आणि त्यानं दोघा मित्रांचं जेवण चालू असतानाच कढईमध्ये पाणी उकळण्याचा आदेश दिला. जेवण झालं, कढईतलं पाणी रटारटा उकळू लागलं होतं आणि लाय् छुन- छन् म्हणाला,

"माझ्या मित्रा, माझ्याकडे तुझ्याविरुद्ध पुरावा आहे. कृपया या कढईत उतर."

छो स्संगचं बरोबर होतं. त्याची कल्पना खरोखरच चोख होती. त्यानं ताबडतोब लाय् छुन- छन्नं सांगितलं ते सगळं कबूल केलं.

'कृपया कढईत उतर'- छिंग च्युन रु वन्ग- हा वाक्प्रचार आता चीनमध्ये लोकप्रिय आहे. एखाद्याला सापळ्यात पकडण्यासाठी आणि काही वेळा शेक्सपिअरच्या 'मेजर फॉर मेजर'च्या भाषांतराचं शीर्षक म्हणून हा वाक्प्रचार वापरला जातो.

कबुली दिल्यानंतरही उ छाव्नं छो स्संगला मृत्यूची शिक्षा दिली नाही. ख्वांगथुन्गच्या दक्षिण प्रांतात त्याची हकालपट्टी करण्यात आली. पण गुप्त पोलीस म्हणून काम करत असताना छो स्संगनं हजारो लोकांच्या आयुष्याची नासाडी केलेली होती आणि खूप शत्रू कमावले होते. त्यानं न्यायाच्या पूर्णपणे विरोधात वर्तन केल्याच्या अनेक घटना असल्याचं स्वतः उ छाव्च्या लक्षात आलं. दक्षिणेला जात असताना त्यानं छळ केलेल्या कुटुंबातील एका व्यक्तीनं त्याच्यावर हल्ला केला आणि त्याला ठार मारलं. लोकांचं मन आपल्या बाजूनं वळवण्यासाठी उ छाव्नं आणखी एका गुप्त पोलिसाचा शिरच्छेद करवला. पण लाय् छुन- छन्च्या स्थानाला कोणताही धक्का बसला नाही; कारण राजपुत्रांच्या बंडानंतर लि खानदानाचं उच्चाटन करण्यामध्ये त्यानं जी परिणामकारक भूमिका बजावली होती, त्यामुळे उ छाव्चा अजूनही त्याला पाठिंबा होता.

उ छन्-स्सु आता वारसदार राजपुत्र बनू पाहत होता. छांग च्छा-फु या मंत्र्याच्या प्रोत्साहनानंतर शेकडो लोकांच्या सहीचा एक अर्ज त्याच्या वतीनं सादर करण्यात आला. उ छाव्नं हे प्रकरण आपल्या मंत्र्यांकडे सोपवलं. उ छन्-स्सुला वारसदार राजपुत्र करण्याकडे उ छाव्चा कल नाही, याची जाणीव झालेल्या मंत्र्यांनी मग सम्राज्ञीनं याआधीच तिचा मुलगा च्यु चुँग याला वारसदार राजपुत्र म्हणून घोषित केलं असल्याचं लक्षात आणून दिलं. अशा प्रकरणांमध्ये सम्राटाच्या निर्णयावर कोणीही प्रश्न निर्माण करता कामा नये, ही परंपरा असल्यामुळे या अर्जाचा विचार करण्याचं काही कारणच नव्हतं. अशा प्रकारे अर्ज करण्यासाठी प्रोत्साहन देणाऱ्यांना देशद्रोहाच्या आरोपाखाली मृत्युदंड द्यावा, अशी सूचनाही दोन मंत्र्यांनी केली. उ कुटुंबानं याला जोरदार विरोध केला आणि लाय् छुन- छन्च्या मदतीनं या दोन मंत्र्यांवर कट रचल्याचा आरोप करून त्यांना फाशीची शिक्षा होईल, असं बघितलं.

आपल्या वारसदार होण्याचा विषय उ छन्- स्सु स्वतः पुन्हा काढू शकत नव्हता. म्हणून मग त्यानं दरबारात हा विषय पुढे नेण्यासाठी वांग् च्छिंग-च्छ्हची आपला एजंट म्हणून नेमणूक केली. उ छाव्नं त्याचं म्हणणं ऐकण्याचं मान्य केलं, पण आपला आग्रह सोडला नाही.

"माझा मुलगा हा राजघराण्याचा वारस आहे. मी त्याला या पदापासून दूर का

करावं?'' तिनं विचारलं.

वांग् च्छिंग-च्छ्हनं उत्तर दिलं, ''कारण, दुसऱ्या वंशाचे लोक नियतीला आता चालणार नाहीत. आणि दुसऱ्या वंशाच्या लोकांचा आदर इतर नागरिक करणार नाहीत. साम्राज्यावर आता उ कुटुंबाचं राज्य आहे. मग लि कुटुंबाचा वंशज तुमचा वारसदार कसा असू शकेल?''

वांग् च्छिंग-च्छ्हच्या या उत्तरावर उ छाव् अतिशय संतापली. कारण च्यु चुँगनं आधीच आपलं नाव बदलून उ केलं होतं. तिनं वांग् च्छिंग-च्छ्हला दरबारातून निघून जाण्याची सूचना केली. तसा तो ताबडतोब आपल्या गुडघ्यांवर टेकला आणि त्यानं क्षमायाचना करायला सुरुवात केली. त्याच्यापासून सुटका मिळवण्याकरता तिनं त्याला राजवाड्यामध्ये प्रवेश करण्यासाठी लागणारा पास दिला.

दरम्यान, उ छांग्- स्सुनं त्याच्या पदोन्नतीला विरोध करू शकतील अशा सरकारमधल्या थांगच्या निष्ठावानांच्या विरोधात पावलं उचलण्याचं ठरवलं. थि चन्-च्छ्ह, वे युआन- छुंग हा सेन्सॉर आणि इतर पाच थांग अधिकाऱ्यांवर त्यानं कारस्थान करत असल्याचा आरोप केला आणि लाय् छुन- छन्करवी त्यांना अटक केली. पहिल्याच उलटतपासणीमध्ये जे आपला गुन्हा मान्य करतील त्यांना सोडून द्यावं, असा आदेश उ छाव्नं लाय् छुन- छन्ला दिलेला होता. राजवाड्यातल्या हेव्यादाव्यांमध्ये आपला जीव कशाला गमवायचा असा विचार करून थि चन्-च्छ्हनं ताबडतोब आपला गुन्हा कबूल केला.

''छो क्रांतीनंतर सगळं बदलत चाललं आहे,'' त्यानं म्हटलं. ''जुने थांग अधिकारी आता आपल्या जिवाला घाबरून आहेत, म्हणून आम्ही या कटात सामील झालो.''

पण वे युआन- छुंग लेचापेचा नव्हता. कितीही छळ केला तरी तो मोडून गेला नाही.

लाय् छुन- छनला तो म्हणाला, ''तुला माझं मस्तक हवं आहे का? तर ते कापून घे. कबुलीजबाब मिळण्याची वाट का पाहतो आहेस?''

कबुलीजबाब दिल्यानंतर थि चन्- च्छ्हला तुरुंगातच थोडंफार स्वातंत्र्य देण्यात आलं. सुटका होऊन तो पुन्हा एकदा सत्तेमध्ये सामील होऊ शकतो, असं त्याच्या रक्षकांना वाटू लागलं आणि ते आपल्यावर त्याची मेहेरनजर व्हावी म्हणून प्रयत्न करू लागले. ते सहन न होऊन थि चन्- च्छ्हनं खांबावर आपलं डोकं आपटून घेतलं. ते पाहून हे रक्षक त्याच्यापासून दूर राहू लागले. थोडा एकांत मिळाल्यानंतर थि चन्- च्छ्हनं आपल्या कोटाच्या आतल्या सिल्कच्या अस्तरावर आपल्या मुलाला एक पत्र लिहिलं. त्यात आपण निर्दोष असतानाही आपल्याकडून जबरदस्तीने कबुलीजबाब घेण्यात आल्याचं त्यानं लिहिलं होतं. रक्षक परत आले तेव्हा त्यानं

तुरुंगात गरम होत असल्यानं आपला कोट घरी आपल्या मुलाला देऊन, त्याच्याकडून आतलं जाड अस्तर काढून तो परत आणण्याची विनंती केली.

थि चन्- च्छ्हला खूश करण्याच्या उद्देशानं रक्षकांनी आनंदानं त्याचा कोट त्याच्या घरी नेऊन दिला आणि वडिलांनी आतलं अस्तर काढून कोट परत मागितल्याचं त्याच्या मुलाला सांगितलं. थि चन्- च्छ्हच्या मुलानं अस्तर काढल्यावर त्याला आत लिहिलेला वडिलांचा संदेश सापडला. आणि त्यानं दरबारात येऊन उ छाव्समोर आपलं म्हणणं मांडण्यासाठी अर्ज केला. सिल्कच्या अस्तरावर लिहिलेलं ते पत्र वाचून उ छाव्नं लाय् छुन- छनला बोलावणं धाडलं. कैद्यांचे कपडे आपण काढून घेतलेले नाहीत, त्यामुळे थि चन्- च्छ्हच्या अंगावर अजूनही त्याचा कोट असल्यामुळे हे पत्र खोटं असावं असं लाय् छुन- छन् म्हणाला. उ छाव्नं त्याच्या म्हणण्याची शहानिशा करण्यासाठी एका अधिकाऱ्याला तुरुंगात पाठवलं, तेव्हा लाय् छुन- छन्नं भाड्यानं एक कोट घेऊन तो थि चन्- च्छ्हच्या अंगावर चढवला. तुरुंगामध्ये फार वेळ काढणं जिवावर आल्यामुळे त्या अधिकाऱ्यानं आणखी काहीही चौकशी केली नाही. लाय् छुन- छन्ला आपण सुटलो असं वाटलं आणि थि चन्- च्छ्हच्या आणि इतरांच्या नावानं आपण गुन्हा मान्य करत आहोत आणि आपल्याला मृत्युदंडाची शिक्षा द्यावी, असा खोटा अर्ज दरबारात पाठवला.

या दरम्यान, लाय् छुन- छन्च्या छळाला बळी पडलेल्या आणखी एका माणसाच्या दहा वर्षांच्या मुलानं उ छाव्ला भेटण्याची इच्छा व्यक्त केली होती आणि ती मान्यही झाली होती. या मुलाचं कुटुंब उद्ध्वस्त झालं तेव्हा कृषी खात्याकडे त्याला गुलाम म्हणून विकण्यात आलं होतं. त्याला काय बोलायचंय असं विचारल्यावर तो उ छाव्ला म्हणाला, "माझे वडील वारले आणि माझं संपूर्ण कुटुंब नष्ट झालं कारण लाय् छुन- छन् आणि त्याच्या माणसांनी, युवर मॅजेस्टी, तुमचा कायदा मोडला. तुमचा जर माझ्यावर विश्वास बसत नसेल, तर कृपया तुमच्या एखाद्या निष्ठावान आणि विश्वासू मंत्र्याला लाय् छुन- छन्कडे तो देशद्रोही आहे असं म्हणून पाठवावं. तो तसा नसला तरी लाय् छुन- छन् त्याच्याकडून तसा कबुलीजबाब मिळवेल."

चाळीस वर्षांपूर्वी उ छाव् सिंहासनावर बसल्यानंतर खूप मवाळ होईल असं भविष्य वर्तवणारा तो राजज्योतिषी खरा असावा. प्फे यन्च्या पुतण्याला फटके मारण्याचा आदेश तिनं दिला होता, तसा या वेळी दिला नाही. त्याऐवजी तो जे बोलला होता त्याचा तिनं गंभीरपणे विचार केला. कारस्थान केल्याचा आरोप असलेले थि चन्- च्छ्ह, वे युआन- छुंग आणि इतर थांग अधिकारी यांना आपल्या अत्यंत विश्वासू मंत्र्यांसमोर तिनं बोलावून घेतलं.

थि चन्- च्छ्ह तिच्यासमोर आला तेव्हा तिनं त्याला 'कबुलीजबाब का

दिलास,’ असा प्रश्न केला. त्यावर, आपण तसं केलं नसतं तर मेलो असतो, असं उत्तर त्यानं दिलं.

“मग मृत्युदंडाची शिक्षा मागणारा अर्ज तू का केलास?” उ छाव्नं त्याला विचारलं आणि लाय् छुन- छन्नं दरबारात दिलेला खोटा अर्ज त्याला दाखवला.

हा अर्ज खोटा असल्याचं थि चन्- च्छ्हनं सिद्ध करून दाखवलं आणि त्या पाचही जणांची सुटका झाली. मात्र, उ छाव्कडे कमीपणा येता कामा नये म्हणून त्या सगळ्यांची पदावनती झाली आणि त्यांना वेगळ्या प्रांतांमध्ये पाठवून देण्यात आलं.

लाय् छुन- छन् आता लोढणं झाला होता, पण तरीही उ छाव् त्याच्या विरोधात काही करण्यास तयार नव्हती; कारण उ छंग्- स्सु अजूनही त्याच्या पाठीशी होता. पण तिच्या भाच्याचे दिवस उतरणीला लागले होते; कारण लवकरच उ छंग्- स्सु आपल्याला मिळालेल्या पदोन्नतीचा उपयोग स्वार्थासाठी करतो आहे, असं सिद्ध झालं. दरबारातल्या एका अधिकाऱ्याकडे ‘मोहक कुमारिका’ असं नाव असलेली एक अतिशय सुंदर मुलगी दासी म्हणून कामाला होती. ती सुरेल गात असे आणि नृत्यातही तरबेज होती. आपल्या रखेल्यांना मेकअप कसा करायचा, हे शिकवण्यासाठी तिला काही दिवसांसाठी आपल्याकडे पाठवावं, अशी मागणी उ छंग्- स्सुनं केली. ती आल्यावर त्यानं तिला आपली रखेल म्हणून ठेवलं आणि परत पाठवण्यास नकार दिला. इतक्या सुरेख आणि कलागुणांत निपुण मुलीला आपण गमावून बसलो, या दुःखात तिच्या मालकानं तिला एक कविता पाठवली. ती वाचून या मुलीनं विहिरीत उडी मारून जीव दिला. तिचा मृतदेह मिळाला, तेव्हा तिच्या कमरपट्ट्यामध्ये ही कविता सापडली. उ छंग्- स्सु त्यामुळे इतका संतापला की त्यानं एका गुप्त माहिती पुरवणाऱ्याला पैसे देऊन त्या अधिकाऱ्याच्या विरोधात खोटे आरोप लावले. त्या अधिकाऱ्याचा मग शिरच्छेद करण्यात आला. उ छंग्- स्सुचं हे वागणं उ छाव्च्या नजरेतून सुटलेलं नव्हतं.

मात्र, उ कुटुंबाच्या उलाढाली संपलेल्या नव्हत्या. वांग् च्छिंग- च्छ्हकडे अजूनही राजवाड्यातल्या प्रवेशासाठी आवश्यक असणारा पास होता. उ छंग्- स्सुच्या प्रकरणात त्याची बाजू घेण्यासाठी तो नागरिकांसाठी असलेल्या सभागृहामध्ये आला. त्याच्या या मागे लागण्यामुळे उ छाव् इतकी चिडली की तिनं सचिवालयाचे उपाध्यक्ष लि छाव्- थ् याला त्याला फटके मारण्याचा आदेश दिला. लि छाव्- थ् हासुद्धा थांग निष्ठावान होता आणि त्यानं सभागृहाबाहेर असलेल्या द्वारापाशी वांग् च्छिंग- च्छ्हला मरेपर्यंत फटके मारले. ही शिक्षा अत्यंत कठोर होती. अशा तक्रारींकडे लक्ष द्यायलाही उ छाव्नं नकार दिला. वारसदाराच्या बाबतीत तिचा लि छाव्- थ्वर पूर्ण विश्वास होता आणि त्याचा सल्ला ती ऐकत असे.

त्याचं म्हणणं होतं, 'दैवी सम्राट (खाव्- चुंग) हा युवर मॅजेस्टी तुमचा पती होता आणि राजघराण्याचा वारसदार तुमचा मुलगा आहे. युवर मॅजेस्टी, तुमच्याकडून आलेले मुलगे आणि नातू आणि त्यांच्या पिढ्या राजसिंहासनावर बसून कारभार चालवू शकतात; मग भाच्याला वारसदार का करायचं? पूर्वजांच्या देवळामध्ये आपल्या आत्यासाठी किंवा मावशीसाठी एखाद्या भाच्यानं यज्ञ किंवा पूजाअर्चा केल्याचं ऐकिवात आहे का तुमच्या? शिवाय, हे साम्राज्य युवर मॅजेस्टी, तुमच्या दैवी सम्राटानं मोठ्या विश्वासानं तुमच्या हाती सोपवलं आहे. तुम्ही जर ते उ छंग्-स्सुच्या हाती सोपवलं तर आपण केलेले सगळे यज्ञ वाया गेले, असं दैवी सम्राटाला वाटेल.'

लि छाव्- थ्चा हा युक्तिवाद उ छाव्ला पटला, पण तिनं हा निर्णय स्वतःपाशीच ठेवला. आपण जर उ किंवा लि अशा दोनपैकी एका घराण्याच्या बाजूनं झुकतो आहोत असं वाटलं, तर नवीन कट-कारस्थानं शिजू लागतील, अशी भीती तिला वाटत होती. लि छाव्- थ् इतका विश्वासू होता की लो नदीतील उ छाव्च्या सम्राटपदावर शिक्कामोर्तब करणाऱ्या पांढऱ्या खड्याच्या कहाणीविषयी तो शंका व्यक्त करू शकत होता. एकदा उ छाव्नं म्हटलं की, प्फाव्-थुबद्दल तिला एवढा आदर वाटतो, तो त्यावरील 'निष्ठावंत हृदया'मुळे. त्यावर लि छाव्- थ्नं म्हटलं, 'याचा अर्थ इतर सर्व खड्यांवर बेइमान हृदय असतं!' या विधानावर सगळे हसले आणि उ छाव्सुद्धा त्यात सामील झाली होती.

अनेकदा माघार घ्यावी लागली असली, तरी उ छंग्- स्सुला आपण अजूनही सिंहासनावर बसू शकतो, असा विश्वास वाटत होता. अजूनही तो प्रथम मंत्री होता आणि बराच काळ उ छाव्चा लाडका होता. पण लि छाव्- थ् विरोधात असल्यानं त्यानं उ छाव्च्या मनात उ छंग्- स्सुविषयी संशयाचं बी पेरलं. उ छंग्- स्सुच्या वडिलांचा ऱ्हास आणि त्यांचा मृत्यू याला, तसंच त्या कुटुंबाला भोगाव्या लागलेल्या बिकट परिस्थितीला उ छाव् जबाबदार असल्याचं त्यानं तिच्या निदर्शनास आणून दिलं. उ छंग्- स्सु आता सत्तेमध्ये सहभागी आहे आणि मोठ्या पदावर आहे तो तिच्यामुळेच, पण तरीही भूतकाळातील घटनांमुळे त्याच्या मनात तिच्याविषयी राग असण्याची शक्यता आहे, असं लि छाव्- थ्चं म्हणणं होतं. म्हणून त्याच्या हाती फार जास्त सत्ता देऊ नये, असा इशाराही लि छाव्- थ्नं तिला दिला. सुरुवातीला उ छाव्नं त्याचं म्हणणं ऐकलं नाही. उ छंग्- स्सुला तिनं बराच काळ आपला सगळ्यात विश्वासू माणूस म्हणून वागवलं होतं. तरीही लि छाव्- थ्नं आपलं म्हणणं सोडलं नाही.

"एखादा मुलगा आपल्या वडिलांच्या जितका जवळ असतो, तितका एखादा भाचा आपल्या आत्याच्या किंवा मावशीच्या जवळ असत नाही. अर्थात, तरीही

जवळच्या नातेवाइकाचा किंवा आई-वडिलांचा खून करण्याच्या घटना घडतच नाही असं नाही. पण भाच्यानं आपल्या आत्या किंवा मावशीच्या विरोधात जाणं अधिक शक्य आहे की मुलानं आपल्या आईच्या?''

प्रथम मंत्री आणि राजपुत्र म्हणून उ छंग्- स्सुच्या हाती तिच्याकडे आहे जवळपास तेवढीच सत्ता आहे असं सांगून लि छाव्- थ् म्हणाला, ''युवर मॅजेस्टी, हे सिंहासन फार काळ तुमच्या ताब्यात राहाणार नाही अशी भीती मला वाटते.''

असं बोलल्यानंतर आणखी काही बोलण्याची गरज नव्हती. तिनं तातडीनं पावलं उचलली आणि छांग् शोच्या पहिल्या वर्षातील सातव्या महिन्यातल्या पंधराव्या दिवशी- १ सप्टेंबर ६९२ रोजी उ छंग्- स्सु आणि त्याचा चुलत भाऊ उ यु- निंग यांना सरकारमधून बाहेर काढण्यात आलं आणि प्रशासनाच्या बाहेरील मानद पदं त्यांना देण्यात आली.

त्या वर्षी चिनी कॅलेंडरनुसार उ छाव् सत्तर वर्षांची झाली होती आणि सार्वजनिक ठिकाणी जाताना ती खूप जास्त मेकअप करू लागली होती. असं म्हणतात की, 'सौंदर्यप्रसाधनांच्या बाबतीत ती कुशल होती... आपलं वय ती हुशारीनं लपवू शकत असे. इतकं की तिच्या अगदी जवळच्या माणसांनाही तिच्या खऱ्या वयाचा पत्ता लागू नये.' शिवाय, तरुणपणीच्या सौंदर्याची झलक दाखवणाऱ्या काही खुणा तिच्या चेहऱ्यावर अजूनही होत्या. असंही म्हटलं जातं की त्या वर्षी तिला दोन नवीन दात आले. तिच्या चिरकाल टिकणाऱ्या जिवंतपणाचं ते लक्षण मानलं गेलं आणि म्हणून त्या वर्षी राज्याचं नाव बदलून छांग् शो म्हणजे 'दीर्घायुष्य' असं करण्यात आलं.

छांग् शोच्या दुसऱ्या वर्षात, नवीन वर्षाच्या दिवशी, ११ फेब्रुवारी ६९३ रोजी, उ छाव्नं मिंग-थांगमध्ये आणखी एक समारंभ साजरा केला. भिंतींवर नव्यानं सजावट करण्यात आली, बहुधा कांस्यानं ही सजावट केली गेली असावी. शिवाय, स्वतः उ छाव्नं दिलेल्या संगीत आणि नृत्य दिग्दर्शनावर नऊशे कलावंत गायले व नाचले. या वेळी, सत्तेमधून बाहेर असूनही उ छंग्- स्सु हा यज्ञासाठी प्रथम सहायक, तर उ सान- स्सु हा द्वितीय सहायक होता. च्यु चुंग या सगळ्यात कुठेच दिसत नव्हता. उ घराण्याचा प्रभाव अजूनही कायम आहे आणि उ छंग्- स्सु अजूनही उ छाव्चा वारसदार बनू शकतो, असं यामुळे जगाला वाटलं. उ छाव्ची ओळख सुए हुआय्- एशी करून देणारी राजकन्या च्छन् च्छन अद्यापही उ छाव्ची लाडकी होती आणि तिला उ हे आडनाव दिलं गेलं होतं. तिच्या मुलाचं लग्न उ च्छंग्- स्सुच्या मुलीशी झालेलं होतं. मात्र, 'अपेक्षित सम्राट' म्हणून च्यु चुँगच्या जागी आला तो त्याचाच मोठा भाऊ, चुंग- चुँग. त्या आधी त्यानंही उ हे आडनाव स्वीकारलं होतं. वारसदार राजपुत्र म्हणून कोणाचंही नाव जाहीर करण्यात आलं

नाही. आणि लि व उ घराण्यांमध्ये सतत रस्सीखेच होत राहिली तरी वारसदाराचं पद लि घराण्याच्या हातून कधीच गेलं नाही. मात्र, उ छंग्- स्सु त्याला सरकारमधून काढून टाकलं म्हणून अतिशय संतापला होता. त्यानं या सगळ्याचा दोष लि छाव्-थ्वर टाकला आणि पवित्र व दैवी सम्राटासमोर त्याच्या विरोधात पवित्रा घेतला. पण उ छाव्नं उ छंग्- स्सुचं काहीही ऐकलं नाही.

"लि छाव्- थला कामावर घेतल्यापासून मी रात्रीची शांतपणे झोपू लागले आहे. त्यानं माझा भार खूप हलका केला आहे," उ छाव्नं म्हटलं.

लि छाव्- थ् हा उत्तम प्रशासक होता. गुप्त पोलीस दलाच्या चिथावणीपासून उ छाव्च्या खांद्यावर जबाबदारीचं खूप मोठं ओझं होतं. लि छाव्- थ्नं ते काही प्रमाणात हलकं केलं होतं. देशद्रोह आणि राजद्रोहाची अनेक प्रकरणं तिच्यासमोर सुनावणीसाठी येत होती आणि तिला न्याय करावा लागत होता. साम्राज्यबदल होत असतानाच्या काळात ते आवश्यकही होतं. पण आता छो राज्य सुरक्षित झालं होतं, प्रस्थापित झालं होतं. थांगच्या पाठीराख्यांकडून गुप्तपणे प्रतिकार होईल, अशी भीती बाळगण्याचं काही कारण नव्हतं. दरम्यान, हजारो चांगल्या जनरल्सची आणि राजघराण्यातील अधिकाऱ्यांची त्यांच्या कुटुंबासकट हकालपट्टी करण्यात आलेली होती. यामुळे प्रशासनात कर्तृत्ववान माणसं फार कमी होती आणि ती पाठिंब्यासाठी ज्यांच्यावर अवलंबून राहत होती त्यांच्यामधली तिची लोकप्रियता कमी होत होती.

थि चन्- च्छ्हला दोषमुक्त केल्यानंतर गुप्त पोलिसांची सत्ता उतरंडीला लागली होती. आता त्यांना पूर्णपणे संपवून टाकणं उ छाव्साठी गरजेचं होतं. त्यांच्याकडून आलेली शिल्लक प्रकरणं किती आहेत, याचा परामर्श घेण्याचा आदेश तिनं सेन्सॉरला दिला. या प्रकरणांमध्ये आठशे पन्नास प्रकरणं ही खोट्या आरोपांवर उभी केलेली आहेत, असं त्या सेन्सॉरच्या लक्षात आलं. खोटी माहिती देणाऱ्यांवरच आता कायद्याच्या चौकटीत खटले चालवावेत, असा प्रस्ताव सेन्सॉरनं मांडला. याचा अर्थ गुप्त पोलिसांवरच कुऱ्हाड मारली जाणार होती. संतापून त्यांनी सेन्सॉरवरच कारस्थान रचत असल्याचा आरोप केला. आपणच सुरू केलेल्या व्यवस्थेचा असा पर्दाफाश होऊ द्यायचा नाही, म्हणून उ छाव्नं त्या सेन्सॉरला हाकलून लावलं. पण थोड्याच दिवसांनी तिनं त्याला परत बोलावून त्याचं मूळ पद दिलं. त्या पूर्वी भीतीनं आपल्या तोंडाला कुलूप लावलेल्या सर्व दरबाऱ्यांसाठी उ छाव्चं हे पाऊल म्हणजे एक संकेत होता. एका सेन्सॉरनं ही संधी साधली. सत्ता मिळवण्यासाठी आवश्यक असलेले कडक कायदे सत्ता मिळाल्यानंतरही बराच काळ लागू राहिल्यामुळे च्छ्न वंशाला आपलं साम्राज्य गमवावं लागलं, तर सत्तेवर आल्यानंतर आणि ही सत्ता भक्कमपणे प्रस्थापित झाल्यानंतर हे कायदे शिथिल केल्यामुळे हान वंश खूप जास्त काळ सत्तेवर राहिल, असं त्या सेन्सॉरनं सांगितलं.

हा युक्तिवाद उ छाव्‌ला पटला.

मात्र, कायदे शिथिल करणं म्हणजे राज्यकर्त्यांवर टीका करण्याची परवानगी देण्यासारखं होतं. या सूचनेला विरोध करणाऱ्या एकाचं म्हणणं होतं की, पवित्र आणि दैवी सम्राटानं जुन्या थांग वंशाचं उच्चाटन केलेलं आहे, आणि ते करताना तिनं अनेक नवीन, खालच्या वर्गातील माणसं सरकारमध्ये सामील करून घेतली आहेत. चांभारकाम करणारी माणसं आता मंत्री बनली आहेत, सुतारकाम करणारी सेन्सॉर बनली आहेत. जणू काही सडलेली डम्पलिंग्स स्वादिष्ट दिसावीत म्हणून तळून काढली आहेत; पण प्रत्यक्षात मात्र ती आतून खराब झालेली आहेत आणि पवित्र व दैवी सम्राटाला फसवू शकतील एवढीच त्यांची बुद्धी आहे. ज्या नवीन अधिकाऱ्यांना लक्ष्य करून हे म्हणणं मांडलं गेलं, ते अधिकारी अर्थातच दुखावले गेले. 'हे म्हणणाऱ्याला अटक करून नागरिकांच्या सभागृहामध्ये फटके मारले जावेत,' अशी मागणी त्यांनी केली. पण उ छाव्‌नं ही मागणी नाकारली आणि म्हणाली, "तुम्ही सगळे सभ्य गृहस्थ आतून खरोखरच सडलेले नसाल, तर त्याला फटके मारल्यानं तुम्हीच हास्यास्पद दिसाल." तिने मग त्या माणसाला मोकळं करण्याचा आदेश दिला.

इथंही उ छाव्‌नं सरकार चालवताना आपल्या हुशारीचं दर्शन घडवलं. हास्यास्पद दिसणं यापेक्षा कोणाही राज्यकर्त्यासाठी वाईट काहीच असू शकत नाही. तोवर साम्राज्याचे इतिहासकारही तिचं कौतुक करू लागले होते.

'लोकांचं मन जिंकण्यासाठी साध्यासुध्या घरांमधून आलेल्या अनेकांना सम्राज्ञीनं पदोन्नती दिली; पण ते अकार्यक्षम आहेत असं लक्षात आल्यावर तिनं लगेच त्यांना काढून टाकलं किंवा त्यांना शिक्षा दिली,' असं एका इतिहासकारानं लिहिलेलं आहे. तो पुढे म्हणतो, 'एखाद्याला बक्षीस द्यायचं किंवा शिक्षा द्यायची याचा निर्णय तिनं आपल्या हातात ठेवला होता. सरकार फक्त तीच चालवत असे. ती धूर्त होती आणि एखादा निर्णय घेताना आपण योग्य करतो आहोत याची खात्री तिला असे, तसंच तो निर्णय ती झटपट घेत असे. स्वाभाविकच, त्या काळातले सर्व हुशार आणि मान्यवर अधिकारी तिच्या हाताखाली काम करायला उत्सुक असत, तशी संधी मिळावी म्हणून प्रयत्नही करत.'

पण आता अपशकुनाची वेळ आलेली होती. उ छाव्‌नं एका मांजराला काही पोपटांबरोबर एका पिंजऱ्यात राहण्याचं प्रशिक्षण दिलं होतं. त्यात चमत्कार काही नव्हता. त्या मांजराला इतकं खायला देत राहायचं की पोपटांवर हल्ला करण्याचं कारणच तिला मिळू नये आणि झोपेशिवाय इतर कसलीही भूक तिला लागू नये असा साधा विचार त्यात होता. एक दिवस, आपण जे साध्य केलं आहे त्याचं कौतुक करवून घेण्यासाठी तिनं तो पिंजरा नागरिकांसाठीच्या सभागृहात आणला

आणि अधिकाऱ्यांच्या हातात दिला. प्रत्येक अधिकारी कौतुकानं ते दृश्य पाहून पिंजरा पुढच्या अधिकाऱ्याच्या हातात देत होता. मात्र, तोवर कदाचित त्या मांजराला भूक लागली असावी किंवा वेगळ्या वातावरणात ती अस्वस्थ झाली असावी; तिनं अचानक एका पोपटावर झडप घातली, त्याला मारून खाऊन टाकलं. दरबाऱ्यांना हसू दाबणं कठीण झालं, पण उ छाव् मात्र या घटनेनेनं अतिशय अस्वस्थ झाली. या घटनेमुळे मांजरांबद्दलच्या भीतीवर उ छाव्नं मात केली आहे असं दिसून येत होतं. किंवा कदाचित, मांजर जर पिंजऱ्यात असेल तरच उ छाव् तिच्या जवळ जाऊ शकेल हा पवित्र रखेल स्याव्नं मरताना दिलेला शाप खरा ठरत असेल. किंवा कदाचित, वचन दिल्यानुसार, पवित्र रखेल स्याव्नंच मांजराच्या रूपानं पुनर्जन्म घेतलेला असेल आणि सर्व दरबाऱ्यांसमोर उ छाव्ची अशी फजिती करून तिनं आपला सूड उगवायला सुरुवात केली असेल. 'पोपट' म्हणजे चिनी भाषेत यिंग उ. तिच्या कुटुंबाचं आडनाव उ असल्यामुळे उ छाव् बहुदा उ आणि लि एकत्र राहू शकतात हे दाखवू पाहत होती. तसं असेल तर त्यात ती पूर्णतः अपयशी ठरली. दुसऱ्या बाजूनं, एरवी सुस्त पडलेल्या मांजरीला पोपटाला मारून खावंसं वाटणं ही येऊ घातलेल्या युद्धाची पूर्वसूचना असण्याची शक्यता होती.

६९० ते ६९४ या दरम्यान, थ्येन शोच्या पहिल्या वर्षात आणि येन त्सायच्या- 'वर्ष लांबवणं'- पहिल्या वर्षाच्या दरम्यान पश्चिमेकडून साडेतीन लाखांहून जास्त तिबेटी सैन्यानं आणि उत्तरेकडून तुर्कींनी वेळोवेळी सीमेवर हल्ले केले होते. ६९२मध्ये छांग् शोच्या पहिल्या वर्षात, तिबेटींना धडा शिकवण्याचा निर्णय घेण्यात आला. वांग् स्याव- च्छ्ह हा जनरल एके काळी तिबेटींचा बंदी होता. त्यामुळे त्याला त्यांची मजबूत बाजू जशी माहीत होती तशीच कमकुवत बाजूही. तो आणि थांग स्सु- च्छंग अशा दोन अनुभवी जनरल्सना पश्चिमेच्या दिशेनं धाडण्यात आलं. ६७८मध्ये, यि फंग्च्या तिसऱ्या वर्षात, तिबेटनं बळकावलेले 'फोर गॅरिसन्स' म्हणजे 'चार तटबंदी' परत मिळवण्याची कामगिरी त्यांच्यावर सोपवण्यात आली होती. आधुनिक स्सनख्यांग प्रांताच्या पश्चिमेला असलेले च्छु त्चु, यु थ्येन, सु ले आणि सु श् किंवा तुर्कीमध्ये कुछा, खोतान, कशगार आणि कराशहर हे दक्षिण आशियातील चार ओॲसिस म्हणजे या चार तटबंदी होत्या. या दोन जनरल्सनी तिबेटी सैन्याचा पूर्णपणे पाडाव केला आणि भविष्यात तिबेटींपासून प्रतिबंध म्हणून सीमेवर संरक्षक भिंत उभारली. पण कालांतरानं, छंग् शंग् म्हणजे पवित्र साक्ष देणं, या ६९५मधल्या राज्याच्या पहिल्या नावाच्या काळात, तिबेटींनी वांग् स्याव- च्छ्हवर सीमेपासून दूर असताना हल्ला केला आणि राजघराण्याच्या संपूर्ण सैन्याचा पराभव केला. वांग् स्याव- च्छ्ह स्वतः निसटला, त्याचं पद काढून घेण्यात आलं आणि मग पुढच्या वर्षी त्याला खोतानच्या युद्धावर पाठवलं.

संपूर्ण चीन आता तिबेटच्या पायापाशी होता. तिबेटचा राजा किंवा स्वान् फ्फु, याचं नाव बहुदा च्छनु-श्हनुंग असं होतं. संपूर्ण चिनी साम्राज्यावर राज्य करता येईल एवढं मनुष्यबळ आपल्यापाशी नाही, याची या राजाला जाणीव होती. म्हणून त्यानं शांततेची मागणी केली. त्यासाठी पुन्हा एकदा त्यानं दोन साम्राज्यांमध्ये लग्न व्हावं असं सुचवलं. पण फोर गॅरिसन्स आपल्याकडेच राहतील याबाबतही तो आग्रही होता. या चार तटबंद्यांमधून तिबेटला महत्त्वाचं अन्नधान्य मिळत होतं. शिवाय, त्या चीनपासून खूप लांब असल्यामुळे चीनला त्यांचा तसा फार फायदा नव्हता. दोन देशांमध्ये शांतता प्रस्थापित होणार असेल तर नव्हताच नव्हता. उ छाव्नं तिबेटी राजाचं म्हणणं मान्य केलं; कारण स्वान् फ्फुच्या राज्यात अंतर्गत विरोध खूप असून, लवकरच तिथे यादवी माजणार आहे, असं तिला वाटत होतं. आणि तिचं वाटणं बरोबरही ठरलं. ६९८मध्ये, शन् लुंगच्या पहिल्या वर्षात, स्वान् फ्फुनं पंतप्रधानाच्या किंवा लुन् कुटुंबाच्या विरोधात हालचाली सुरू केल्या. हा पंतप्रधान इतका ताकदवान होता, की त्याच्या सैन्याचं राज्याच्या कारभारावर नियंत्रण होतं आणि तरुण राजाला तो धमकावत असे. या संघर्षामध्ये झालेल्या कत्तलीत लुन् गटाची दोन हजाराहून अधिक माणसं मारली गेली. तिबेटचा जो सर्वोत्तम जनरल होता, त्यानं चीनमध्ये आश्रय मागितला. त्यानंतर उ छाव्चं राज्य असेपर्यंत तिबेटकडून चीनला कधीही त्रास झाला नाही.

चीनच्या उत्तरेच्या सीमेवरून तुर्कींना मागे हटवण्याच्या काळात सुए हुआय्-एचा उदय होत होता. ६९३मध्ये, छांग् शोच्या दुसऱ्या वर्षात, त्यानं उ छाव्ला फ्फाव्- यु च्छंग किंवा 'मौल्यवान पाऊस' नावाचं दुसरं सूत्र सादर करून तिच्याभोवती असलेलं रहस्याचं वलय अधिकच गडद केलं. उ छाव्नं आपल्या प्रियकराची नेमणूक कमांडर इन चीफ म्हणून केली आणि त्याला तुर्कींशी लढण्यासाठी पाठवलं. त्याच्याबरोबर लि छाव्- थ आणि तिबेटच्या युद्धात उत्तम कामगिरी बजावलेला अनुभवी जनरल लि थो- त्सो हे दोघं होते. शाही सैन्यासमोर तुर्कींनी माघार घेतली. सुए हुआय्- एनं आपल्या या रक्तविरहित विजयाचं एक स्मारक तिथे उभारलं आणि यशस्वी मुद्रेने तो दरबारात परतला.

थ्येन त्स्वान स्वेच्या पहिल्या वर्षातील पहिल्या महिन्याच्या दहाव्या दिवशी, ३० जानेवारी ६९५ रोजी, सुए हुआय्- एनं आपल्या विचित्र समारंभांपैकी आणखी एक समारंभ थ्येन्- थांगमध्ये साजरा केला. त्याला 'पृथ्वीमधून झालेला उदय' असं म्हटलं गेलं. थ्येन्-थांगच्या जमिनीत पन्नास फूट खोल खड्डा खणण्यात आला. तो एखाद्या दालनाप्रमाणे सजवला गेला आणि त्यात बुद्धाच्या प्रतिमा ठेवल्या गेल्या. या प्रतिमा मग यंत्राच्या साहाय्यानं वर आणल्या. हा समारंभ चालू असतानाच सुए हुआय्- एची तंद्री लागली आणि त्यानं आपला पाय कापून घेतला. त्या जखमेतून

येणाऱ्या रक्ताचा उपयोग दोनशे फूट लांब बुद्धाची प्रतिमा रंगवण्यासाठी करण्यात आला, असं त्याचं म्हणणं होतं. प्रत्यक्षात या कामासाठी एका बैलाला मारून त्याचं रक्त वापरण्यात आलेलं होतं. बुद्धाच्या या भव्य प्रतिमेची प्रतिष्ठापना ल्वोयांगच्या मधोमध 'स्वर्गाकडे जाणारा पूल' किंवा थ्येन- स्सन पुलावर करण्यात आली आणि तिथे मग आणखी एक समारंभ झाला. उ छाव्‌ला हे आवडलं नाही. आपल्या उद्धटपणामधून सुए हुआय्- एनं खुद्द पवित्र आणि दैवी सम्राटापेक्षा वरचढ होण्याचा प्रयत्न केला होता.

पांढरा घोडा मठामध्ये सुए हुआय्- ए आता दरबार भरवू लागला. राजवाड्याला भेट देण्याची गरज त्याला भासेनाशी झाली. इतर बौद्ध भिक्खू त्याच्यासारखेच उद्धटपणे वागू लागले. ते जमिनीवर हक्क सांगू लागले आणि मालकाच्या संमतीशिवाय घरांचा ताबा घेऊ लागले. त्यांना बाहेर काढण्याचे सर्व प्रयत्न हे भिक्खू हाणून पाडू लागले. सुए हुआय्- ए आता राजवाड्यातील शयनगृहाला अगदी क्वचितच भेट देतो हे लक्षात आल्यावर आता त्याच्या विरोधात आपण काहीतरी करू शकतो असा विचार एका सेन्सॉरच्या मनात आला. सुए हुआय्- ए आणि त्याचा कंपू पांढरा घोडा मठामध्ये उ छाव्‌च्या विरोधात योजना आखत आहेत अशा अफवा येत असल्याचं सांगून, त्यांची दखल घेत सुए हुआय्- एच्या वर्तणुकीची चौकशी व्हावी, असा अर्ज या सेन्सॉरनं केला. या चौकशीसाठी उ छाव्‌नं परवानगी दिली आणि न्यायमंडळासमोर हजर राहण्याचा आदेश सुए हुआय्- एला दिला.

सुए हुआय्- एनं आदेशाचं पालन केलं, पण आपल्या उद्धट स्वभावानुसार तो दरबारात घोड्यावरून आला, खाली उतरला आणि न्यायमंडळासाठी ठेवलेल्या जागेवर जाऊन बसला. आपलीच चौकशी करण्यासाठी आपल्याला बोलावलं आहे हे कळल्यावर तो उठला, घोड्यावर बसला आणि निघून गेला. सेन्सॉरनं ही घटना उ छाव्‌च्या कानावर घातली. पण त्याचा स्वभाव विचित्रच आहे असं म्हणून तिनं त्याकडे दुर्लक्ष केलं. सेन्सॉरलाही तिनं तसंच दुर्लक्ष करायला सांगितलं. पण ती अतिशय धूर्त होती. त्यामुळे उ छाव्‌नं सुए हुआय्- एच्या पांढरा घोडा मठातील अनुयायांच्या विरोधात पावलं उचलण्याची परवानगी सेन्सॉरला दिली. या अनुयायांची हकालपट्टी झाली आणि त्यांना संसर्गजन्य रोगराई असलेल्या दूरच्या प्रांतांमध्ये पाठवून देण्यात आलं. सुए हुआय्- एनं मग सूड म्हणून या सेन्सॉरला त्याच्या पदावरून काढून टाकायला लावलं.

एक प्रियकर म्हणून जेवढं लक्ष द्यायला हवं तेवढं सुए हुआय्- ए काही उ छाव्‌कडे देत नव्हता. म्हणून मग ती आता इतर पुरुषांना प्रोत्साहन देऊ लागली. यांपैकीच एक होता शाही घराण्याचा डॉक्टर शन् नान्- मो. असं म्हणतात की त्यानं उ छाव्‌ला शयनगृहातील कलांमध्ये तरबेज केलं आणि तिच्यासाठी लैंगिकदृष्ट्या

फायदेशीर ठरतील अशा विविध पाककृती तयार केल्या. उ छाव्नं बौद्ध मदर सुपिरिअर किंवा सर्वोच्च भिक्षुणीशीही संधान बांधलं. या मदर सुपिरिअरला भविष्य कळायचं म्हणे. शिवाय, ती दिवसभर तांदळाच्या केवळ एका दाण्यावर राहायची. पण रात्री गुप्तपणे सुंदर सुंदर मुलींबरोबर मेजवानीवर ताव मारायची. या स्त्रियांचा ल्वोयांगमधल्या तरुण मुलांशी संपर्क असे आणि तो मठ म्हणजे एक वेश्यागृहच बनलं होतं.

उ छाव्ला आपल्याखेरीज इतरांविषयी वाटत असलेलं आकर्षण पाहून सुए हुआय्- एला मत्सर वाटू लागला. सूड म्हणून त्यानं मग उ छाव्च्या मिंग-थांगला आग लावली. काही जण असंही सांगतात की सगळा दोष सुए हुआय्- ए घेईल असं गृहीत धरून प्रत्यक्षात ही आग उ छाव्च्या डॉक्टरनं सुए हुआय्- एविषयीचं मत खराब करण्यासाठी लावली होती. संपूर्ण शहरातून या आगीच्या ज्वाळा दिसत होत्या. थ्येन- थांगलाही आगीनं लपेटलं आणि सोन्याचा मुलामा असलेली बुद्धाची मूर्ती त्यात नष्ट झाली. रक्तानं रंगवलेल्या बुद्धाच्या भव्य प्रतिमेचे वाऱ्याने तुकडे तुकडे झाले. एक सश्रद्ध बौद्ध असल्यानं उ छाव्ला या विनाशाचं अत्यंत दुःख झालं. पण आपल्या अप्रिय प्रियकरावर आग लावल्याचा आरोप करणं म्हणजे स्वतःचीच चूक कबूल करण्यासारखं असल्यामुळे अंबाडी जाळत असताना एका सेवकामुळे चुकून ही आग लागली, असं तिनं म्हटलं आणि सुए हुआय्- एवर पुन्हा एकदा मिंग-थांग आणि थ्येन-थांग आणि बुद्धाची भव्य मूर्ती बांधण्याची जबाबदारी सोपवली. मात्र त्याच्यावरची संशयाची सुई गेलेली नव्हती. ही स्मारकं पुन्हा बांधायची तर पुन्हा एकदा नव्यानं प्रचंड खर्च करणं भाग होतं. त्यामुळे सेन्सॉरनं त्यावर टीका केली. पण तरीही चिनी नागरिकांनी कोणतीही तक्रार न करता कराच्या रूपानं हे पैसे भरले. गुप्त पोलीस आणि त्यांच्या दहशतीचे दिवस मागे पडलेले होते तरीही नागरिकांनी हूं की चू केलं नाही. उ छाव्च्या राज्यात चीनमध्ये किती सुबत्ता होती, याचं हे निदर्शक आहे. नवीन मिंग-थांगचं नाव थुंग थ्येन महाल- 'स्वर्गाला जाणारा महाल'- असं ठेवण्यात आलं.

आपला प्रतिस्पर्धी सुए हुआय्- ए आता नावडता झाला आहे या वस्तुस्थितीचा उपयोग करून घ्यावा, या उद्देशानं दिव्यदृष्टी लाभलेली मदर सुपिरिअर आगीच्या घटनेविषयी दुःख व्यक्त करण्याकरता राजवाड्यात आली. पण उ छाव्नं तिला फार महत्त्व दिलं नाही. 'तू भविष्य सांगतेस. मग मिंग-थांग जळून राख होईल हे तुला कसं कळलं नाही?' तिनं विचारलं.

मदर सुपिरिअरला सीमेवरच्या भागामध्ये हद्दपार करण्यात आलं. आणि तिच्या तरुण मैत्रिणी आपले खरे रंग आता जाहीर होतील, या भीतीनं पळून गेल्या. पण, त्यांच्या मठात काय होत होतं हे कळल्यावर उ छाव्नं मदर सुपिरिअर आणि तिच्या

मैत्रिणींची शिक्षा रद्द केली आणि त्यांना राजधानीत परतण्याचा आदेश दिला. त्या आल्यावर तिनं त्यांना अटक करवली आणि शिक्षा म्हणून त्यांना राजवाड्यात गुलाम बनवलं.

मिंग-थांग जळून गेल्यानंतर उ छाव्‌कडे सुए हुआय्- एसाठी फारसा वेळ नव्हता आणि ६९५च्या सुरुवातीला, छन् शंग्च्या पहिल्या वर्षात त्याला दूर करण्याचा निर्णय तिनं घेतला. तिनं आपल्या मुलीला- राजकन्या थाय- फ्फिंगला राजवाड्यातल्या काही धट्ट्याकट्ट्या मुलींची निवड करायला सांगितली. या मुलींनी त्याला भुलवून एका दालनात आणायचं होतं, तिथे त्याच्यावर कुरघोडी करून त्याला बांधून ठेवायचं होतं. एका कथेनुसार, हे केल्यानंतर त्या मुलींनी राजकन्या थाय- फ्फिंगच्या नर्सच्या निर्देशांनुसार त्याचा गळा आवळून खून केला. दुसऱ्या एका कथेनुसार, त्याला प्रथम मंत्री आणि उ छाव्‌चा दूरचा भाऊ पण चिनी पद्धतीनुसार तिचा भाचा मानला गेलेल्या उ यु- उनिंगच्या ताब्यात देण्यात आलं. उ यु-उनिंगनं त्याला एका झाडाला बांधलं आणि राजवाड्यातील एका रक्षकाकरवी मारहाण करून ठार मारलं. काहीही असो, त्याचं शव पांढरा घोडा मठामध्ये बैलगाडीतून आणण्यात आलं, जिथे त्याचं दहन केलं गेलं आणि त्याची राख एक स्तूपामध्ये ठेवली गेली.

उ छाव्‌ला आता आपल्या डॉक्टरचाही कंटाळा आलेला होता. त्याच्या जागी, तिच्या मुलीनं- राजकन्या थाय-फ्फिंगनं, तिला रखेल म्हणून आपला एक प्रियकर बहाल केला. उ छाव् आता सत्तरीमध्ये असली तरी तिच्या तरुण रखेल पुरुषांबरोबर ती नियमितपणे शरीरसुख घेत असे. असं म्हणतात की तिच्या शयनगृहातून नियमितपणे 'ओल्या मातीत लोळणाऱ्या आठ घोड्यांचे' आवाज ऐकू येत. राजवाड्यात या गोष्टीविषयी खूप कुतूहल होतं. हे आवाज बाहेर जाऊ नयेत म्हणून उ छाव् आपल्या शयनगृहाबाहेर संगीतकारांना संगीत वाजवायला सांगत असे. थाय खो या नावानं एका वेगळ्या संगीत प्रकाराचं मूळ शयनगृहाच्या बाहेर निर्माण झालेल्या या संगीतात आहे.

पुढे, थांग साम्राज्य पुन्हा सत्तेवर आल्यानंतर, छांग मु या दरबाऱ्यानं खुंग हो च्छन्‌चा गुप्त इतिहास लिहिला. खुंग हो च्छन् म्हणजे उ छाव्‌नं आपल्या प्रियकरांचं संघटन करण्याकरता स्थापन केलेलं ऑफिस होतं. पुरुष सम्राटांच्या लैंगिक आयुष्याची आखणी करण्यासाठी न्यु श असायची, तसंच. हे पुस्तक आता उपलब्ध नाही, पण त्याचा काही अंश आहे. त्यातील एकात छांग मुनं लष्कराचा मंत्री स्वे शह् आणि त्याची प्रेयसी शांग् ख्वान् वान- अन्ह यांचा संवाद रेकॉर्ड केला. ज्येष्ठ अधिकारी शांग् ख्वान् ए याची ही नात. उ छाव्‌वर तंत्रमंत्र करत असल्याचा आरोप केल्यानंतर तो सत्तेपासून दूर झालेला होता. राजवाड्यात तिला गुलाम म्हणून पाठवल्यानंतर हळूहळू वरची पदं मिळवत ती उ छाव्‌ची सचिव आणि विश्वासू

सहकारी बनली होती. स्वे शह्नं शांग् ख्वान् वान- अऱ्हला उ छाव् आपले प्रियकर कसे निवडते असं विचारलं आणि तिने उत्तर दिलं, 'सम्राज्ञीला केवळ कातडी आणि जोश असलेल्या अवयवाचे पुरुष आवडत नाहीत.'

ती पुढे म्हणते, 'मानवी शरीराच्या अवयवांचा विचार करता, जिभेला त्वचा नसते, म्हणून सर्व प्रकारच्या चवी ती घेऊ शकते. टाचांची कातडी जाड असते म्हणून त्या खालच्या जमिनीला टेकतात. स्त्रीच्या योनीला नाजूक पडदा असतो. पुरुषाच्या शिस्नाच्या सर्वांत चांगल्या भागालाही तसा तो असतो. म्हणजे, संभोग करताना दोघांचेही सर्वांत नाजुक भाग एकत्र येतात. शिस्नाच्या त्या पुढच्या भागामुळेच इतर भाग घर्षण आणि मसाजकरता संवेदनशील बनतात. पुरुषाचा जेड स्टॉक विश्रांती घेत असतो, तेव्हा त्याची अवस्था एका लपलेल्या कळीसारखी असते. जेव्हा तो मोठा होतो तेव्हा वांग्यासारखा होतो, मग सुखाचं राज्य येतं, जणू काही स्वर्ग आणि पृथ्वीवरचे सर्व सुपीक अर्क एकत्र करून श्रीमंती वाइन बनली आहे. पण जेड स्टॉकची त्वचा जर फार जाड असेल, तर ती एखाद्या योद्ध्याप्रमाणे काम करते. त्यामुळे सुखाची तीव्रता कमी होते.' राजवाड्यातल्या बायका आपल्या लैंगिक गरजांविषयी अतिशय मोकळ्या होत्या, हेच यावरून दिसून येतं.

६९६मध्ये, छंग शंगच्या पहिल्या वर्षात, मिंग-थांगचं बांधकाम पूर्ण झालं. मूळ इमारतीपेक्षा ही नवीन इमारत थोडी लहान होती. पण लाज वाचवण्यासाठी अधिकृत नोंदीमध्ये दोन्ही इमारती सारख्याच मोठ्या होत्या असं म्हटलेलं आहे. मात्र, या नवीन बांधकामात शिखरावर वीस फूट उंच फिनिक्स बसवलेला होता, जो मूळ फिनिक्सपेक्षा दुप्पट मोठा होता. एक दिवस जोरानं वाहणाऱ्या वाऱ्यामुळे तो खाली पडला आणि मग त्या जागी काही ड्रॅगन्सनी पकडलेला तांब्याचा एक भव्य चेंडू बसवला गेला. नवीन मिंग-थांगचं नाव थुंग थ्येन खुंग- 'स्वर्गाला जाणारा महाल'- असं ठेवण्यात आलं. मात्र, मूळ दोन इमारतींपैकी अधिक उंच असलेल्या थ्येन थांगची पुनर्बांधणी झाली नाही.

आता उ छाव्चं वय वाढत चाललं होतं आणि तिच्या वारसदाराचा प्रश्न अधिक तीव्र बनू लागला होता. राजघराण्याच्या पूर्वजांच्या देवळामध्ये तिनं उ वंशजांच्या नावाची अक्षरं कोरलेली दगडी फळी बांधलेली होती कारण थांग वंशाच्या देवळाचं नाव बदललेलं होतं. तिथे केवळ तीन सम्राटांचा सन्मान केलेला होता- खाव्- त्सु, थाय- चुंग आणि खाव्- चुँग. त्या आधीच्या थांगच्या पूर्वजांच्या नावानं आता यज्ञ किंवा धार्मिक समारंभ होणं बंद झालेलं होतं. लि घराण्याच्या या उतरंडीमुळे गेली दहा वर्षं राजवाड्यात तुरुंगात असलेल्या च्यु चुँगची अवस्था अधिकच संदिग्ध झाली. अपेक्षित सम्राट म्हणून तो राजघराण्याचा वारस होता; पण अधिकृत वारसदार राजपुत्र नव्हता. त्याला उ कुटुंबानं दत्तक घेतलेलं असलं, तरी

तो जन्मानं लि होता. आणि त्याला मोठा भाऊ असल्यानं लि म्हणून वारसदार बनण्याच्या त्याच्या अधिकारावर प्रश्नचिन्हं होतं.

लग्न आणि दत्तक या दोन माध्यमांमधून उ आणि लि खानदानाला एकत्र बांधण्याचा उ छाव्‌चा प्रयत्न होता. राजकन्या थाय फ्िंगच्या पहिल्या नवऱ्याच्या निधनानंतर, उ छाव्‌नं तिचं लग्न उ यु-च्छ याच्याशी करून दिलं होतं. तो उ यु-निंगचा भाऊ आणि उ छाव्‌चे वडील उ श्‌ ह्वो याच्या मोठ्या भावाचा नातू होता. काही जण म्हणतात की हे लग्न शक्य व्हावं म्हणून उ यु-च्छच्या पहिल्या बायकोला मारण्याची योजना उ छाव्‌नंच केली होती. उ छंग- स्सुच्या मुलग्यांपैकी एकाचं लग्न चुंग- चुँगच्या मुलीशी झालेलं होतं. चुंग- चुँग आपल्या कुटुंबाबरोबर अद्याप एका प्रांतात हद्दपार होऊन राहत होता आणि त्याला किंवा त्याच्या चारही मुलग्यांना अजून उ आडनाव देऊन सन्मानित करण्यात आलेलं नव्हतं. पण माजी वारसदार राजपुत्र लि स्सन याचा हयात मुलगा लि शो-लि यानं आणि च्यु चुँगच्या सहा मुलग्यांनीही उ आडनाव घेतलं होतं.

उ छाव्‌च्या सगळ्या प्रयत्नांनंतरही उ खानदानासाठी च्यु चुँग हा नेहमीच तिरस्काराचं केंद्र राहिला. कारण त्यांच्या शाही घराण्याचा ताबा घेण्याच्या महत्त्वाकांक्षेच्या आड तो येत होता. तो लि घराण्यासाठीही नावडता होता; कारण त्याच्यासाठी त्याच्या मोठ्या भावाला चुंग चुँगला पदावरून खाली उतरवण्यात आलेलं होतं. चुंग चुँगच्या माध्यमातून सिंहासनावर थांग साम्राज्याचा दावा पुन्हा प्रस्थापित करण्याच्या स्वप्नाच्या आड आणखी एक गोष्ट येत होती. त्याला असलेल्या चार मुलगे आणि आठ मुलींपैकी बायकोपासून म्हणजे महत्त्वाकांक्षी लेडी वेपासून झालेला केवळ एकच मुलगा होता. च्यु चुँगला सहा मुलगे आणि नऊ मुली होत्या. पण वारसदार होण्याच्या शर्यतीत त्याचे दोन मुलगे होते- माजी वारसदार राजपुत्र आणि आता शाही नातू हे पद मिळालेला, लेडी ल्यो या त्याच्या बायकोपासून झालेला मुलगा आणि त्याच्या पहिल्या दर्जाच्या रखेलीपासून, थ किंवा गुणवान रखेलीपासून झालेला लि लुंग- च्छ हा मुलगा, जो पुढे सम्राट सुआन- चुँग बनला.

६९३मध्ये, छांग्‌ शोच्या पहिल्या वर्षात शाही वारसदार च्यु चुँग याच्या कुटुंबावर संकटाचं आभाळ कोसळलं आणि त्याचं स्थान अधिकच कमकुवत झालं. एक गुलाम मुलगी त्याच्या प्रेमात पडली, पण त्यानं तिला झिडकारलं. त्या अपमानामुळे बहुधा तिनं आपणहून उ कुटुंब आणि लाय छुन्‌- छंगला त्यांच्या स्वार्थासाठी स्वतःचा उपयोग करू दिला. मत्सरापोटी तिनं लेडी ल्यो आणि भविष्यातील सम्राट सुआन- चुँग याची आई गुणवान रखेल लेडी थो यांच्यावर मंत्रतंत्र करत असल्याचा आरोप केला. या आरोपाची चौकशी झाली नाही; मात्र, ६९३मध्ये नवीन वर्षाच्या स्वागत समारंभासाठी या दोन स्त्रिया राजवाड्यात गेल्या

त्या परत बाहेर आल्याच नाहीत. उ छाव्नं त्यांना कोणातरी करवी मारून टाकलं असं गृहीत धरलं गेलं. पण त्यांच्या मृत शरीरांचं काय झालं, हे कधीच कोणाला कळलं नाही.

ज्यांच्यावर प्रेम आहे अशा आपल्या आयुष्यातील दोन स्त्रियांच्या अशा नाहीशा होण्यानं च्यु चुँग अत्यंत व्यथित झाला आणि त्याला स्वतःच्या जिवाचीही काळजी वाटू लागली. पण आपल्या आईची भेट घेण्यासाठी तो गेला, तेव्हा तो अत्यंत शांत राहिला आणि आपल्या दोन बेपत्ता रखेल्यांविषयी शब्दही त्यानं काढला नाही. गुलाम मुलीने मग च्यु चुँगवर द्रोही असल्याचा आळ घातला. थांग साम्राज्य पुन्हा सिंहासनावर आणण्याची योजना त्याच्या नेतृत्वाखाली होत असल्याचा तिचा आरोप होता. पण ही गुलाम मुलगी सूडाने प्रेरित झाल्याचं सांगण्यासाठी एक मित्र पुढे आला आणि त्या मुलीला देहान्ताची शिक्षा झाली.

लेडी थोच्या पालकांवरही तंत्रमंत्र करत असल्याचा आरोप झाला होता, पण पूर्वीचा ॲडव्होकेट आणि आता सेन्सॉर झालेल्या सु यु खुंगनं मध्ये पडून त्यांना वाचवलं. त्यांच्यावरचा खटला निलंबित करण्याचा आदेश त्यानं दिला आणि आरोपी निरपराध असल्याची माहिती उ छाव्ला दिली. पुन्हा एकदा, तोही कटाचा एक भाग असल्याचा आरोप त्याच्यावर झाला. त्याच्यासारख्या उच्च स्थानावर असलेल्या माणसावर असला आरोप सिद्ध होणं शक्यच नव्हतं; पण उ छाव्नं त्याला आपल्यासमोर हजर राहायला सांगितलं आणि मोठ्या प्रमाणात तो आरोपींना सोडून देत असल्याचा आरोप त्याच्यावर केला.

"आरोपीला सोडणं हा माझ्यातला छोटासा दोष असेल," सु यु खुंग म्हणाला, "पण युवर मॅजेस्टी, तुमच्यासाठी तो खूप मोठा गुण आहे."

उ छाव्चा दुष्टपणा वर तोंड काढत असल्याचा तो काळ होता. त्या वर्षी तिनं प्रथम मंत्र्याला नागरिकांच्या सभागृहात चाबकाचे फटके मारून मृत्यूची शिक्षा दिलेली होती. केवळ सम्राट वापरू शकत असलेलं ब्रोकेडचं कापड त्यानं स्वतःजवळ साठवलं, हा त्याचा गुन्हा होता. च्यु चुँगला खासगीत भेटणाऱ्या दोन अधिकाऱ्यांनाही जाहीररीत्या करवतीनं अर्ध शरीर कापण्याच्या अत्यंत क्रूर पद्धतीनं मारण्यात आलेलं होतं. च्यु चुँग सिंहासनावर परतण्याचा कट करत असल्याच्या आरोपांना या दोन अधिकाऱ्यांच्या खासगी भेटीमुळे प्रोत्साहनच मिळालं होतं. त्यानंतर कोणाही मंत्र्याला किंवा सरदार-उमरावांना त्याला भेटण्याची बंदी करण्यात आली.

लोकांना करवतीनं कापून मारण्याची ही भयंकर पद्धत केवळ चीनमध्येच होती असं नाही. रोमन्ससुद्धा विशेषतः ख्रिश्चनांना अशा प्रकारे ठार मारत. सेंट फॉस्ताला अशा प्रकारे मारताना तिचं बाह्य जननेंद्रिय हा मध्य पकडून करवत चालवण्यात आली होती. मरणाऱ्याला जास्तीत जास्त वेदना देणं हा त्यामागचा हेतू असल्यामुळे

हृदयापर्यंत पोचायला खूप वेळ लावायचा आणि डोक्याकडे सर्वांत शेवटी पोचायचं अशी ही कल्पना असे. चिनी शिक्षेमध्ये मात्र थेट कमरेतून करवत चालवली जात असे ज्यामुळे तो माणूस शुद्धीवर राहायचा आणि रक्तपाताने त्याला मृत्यू यायचा.

च्यु चुँगवरच्या आरोपांची चौकशी करण्याचं काम दुष्ट अशा लाय् छुन- छंग्वर सोपवण्यात आलं. कुटुंबातल्या लोकांना छळ करण्याची विविध साधनं दाखवली गेल्यामुळे ते हवं ते कबूल करायला तयार झाले. मात्र, आन् च्छ्न- छांग् नावाच्या एका जुन्या सेवकानं त्याला वाचवलं. लाय् छुन- छंग् त्याची उलटतपासणी घेत असताना तो जोरानं ओरडून म्हणाला, 'तुझा माझ्यावर विश्वास नसेल, तर माझं हृदय चिरून पाहा, तुला दिसेल की राजघराण्याचा हा शाही वारसदार निर्दोष आहे.' असं म्हणून त्यानं एक चाकू घेतला आणि आपल्या मालकाप्रती आपली निष्ठा दाखवण्याकरता आपण जे बोललो ते करायला गेला. मात्र तसा प्रयत्न करताना त्यानं आपलं पोट कापलं, आतलं आतडं बाहेर आलं आणि रक्ताच्या थारोळ्यात तो खाली पडला.

आपल्या मालकाची बाजू घेण्याच्या आन् च्छ्न- छांग्च्या धैर्यानं उ छाव् प्रभावित झाली आणि तिनं ही चौकशी थांबवली. आन् च्छ्न- छांग्वर उपचार करण्यासाठी तिनं स्वतःचा डॉक्टर पाठवला, ज्यानं त्याचं आतडं पुन्हा आत ढकललं आणि पांढऱ्या तुतीच्या खोडापासून तयार केलेल्या धाग्यानं त्याचं पोट शिवून काढलं. जखमेवर औषधाचं प्लॅस्टर बांधण्यात आलं आणि एका पंधरवड्यानंतर आन् च्छ्न- छांग् बरा झाला. उनं मग त्याला बोलावून घेतलं आणि म्हणाली, 'माझ्या मुला, जो स्वतःचं हृदय दाखवू शकत नाही, त्यानं तुझ्यावर ही परिस्थिती आणली आहे.'

आन् च्छ्न- छांग् त्यानंतर दशकभर जगला आणि अखेरीस म्हातारा होऊन गेला. उ छाव्नं च्यु चुँग आणि त्याच्या कुटुंबीयांवरचे सगळे आरोप रद्द करण्याचा आदेश लाय् छुन- छन्ला दिला. कॉम्प्रिहेन्सिव्ह मिररमध्ये लिहिलंय, 'त्यानंतर च्यु चुँग सुरक्षित राहिला.'

पण लाय् छुन- छन् आणि त्याच्या कंपूनं चालवलेला छळ अजून संपलेला नव्हता. ख्वांग्स्स आणि ख्वांगथुंगच्या दक्षिणेतील प्रांतांमध्ये बंडाची तयारी चालू असल्याची माहिती एकानं दिली. या प्रांतामध्ये हजारो लोकांना हद्दपार करण्यात आलेलं होतं आणि त्यात राजघराण्यातल्या काही कनिष्ठ सभासदांचाही समावेश होता. उ छाव्नं लाय् छुन- छन्चा एक सहकारी वान खो- छुन याला चौकशी करण्यासाठी तिथे पाठवलं. तो त्च्छानथोनला पोचला आणि त्यानं हद्दपार केलेल्या सगळ्यांना एकत्र जमवलं. त्यांना आत्महत्या करण्याचा आदेश आहे, असं एक खोटा कागद दाखवून सांगितलं. जमलेल्या लोकांमधून अविश्वासाचे आणि दुःखाचे

उद्‌गार बाहेर पडले. आपल्या अधिकारालाच आव्हान मिळतंय की काय, अशा भीतीनं वान खो- छुननं आपल्या रक्षकांना बोलावलं आणि जमलेल्या लोकांना एका खाडीमध्ये नेण्याचा आदेश दिला. तीनशेहून अधिक लोक त्यात बुडून गेले. वान खो- छुन दरबारात परतला आणि त्यानं जाहीर केलं की, त्या प्रांतांमध्ये बंडाची खूप मोठी लागण होत असल्याचा पुरावा त्याला सापडला, पण हे होऊ घातलेलं बंड त्यानं आधीच निपटून काढलं! त्यानं केलेल्या या सेवेसाठी उ छाव्‌नं त्याला बढती दिली.

कोणतंही बंड मोडून काढण्याच्या उद्देशानं तिनं आणखी पाच जणांना शोध घेण्यासाठी दक्षिणेकडे पाठवलं. ते सगळे लाय्‌ छुन- छन्‌चेच अधिकारी होते आणि या कामासाठी त्यांना तात्पुरत्या सेन्सॉरचा दर्जा देण्यात आला होता. वान ख्वो छुननं केलेल्या कत्तलीसाठी त्याला जे पारितोषिक मिळालं, ते पाहून त्यांच्या मनात केवळ एकच भीती होती- आपल्या हातून कमी माणसं तर मारली जाणार नाहीत? ते लिंग्‌- नान्‌ इथे पोचले तेव्हा त्यांच्यातल्या मुख्य अधिकाऱ्यानं सातशे लोकांना ठार मारलं. त्याच्या प्रथम सहायकानं पाचशे जणांची कत्तल केलेली होती, तर इतर तिघांनी प्रत्येकी शंभर जणांना मारलेलं होतं. तोवर काय घडतंय याची माहिती प्रांतीय अधिकाऱ्यांनी राजधानीमध्ये पोचवली आणि हा संहार थांबवण्याचा आदेश दिला गेला. लोकांना अशा प्रकारे क्रूरपणे मारण्यात आल्याचं ऐकून उ छाव्‌ला धक्का बसला. मारलेल्यांमध्ये अनेकांचा लि खानदानाशी काही संबंध नव्हता की उ छाव्‌ला सिंहासनावरून खाली खेचण्यात रस नव्हता. जे जिवंत राहिले होते त्यांना आणि त्यांच्या कुटुंबीयांना सोडून देण्यात आलं.

वान खो- छुन आणि लाय छुन- छंग्‌ यांचे इतर सहकारी लवकरच संपून गेले. आपलं स्वतःचं आयुष्य वाचवण्यासाठी त्यांच्यातल्या काहींनी दुसऱ्यांची माहिती दिली आणि तेही संपले. त्यांनी ज्यांचा बळी घेतला होता, त्यांच्या भूतांनी त्यांना पछाडलं आणि त्यांना आत्महत्येच्या मार्गावर नेलं, अशी एक गोष्ट लोकप्रिय झालेली आहे.

लाय छुन- छंग्‌वर लाच घेतल्याचा आरोप झाला, त्याची पदावनती झाली आणि दूरच्या प्रांतात त्याची बदली करण्यात आली. उ छंग्‌- स्सुच्या पाठीराख्यांसाठी हा खूप मोठा धक्का होता. पण त्याच वेळेस त्यांचा सर्वांत मोठा विरोधक असलेला लि छाव्‌- थ यानं दरबारात खूप जणांशी शत्रुत्व घेतल्यानं तो मर्जीतून उतरला होता. आपल्या दरबारातल्या प्रतिस्पर्धी गटांमध्ये समतोल राखण्याचा प्रयत्न उ छाव्‌ सतत करत असे. उ घराण्याचा पाठीराखा लाय्‌ छुन- छंग्‌ची हकालपट्टी झाली असेल, तर लि घराण्याचा पाठीराखा लि छाव्‌- थसुद्धा बाहेर जात असे.

गुप्त पोलिसांनी अतिरेक केलेला असला, तरी उ छाव्‌च्या विरोधात होणारी

सगळीच कारस्थानं खोटी होती असं नाही. ल्यो स्सु-लि नावाच्या एका प्रांतीय अधिकाऱ्याला एका भविष्य वर्तवणाऱ्यानं सांगितलं की ६९७मध्ये, 'दहा हजार वर्षांसाठी स्वर्गाचं पद बहाल करणे' म्हणजे वान् स्वे थुंग- थ्येनच्या पहिल्या वर्षात तो खूप मोठा बनणार आहे. हे ऐकल्यावर तो दरबारात आपले पाठीराखे जमा करण्याचा प्रयत्न करू लागला. मिंग-थांगचा सुपरिंटेंडंट असलेल्या च्छ् स्सुच्या ते लक्षात आलं. हा च्छ् स्सु म्हणे सात फुटांहून जास्त उंच होता.

तो उ खानदानाचा समर्थक होता. खूप वर्षांपूर्वी, त्याचे वडील प्रांतीय अधिकारी असताना त्यांच्यावर भ्रष्टाचाराचे आरोप झाले होते आणि आपल्या कुटुंबाचा नाश होण्यापासून रोखण्याकरता च्छ् स्सुनं वडिलांना सोडवण्यासाठी एक योजना आखली होती. त्याला दोन अतिशय सुंदर लहान बहिणी होत्या. त्यानं उ छंग्- स्सुला त्या रखेल्या म्हणून देऊ केल्या. उ छंग्- स्सु हा बायकांच्या बाबतीत रंगेल असल्यानं त्यानं या मुलींना स्वीकारलं. पण त्या जनानखान्यात आल्यानंतर दुःखी आणि निराश दिसत असल्याचं त्याच्या लक्षात आलं. शेवटी त्यानं या मुलींना त्यांच्या निराशेचं कारण विचारलं. तेव्हा आपल्या भावानं पढवल्यानुसार त्या म्हणाल्या, 'कारण, आमच्या वडिलांना मृत्युदंडाची शिक्षा मिळालेली आहे.' दुःखी रखेल्या उ छंग्- स्सुच्या कामाच्या नसल्यामुळे त्यानं त्यांच्या वडिलांच्या वतीनं दयेचा अर्ज केला आणि त्यांच्या सुटकेचा आदेश मिळवला.

उ छंग्- स्सुकडे आपल्या दोन बहिणी रखेल्या म्हणून असल्यानं च्छ- स्सु सरकारी सेवेमध्ये झपाट्यानं वरच्या पदांवर पोचला. ल्यो स्सु- लिच्या कारस्थानाविषयी ऐकलं तेव्हा उ घराण्याच्या उपकारांची परतफेड म्हणून त्यानं ही माहिती उ छाव्च्या नव्हे, तर लाय् छुन- छन्च्या कानावर घातली, ज्यानं पवित्र आणि दैवी सम्राटाची मर्जी पुन्हा एकदा मिळवण्याची ही संधी ताबडतोब साधली. देशद्रोहाच्या गुन्ह्याची सुनावणी राजवाड्यातून झपाट्यानं केली जात असे. त्यामुळे लाय् छुन- छन्च्या माहितीची शहानिशा करण्यासाठी एरवी उ छाव्नं त्याला लगेच बोलावलं असतं. पण लाय् छुन- छनला परत बोलावण्याची तिची इच्छा नव्हती. त्यामुळे ल्यो स्सु- लिच्या कारस्थानाचा तपास करण्याची जबाबदारी तिनं हो न्चा राजपुत्र, तिच्या वडिलांच्या मोठ्या भावाचा म्हणजे तिच्या काकाचा नातू उ ए- चुंग याच्यावर सोपवली.

उ ए- चुंग हाही उ खानदानाच्या प्रगतीसाठी स्वतःला वाहून घेणाऱ्यांमधला एक होता. ल्यो स्सु- लिचं आयुष्य आपण वाचवू; मात्र त्यानं उ कुटुंबाच्या विरोधकांविषयीची माहिती आपल्याला द्यावी, असं उ ए- चुँगनं त्याला सांगितलं. दरबारातल्या अनेक उच्च अधिकाऱ्यांना अटक करण्यात आली, त्यांना देहान्ताची शिक्षा दिली गेली आणि छत्तीस कुटुंबं नष्ट झाली. एकूण हजारभर लोकांना मृत्यू

किंवा हद्दपारीची शिक्षा भोगावी लागली. उ खानदानाच्या विरोधकांचं असं उच्चाटन झाल्यावर उ ए- चुंगनं आपला शब्द फिरवला आणि आपली कातडी वाचवण्यासाठी त्यानं ल्यो स्सु- लिला मारून टाकलं.

लाय् छुन- छन्नं पहिल्यांदा या कारस्थानाची माहिती जरी उ छाव्ला दिली असली तरी त्याला अद्याप त्याचं बक्षीस मिळालेलं नव्हतं, की ल्वोयांगला त्याला परत बोलावलं गेलं नव्हतं. उ छाव्पर्यंत पोचण्यासाठी त्याला आता आणखी एखादा नवीन आरोप शोधणं भाग होतं. म्हणून मग त्यानं, त्याला माहिती देणाऱ्या च्छ् स्सुवर विश्वासघातकी असल्याचा आरोप केला. शेवटी, या कारस्थानाची माहिती त्यानं दैवी आणि पवित्र सम्राटाला देण्याऐवजी लाय् छुन- छन्ला दिलेली होती. पण च्छ् स्सु हा लाय् छुन- छन्पेक्षा सिंहासनाच्या अधिक जवळ होता आणि दरबारातलं राजकारण खेळण्याच्या दृष्टीनं अधिक सक्षम होता. त्यानं उ छाव्ची भेट मागितली आणि या कारस्थानाचा निषेध करणाऱ्यांमध्ये आपण पहिले होतो, ही वस्तुस्थिती तिच्या लक्षात आणून दिली. त्याला मग वरचं पद दिलं गेलं. मात्र, पुन्हा एकदा समतोल साधायचा म्हणून उ छाव्नं लाय् छुन- छन्ची मुख्य पोलीस अधिकारी म्हणून पुनर्नेमणूक केली. इतकंच नाही, तर लि छाव्- थला पुन्हा दरबारात येण्याची परवानगी मिळाली.

पुन्हा एकदा सत्ता मिळाल्यामुळे लाय् छुन- छन्च्या डोक्यात हवा गेली. तो कोणाही पुरुषाच्या घरात घुसून त्याच्या बायकोशी किंवा रखेलीशी घसट करण्याचा प्रयत्न करू लागला. जे तक्रार करत, त्यांना तुरुंगात तरी टाकलं जायचं किंवा त्यांच्याकडून त्यांचं पद काढून घेतलं जायचं, त्यानंतर एक खोटा आदेश दाखवून लाय् छुन- छन् त्यांच्या बायकांवर आपला अधिकार सांगायचा. यामुळे त्याचे जुने शत्रू, लि घराण्याचे समर्थक, तर त्याच्यापासून दुरावलेच, पण आता उ कुटुंबाचे समर्थकही त्याच्या विरोधात गेले. आपले विरोधक डोईजड होतील या भीतीनं लाय् छुन- छन्नं टोकाचं पाऊल उचललं आणि थेट च्यु चुँग, चुंग चुँग, राजकन्या थाय-प्फिंगची आणि सर्व उ राजपुत्र एकत्र येऊन राजसिंहासनाच्या विरोधात कट करत असल्याचा आरोप केला. लाय् छुन- छन्चं हे पाऊल त्याच्या कुवतीपलीकडचं होतं. उ छाव्ची लाडकी राजकन्या थाय- प्फिंग हिच्या नेतृत्वाखाली संपूर्ण दरबार लाय् छुन- छन्च्या विरोधात एकत्र आला आणि त्याची निर्भर्त्सना केली. त्याला अटक करून तुरुंगात टाकण्यात आलं. त्याची सुनावणी झाल्यानंतर न्यायाधीशांनी त्याला दोषी ठरवलं आणि एकमुखानं त्याला मृत्युदंडाची शिक्षा ठोठावली. पण उ छाव्नं कोणतीही कारवाई करायला तीन दिवस घेतले.

एक दिवस राजघराण्याच्या बागेमध्ये घोड्यावरून रपेट मारत असताना उ छाव्नं च्छ स्सुला दरबारात काय चर्चा चालली आहे असा प्रश्न केला. लाय् छुन-

छन्च्या शिक्षेची अंमलबजावणी करण्यामध्ये उशीर होत असल्याबद्दल दरबाऱ्यांना आश्चर्य वाटतंय, कारण तो तुरुंगातून पळून जाईल अशी भीती त्यांच्या मनात आहे, अशी माहिती त्यानं उ छाव्ला दिली. लाय् छन- छुन्नं सिंहासनासाठी अनेक चांगल्या गोष्टी केलेल्या असल्यानं आपण त्याविषयी थोडा जास्त विचार करत असल्याचं उ छाव् म्हणाली. च्छ स्सु हा लाय् छुन- छन्ला माहिती देणारा असल्यानं आपल्या वरिष्ठानं काय काय आणि कोणते कोणते गुन्हे केलेले आहेत, याची त्याला चांगलीच जाणीव होती. लाय् छुन- छन्नं आपल्या शत्रूंचा निःपात करण्याकरता आपल्या पदाचा गैरवापर केला आणि स्वतःसाठी प्रचंड संपत्ती गोळा करून ठेवली आहे, हे त्यानं उ छाव्ला समजावून सांगितलं.

स्वर्गीय आणि दैवी सम्राट उनं मग लाय् छुन- छन्च्या शिक्षेवर शिक्कामोर्तब केलं, पण समतोल राखण्याच्या दृष्टीनं, त्याच दिवशी लि छाव्-थलाही मृत्युदंड दिला जावा, असा आग्रह तिनं धरला. यामुळे नागरिकांमध्ये नाराजीचा सूर उमटला कारण लि छाव्- थविषयी सगळ्यांना आदर होता, तो त्यांना आवडत होता. मात्र, लाय् छुन- छन्पासून आता आपली कायमची सुटका होणार, याचा आनंदही त्यांना झाला. शिरच्छेद झालेल्या त्याच्या डोक्याबरोबर जमलेल्या माणसांनी इतके खेळ केले की शेवटी त्याची फक्त कवटी शिल्लक राहिली.

लाय् छुन- छन्विषयी लोकांच्या मनात इतका तिरस्कार असल्याचं पाहून उ छाव्ला धक्काच बसला. पण तिनं त्या क्षणाचा फायदा घेऊन त्याच्या सर्व गुन्ह्यांचा तपशील उघड करणारा आणि तिच्या नावावर त्यानं केलेल्या सर्व अत्याचारांचा दोष त्याच्यावर टाकणारा एक आदेश जारी केला. त्याच्या कुटुंबाकडून सर्व मालमत्ता जप्त करण्यात आली आणि त्यांना अपमानित केलं गेलं. आता सर्व छळणूक समाप्त झाली असल्याचं उ छाव्नं घोषित केलं.

लाय् छुन- छन्च्या या ऱ्हासाचा तिनं दरबारात स्वतःच्या फायद्यासाठी उपयोग करून घेतला. लाय् छुन- छन् आणि छो स्संग मिळून अनेक खोटे आरोप करत असल्याचा संशय आपल्याला अनेकदा आला होता; पण सम्राटावरही कायद्यानं वागण्याची जबाबदारी असते आणि काही प्रक्रियांचं पालन करणं आवश्यक असतं, असं तिनं दरबारात सांगितलं. ती पुढे म्हणाली, ''काही वेळा आरोप खोटे असल्याचा संशय आल्यावर मी तपासासाठी अधिकाऱ्यांना तुरुंगात पाठवत होते. पण कैदी आपले गुन्हे कबूल करत असल्यामुळे शिक्षेची अंमलबजावणी करणं मला भाग होतं. कारण सिंहासनाच्या विरोधात कट करणारे काही कारस्थानी तर खरे होतेच.''

सिंहासनावर बसून केलेल्या तिच्या या विधानाला उत्तर देताना याव् युआन-छुंग हा नव्यानंच वर येऊ घातलेला मंत्री म्हणाला, 'लाय् छुन- छन् आणि छो स्संग

यांनी सत्ता मिळवण्यासाठी आणि आपले खजिने भरण्यासाठी खोटे आरोप केले. ज्या अधिकाऱ्यांना तपासासाठी पाठवलं जायचं ते या आरोपांचं खंडन करायला घाबरत असत; कारण त्यांना आपल्याला पदावरून काढून टाकलं जाईल याची भीती वाटत असे. कैदी आपला गुन्हा कबूल करत; कारण त्यांना अधिक छळ सहन करणं शक्य नसे. त्याऐवजी झपाट्यानं येणारा मृत्यू त्यांना जवळचा वाटे. आता मात्र ज्यांनी हे खोटे आरोप केले ते मृत आहेत आणि पवित्र व दैवी सम्राटाला सत्य माहीत झालं आहे.' याव् युआन- छुंग आता दरबाराच्या निष्ठेविषयी व्यक्तिशः खात्री देत होता. इतकंच नव्हे, तर तिच्या दरबारातील कोणी खोटा निघाला तर देशद्रोहाला पाठीशी घातलं म्हणून स्वतः शिक्षा भोगायला तयार होता.

उ छाव्नं मग दरबारावर टीका करण्याची संधी साधली. आपल्या प्रथम मंत्र्यांनी जुलमी वागण्याची संधी घेतली होती, आपल्यापेक्षा आणि देशापेक्षा स्वतःच्या हिताचा विचार आधी केला होता, असं तिनं म्हटलं. ज्यांनी तिला इशारे दिले होते त्यांना तिनं पुरस्कार दिले आणि हद्दपार केलेल्यांना माफी. यात वे युआन- छुंगचाही समावेश होता.

लाय् छन- छुन् आता मार्गातून दूर झालेला असल्यानं त्याच्यामुळे ज्यांना सत्तेमध्ये सहभाग मिळाला होता, त्या सगळ्यांनी उ छाव्कडून माफी मिळवण्यासाठी धाव घेतली. आपण त्याच्या गुन्ह्यांवर पांघरूण घातल्याचं त्यांनी कबूल केलं, पण त्याला विरोध केला असता किंवा उघडं पाडण्याचा प्रयत्न केला असता तर आपल्यावरही खोटे आरोप येण्याची आणि परिणामी मृत्यूची शिक्षा मिळण्याची भीती होती, असं त्यांनी सांगितलं. त्यांना शिक्षा केल्यानं त्यातून फार काही साध्य होणार नाही हे लक्षात येऊन, उ छाव्नं त्या सगळ्यांना माफ करून टाकलं.

मृत्यूपूर्वी लाय् छुन- छन्नं अशक्य ते शक्य करून दाखवलं होतं. एका क्षणासाठी का होईना, पण त्यानं दरबारात उ आणि थांग गटांची युती घडवून आणली होती. लाय् छुन- छन्चा एके काळचा मित्र असलेल्या उ छंग- स्सुनंही लाय् छुन- छन्चा धिक्कार करणाऱ्यांमध्ये आपला सूर मिसळला होता. सत्तेपासून दूर राहिल्यानंतर आता तो पुन्हा हालचाल करू लागला होता. वारसदार म्हणून त्याचं नाव घोषित करावं यासाठी त्याचे पाठीराखे पुन्हा एकदा तयारीला लागले होते; मात्र, वारसदाराचा हा प्रश्न बाह्य शक्तीच सोडवणार होत्या.

आरसेमहाल

चीनची समृद्धी तेव्हा शिखराला पोचलेली होती. शेजारी देशांमधल्या दहा लाखांहून जास्त लोकांनी या साम्राज्यात येऊन राहण्याची परवानगी मागितलेली होती. यात सहा लाख सत्तर हजार नागरिक हे पश्चिम तुर्कस्तानच्या शह्- स्संग जमातीचे होते. त्याच वेळी भिंतीच्या पलीकडे दक्षिण मान्छुरामध्ये राहणाऱ्या खितान जमातीनं बंड केलं. ६४८मध्ये, छन् ख्वान्च्या बाविसाव्या वर्षात, ते थाय-चुँगला शरण आले होते आणि त्यांना मर्यादित प्रमाणात स्वयंशासनाची परवानगी देण्यात आलेली होती. त्या बदल्यात ते अत्यंत उपयुक्त मित्र बनले होते. पण ६९६मध्ये, छंग शंग्च्या पहिल्या वर्षात दुष्काळ पडला आणि चिनी लष्करी गव्हर्नरनं त्यांना मदत नाकारली आणि त्यांच्या मुखियाला आपल्या गुलामासारखं वागवलं. एका आठवड्याच्या आत लि च्छ्न चुंग आणि सुन् वान्- च्युंग या खितानच्या दोन बंडखोर नेत्यांनी हजारोंचं सशस्त्र सैन्य जमवलं. हे दोघंही चिनी सरकारचे प्रांतीय अधिकारी होते. त्यांच्या विरोधात अठ्ठावीस जनरल्सच्या नेतृत्वाखाली लष्कर पाठवण्यात आलं. पहिल्या युद्धात शाही सैन्याचा पूर्णपणे निःपात झाला. आधुनिक बीजिंगच्या जवळ असलेल्या डोंगरातील एक दरी पूर्णपणे मृत सैनिकांनी भरून गेली. या संकटात भर पडली ती अटक करण्यात आलेल्या चिनी सैनिकांचा उपयोग करून खोटा आदेश जारी करून मदतकार्य करणाऱ्या सैन्यावर अचानक हल्ला झाल्यामुळे. मृतांमध्ये ज्येष्ठ जनरल वांग् स्याव्- च्छ्ह याचा समावेश होता.

दरम्यान, तुर्कींना मो- छो खान नावाचा नवीन नेता मिळाला होता. आधीच्या खानाच्या धाकट्या मुलाचा तो भाऊ असल्याचं बोललं जात होतं. याचा अर्थ तो बहुधा बेवारस मुलगा असावा. त्यानं सीमेवर आपल्याला काही हालचाल करता येईल का, हे चाचपून पाहण्याचा प्रयत्न केला, पण लवकरच त्याची पीछेहाट

झाली. उ छाव्‌च्या दृष्टीनं खितान बंडखोरांकडून जास्त धोका होता. तिने मो-छोसमोर मैत्रीचा हात पुढे केला. सुदैवानं चीनबरोबर शांतता करार करण्यासाठी मो-छो उत्सुकच होता. त्या बदल्यात त्याला ग्रेट वॉलच्या आतमध्ये स्थायिक झालेले शह्- स्संग तुर्की परत हवे होते. उ छाव्‌नं आपल्याला तिचा मुलगा म्हणून दत्तक घ्यावं आणि तिच्या मुलीनं आपल्या एका मुलाशी लग्न करावं, अशीही त्याची मागणी होती. म्हणजे मग, चीनच्या सिंहासनावर दावा सांगण्याचा अधिकार त्याला आणि त्याच्या मुलांना मिळू शकला असता.

उ छाव् त्याच्या मागण्यांचा विचार करत असताना, मो- छोनं खितान सैन्याच्या तळावर हल्ला केला आणि त्यांच्या बायका पळवून नेल्या. पवित्र आणि दैवी सम्राटानं मो- छोच्या मागण्यांना प्रतिसाद देताना त्याच्या 'खान' पदावर शिक्कामोर्तब केलं आणि शाही जनरलच्या पदाला असलेले अधिकार त्याला दिले. मो- छोनं हल्ला केला, तेव्हा खितान ग्रेट वॉलमार्गे हो- प्फेमध्ये प्रवेश करण्याकरता दक्षिणेच्या दिशेनं जात होते. तिथे त्यांनी आणखी एका शाही सैन्याचा पराभव केला. उ सान- स्सुचा पुतण्या उ यु-एच्या नेतृत्त्वाखाली हे सैन्य काम करत होतं. त्याच्याकडून या सैन्याचं नेतृत्व उ ए- चुँगनं घेतलं, पण तोही फार काही करू शकला नाही. छो छौवर खितानांनी हल्ला केला, तेव्हा मागे राहिलेल्या नागरिकांची कत्तल होईल याची पर्वा न करता तो पळून गेला. खितान सैन्य थेट वे- छोपर्यंत पोचलं होतं, म्हणजे ल्वोयांगपासून सहाशे लीपेक्षा कमी किंवा दोनशे मैलांवर ते आलेलं होतं. मग मात्र ते हिवाळ्यामुळे थांबले. तिथे त्यांनी उ छाव्‌ला सिंहासनावरून खाली खेचण्याच्या आणि चुंग -चुँगचा जीर्णोद्धार करण्याच्या प्रयत्नांमध्ये स्थानिक पाठिंबा मिळवण्याचा प्रयत्न केला. त्यांना प्रतिसाद देण्यासाठी पवित्र आणि दैवी सम्राटानं सर्वसाधारण माफी देऊ केली, सैन्यात भरती होणाऱ्या गुन्हेगार आणि खासगी गुलामांना बक्षिसं देऊ केली. ही घोषणा इतकी असाधारण होती, की उ छाव्‌च्या अधिकाऱ्यांपैकी एकानं जाहीर केलं की, यामुळे 'राज्याच्या मूलभूत रचनेचंच नुकसान होईल.'

उ ए- चुँगचं म्हणणं वेगळंच होतं. खितानना प्रत्युत्तर म्हणून हो- प्फेमधले जे लोक त्यांना सामील झाले असतील, अगदी जबरदस्तीनं सामील झाले असतील, त्या सगळ्यांची कत्तल करून टाकावी, असा त्याचा आग्रह होता. सभागृहातल्या मंत्र्यांनी त्याला कडाडून विरोध करताना म्हटलं की, निःशस्त्र नागरिकांनी जिवंत राहण्यासाठी जे आवश्यक होतं ते केलं, पण उ ए- चुँगनं तर खितान समोर आल्यावर आपल्या सैन्यासकट पलायन केलं! हो- प्फेच्या नागरिकांऐवजी देहदंडाची शिक्षा करायचीच तर ती त्याला करायला हवी असं या मंत्र्यांचं म्हणणं होतं. उ छाव्‌ला त्यांचं म्हणणं पटलं आणि तिनं हो- प्फेच्या लोकांना सोडून दिलं; मात्र,

उ ए- चुँगलाही कोणतीही शिक्षा झाली नाही.

खितान थेट राजधानीलाच लक्ष्य करत असले, तरी चिनी दरबारासमोर त्या वेळी घरातले आणखी काही प्रश्न सोडवण्याची वेळ आलेली होती. छांग् बंधूंच्या झपाट्यानं होणाऱ्या वाढीचा प्रश्न. छांग् ए- च्छ्ह आणि छांग् छआंग्- चुँग हे दोघं सावत्र भाऊ म्हणजे मंत्रिमंडळातील महत्त्वाचा मंत्री छांग् स्सिंग्- छंग्चे नातू होते. मोठा भाऊ छांग् ए- च्छ्ह याला विशेषाधिकाराद्वारा नागरी सेवेमध्ये थेट प्रवेश मिळालेला होता. तो 'गोऱ्या कातडीचा, अत्यंत देखणा आणि संगीत व गाण्यामध्ये तरबेज' होता. त्याच्या भावामध्येही हे गुण आलेले होते आणि राजकन्या थाय- प्फिंगची नजर त्याच्यावर पडली. तिने त्याला आपला प्रियकर केलं. त्यामुळेच उ छाव्चं लक्ष छांग् छआंग्- चुँगकडे गेलं आणि नेहमीप्रमाणे, दैवी व पवित्र सम्राटानं त्याच्या लिंगाबाबत कुतूहल दाखवलं. सिक्रेट क्रॉनिकल्स ऑफ खुंग हो च्छ्नच्या अस्तित्वात असलेल्या आणखी काही प्रकरणांमध्ये, लेखक छांग् मु यानं राजकन्या थाय- प्फिंगचा आपल्या आईबरोबरचा एक संवाद रेकॉर्ड केलेला आहे, ज्यात ती छांग् छआंग्- चुँगनं तिच्या घरात अंघोळ केली तेव्हा तिला काय दिसलं याचं वर्णन आपल्या आईकडे करते आहे.

'त्याचा जेड स्टॉक अतिशय तंदुरुस्त दिसत होता. वापरात नसताना तो खाली पडलेला होता आणि त्याची लांबी फार नव्हती. हंसाच्या अंड्यासारखा मुलायम आणि मोठा झाल्यावर पाच ते सहा इंचाची लांबी. अत्यंत टवटवीत, लालसर, मऊशार आणि परिपक्व.'

उ छाव् त्या विचारानं हसली आणि तिनं राजकन्या थाय प्फिंगला, 'तू चव घेतली आहेस का?' असा प्रश्न केला. आपण अजून चव घेतलेली नाही हे थाय प्फिंगनं मान्य केलं; पण आपल्या एका दासीला तिने ती घ्यायला सांगितली असल्याचंही कबूल केलं. उ छाव् मग त्या दासीकडे वळली आणि तिचा अनुभव विचारला.

''तू हर मॅजेस्टीसमोर मोकळेपणानं बोलू शकतेस,'' राजकन्या त्या दासीला म्हणाली. 'लाजू नकोस.'

आपल्या चेहऱ्यावरची लाली लपवत ती दासी उ छाव्च्या कानात कुजबुजली.

''सुरुवातीला दक्षिणेतल्या समुद्रातील लिचीप्रमाणे त्याचं लिंग लुसलुशीत होतं, नाजूक आणि मुलायम. मग एखाद्या छत्रीसारखं ते उघडलं गेलं. चार ते पाच वेळा झटके दिल्यानंतर, माझं स्त्रीकेशर अलगदपणे उघडलं. माझा आत्मा फुलासारखा उमलला. त्याच्याबद्दलची चांगली गोष्ट म्हणजे, आपल्या संभोगक्रियेमध्ये वेग असावा की आपण सावकाश झटके द्यावेत हे त्यानं स्वतःसाठी ठरवलं नाही, तर माझ्या इच्छेप्रमाणे हळुवारपणे त्यानं तो निर्णय घेतला.''

या बातमीनं उ छाव्ला अतिशय आनंद झाला.

'बाहेरच्या जगातील सामान्य स्त्रियांना केवळ पुरुषी ताकद हवीशी वाटते, असं मी ऐकलं होतं. हळुवारपणाची ओढ त्यांना नसते. शेतकरी स्त्रीची लैंगिकताच असते अशी. पण पुरुषाचा तो अवयव देखणा, हळुवार आणि लुसलुशीत असायला हवा.'

काही पुस्तकांनुसार छांग् बंधू सत्तेच्या जवळ पोचले कारण ते राजकन्या थाय-फ्फिंग आणि उ छाव् या दोघींचेही प्रियकर बनले. पण आणखी काही जणांच्या मते ते दोघे बायकी होते आणि त्यांच्या लैंगिक अवयवांचं खच्चीकरण करण्यात आलेलं होतं. राज्यावर असतानाच्या काळात उ छाव्ला तृतीय पंथीयांविषयी खास आकर्षण वाटत होत, ही वस्तुस्थिती आहे. कदाचित, रखेल असतानाच्या वेळी असे अनेक प्रतिहारी तिच्या अवतीभोवती असल्याचा तो परिणाम असू शकेल. शाही राजवाड्यातून बाहेर पडून शहराच्या बाहेर, गावांमध्ये मोठी घरं घेण्याची परवानगी तिनं त्यांना दिलेली होती. त्यांच्यातल्या काहींनी 'बायको' मिळवली होती, लैंगिक खच्चीकरण न झालेले मुलगे आणि मुली दत्तक घेतल्या होत्या, जेणेकरून आपली संपत्ती आणि आपली पदं ते त्यांना देऊ शकणार होते.

छांग् बंधू तृतीयपंथी असतील किंवा नसतील, पण ते आवडते बनले होते एवढं मात्र खरं. उ छाव् त्यांच्यावर पदं आणि भेटवस्तूंचा वर्षाव करत होती. महागडी ब्रोकेड्स, घोडे आणि गुलामांच्या भेटी देत होती. त्यांच्या सहवासात तिला थोडा विरंगुळा मिळत होता. त्यांचं बायकी वागणं तिला आवडायचं, ज्याप्रमाणे तिला बायकांच्या सहवासात असायला आवडायचं तसंच. आणि छांग् छआंग्- चुँग हा त्चु- च्छ्न या अमरत्व मिळालेल्या थाव्चा पुनर्जन्म आहे असं तिला वाटू लागलं.

कोणत्याही कारणामुळे का होईना, पण छांग बंधू दरबारातील महत्त्वाच्या व्यक्ती बनले. उ राजपुत्रही त्यांच्या महालांच्या बाहेर उभे राहू लागले आणि त्यांच्या घोड्यांचे लगाम पकडण्यात धन्यता मानू लागले. छांग् ए- च्छ्हला पाचवा मुलगा, उ- लांग् किंवा 'पाचवा तरुण मास्टर' आणि छांग् छआंग्- चुँगला ल्यो- लांग् किंवा 'सहावा तरुण मास्टर' असं म्हणू लागले. सरदार किंवा उमरावांच्या घरातील मुलांना अशा प्रकारे त्यांचे सेवक हाक मारत. थोडं नाव असलेला एक कवी तर त्यांची मर्जी संपादन करण्याच्या हेतूनं छांग् छआंग्- चुँगचं लघवीचं बकेट त्याच्याबरोबर सर्वत्र घेऊन फिरायचा. मात्र, दरबारात त्यांचा सगळ्यात जवळचा मित्र बनला तो क्रूरकर्मा च्छ् स्सु. उ ए- चुँग नेता असताना तो लष्करात सेन्सॉर होता. आपण आणि आपल्या बरोबरचे खानदानातले इतर किती अप्रिय आहोत, याचा अनुभव त्यानं स्वतः घेतलेला होता. उ ए- चुँग आणि उ यु- ए यांच्यासारखे कमांडर्स असताना

आणि नागरिक त्यांच्या विरोधात असताना, सिंहासन बळकावण्याची संधी उला मिळणं दुरापास्त होतं असं दिसू लागल्यावर त्यानं आपली निष्ठा बदलली आणि छांग् खानदानाकडे ती वळवली.

असं म्हणतात की, उ छाव्‌नं खाव- चुँगच्या पलंगाभोवती तिच्या लैंगिक सुख घेते वेळी लावलेले आरसे छांग् छआंग्- चुँगबरोबरच्या संभोगक्रियेसाठी पुन्हा लावून घेतले. या दोघांच्या एकत्र येण्यावर एक उपहासात्मक कविता आहे. ती अशी :

वसंत ॠतूमध्ये, आरशांच्या दालनात
एक गुप्त खेळ खेळला जातोय
पुरुषी शरीराचं प्रतिबिंब
त्यांच्या प्रत्येक हालचालीची करतात नक्कल
श्रीयुत सहा, विजयाच्या नशेत
त्या उत्कृष्ट पोकळीकडे पाहून हसतो
मँडेरिन बदकांची जोडी दिसते
हिरव्या लाटांमध्ये

'श्रीयुत सहा' म्हणजे छांग् छआंग्- चुँग आणि 'उत्कृष्ट पोकळी' म्हणजे आरशाच्या पृष्ठभागाचं आणि उ छाव्‌नं घेतलेल्या नवीन नावाचंही प्रतिनिधित्व करते. तिच्या नावातील वर्णांमध्ये खाली एक पोकळी आणि त्यावर सूर्य आणि चंद्र दाखवले गेले होते.

या प्रेम प्रकरणात दोघंही एकमेकांना मोठमोठ्या भेटी देत. उ छाव् ज्या शाही सिंहासनावर बसत असे, ते सोनं आणि कांस्यापासून बनवलेलं ड्रॅगनचं सिंहासन होतं. आजवरचे सम्राट याच सिंहासनावर बसलेले होते. पण तरीही छआंग्- चुँगनं तिच्यासाठी आणखी एक सिंहासन बनवून घेतलं. हे हस्तिदंतामधून बनवलेलं होतं, हरणाच्या कातड्याच्या उशा त्यावर होत्या, वेगवेगळ्या प्राण्यांच्या कातडीपासून तयार करण्यात आलेलं नक्षीकाम होतं आणि गेंड्याच्या शिंगांची सजावट होती. हे अख्खं सिंहासन एका तंबूत बंद करून ठेवण्यात आलेलं होतं आणि तो तंबू सोनं, चांदी, हिरे, माणकं, मोती यांनी सजलेला होता.

खितान आता वेशीपर्यंत आलेले होते, पवित्र आणि दैवी सम्राट मात्र नऊ धार्मिक तिपाईंना सोन्याचा मुलामा देण्याच्या कामी अधिक रस दाखवत होती. त्यावर आठशे सत्तर टन तांबं खर्च झालेलं होतं. पण त्या उन्हाळ्यात तिने दोन लाख सैन्याच्या दोन तुकड्या खितानचा सामना करण्यासाठी पाठवल्या. चुंग चुँगला पुन्हा एकदा चीनच्या सिंहासनावर बसवण्याचा निग्रह त्यांनी केलेला असला, तरी

फार कमी लोक खितानच्या बाजूनं गेले. आणि त्यांच्या तळावर मो- छोनं टाकलेल्या धाडीमध्ये त्यांनी आपल्या बायकाच गमावल्या नाहीत, तर जीवनावश्यक वस्तूही गमावल्या. या धाडीच्या बातमीनं खितानचं नीतिधैर्य खच्ची झालं आणि चिनी सैन्य जसजसं जवळ येऊ लागलं, तसे बिगर-खितान जमातीमधल्या लोकांनी बंड पुकारलं. लवकरच संपूर्ण खितान सैन्य पराभूत झालं आणि त्यांच्या झालेल्या कत्तलीमधून जे वाचले ते तिबेटमध्ये पळून गेले.

पण आता, मो- छोबरोबरची चीनची युती आपले रंग दाखवू लागली. उ छाव्नं तुर्कींबरोबर चर्चा करण्यासाठी पाठवलेल्या यन् च्छ्ह- वे या अधिकाऱ्यानं परिस्थिती नीट समजून घेतली नाही आणि मो- छोच्या सगळ्या मागण्या ताबडतोब मान्य करून टाकल्या. हजारो शह्- स्संग तुर्की त्याच्या ताब्यात दिले गेले, त्या बरोबर अनेक टन लोखंड, शेतीची हजारो अवजारं, महागड्या भेटवस्तू, सिल्कचे पन्नास हजार रोल्स आणि चाळीस हजार मापटी धान्य इतकं सगळं त्याला देण्यात आलं. पण एक गोष्ट मान्य करणं मात्र यन् च्छ्ह- वेच्या हातात नव्हतं. आजवर राजघराण्याचं रक्त असलेल्या कोणाही चिनी राजपुत्राचं लग्न एखाद्या असंस्कृत, जंगली माणसाच्या घरात झालेलं नव्हतं. त्याऐवजी उ छाव्नं हवाय् यांगचा राजपुत्र आणि उ छंग- स्सुचा दुसरा मुलगा उ यन्- स्सु याला तिथे पाठवलं. तो काही उ छाव्चा मुलगा नव्हता, पण वारसदाराचा प्रश्न इतका गुंतागुंतीचा झालेला होता की सिंहासनावर हक्क सांगण्याचा अधिकार त्यालाही मिळण्याची शक्यता होती. त्यामुळे खानच्या मुलीचं त्याच्याशी लग्न झालं, तर सम्राज्ञी बनण्याची संधी तिलाही मिळाली असती. पण उ यन्- स्सु मो- छोच्या छावणीत पोचला, तेव्हा खान काही फार खूश झाला नाही.

"माझ्या मुलीसाठी मला लि घराण्याचा मुलगा हवा होता. उ खानदानातल्या मुलाचा मला काय उपयोग? लि कुटुंबानं आम्हाला नेहमीच चांगली वागणूक दिली. आता दोन मुलगे सोडून त्यांचं बाकीचं संपूर्ण कुटुंब नष्ट झालेलं आहे. आता त्यांचं साम्राज्य पुन्हा प्रस्थापित व्हावं म्हणून मी माझं सैन्य घेऊन चीनवर स्वारी करणार आहे," त्यानं म्हटलं.

उ यन्- स्सुला तुरुंगात टाकण्यात आलं आणि यन् च्छ्ह- वेवर तुर्कींना साहाय्य करण्याची सक्ती झाली. त्यानं मग मो- छोला उ छाव्साठी एक पत्र लिहिण्यात मदत केली. त्यात म्हटलं होतं,

> 'तू मला जे बियाणं पाठवलं आहेस ते सडलेलं आहे आणि त्यातून काहीही उगवणार नाही. तू भेट केलेलं सोनं आणि चांदी नकली आहे. तू माझ्या दूतांना जी सन्मानचिन्हं बहाल केलीस, ती त्यांच्याकडून काढून

घेण्यात आलेली आहेत. तू दिलेलं सिल्क जुनं आणि कुजलेलं आहे. माझी मुलगी ही एका खानाची मुलगी आहे. तिचं लग्न सम्राटाच्या मुलाशीच व्हायला हवं. माझ्या स्वतःच्या दर्जापेक्षा उ कुटुंबाचा दर्जा खालचा आहे, आणि तू पाठवलेला लग्नाचा प्रस्ताव हा फसवा आहे. या सगळ्या कारणांमुळे मी हो- प्फे ताब्यात घेण्यासाठी सैन्य जमा केलेलं आहे.'

६९८च्या शरद ऋतूत, शंग् लिच्या पहिल्या वर्षात, मो- छोनं आधीच नासधूस झालेल्या हो- प्फेवर आक्रमण केलं. खितानंनी जो मार्ग घेतला होता त्याच्या पश्चिमेला मो- छोनं हल्ला केला. पण उ छाव्चं डोकं त्याच्या कितीतरी पट अधिक वेगानं चाललेलं होतं. तिनं पाच महिन्यांपूर्वी गुप्तपणे चुंग चुँग आणि त्याच्या कुटुंबाला ल्वोयांगमध्ये आणून ठेवलेलं होतं. मो- छोच्या हाती तो लागू नये आणि खितानप्रमाणे मो- छोनं त्याला सिंहासनावर बसवण्याचा प्रयत्न करू नये, हा विचार तिच्या या खेळीमध्ये होता. असं दिसतं की त्या क्षणी चुंग चुँगला वारसदार राजपुत्र म्हणून घोषित करण्याचा तिचा कोणताही विचार नव्हता, पण देश युद्धावर असताना ती उ छंग- स्सुचं नावही आपला वारसदार म्हणून जाहीर करू शकत नव्हती. तो फारसा लोकप्रिय नव्हता आणि एवढ्या उच्च पदासाठी सक्षमही वाटत नव्हता. शिवाय, तो आजारी होता आणि शंग् लिच्या पहिल्या वर्षात त्याचं निधन झालं. काही जणांच्या मते, सिंहासनावर बसण्याच्या त्याच्या आशा मावळल्यामुळे हाय खाऊन त्याला मृत्यू आला.

उ छंग- स्सुची तब्येत ढासळत असताना, त्याच्या चुलत भावानं, उ सान- स्सुनं वारसदार म्हणून स्वतःला पुढे आणायला सुरुवात केली. पण त्याला गंभीरपणे घेण्याची गरज नव्हती; कारण सिंहासनावर दावा सांगावा असं काहीही त्याच्यापाशी नव्हतं. उ खानदानाच्या ज्येष्ठांपैकी कोणाचाही तो वारस नव्हता; कारण उ छंग्- स्सुला उ यन्- स्वेच्याखेरीज इतरही मुलगे होते. दुर्दैवी उ यन्- स्वे मात्र अजूनही मो- छोच्या ताब्यात होता. चीन युद्धावर असल्यामुळे उ छाव् आता थि चन्- च्छ्हवर अधिकाधिक अवलंबून राहू लागली होती. तो तिचा सर्वांत विश्वासू सल्लागार बनला होता आणि पूर्वीपासून उ खानदानाचा विरोधक होता. शिवाय, पवित्र आणि दैवी सम्राट उच्या मनात काहीतरी वेगळं सुरू झालेलं होतं.

खितानच्या स्वारीनंतर च्छ स्वे पुन्हा दरबारात आलेला होता. उ ए- चुँगसारख्या कमांडर्ससाठी सैन्य उभं करणं किती कठीण आहे, हे त्यानं उ छाव्ला सांगितलं. उ ए- चुंग सैनिक म्हणून प्रत्येक पातळीवर अकार्यक्षम आहे, याची जाणीव उ छाव्ला होती. पूर्वी तिचा एक अधिकारी बाजू बदलून तुर्की खानाकडे गेला होता.

त्याला देहान्ताची शिक्षा ठोठावली गेली. त्याला खांबाला बांधलं आणि उ ए- चुँगनं सात पावलांवरून बाण सोडला. तेव्हा तीन वेळा त्याचा नेम चुकला होता. च्छ स्वे म्हणाला की, त्याच्यासमोर केवळ एकच उपाय आहे, आणि तो म्हणजे चुंग-चुँगला मुख्य कमांडर बनवायचं. तसं केलं तर उ छाव्च्या बाजूनं माणसं उभी राहतील, असं त्याला वाटत होतं. सुरुवातीला उ छाव्‌ला या निर्णयाबाबत पूर्ण खात्री वाटत नव्हती. म्हणून मग च्छ स्वेनं आणखी एक मार्ग काढला. तो छांग् बंधूंकडे गेला आणि दरबारातील अनेक जणांच्या मनात त्यांच्याबद्दल द्वेष आहे, त्यांना संपवायला ते आतूर आहेत, असं छांग् बंधूंना सांगितलं. त्यांचं पद आणि त्यांना मिळणाऱ्या सोयीसुविधा केवळ आणि केवळ दैवी व पवित्र सम्राटामुळे आहेत, असंही त्यानं म्हटलं. एक दिवस, तिचा मृत्यू झाला की सगळे दरबारी त्यांच्या विरोधात जातील, त्यांना त्यांच्या पदावरून खाली खेचतील आणि भयंकर मृत्यूला त्यांना सामोरं जावं लागेल, अशी भीती त्यानं छांग् बंधूंच्या मनात घातली. संरक्षण करण्यासाठी नवीन व्यक्ती शोधणं, हा त्यावरचा मार्ग आहे, असं त्यानं म्हटलं. छांग् बंधू काही मनानं खंबीर पुरुष नव्हते. च्छ स्वेचे शब्द ऐकून ते घाबरले आणि रडू लागले. आम्ही काय करू, असा प्रश्न मग त्यांनी च्छ्ह स्वेलाच विचारला.

"हे साम्राज्य थांगचे गुण अजून विसरलेलं नाही. अद्यापही चुंग- चुँगची, लु लिंगच्या राजपुत्राची आठवण सगळे काढत आहेत. पवित्र आणि दैवी सम्राटाचं आता वय झालंय आणि वारसदाराचा प्रश्न अजूनही सुटलेला नाही. मात्र, तिच्यानंतर उ खानदानातलं कोणी या गादीवर बसणार नाही. तुम्ही ही संधी का साधत नाही? तुमचा तिच्यावर प्रभाव आहे. तो वापरून तिला आपल्या मुलाला, लु लिंगच्या राजपुत्राला तिनं वारस करावं असं तुम्ही का सुचवत नाही? म्हणजे लोकांची इच्छाही पूर्ण होईल आणि तुम्ही तुमचं भविष्य आणि तुम्हाला मिळणाऱ्या सोयीसुविधाही कायम राखू शकाल," च्छ स्वेने त्यांना सांगितलं.

छांग् बंधू त्यांनतर चुंग- चुँगला वारसदार बनवावं म्हणून उ छाव्च्या मागेच लागले. पण ती काही मूर्ख नव्हती. हे दोघं अकलेनं हुशार नाहीत तेव्हा यामागे दुसऱ्या कोणाचं तरी डोकं आहे, हे तिच्या लक्षात आलं. आणि च्छ स्वेनंच हे घडवून आणलंय, हेही तिला कळलं. तिनं त्याला आपल्यासमोर येण्याचा आदेश दिला. तिथे आल्यावर च्छ स्वेनं आपणच छांग् बंधूंना हे सांगितल्याचं कबूल केलं आणि पुन्हा एकदा चुंग- चुँगला वारसदार बनवण्याचे फायदे उ छाव्समोर कथन केले. तिने थि चन्- च्छ्हला आपल्यासमोर हजर राहायचा आदेश दिला आणि चुंग-चुँगला पुन्हा एकदा वारसदार राजपुत्र बनवण्याबाबत त्याचं मत विचारलं. थि चन्-च्छ्हची निष्ठा सुरुवातीपासूनच थांग् घराण्यावर होती. डोळ्यांत अश्रू आणून त्यानं तिला ताबडतोब हा निर्णय घेण्याची विनंती केली. थि चन्- च्छ्हच्या नकळत तिनं

चुंग- चुँगला पडद्याच्या मागे लपवून ठेवलेलं होतं. थि चन्- च्छ्हचे शब्द ऐकून तिनं तो पडदा बाजूला केला आणि म्हणाली, 'पाहा, तुला तुझा वारसदार राजपुत्र मी परत देत आहे.' किंवा, दुसऱ्या एका स्रोतानुसार, "पाहा, तुला तुझा माजी सम्राट मी परत देत आहे," असं ती म्हणाली.

थि चन्- च्छ्हचा आनंद ओसंडून वाहू लागला. पण चुंग- चुँगला खासगीमध्ये वारसदार राजपुत्र बनवण्यानं काहीही साध्य होणार नाही, असं त्यानं म्हटलं. लि वारसदार पुन्हा एकदा आणणं आवश्यक तर आहेच, पण ते सर्वांसमोर करणं अधिक गरजेचं आहे असं त्याला वाटत होतं.

तोवर उ छाव्नं साडेचार लाखांच्या तीन सेना उभ्या केल्या होत्या. मात्र अत्यंत चपळ अशा तुर्की सैन्यासमोर त्याही पुऱ्या पडणार नव्हत्या. पण उ सान- स्सुनं लोकांवर आणखी जबरदस्ती केली, तेव्हा लोक मागे हटले आणि केवळ हजार पुरुष तयार झाले. त्या क्षणाला उ छाव्नं आपला हुकमाचा एक्का टाकला. शंग्- लिच्या पहिल्या वर्षातल्या तिसऱ्या महिन्याच्या अठ्ठाविसाव्या दिवशी, १३ मे ६९८ रोजी, तिनं चुंग-चुँगला लुंग-मनला पाठवलं. चुंग- चुँगनं आवश्यक तेवढ्या थाटामाटात, सगळ्या लोकांसमोर ल्वोयांगमध्ये प्रवेश केला. यामुळे लोक एकत्र आले. च्यु- चुँगला शाही वारसदार म्हणून पायउतार व्हावं लागलं आणि त्याला स्यांग्चा राजपुत्र हे पद बहाल करण्यात आलं. चुंग- चुँगला वारसदार राजपुत्र म्हणून आणि सैन्याचा मुख्य कमांडर म्हणून घोषित केलं गेलं. काही दिवसांतच त्यानं पन्नास हजारांचं सैन्य उभं केलेलं होतं.

थि चन्- च्छ्हला रणांगणावरील कमांडर बनवलं गेलं आणि लवकरच तो एक लाखाच्या तगड्या सैन्याला घेऊन बाहेर पडला. काही महिन्यांमध्ये त्यानं थिंग छोचं मुख्य शहर काबीज केलं आणि शत्रूच्या सैन्याला कापून काढलं. मो- छो मागे हटला आणि ग्रेट वॉलच्या पलीकडे पळून गेला, तेव्हा त्याचे ऐंशी हजारांहून अधिक सैनिक मृत्युमुखी पडलेले होते. 'कॉम्प्रिहेन्सिव्ह मिरर' चा लेखक स्सु- मा ख्वांग् म्हणतो, 'तिथे इशान्य भागातले सगळ्या जमातींचे लोक त्याला सामील झाले. सम्राटाविषयी त्यांच्या मनात असलेला तिरस्कार स्पष्ट होता.' यामुळे मो- छोला आपली सत्ता उत्तरेच्या दिशेनं वाढवणं शक्य झालं. एका दशकभरात मानछुर्‌च्या सीमेपासून कझाकिस्तानातील इली नदीच्या दरीपर्यंत आशियाच्या संपूर्ण आतल्या भागावर त्यानं नियंत्रण मिळवलेलं होतं.

मो- छोनं ७०२मध्ये, छांग्- आन्च्या दुसऱ्या वर्षात चीनवर पुन्हा एकदा आक्रमण केलं. पण त्याला माघार घ्यावी लागली. सर्वोच्च कमांडर म्हणून नाममात्र प्रमुख असलेल्या च्यु- चुँगच्या नेतृत्वाखालील सैन्यानं त्याचा पराभव केला. लवकरच मो- छोनं शांततेसाठी प्रयत्न केला. क्वे- छो, सहाव्या महिन्यात, छांग्-

आन्च्या तिसऱ्या वर्षात, ऑगस्ट ७०३मध्ये त्यानं एका राजदूताकरवी आपल्या मुलीचं लग्न चुंग- चुँगच्या एखाद्या मुलाशी व्हावं, अशी विनंती केली. नागरिकांच्या सभागृहात या राजदूतासमोर दोन अविवाहित राजपुत्रांना उभं केलं गेलं. हे लग्न पार पडलं, पण त्यामुळे समेट झाला नाही. मात्र, मो- छो ग्रेट वॉलच्या बाहेरच राहिला आणि ७०६मध्ये, शन लुंगच्या सहाव्या वर्षात, थुनहवांगजवळ मिंग- शा इथं आणखी एक विजय मिळाल्यानंतर त्यानं चीनला कधीही त्रास दिला नाही. ७१६मध्ये, खाय् युआनच्या चौथ्या वर्षात त्याच्या एका प्रतिस्पर्ध्यानं त्याचा खून केला.

चीनवर झालेल्या आक्रमणामुळेच केवळ उ छाव्नं चुंग- चुँगला आपला वारसदार म्हणून जबरदस्तीनं मान्यता दिलेली होती. अजूनही आपलं साम्राज्य पुन्हा थांगच्या हातात देण्याची तिची तयारी नव्हती. वारसदार राजपुत्र या पदासोबत चुंग- चुँगवर उ आडनाव घेण्याची जबरदस्ती केली गेली. वारसदार राजपुत्राचा पारंपरिक राजवाडा असलेल्या पूर्वेच्या राजवाड्यामध्ये राहण्याची त्याला परवानगी देण्यात आली. तो दरबारात हजर राहू शकत होता, पण त्याला सत्तेची चव चाखू दिली जात नव्हती आणि ल्वोयांगच्या सैन्याचं प्रमुखपद पळपुट्या उ ए- चुँगच्या हाती देण्यात आलं. या मार्गानं सैन्यावर उ कुटुंबाचा ताबा राहील, हे बघितलं गेलं.

पण वारसदार होण्याचं उ खानदानाचं स्वप्न आता विरलं होतं. उ छाव्ला पडलेल्या एका स्वप्नामधून याची प्रचिती आली. आपण बुद्धिबळ खेळत आहोत आणि सतत हरत आहोत, असं स्वप्न तिला पडलं. थि चन्- च्छ्हनं या स्वप्नाचा अर्थ लावताना तिला सांगितलं, 'स्वर्गाकडून आलेला हा इशारा आहे. बुद्धिबळामध्ये हरणं म्हणजे एक मुलगा गमावणं. (बुद्धिबळपुरुष आणि मुलगा या दोन्हीसाठी चिनी भाषेत एकच शब्द आहे). भविष्यात तू आपल्या मुलांच्या हक्कांवर गदा आणू नकोस. थाय्- चुँगचे गुण अजून विसरले गेलेले नाहीत. सिंहासन जिंकण्यासाठी तो खूप वर्षं धडाडीनं झगडला आणि ते सिंहासन त्याच्या मुलग्यांना मिळावं यासाठी तो लढला.' उ छाव्नं हे सिंहासन आपल्या मुलग्यांसाठी आणि खाव्- चुँगच्या मुलग्यांसाठी जपायला हवं, विश्वासानं त्यांच्याकडे सोपवायला हवं, असंही त्यानं सांगितलं. उ छंग्- स्सु आणि अगदी उ सान- स्सु यांच्याकडे ते देण्याचा विचार तिच्या मनात येऊन गेलेला असला, तरी चुंग- चुँग हा प्रत्यक्षातला खरा वारसदार परत आल्यानंतरच विविध जमातींपासून आणि दुष्टांपासून या साम्राज्याचा बचाव झालेला आहे, असं तो म्हणाला. पहिल्यांदाच उ छाव् त्याचं म्हणणं शांतपणे ऐकत होती.

थि चन- च्छ्ह आणि इतर दरबाऱ्यांनुसार, 'आणखी हजारो वर्षांनंतर' पवित्र आणि दैवी सम्राट उचं निधन झाल्यानंतर पुन्हा एकदा थांग साम्राज्य येईल याविषयी कोणाच्याही मनात आता शंका नव्हती. पण उ छाव्च्या मनात आता दुसरीच भीती

निर्माण झाली. एखादा लि पुन्हा एकदा सिंहासनावर बसल्यानंतर उ खानदानाचं काय होणार? साम्राज्याचा इतिहास सांगतो त्याप्रमाणे, 'विधवा सम्राज्ञीच्या मनात भय होतं की तिच्या मृत्यूनंतर थांगकडून उ कुटुंबाचा नाश केला जाईल आणि मरण्यासाठी त्यांना एखादा कोपराही उरणार नाही.'

म्हणून मग शंग् लिच्या दुसऱ्या वर्षातील दुसऱ्या महिन्याच्या सातव्या दिवशी, २३ मार्च ६९९ रोजी, तिनं आपल्या सगळ्या मुलांना मिंग- थांग्मध्ये एकत्र बोलावलं. चुंग- चुँग, च्यु- चुँग आणि राजकन्या थाय् फ्ंिग. त्यांच्याबरोबरच तिनं उ राजपुत्रांनाही बोलावून घेतलं. आपल्या मृत्यूनंतर तुम्ही सगळे शांततेनं आणि प्रेमानं एकत्र राहाल अशी शपथ तिनं स्वर्ग आणि पृथ्वीच्या साक्षीनं त्यांना घ्यायला लावली. ही शपथ एका लोखंडी टेबलवर कोरण्यात आली आणि साम्राज्याच्या ऐतिहासिक दफ्तरात संग्रहित केली गेली.

त्या क्षणाला उ आणि लि यांच्यातील संघर्ष अर्थहीन झाला होता; कारण तेव्हा वर्चस्व होतं ते छांग्चं. रंगीत सिल्कचे कपडे घातलेले, चेहऱ्याला पावडर आणि लाली लावलेले छांग् बंधू सम्राटाच्या मुख्य रखेल्यांची भूमिका तर पार पाडत होतेच, शिवाय दरबारातही त्यांचा मोठा प्रभाव होता. इतर पुरुष पारंपरिक शाही रखेल्यांच्या वेशात, पूर्ण मेकअप करून दरबारात ये-जा करत असत. सम्राट म्हणून उ छाव्नं दरबारातल्या स्त्री आणि पुरुषांच्या भूमिका पूर्णपणे उलट केल्या होत्या. आता ती त्यांची यांग ऊर्जा पीत होती आणि आपली कमीत कमी यीन ऊर्जा बाहेर पडू देत होती. वयाच्या तेराव्या वर्षी जनानखान्यात सामील झाल्यानंतर तिला शिकवण्यात आलेल्या शयनगृहातील कलांचा वापर करून तिनं स्वतःला सम्राज्ञीपद आणि नंतर सिंहासन मिळवून दिलं होतं. आता ती त्याच कला आपली सत्ता राखण्यासाठी उपयोगात आणत होती. चिनी तत्त्वज्ञानानुसार पुरुषांप्रमाणेच, स्त्रियांनाही संभोगामुळे आरोग्य आणि दीर्घायुष्य मिळणार होतं. जितके जास्त सहचर तितकं दीर्घ आयुष्य. वारसदार निवडण्याविषयी तिच्या मनात फारशी चिंता नव्हती याचं कारणच मुळी आपण अमर होणार असं तिला वाटत होतं, हे आहे.

पण तिच्या भोवतीची माणसं मात्र मर्त्य होती. तिच्या मनातून आता उतरला तो च्छ स्वे. त्याचा स्पष्टवक्तेपणा तिला नेहमीच आवडायचा. त्याच्या राजकीय खेळ्यांमुळे तिच्या राज्याला दूषणं आणणाऱ्या लाय छुन्- छंगपासून तिची सुटका झाली होती. आणि चुंग- चुँगची बाजू घेऊन त्यानं मो- छोविरुद्धचं युद्ध जिंकण्यासाठी तिला मदत केलेली होती. पण ७००मध्ये एक दिवस उ छाव्समोर पळपुट्या आणि दुष्ट उ ए-चुँगबरोबर त्याचा वाद झाला. ल्यो स्सु-लिचा कट शोधून काढण्यासाठी कोण जबाबदार होतं, यावरून हा वाद होता. च्छ स्वे उंच होता, तर उ ए- चुँग ठेंगणा आणि लठ्ठ. उ ए- चुँगच्या शरीरयष्टीवरून च्छ स्वे काहीतरी बोलला. असं

बोलणं हे दरबाराच्या प्रतिष्ठेला धरून नव्हतं आणि उ छाव्‌ला तो गुन्हा वाटला.

"आमच्यासमोर आमच्या नावाच्या व्यक्तीची अशी खिल्ली उडवणं यामुळे तुझ्या निष्ठेविषयी आमच्या मनात शंका निर्माण झाली आहे," ती च्छ स्वेला म्हणाली.

त्यानंतर काही काळानं त्यानं लिहिलेल्या एका अहवालाविषयी तिनं नाराजी व्यक्त केली. त्यात अनेक ऐतिहासिक विधानं भरलेली होती. उ छाव्‌चं वाचन प्रचंड असल्यामुळे हे लिखाण तिला उपकारकर्त्याच्या भावनेतून लिहिल्यासारखं वाटलं. ज्या गोष्टी आपल्याला माहीत आहेत, त्या सांगण्याचा प्रयत्न करू नकोस, असं तिनं त्याला बोलावून सुनावलं. भविष्यात असे दीर्घ अहवाल लिहू नकोस, अशी ताकीदही त्याला दिली. त्या वेळेस आपण थाय्- चुँगची रखेल असताना एका घोड्याच्या बाबतीत घडलेली एक घटना तिला आठवली. त्याविषयी बोलताना उ छाव् म्हणाली, "सम्राट थाय् चुँग यांच्याकडे एक अतिशय जंगली घोडा होता, ज्याला काबूत आणणं कोणालाच जमत नव्हतं. मी राजवाड्यातली एक मुलगी होते. त्यांच्या बाजूला उभी असताना मी त्यांना म्हटलं, 'मी या घोड्यावर मांड ठोकू शकते. मला तीन गोष्टी लागतील. धातूचा आसूड, लोखंडाची गदा आणि एक कट्यार. धातूच्या आसुडाने तो काबूत आला नाही, तर मी लोखंडाची गदा त्याच्या डोक्यावर मारेन आणि त्याचाही उपयोग झाला नाही तर कट्यारीनं मी त्याचा गळा चिरेन. मी काय म्हणतेय हे थाय् चुँगला बरोबर समजलं.' एवढं सांगून ती पुढे म्हणाली, "तुला समजलंय का? मी कट्यार वापरायला हवीय का तुला?"

च्छ स्वेला नेमकं समजलं. त्यानं जमिनीवर लोटांगण घातलं आणि दयेची भीक मागू लागला. त्याला दया मिळाली, पण आपली कारकीर्द आता उतरणीला लागली आहे हे त्याच्या लक्षात आलं. उ कुटुंबाच्या विरोधात असल्यामुळे दरबारात त्याचे अनेक शत्रू निर्माण झालेले होते. सरकारी कारभारात लुडबुड करण्यासाठी भावाचं नाव वापरताना च्छ स्वेच्या धाकट्या भावाला पकडण्यात आलं, तेव्हा त्याच्या या वागण्याला च्छ स्वेचा पाठिंबा असल्याचा आरोप झाला आणि त्याला पदावरून काढून टाकण्यात आलं; पण त्याला मृत्यूची शिक्षा न करता दूरच्या प्रांतात पाठवून देण्यात आलं.

निघून जाण्यापूर्वी च्छ स्वेनं पवित्र आणि दैवी सम्राटाची एक शेवटची भेट घेण्याची इच्छा व्यक्त केली. रडत रडत तो तिच्या समोर आला आणि म्हणाला, "तुमचा निष्ठावान सेवक आज दरबार सोडून जात आहे. युवर मॅजेस्टी, यापुढे कधीही मी तुम्हाला बघू शकणार नाही. मी केवळ एकच शब्द बोलू का?"

त्यानं आजवर केलेल्या चांगल्या कामांची आठवण येऊन उ छावला त्याची दया आली. तिनं त्याला बोलण्याची परवानगी तर दिलीच, पण समोर येऊन बस

असं सांगून खूप मोठा मानही दिला. एरवी स्पष्टवक्ता असलेल्या च्छ स्वेनं या वेळी आपले शब्द वापरताना बोधकथेचा आसरा घेतला.

"पाणी आणि माती एकत्र केलं तर ते चिकटेल का?" त्यानं विचारलं.

"अर्थातच," उ छाव्नं उत्तर दिलं.

"एखादा माणूस भिंत लिंपण्यासाठी हे मिश्रण वापरू शकेल का?"

"होय तर."

"पण एखाद्यानं या चिकणमातीचा अर्धा भाग घेऊन बुद्धाची मूर्ती बनवली आणि उरलेल्या अर्ध्या भागाची थाव् देवतेची, तर?"

"तर तसं चालणार नाही," उनं उत्तर दिलं.

च्छ स्वे आपल्या जागेवरून उठला आणि झुकून प्रणाम केला.

"शाही घराणं, म्हणजे लि आणि लग्नामधून निर्माण झालेलं नातं म्हणजे उ या दोघांचंही स्वतःचं असं हक्काचं स्थान आहे," तो बोलू लागला. "स्वर्गाला हे आवडत नाहीये. शाही कुटुंबाकडे स्वतःचा असा वारसदार राजपुत्र असला, तरी लग्नामधून निर्माण झालेल्या नात्यातील लोकांनाही राजपुत्राचा दर्जा देण्यात आलाय. हे करताना, युवर मॅजेस्टी, तुम्ही संघर्षाला आमंत्रण दिलंय. हे दोन गट एकमेकांबरोबर गुण्यागोविंदानं कधीच राहू शकणार नाहीत."

उ छाव् तरीही चिडली नाही.

"आम्हाला हे माहीत होतं. पण आता जे घडलं ते घडलं, त्याला उपाय नाही." ती म्हणाली.

च्छ स्वेनं तिचा निरोप घेतला आणि तो दरबारातून निघून गेला. त्याच्या नव्या प्रांतात आल्यानंतर थोड्याच दिवसांत त्याचं निधन झालं.

च्छ स्वेच्या इशारेवजा बोलण्यानंतरही, त्या क्षणाला तरी, साम्राज्याला अंतर्गत आणि बाह्य आक्रमणांपासून धोका नव्हता. उ खानादान कुरापती काढू शकत होतं, थांग योजना आखू शकत होते, पण उ छाव्कडे असलेल्या अनभिषिक्त सत्तेमुळे आपल्या विरोधात कोणीही काहीही करू शकणार नाही, असा विश्वास तिला होता.

अर्थात, छांग् बंधूंशी असलेल्या तिच्या नातेसंबंधांची चर्चा झाली, सेन्सॉर्सनी त्याचा निषेधही केला, पण उ छाव्ला त्याची पर्वा नव्हती. तिच्या आधीच्या सम्राटांप्रमाणेच आपल्या शेवटच्या दिवसांमध्ये देखण्या तरुण प्रियकरांच्या कोंडाळ्यात राहणं तिला आवडत होतं. वसंत ऋतूसाठी असलेल्या तिच्या राजवाड्यांच्या एकांतात ती आपल्या या दोन आवडत्या पुरुषांबरोबर दिवस घालवत होती. छांग् बंधू तिच्यासाठी काहीतरी साहित्य निर्माण करत आहेत, असं कारण त्यासाठी दिलं गेलं; पण प्रत्यक्षात अशा कोणत्याही साहित्याची निर्मिती झाली नाही. मात्र, दरबारातील पंडितांना आमंत्रित करून छांग् छआंग्- चुंग आणि छांग् ए- च्छ्ह

यांच्या सौंदर्याचे गोडवे गाणाऱ्या कविता लिहून घेतल्या गेल्या. तरुण, देखण्या मुलांची छांग् छआंग्- चुंगशी ओळख करून देण्यासाठी दरबाऱ्यांना मोठ्या रकमा दिल्या जायच्या. हे मुलगे छांग् बंधूंसाठी असत की पवित्र आणि दैवी सम्राटासाठी, याचं अनुमान ज्याचं त्यानं काढायचं होतं.

थांगमध्ये विशेष महत्त्व मिळालेलं असल्यानं छो साम्राज्यात थाव् (किंवा ताओ) धर्माचं स्थान ढासळलं. पण छांग् बंधू दरबारात येऊ लागल्यानंतर या धर्माला पुन्हा महत्त्व मिळू लागलं. छांग् बंधूच्या नाममात्र नेतृत्वाखाली सव्वीस पंडितांनी आठव्या शतकाच्या अगदी सुरुवातीला 'सान- च्छाव् छु-यिंग' नावाचं तेराशे खंडांचं भव्य संकलन पूर्ण केलं. या शीर्षकाचा अर्थ होता- 'तीन धर्मांतील मोती आणि फुलं' आणि त्यात थाव्, बौद्ध आणि कॉनफ्युशिअन धर्मांच्या क्लासिक्समधील अवतरणं आणि परिच्छेद यांचा समावेश होता. या तीन धर्मांमध्ये योग्य तो समतोल असायला हवा याबाबत उ छाव् किती जागरूक होती, हे यातून दिसून येत होतं. अर्थात, स्त्री म्हणून कॉनफ्युशिअन धर्मामध्ये तिच्याविषयी असलेला पूर्वग्रह तिला आपल्या मनातून कधी काढून टाकता आला असेल असं संभवत नाही. या कामाला जबाबदार असलेल्या संस्थेचं नाव होतं- सत्तेच्या बगळ्याचं कार्यालय. हा खुंग हो च्छन म्हणजे पुरुषांचा तिचा जनानखाना सांभाळणारा ब्यूरो होता. यातलं बगळ्याचं नाव निवडण्याचं कारण म्हणजे, बगळा हे दीर्घायुष्याचं प्रतीक होतं आणि छांग् बंधूंसाठी तो एक प्रकारचा संरक्षक ताईत बनला होता.

छांग् बंधू यजमान म्हणून खर्चीक समारंभ करू लागले होते. त्या काळात भाजलेलं मांस खूपच लोकप्रिय होतं. म्हणून मग त्यांच्यातल्या एकानं एक मोठा पिंजरा बनवून घेतला आणि तो बदकं आणि तत्सम प्राण्यांनी भरून टाकला. गोड, आंबट, कडू, खारट आणि मिरीच्या तिखट अशा पाच स्वादांच्या सॉसेसनं भरलेलं एक भलंमोठं भांडं आतमध्ये ठेवण्यात आलं आणि खालून कोळशाची शेगडी पेटवण्यात आली. पिंजरा गरम होऊ लागला तसं आतल्या प्राण्यांना तहान लागली आणि ते सॉस पिऊ लागले. म्हणजे शरीराच्या आतून या सॉसचं मिश्रण लागलं. उष्णतेनं हे पक्षी मरून गेले आणि मंद आचेवर शिजले गेले. त्यानंतर त्यांची पिसं काढली गेली आणि पाहुण्यांना ते मांस वाढलं गेलं. ही अशा प्रकारची मेजवानी अनेकदा दिली जाऊ लागली. आपल्या भावाचं हे कृत्य पाहून दुसऱ्या भावानं पक्ष्यांऐवजी पिंजऱ्यात गाढव टाकून त्याचं मांस आपल्या पाहुण्यांना वाढलं.

अशा मेजवान्या वारंवार दिल्या जाऊ लागल्या. त्याला हजारभर पाहुणे उपस्थित असत. आणि आठ आहारतज्ज्ञ, सोळा सुपरवायझर्स, सात आचारी आणि त्यांचे सहायक हे स्वयंपाकघरातील नेहमीचे कर्मचारी तर त्या वेळी हजर असतच, पण त्यांच्याबरोबरीने आणखी दहा सुपरवायझर्स, पंधरा नोंदी घेणारे आणि तेजस्वी वेतन

सेवेचे स्वयंपाकघरातील दोन हजार कर्मचारीही असत. यात तेवीस जण केवळ सॉस बनवण्यासाठी, तीस जण दारू गाळण्यासाठी, एकशेवीस एल बिअर ओतण्यासाठी, बारा जण सोयाबीनची पेस्ट बनवण्यासाठी, बारा जण व्हिनेगार बनवण्यासाठी, आठ जण भाज्यांचं लोणचं बनवण्यासाठी आणि पाच जण साखर शुद्ध करण्यासाठी होते. हे समारंभ आतमध्येही होत आणि बाहेर मशालींच्या उजेडातही. अनेकदा ही मेजवानी अठ्ठावन्न कोर्सची, म्हणजे अठ्ठावन्न निरनिराळ्या पदार्थांची असे. या बरोबरच मनोरंजनाचे भरपूर प्रकार असत. प्रशिक्षित हत्ती, दोरीवरून चालणं, कुस्ती, तलवारी घेऊन नृत्य, रस्सीखेच, काव्यवाचन, मल्लखांब, राज्यातील वेगवेगळ्या विभागांमध्ये बोटींच्या शर्यती आणि पिसं भरलेल्या कातडी चेंडूनं खेळला जाणारा फुटबॉल हा लोकप्रिय खेळ, असे मनोरंजनाचे प्रकार असत. बहुतेक वेळा दरबाऱ्यांसाठी संगीतकार बोलावले जात आणि त्याबरोबर नऊ वेगवेगळ्या नर्तकी- दोन चिनी, एक भारतीय, एक कोरिअन आणि मध्य आशियातून पाच अशा या नर्तकी असत. संगीतकार बाजा आणि अनेक तारांचं तंतुवाद्य वापरत. समरकंदमधून आलेल्या नर्तकी पाश्चात्त्य पद्धतीचं नृत्य करून दाखवत, ज्यात स्टेजवर लाकडी चेंडू टाकलेले असत आणि या मुली त्यावरून लोळत जाताना गडगडाटासारखा आवाज येत असे. जेवण रात्री उशिरापर्यंत चालत असे आणि काही वेळा तर या मेजवान्या अनेक दिवस साजऱ्या होत.

या अशा मेजवान्यांना पवित्र आणि दैवी सम्राट उ छाव् छांग् बंधू आणि उ राजपुत्र यांना एकत्र आणत असे. ती हजर असताना उ राजपुत्र आपलं वैर दाखवण्याची हिंमत करत नसत. एकत्र येऊन ते दारू पीत, रात्रभर जुगार खेळत. थांग काळातील चिनी लोकांना दारूचे खेळ खेळण्याची खूप आवड होती. एका झटक्यात चाळीस मापटी एल पिणाऱ्या खेळाला एल रुल्स म्हणत आणि तो खूपच लोकप्रिय होता. उ आणि छांग एकमेकांवर हलके विनोद करत, आपल्या भोवतीच्या अधिकाऱ्यांची चेष्टा करत. पण बहुतेक करून सम्राज्ञीचा रोष ओढवू नये म्हणून उ राजपुत्र वाहवा करण्यातच धन्यता मानत. एकदा उ सान- स्सु म्हणाला की छांग् छआंग्- चुँग म्हणजे प्रसिद्ध संत वांग- त्सु च्छन (राजपुत्र च्छन) याचा पुनर्जन्म आहे. उत्तरेच्या छो साम्राज्याच्या राजा लिंग् याचा वारस म्हणून पदच्युत झालेला मुलगा आणि आता वांग् हे सर्वसामान्य आडनाव असलेल्यांचा पूर्वज असा हा राजपुत्र म्हणजे स्वर्गातून बगळ्यावर बसून अवतरलेला होता. उ छाव्ला ही कल्पना फार आवडली आणि तिनं छांग् छआंग्- चुँगसाठी बगळ्याच्या पिसांपासून तिनं एक पोशाख बनवून घेतला. पिसांनी नटलेला आणि वेळूची बासरी किंवा शंग् वाजवत येणाऱ्या छांग् छआंग्- चुँगला लाकडी यंत्रानं वर उचलण्यात आलं. पुन्हा एकदा दरबाऱ्यांतल्या पंडितांना छांग् छआंग्- चुँगच्या सौंदर्याची स्तुती करणाऱ्या कविता लिहिण्यासाठी

आमंत्रित केलं गेलं. या घटनेने दरबारामध्ये एकच खळबळ माजली.

छांग् कुटुंबातील मोठी भावंडं आपल्या या दोन भावांच्या सम्राज्ञीबरोबरच्या नात्याचा उपयोग स्वतःला श्रीमंत बनवण्यासाठी करून घेत होती. त्यांच्यापैकीच एक होता छांग् छआंग्- ए. ल्वोयांगमध्ये त्यानं स्वतःसाठी एका उत्तम पदावर काम मिळवलेलं होतं आणि इतरांची कामं करून देण्याकरता तो लाच घेत असे. एक दिवस त्याला सुएह् नावाच्या एका पदवीधरानं थांबवून सरकारमधल्या एका जागेसाठी पन्नास औंस सोनं दिलं. राजवाड्यात पोचल्यावर छांग् छआंग्- एनं त्याची कागदपत्रं नागरी सेवा महामंडळाच्या उपाध्यक्षांकडे दिली आणि सुएल्हा नोकरी देण्यास सांगितलं. पण उपाध्यक्षानं ते कागद हरवले. छांग् छआंग्- ए त्याच्या या अकार्यक्षमतेमुळे चिडला. त्या मुलाचं नाव सुएह् आहे एवढंच त्याला आठवत होतं.

"तू त्याला काहीही करून शोध आणि नोकरी दे," छांग् छआंग्- एनं म्हटलं.

दुर्दैवानं सुएह् हे चीनमध्ये अगदी सर्वत्र आढळणारं नाव होतं. उपाध्यक्षानं आपलं रजिस्टर पाहिलं तेव्हा सुएह् नावाच्या साठ पदवीधरांनी नोकरीसाठी अर्ज केल्याचं त्याच्या लक्षात आलं. त्यानं त्या साठही जणांना नोकऱ्या दिल्या.

लाच घेऊन मिळवलेल्या पैशांमधून छांग् छआंग्- एनं एक भव्य घर बांधलं. कोणत्याही उ किंवा लि राजपुत्राचा नव्हता एवढा हा बंगला मोठा आणि डौलदार होता. एके रात्री या घराच्या गेटवर कोणीतरी लिहिलं, 'कोळ्याचं जाळं किती दिवस टिकणार आहे?'

छांग् छआंग्- एनं ते काढून टाकलं, तर पुढच्या रात्री ते पुन्हा लिहिलं गेलं. प्रत्येक वेळी तो ते पुसून घ्यायचा आणि प्रत्येक वेळी ते परत लिहिलं जायचं. अखेर कंटाळून त्यानं ते वाक्य तसंच राहू दिलं. फक्त त्याखाली लिहिलं, 'एक दिवसही पुरेसा असतो.'

छांग् बंधू आपल्याला फायदा मिळवून देतील अशा सरकारी पदांच्या नेहमी शोधात असत. त्यांच्या प्रभावाखाली, अनुकंपा संस्थेच्या प्रमुखपदी उ छाव्ला धर्मनिरपेक्ष अधिकाऱ्यांची नेमणूक करावी लागली. ही एक धर्मादाय संस्था होती आणि पारंपरिकदृष्ट्या बौद्ध भिक्खू ती चालवत असत. रोग्यांसाठी औषधं पुरवणं, वृद्ध किंवा अनाथ वा टाकून दिलेल्या लोकांची काळजी घेणं, अशा प्रकारचं काम या संस्थेद्वारा केलं जात असे. छांग् बंधूंमुळे नेमले गेलेले नवीन व्यवस्थापक या संस्थेमध्ये भ्रष्टाचार करू लागले आणि तो एक चोरांचा अड्डाच बनला. उ छाव्ची सत्ता जेव्हा गेली, तेव्हा अनुकंपा संस्था बंद करावी लागली.

'दीर्घ काळ निरीक्षण करणं' म्हणजे च्छु शहच्या पहिल्या वर्षात, ७००पर्यंत, उ छाव् पंचाहत्तरीला पोचली होती आणि आता तिला तिचं वय जाणवू लागलं होतं. त्या वर्षी, सुंग- शान या पवित्र डोंगरावर तिनं हुंग- छोहून आलेल्या हु छाओ

नावाच्या एका थाव् नेत्याचं स्वागत केलं. मुख्य प्रवाहातल्या थाव् शिकवणीपासून तो इतका दूर होता की काही पुस्तकांमधून त्याचं वर्णन बौद्ध म्हणून करण्यात आलेलं आहे. स्वतःसाठी एक अतिशय महागडं रामबाण औषध तयार करण्याचं काम तिनं या नेत्याला दिलं होतं. या औषधामुळे ती अमर होणार होती आणि ते बनवण्यासाठी तीन वर्षं खर्ची पडलेली होती. उ छाव्नं ते एका झटक्यात गिळलं. तिला थोडं बरं वाटलं, पण तरीही तिची ताकद पूर्णपणे परत आली नाही आणि तिच्यासाठी प्रार्थना म्हटल्या जाऊ लागल्या. १९८२मध्ये सुंग डोंगरावर एक सोन्याची टॅबलेट सापडली, ज्यामुळे ७०० सालात झालेल्या या दोघांच्या भेटीचं स्मरण झालं. त्यावर, उ छाव्नं देवांकडे आपल्या आयुष्यात आपण केलेल्या गुन्ह्यांसाठी क्षमायाचना केली आहे, असे शब्द तिच्या वतीनं कोरले गेले होते.

७०० साल हे खास करून शुभशकुनाचं होतं. दक्षिण चीनमधला एक शेतकरी आपल्या बदकांच्या पिलांना साफ करत असताना त्यांच्या विष्ठेमध्ये काहीतरी चमकत असलेलं त्याला दिसलं. बघितलं तर ते सोनं होतं. ती सगळी विष्ठा साफ करून घेतल्यावर चौदा औंस सोनं त्यातून निघालं. ही बदकं ज्या डोंगराच्या पायथ्याशी खायला जात होती, तिथे तो शेतकरी गेला. त्यानं तिथली माती खणली आणि आतमध्ये त्याला आणखी बारा हजार आठशे औंस सोनं मिळालं. क्वांग्स्स आणि क्वांग्तुंगमध्ये सोन्यासाठी गर्दी व्हायला लागली.

ल्वोयांगमधल्या उष्णतेपासून दूर राहण्यासाठी उ छाव् अधिकाधिक काळ आपल्या उन्हाळ्यासाठीच्या महालांमध्ये घालवू लागली. राजधानीपासून एकशेऐंशी ली किंवा साठ मैलांवर असलेल्या शानस्स डोंगरामध्ये असलेला सान यांग राजवाडा तिचा सर्वांत आवडता होता. एकदा ती या राजवाड्यात जात असताना एका थारथार भिक्खूनं तिला थांबवलं. जवळच्याच एका मंदिरात एका बौद्ध भिक्खूचं निधन झालेलं होतं आणि त्याचं दहन होणार असल्यानं उ छाव्नं त्या मंदिराला भेट द्यावी अशी विनंती, त्यानं केली. उ छाव्ने तिथे जाण्याचं मान्य केलं, पण तिच्या सोबत असलेला थि चन्- च्छ्ह रस्त्यावर तिच्यासमोर गुडघ्यांवर वाकला आणि म्हणाला, "बुद्ध हा एक क्रूर देव आहे, साम्राज्याच्या सम्राटानं त्याची पूजा करू नये. हा परदेशी माणूस तुम्हाला त्या मंदिरात नेत आहे; कारण तुमच्या भेटीनंतर ते मंदिर प्रसिद्ध होईल आणि जवळचे व दूरचे लोक त्याला भेट देऊ लागतील. युवर मॅजेस्टी, तुम्ही भेट द्यावी अशी ती जागा नाही. तिथे जाण्याचा मार्ग खडकाळ आणि अरुंद आहे. संरक्षणासाठीही कठीण आहे."

प्फे यन्नं लुंग- मनला तिच्या विरुद्ध आखलेल्या योजनेची बहुधा तिला आठवण झाली असावी. "माझ्या प्रामाणिक मंत्र्याचा सल्ला मी मानत आहे," असं म्हणून ती मागे फिरली.

तिच्या प्रथम मंत्र्यांपैकी थि चन्- च्छ्ह तिचा सर्वांत विश्वासू मंत्री बनलेला होता. त्याच्या निष्ठेविषयी तिच्या मनात तिळमात्र शंका नव्हती आणि रीतीप्रमाणे त्याला दिलेल्या नावानं हाक मारण्याऐवजी त्याचा उल्लेख ती नेहमी 'ज्येष्ठ अधिकारी' असा करत असे. दरबारात उघडपणे तिच्याशी चर्चा करण्याचा दुर्मिळ अधिकारही तिनं त्याला दिलेला होता आणि त्याचा सल्ला ती स्वीकारत असे आणि त्याची अंमलबजावणीही करत असे. ११ नोव्हेंबर ७०० रोजी, कंग् छन्, नवव्या महिन्याच्या सत्ताविसाव्या दिवशी, च्छु शह्च्या पहिल्या वर्षात, त्याचं निधन झालं तेव्हा उ छाव् धाय मोकलून रडली होती.

"माझा दरबार आता रिकामा झाला," ती म्हणाली. त्यानंतर तिच्यासमोर एखादा पेच आला की ती म्हणत असे, 'स्वर्गाने माझ्या ज्येष्ठ अधिकाऱ्याला इतक्या लवकर का नेलं?'

थि चन्- च्छ्हच्या मृत्यूला हजारो वर्षं झालेली असली, तरी कथा-कादंबऱ्यांमधून अजूनही तो जिवंत आहे. मिंग साम्राज्याच्या काळात तो ति कुंग आन किंवा 'न्यायाधीश ति चं विचित्र प्रकरण' यामध्ये सूत्रधार होता. सुंग साम्राज्यातील एका खऱ्याखुऱ्या माणसावर आधारलेल्या पाव् कुंग आन- 'न्यायाधीश पावचं विचित्र प्रकरण'- यावर हे पुस्तक आधारलेलं होतं. विसाव्या शतकात, डच संस्कृतीतज्ज्ञ रॉबर्ट व्हॅन ग्युलिकनं ति कुंग आनचं इंग्लिशमध्ये भाषांतर केलेलं आहे आणि मग न्यायाधीश ति याच्यावर त्यानं कादंबरीची मालिका लिहिली. फ्रेंच लेखक फ्रेदेरिच लिनॉरमाँ यानंही त्या पुढे जाऊन न्यायाधीश ति यावर पुस्तकं लिहिली आहेत.

थि चन्- च्छ्हमुळे उ छाव्कडे अनेक सक्षम मंत्री तयार झालेले होते. पवित्र रखेलीचा मुलगा लि स्वे- च्छ्हच्या वतीनं अर्ज करणाऱ्या आणि उत्तरेकडच्या द्वारावरील पंडितांनी त्याचा अर्ज मिळवल्यानंतर हद्दपार करण्यात आलेल्या छांग् च्छ्न- च्छ्हला पुन्हा सेवेत घ्यावं, अशी शिफारस त्यानंच केलेली होती. छांग् च्छ्न- च्छ्हनं पुन्हा सेवेत आल्यानंतर झपाट्यानं प्रगती केली आणि प्रांतीय गव्हर्नरच्या पदापासून न्याय महामंडळाच्या उपाध्यक्षपदापर्यंत मजल मारली.

तुर्की युद्धात स्वतःचं कर्तृत्व दाखवलेल्य, पण उ छाव्नं ज्याला केवळ प्रांतीय पद दिलेलं होतं त्या याव् युआन- छुंग यालाही अधिक मोठं पद देण्याची शिफारस थि चन्- च्छ्हनं केली होती. त्याच्याच सल्ल्यानुसार छिंग हवे गव्हर्नर बनलेला होता आणि हुआन चन्- फान् सेन्सॉर झाला होता. सरकारमधल्या अत्यंत सक्षम अशा मंत्र्यांपैकी हे दोघे होते. त्यानं शिफारस केलेले बहुतेक जण त्याच्याच शाळेतून शिकून आलेले होते, हे लक्षात आल्यावर थि चन्- च्छ्हनं उत्तर दिलं की, त्यानं केलेली शिफारस ही त्याच्या खासगी फायद्याची नव्हे, तर राज्याच्या हितासाठी होती.

मात्र, थि चन्- च्छ्हच्या मृत्यूनंतर त्याची जागा घेईल असा अनुभव असलेला कोणीही ज्येष्ठ मंत्री नव्हता. राजवाड्यातल्या आपल्या अधिकाऱ्यांची दखलही उ छाव्नं घेतली नाही; कारण तिचा त्यांच्यावर विश्वास नव्हता. तिची तब्येत जसजशी ढासळू लागला, तसतशी ती छांग् बंधूंवर अधिकाधिक विसंबून राहू लागली. त्यांचं सत्तेच्या बगळ्याचं कार्यालय म्हणजे आता शाही अधिकाऱ्यांसाठीचं कार्यालय बनलं आणि झपाट्यानं दारू पिणं, जुगार खेळणं अशा गोष्टी तिथे सुरू झाल्या. तांत्रिकदृष्ट्या थांग साम्राज्यामध्ये या सर्व गोष्टी बेकायदा होत्या. इतरही गैरव्यवहार तिथे सुरू झाले. उ छाव्चा जनानखाना म्हणून या कार्यालयाकडे पाहिलं जाऊ लागलं आणि देखण्या तरुण मुलांबरोबर ती नियमितपणे वेळ घालवते, हे सर्वांना माहीत झालं. एका अधिकाऱ्यानं तक्रार करताना तिला लिहिलं :

> 'युवर मॅजेस्टी, आपण सुएह् हवाय्- ए तसंच छांग् ए- च्छ्ह आणि छांग् छआंग्- चुंग यांना या आधीच अत्यंत खासगी सवलती दिलेल्या आहेत. तेवढं पुरेसं असावं असं मला वाटतं. अलीकडेच मी एक गोष्ट ऐकली. शाही घरांमधील सेवकांचा प्रमुख ल्यो मु यानं स्वतः असा दावा केला की त्याचा मुलगा ल्यांग्- फ्विन् हा गोरा आणि शुद्ध असून, त्याची दाढी आणि भुवया अतिशय सुंदर आहेत. डाव्या बाजूला असलेल्या द्वाराच्या रक्षकांचा मुख्य व्यवस्थापक हो स्स्यांग्च्या म्हणण्यानुसार त्याची लैंगिकता आणि शिस्न ताठ ठेवण्याची क्षमता ही सुएह् हवाय्- ए याच्यापेक्षाही जास्त आहे आणि त्याला शाही सेवकांच्या कार्यालयातील सभासदत्वासाठी स्वतःची शिफारस करायची आहे.'

नेहमीप्रमाणे या अधिकाऱ्याला त्याच्या स्पष्टवक्तेपणासाठी बक्षीस देण्यात आलं. मात्र, उ छाव् आणि छांग् बंधूंशी संबंधित अफवांमुळे लि कुटुंबात आणखी एक शोकांतिका घडली. वारसदार राजपुत्र चुंग- चुँग याला लि छुअंग- चुन् नावाचा एक मुलगा होता. त्याची आई म्हणजे लेडी वे जी चुंग- चुँगच्या सम्राटपदाच्या पहिल्या कार्यकाळात थोड्या दिवसांसाठी सम्राज्ञी वे बनली होती आणि लि छुअंग- चुन् शाही नातू. त्याच्या वडिलांना पदच्युत करून हद्दपार केलं गेलं, तेव्हा लि छुअंग- चुनला सर्वसामान्य नागरिकाचा दर्जा देण्यात आला होता. अद्यापही त्याला राजपुत्राचा दर्जा दिला गेलेला नव्हता.

आता एकोणीस वर्षांचा असलेला लि छुअंग- चुन् हा काही चुंग- चुँगचा सर्वात मोठा मुलगा नव्हता. त्याला लि छुंग- फु नावाचा एक सावत्र भाऊ होता. त्याच्यापेक्षा दोन वर्षांनी मोठा असलेला हा सावत्र भाऊ एका खालच्या दर्जाच्या

रखेलीपासून झालेला असल्यामुळे वारसदारांच्या पहिल्या यादीत त्याचा समावेश नव्हता. हे कुटुंब हद्दपार झालेलं असताना या गोष्टींना फारसं महत्त्व नव्हतं, पण आता चुंग- चुँग पुन्हा एकदा वारसदार झाल्यानं दोन भावंडांमध्ये मत्सर निर्माण झाला.

चुंग- चुँगला अनेक मुलीही होत्या. त्यांच्यातलीच एक होती राजकन्या युंग थाय्, म्हणजे 'निरंतन निश्चल'. तिचं लग्न उ छंग्- स्सुच्या सर्वांत मोठ्या मुलाशी, उ यन्- च्छशी झालेलं होतं. उ घराण्याच्या दाव्याला यश आलं असतं, तर त्यालाही राजगादीवर आपला अधिकार सांगता आला असता. एक दिवस पवित्र आणि दैवी सम्राट उ छाव् आणि छांग् बंधूंच्या नातेसंबंधांविषयी लि छुअंग- चुन्, उ यन्- च्छ आणि राजकन्या युंग थाय् चर्चा करत होते. लि छुअंग- चुन्चा मोठा भाऊ लि छुअंग- फुच्या कानावर त्यांची ही चर्चा गेली आणि स्वतःच्या फायद्यासाठी याचा उपयोग करण्याचं त्यानं ठरवलं. तो छांग् ए- च्छ्हकडे गेला आणि हे तिघे काय बोलत होते ते त्याला सांगितलं. छांग् ए- च्छ्हनं ते मग उ छावला सांगितलं आणि ती अतिशय संतापली. या वेळेपर्यंत लि छुअंग- चुन् आणि उ यन्- च्छ तिच्या मर्जीतून उतरलेले होते. उ आणि लि यांच्यात वाद होत राहावेत अशी उ छाव्ची अजिबात इच्छा नव्हती. शिवाय, तिच्या आणि छांग् बंधूंच्या नात्याविषयी टीका करणारी माणसं काही कमी नव्हती. म्हणून तिनं चविष्टपणे आपलं आयुष्य चघळणाऱ्या आपल्या तीन नातवंडांना आत्महत्या करण्याचा आदेश दिला. यामुळे चुंग- चुँगला कोणीही कायदेशीर वारस राहिला नाही आणि लि छुअंग- फुला हद्दपार करण्यात आलं. दुसऱ्या एका स्रोतानुसार, लि छुअंग- चुनला नवव्या महिन्याच्या तिसऱ्या दिवशी, रन्- छन्, छांग् आन्च्या पहिल्या वर्षात, ८ ऑक्टोबर ७०१ रोजी फटके मारून मृत्यूची शिक्षा दिली गेली. आणखी काहींच्या मते राजकन्या युंग थायला फटके मारून मृत्यूची शिक्षा ठोठावण्यात आली. तिच्या कबरीवरच्या शिलालेखानुसार, तिचा नवरा आणि तिचा भाऊ यांच्या मृत्यूच्या दुसऱ्या दिवशी तिचं निधन झालं. असं म्हणतात की त्या वेळी ती गरोदर होती. थांग कायद्यानुसार गरोदर बाईला देहदंडाची शिक्षा झाली, तर मूल झाल्यानंतर शंभर दिवसांपर्यंत तिच्या या शिक्षेला स्थगिती दिली जाते. म्हणून मग दुःखानं तिचा गर्भपात झाल्याचं समजण्यात आलं.

मात्र, लि छुअंग्- फुच्या चरित्रानुसार तो मोठा भाऊ नव्हता. लि छुअंग्- चुन, उ यन- च्छ आणि राजकन्या युंग थाय् हे तिघे उ छाव्च्या नजरेतून उतरले होते आणि लि छुअंग्- फुला हद्दपारीची शिक्षा देण्याची संधी उ छाव्ला मिळावी म्हणून या तिघांच्या गप्पा तिच्यापर्यंत पोचवण्यात आल्या. ही बाजू मांडणाऱ्यांच्या मते, चुंग- चुँगनेच या विविध शिक्षा फर्मावलेल्या होत्या. म्हणजे, स्वतःच्या मुलांना

मारून टाकायचं आणि कायदेशीर वारसही राहू द्यायचा नाही, असं पाऊल उचलण्यासाठी उ छाव्नं त्याच्यावर खूप मोठं दडपण आणलं असणार.

पण हे प्रकरण इथेच थांबलं नाही. लेडी वेच्या एकुलत्या एक मुलाच्या मृत्यूसाठी लि छुअंग्- फु कारणीभूत ठरल्यानं, लेडी वेनं आयुष्यभर त्याचा तिरस्कार केला. चुंग- चुँग सिंहासनावर बसला तेव्हा सम्राज्ञी म्हणून असलेल्या आपल्या स्थानाचा वेनं उपयोग केला आणि लि छुअंग्- फुला अधिकृतरीत्या हद्दपार करून वारसदार म्हणून त्याचं नाव पुसून टाकलं. चुंग- चुँगचा तिसरा मुलगा वारसदार राजपुत्र बनला. यामुळे भविष्यात आणखी अडचणी निर्माण होणार होत्या.

वय झालेलं असल्यानं उ छाव्चं वागणं बेभरवशाचं झालं होतं. छांग् बंधूंवर थोडी टीका केली म्हणून तिनं आपल्या तीन नातवंडांना मारून टाकलं आणि सु आन- हंग् नावाच्या पंडितानं उ छाव्ला निवेदन देऊन आपल्या पदाचा त्याग करायला सांगितलं तेव्हा तिनं त्याला बक्षीस दिलं. सु आन- हंग्नं म्हटलं होतं की साम्राज्यावर तिनं आता वीस वर्षं राज्य केलेलं आहे, चुंग- चुँगने आपण सक्षम आणि प्रगल्भ आहोत हे दाखवून दिलेलं आहे आणि आता त्याच्याकडे सिंहासन सोपवण्याची वेळ आलेली आहे. दरम्यान, सर्व उ राजपुत्रांचा दर्जा ड्यूक किंवा उमरावाचा करावा असंही त्यानं म्हटलं होतं. राजपुत्राचा दर्जा प्राप्त करण्यासाठी तिचे वीसहून अधिक नातू होतेच. यामुळे दोन शाही खानदानं राहणार नाहीत आणि भविष्यात त्यांच्यात संघर्ष होण्याचा प्रश्नही निकालात निघेल, असं त्याला वाटत होतं.

आश्चर्य म्हणजे, त्याचं हे म्हणणं उ छाव्नं शांतपणे स्वीकारलं. तिने सु आन- हंगला आपल्यासमोर दरबारात बोलावून घेतलं आणि त्याच्यावर भेटींचा वर्षाव तर केलाच, पण त्याच्या सन्मानार्थ मेजवानीही दिली. इतर अनेकांचंही हेच मत असल्यानं त्यांना शांत करण्यासाठी तिनं असं केलं असावं. पण त्याचा सल्ला तिनं मानला नाही. त्याऐवजी, नोव्हेंबर ७०१मध्ये, जवळपास वीस वर्षांनंतर ती छांग्- आन्च्या दरबारात परतली. मांजरांच्या तिच्या भीतीवर तिनं काबू मिळवला असला, तरी अजूनही सम्राज्ञी वांग आणि पवित्र रखेल यांच्या भुतांची भीती तिला वाटत होती. शहराच्या आत असलेल्या शाही राजवाड्यात राहण्याऐवजी ती बाहेरच्या नऊ प्रावीण्यांच्या राजवाड्यात राहिली. खाव्- चुँगनं आपल्या आयुष्यातला शेवटचा काळ इथेच घालवला होता.

काही जण म्हणतात की, ती छांग्- आनला परतली ते प्रकृतीच्या कारणास्तव, पण तिचा मुख्य हेतू हा राजकीय आणि विचारधारेचाच होता. थांगच्या राजधानीत परतणं म्हणजे थांग साम्राज्य लवकरच पुन्हा सत्तेवर येणार असल्याला प्रत्यक्षपणे पाठिंबा देण्यासारखं होतं. तिनं आपल्या राज्याचं नावही छांग्- आन् असं बदललं.

लोकांना छोच्या ड्यूकची, छो- खुंगची आठवण करून देण्याच्या दृष्टीनं तिनं हे पाऊल उचललं होतं. ख्रिस्तपूर्व बाराव्या शतकात छो- खुंगनं छो साम्राज्याचं स्थान बळकट करताना त्याच्या भावाच्या, उ- वांग्च्या मृत्यूनंतर सिंहासन बळकावण्याची इच्छा दाबून टाकली होती आणि त्याऐवजी उ- वांग्चा तरुण मुलगा छंग्- वांग्चा काळजीवाहू सम्राट म्हणून काम केलं होतं. त्यानं सात वर्षं काळजीवाहू सम्राट म्हणून राज्य केलं. या काळात आधीच्या शांग् साम्राज्याच्या पाठीराख्यांनी केलेल्या बंडाचा त्यानं निःपात केला आणि उत्तर चीनमध्ये राजकीय व्यवस्था स्थिर केली. त्यानंतर छो- खुंग पायउतार झाला. कदाचित उ छाव्च्या मनात तसं काही असावं. छोच्या ड्यूकनं उभारलेली प्रशासकीय व्यवस्थेची साखळी म्हणजे भविष्यातील चिनी साम्राज्यासाठी आदर्श व्यवस्था होती. कॉनफ्युशिअन धर्मानं छो- खुंगला श्रेष्ठत्व बहाल केलेलं होतं.

छांग्- आन्मध्ये, ७०२ सालात, छांग्- आन्च्या दुसऱ्या वर्षात, उ छाव्नं नागरी सेवेसाठी असलेली परीक्षा लष्करासाठीही लागू केली. सैनिकांसाठीच्या या नवीन परीक्षेचे सात भाग होते :

स्थिर लक्ष्य ठेवून तिरंदाजी- एकशेपाच पावलांवरून लक्ष्यावर नेम धरायचा, बाणाचं वजन एकशेऐंशी पाउंड असेल.
रस्त्यावरील तिरंदाजी- चालत असताना स्ट्रॉनं केलेल्या शरीरावर नेम धरून बाण चालवायचा.
दौडत तिरंदाजी- घोड्यावर बसून दौडत असताना, तीन इंच उंच आणि पाच इंच लांब अशा दोन लहान हरणांना लक्ष्य करायचं.
दौडत भालाफेक- घोड्यावर बसून दौडत असताना लाकडाच्या चार आकृत्यांवरून अडीच इंचाच्या चौकोनी थाळ्या भाल्याने उडवायच्या, ज्यांतल्या दोन उजव्या बाजूला तर दोन डाव्या बाजूला पडायला हव्यात.
भाषण- नेतृत्वाची क्षमता दर्शवणारं भाषण करायचं.
उंची- उमेदवारांची उंची शक्यतो सहा फुटांहून अधिक हवी.
वजन उचलणे- पावणेचार मापट्यांचं धान्याचं पोतं पाठीवर घेऊन वीस पावलं चालताना साडेतीन इंच व्यासाचा आणि सतरा फूट लांबीचा दांडा उंच धरून ठेवायचा.

राज्याच्या विद्यापीठाचं प्रशासन उ छाव्नं अधिक मजबूत केलं आणि नवा राष्ट्रीय इतिहास लिहिण्याचं काम सुरू केलं. ही सर्व कॉनफ्युशिअन धर्मातील कार्य होती, असं म्हणता येईल. राष्ट्रीय इतिहासाचं संकलन करण्याचं काम उ सान्- स्सुकडे

सोपवण्यात आलं. लि कुटुंब काही करेल, अशी अपेक्षा करण्याऐवजी आपणच हे काम करून इतिहासाच्या पुस्तकांमध्ये आपलं नाव पक्कं करावं, असा उ छाव्चा यामागचा विचार होता.

५ जून ७०२ रोजी, कंग्- त्च, पाचव्या महिन्याच्या दुसऱ्या दिवशी, छांग्-आन्च्या दुसऱ्या वर्षात, उ छाव्ने पायउतार व्हावं असं सांगणारं दुसरं निवेदन सु आन- हंग्नं दिलं. तिची सत्ता ही थांगकडून मिळालेली आहे आणि थांग असलेला वारसदार राजपुत्र चुंग- चुँग आता सेहेचाळीस वर्षांचा झाला असून, स्वतः राज्य चालवण्याच्या योग्यतेचा झालेला आहे. ती आई म्हणून मुलासाठी असलेलं प्रेम विसरली आहे का? आता या वयात ती दिवसरात्र काम का करते आहे? काळ पुढे चालला आहे आणि तिचे दिवस संपू लागले आहेत. परलोकात आपला नवरा, स्वर्गवासी सम्राट भेटल्यानंतर ती त्याला काय उत्तर देणार आहे? लोकांचं मन आणि हृदय आता पुन्हा थांग साम्राज्याकडे वळलं आहे. ती सिंहासनावर बसल्यानंतर शांतता प्रस्थापित झाली हे खरं असलं, तरी योग्य वेळी योग्य गोष्टी होतातच. कप पूर्ण भरला की आतील द्रव सांडू लागतं.

याही वेळी उ छाव्नं त्याच्या या शब्दांकडे दुर्लक्ष केलं आणि त्याला शिक्षाही केली नाही.

सु आन- हुंग्नं लि छुअंग्- छुन, उ यन्- च्छ आणि राजकन्या युंग थाय यांच्या बाबतीत जे घडलं त्याचा उल्लेख करणं जसं टाळलं होतं, तसंच लोकांचं मन आणि हृदय पुन्हा थांग साम्राज्याकडे वळलं आहे, त्यामागचं खरं कारणही त्यानं नमूद केलेलं नव्हतं. आपल्या कारकिर्दीच्या काळात अनेक वेळा तिनं स्वतःभोवती काही अप्रिय लोकांना जमवलेलं होतं. पण या सर्व पुरुषांमध्ये काहीतरी गुण होते आणि योग्य वेळ येताच तिनं त्यांना दूरही सारलं होतं. मात्र आता ती छांग् बंधूंवर आपली संपत्ती उधळत होती, त्यांच्यापाशी त्यांच्या देखण्या चेहऱ्यांखेरीज आणि त्यांच्या संगीतातील कलेखेरीज देण्यासारखा दुसरा कोणताही गुण नव्हता. आणि त्यांच्या कुटुंबाचा संपत्तीचा हव्यास आणि भ्रष्टाचार यामुळे लोकांना खरोखरच त्रास होऊ लागला होता.

यांतलं काहीही उ छाव्ला दिसत नव्हतं. ती आता वृद्ध आणि अशक्त झालेली होती आणि छांग् बंधू तिच्या अवतीभोवती घोटाळत, तिच्याकडे लक्ष पुरवत. तिच्या मर्जीत असल्यामुळे आपल्या स्थानाला कोणीही धक्का लावू शकणार नाही, असा ठाम विश्वास त्यांना होता. आपल्या लैंगिक आयुष्यावर केलेली कोणतीही टीका उ छाव्ला सहन होत नसे. सम्राट म्हणून हे सुख मिळवण्याचा अधिकार तिला नव्हता का? त्यातून छांग्चा राजकारणात काहीही सहभाग नसल्यामुळे यात राजकीय धोका आहे, असं तिला वाटत नव्हतं.

पण छांग् बंधू मात्र सरकारमधल्या उच्चस्तरीय अधिकाऱ्यांच्या रोषाचं केंद्र बनू लागले होते. दरबारातील नियमांचं ते सतत उल्लंघन करत आणि तिथल्या अधिकाऱ्यांशी अत्यंत तुच्छतेनं वागत. एका प्रसंगी छ्वानहून त्यांनी काही श्रीमंत व्यापाऱ्यांना उ छाव्च्या एका दालनात दारू पिण्यासाठी आणि जुगार खेळण्यासाठी आमंत्रण दिलं. अशा खालच्या दर्जाच्या माणसांना राजवाड्यात येऊ देता कामा नये असं म्हणून चॅन्सेलरीच्या उपाध्यक्षानं याचा निषेध केला आणि आपल्या नोकरांकरवी या व्यापाऱ्यांना हाकलून लावलं. इतर पाहुण्यांना या वागण्याचा धक्काच बसला आणि चॅन्सेलरीच्या उपाध्यक्षाला आता जीव गमवावा लागणार, असं सगळ्यांना वाटलं. पण उ छाव्नं त्याचं स्पष्टवक्तेपणासाठी कौतुक केलं. अर्थात, असे प्रसंग क्वचितच घडत.

छांग् बंधू उथळ आणि बेअक्कल होते. त्यामुळेच राजकीय पटलावर उ छाव्चा हयात पुतण्या उ सान- स्सु याच्या हातातलं बाहुलं ते बनू शकले. उ छंग्- स्सु या आपल्या चुलत भावापेक्षा उ सान- स्सु अत्यंत हुशार होता आणि सम्राट बनण्याची आशा त्यानं अजून सोडलेली नव्हती. पण तो योग्य वेळेची वाट पाहत थांबला होता आणि दरम्यान सत्तेच्या मार्गासाठी आवश्यक तो पाया तयार करत होता. त्यानं अत्यंत मेहनतीनं छांग् बंधूंबरोबर मैत्रीचे संबंध प्रस्थापित केले, ज्यामुळे दैवी आणि पवित्र सम्राटापर्यंत पोचण्याचा त्याचा मार्ग सुकर होईल.

उ छाव्च्या मृत्यूनंतर वारसदार राजपुत्राला थांबवण्याचा कोणताही मार्ग आपल्यापाशी नाही याची कल्पना त्याला होती, पण चुंग- चुँगसाठी त्याच्यापाशी वेळ नव्हता, वारसदार राजपुत्र हा कमजोर आणि कणाहीन आहे असं त्याचं मत होतं. त्याऐवजी त्यानं लेडी वेची मर्जी संपादन करण्याचं ठरवलं जी चुंग- चुँगची सहचर म्हणून नवऱ्यानं सत्ता मिळवल्यानंतर ताकदवान होणार होती.

छांग् बंधूंचं लांगुलचालन करणारा उ सान- स्सु एकटाच नव्हता. सचिवालयाचा अध्यक्ष यांग साय्- स्सु हासुद्धा खुशामतखोर होता. एक दिवस छांग् थुंग- स्सु या छांग् बंधूंच्या आणखी एका भावानं आयोजित केलेल्या मेजवानीला तो गेला होता. तू कोरिअन दिसतोस असं यजमानानं यांग साय्- स्सुला सांगितलं. खरं तर अगदी सहजी केलेलं हे विधान होतं, पण यांग साय्- स्सुनं लगेच जांभळ्या रंगाच्या आपल्या सरकारी झग्याची आतली बाजू बाहेर केली, जेणेकरून आतल्या पांढऱ्या अस्तरामुळे तो कोरिअन कोट दिसू लागला. एवढं करून तो थांबला नाही. कोरिअन फेटा म्हणून एक पांढरं कापड त्याने आपल्या डोक्याभोवती बांधलं. आणि मग त्याने एक कोरिअन नृत्य सादर केलं.

दुसऱ्या एका पाहुण्याने मग छांग् छआंग्- चुँगला खुश करण्यासाठी म्हटलं, ''तरुण, सहावा मास्टर, तुझा चेहरा कमळासारखा सुंदर आहे.''

जमलेले सगळे त्याच्याशी सहमत झाले. अपवाद फक्त यांग साय्- स्सुचा.

छांग् छआंग्- चुँगचा चेहरा कमळासारखा आहे असं तुला का वाटत नाही असं यांग साय्- स्सुला विचारल्यावर त्यानं म्हटलं, "नाही, कमळ सहाव्या मास्टरच्या चेहऱ्यासारखं सुंदर आहे असं मला वाटतं!"

शाही कुटुंबही छांग् बंधूंसमोर वाकलेलं असे. लि छुअंग्- चुन, उ यन- च्छ आणि राजकन्या युंग थाय् यांच्या मृत्यूसाठी ते कारणीभूत ठरलेले असले, तरीही चुंग- चुँग, च्यु- चुँग आणि राजकन्या थाय फ्किंग यांनी छांग् छआंग्- चुँगला राजपुत्र बनवावं, असा अर्ज उ छाव्कडे केला. उ छाव्नं हा अर्ज फेटाळला, बहुधा आपल्या मुलांना त्यांची जागा दाखवण्यासाठी तिनं असं केलं असावं. तरीही मागे हटण्याऐवजी त्यांनी फेरअर्ज दाखल केला. उ छाव्नं पुन्हा नकार दिला. त्याऐवजी तिनं छांग् छआंग्- चुँग आणि छांग् ए- च्छ्ह यांना ड्यूक केलं. सान- च्छाव् छु- यिंगवर त्यांनी केलेल्या कामासाठी ही पदवी त्यांना दिली, असं तिनं वरवर भासवलं. बहुतेक लोकांच्या मते, हेसुद्धा चुकीचंच होतं.

सगळे जण छांग् बंधूंच्या मर्जीत राहण्यासाठी प्रयत्न करत असताना दरबारात एक जण मात्र त्यांचा स्वाभाविक शत्रू होता. लाय् छुन- छन्च्या अस्तानंतर हद्दपार झालेला वे युआन- छुंग परतला होता. ल्वोयांग शहराचा तो गव्हर्नर बनला होता. तिथे त्याची गाठ मुलकी अधिकारी बनलेल्या भ्रष्टाचारी छांग् छआंग्- एशी पडली. त्याच्या कार्यालयापेक्षा गव्हर्नरचं कार्यालय दर्जानं मोठं असतानाही छांग् छआंग्- ए सतत गव्हर्नरच्या कामात ढवळाढवळ करत असे. आधीच्या गव्हर्नरनं हे सहन केलेलं होतं, पण वे युआन- छुंगनं तसं करणं नाकारलं आणि छांग् छआंग्- एला आपल्या घरातून निघून जाण्याचा आदेश दिला. छांग् ए- च्छ्हबरोबरही त्यानं शत्रुत्व पत्करलेलं होतं. छांग् ए- च्छ्हच्या एका गुलाम मुलीनं आपल्या मालकाच्या अधिकाराची गुर्मी दाखवत बाजारात भांडण केलं. वे युआन- छुंगनं तिला फटके मारण्याची शिक्षा दिली, ज्यात तिचा मृत्यू झाला.

छांग् बंधूंचा विरोध असतानाही वे युआन- छुंग सचिवालय आणि चॅन्सलेरी या दोन्हीचा अध्यक्ष बनला. सिंहासनाचा सर्वांत ताकदवान प्रथम मंत्री म्हणून वे युआन- छुंग सतत छांग् बंधूंना विरोध करत राहिला. छांग्- आन्च्या तिसऱ्या वर्षात, ७०३ साली, छांग् छआंग्- एला वे युआन- छुंगच्या जुन्या पदावर म्हणजे ल्वोयांग शहराचा जिल्हा गव्हर्नर म्हणून नेमावं असा प्रस्ताव उ छाव्नं मांडला. सम्राटाच्या हो ला हो म्हणणाऱ्या मंत्र्यांनी छांग् छआंग्- ए ही उत्तम निवड असल्याचं म्हटलं. केवळ वे युआन- छुंगनं या निवडीला विरोध दर्शवला. उ छाव्नं त्याला अधिक चांगलं नाव सुचवायला सांगितल्यावर तो म्हणाला, "सध्या हे पद ज्याच्याकडे आहे तोच त्या पदासाठी सर्वांत योग्य आहे." तू बराच काळ या पदावर राहिला असून,

आता आपल्याला त्यात बदल करायचा असल्याने, छांग् छआंग्- ए का चालणार नाही, असा प्रश्न उ छाव्नं त्याला केला. पुन्हा एकदा तिच्या मंत्र्यांनी तिच्या या निवडीचं कौतुक करून टाळ्या वाजवल्या. पुन्हा वे युआन- छुंगनं त्याला विरोध केला. छांग् छआंग्- ए त्या पदासाठी स्पष्टपणे अयोग्य असल्याचं त्याचं म्हणणं होतं.

या नेमणुकीला विरोध करण्यामागचं कारण स्पष्ट करण्याकरता उ छाव्नं वे युआन- छुंगला बोलावून घेतलं. तो म्हणाला की छांग् छआंग्- ए तरुण आहे, बेजबाबदार आहे आणि त्या कार्यालयाचं कामकाज सांभाळण्यासाठी आवश्यक तो अनुभव त्याच्यापाशी अजिबात नाही. 'छांग् छआंग्- एनं आजवर केवळ एकच जबाबदारी सांभाळलेली आहे आणि ती म्हणजे प्रांतीय गव्हर्नरपदाची. तिथेही त्याच्या छत्राखाली राहण्यापेक्षा प्रांतातल्या लोकांनी पळून जाणं पसंत केलं होतं. कमी लोकसंख्येचा एखादा छोटा प्रांत सांभाळणं वेगळं; कारण ल्वोयांगसारख्या भव्य शहरावर नियंत्रण ठेवणं, ही खूप मोठी जबाबदारी आहे. स्वाभाविकच छांग् छआंग्- ए त्यासाठी अजिबात सक्षम नाही.'

वे युआन- छुंगनं ही जबाबदारी सांभाळलेली असल्यानं आपण काय बोलतोय याची त्याला पूर्ण जाणीव होती. उ छाव्नं त्याचं ऐकलं, पण ती नाराज झाली. छांग् बंधू आता वे युआन- छुंगला खाली खेचण्यासाठी संधी शोधण्याकरता सक्रिय झाले.

एक दिवस, सरकारचं एक धोरण अपयशी झाल्यानंतर वे युआन- छुंग म्हणाला की उ छाव्च्या हाताखाली राजकीय पद घेतलं याचा दोष तो स्वतःला देतो आहे. शेवटच्या दैवी सम्राटानं- खाव्- चुंगनं पहिल्यांदा त्याच्यावर कृपादृष्टी केली होती आणि त्यानं मरेपर्यंत त्याच सम्राटाशी निष्ठावान राहायला हवं होतं; कारण आता सिंहासनाभोवती अपात्र लोक जमलेले आहेत. तो छांग् बंधूंना उद्देशून हे बोलत आहे हे उ छाव्ला समजत होतं. तिच्या खासगी आयुष्याविषयीची कोणतीही टीका तिला सहन होत नसे. त्यामुळे ती अतिशय संतापली. आणि ज्या संधीची वाट पाहत होते ती संधी छांग् बंधूंना मिळाली.

छांग्- आन्च्या तिसऱ्या वर्षातल्या नवव्या महिन्यात, ऑक्टोबर ७०३मध्ये उ छाव् खूप आजारी पडली, इतकी की यातून ती आता उठणार नाही अशी भीती वाटू लागली. वे युआन- छुंग पदावर असताना उ छाव्चं निधन झालं तर आपली खैर नाही याची जाणीव छांग् बंधूंना होती. त्यामुळे त्याच्या विरोधात झपाट्यानं काहीतरी करणं छांग् बंधूंना भाग होतं. वे युआन- छुंगला खाली खेचण्यासाठी काहीतरी करणं म्हणजे छांग् छआंग्- चुंगसाठी एका दगडात दोन पक्षी मारण्याची संधी मिळण्यासारखं होतं. तो राजवाड्यात पहिल्यांदा शिरला होता ते राजकन्या थाय- प्फिंगचा प्रियकर म्हणून. पण थाय- प्फिंगने आता खाव्- च्छ्न नावाचा नवीन प्रियकर मिळवलेला

होता आणि त्यामुळे छांग् छआंग्- चुँगला मत्सर वाटू लागला. आजारी असताना उ छाव्ला भेटण्याची परवानगी असलेल्या काही थोड्या लोकांमध्ये छांग् छआंग्- चुँग एक होता. अशाच एका भेटीमध्ये त्यानं तिला सांगितलं की वे युआन- छुंग खासगीत खाव्- च्छ्नशी बोलत असताना कोणीतरी ऐकलं. ते संभाषण त्यानं उ छाव्ला सांगितलं.

"पवित्र आणि दैवी सम्राटाचं आता वय होत आहे," वे युआन- छुंगनं म्हटलं होतं. "दीर्घ पल्ल्याच्या फायद्याचा विचार केला तर आता वारसदार राजपुत्राच्या बाजूनं उभं राहणं अधिक योग्य ठरेल."

याचा अर्थ ते सिंहासन बळकावण्याचा प्रयत्न करत आहेत असा उघड अर्थ उ छाव्नं त्यातून काढला. तिनं वे युआन- छुंग आणि खाव्- च्छ्न यांना अटक करण्याचा आदेश दिला आणि त्यांच्या चौकशीची जबाबदारी छांग् छआंग्- चुँगवर टाकली.

पण अशी उथळ घटना वे युआन- छुंगसारख्या जाणकार आणि आदर असलेल्या माणसाला खाली खेचण्यासाठी पुरेशी नव्हती. म्हणून मग छांग् बंधू त्याच्या विरोधात आणखी पुरावा जमा करण्याच्या मागे लागले. त्यांनी एका साक्षीदाराला लाच देण्याचा प्रयत्न केला. छांग् छआंग्- चुँग गुप्तपणे छांग् युएह्ला भेटला. त्यांचं एकमेकांशी काहीही नातं नव्हतं, पण छांग् युएह् हा तुर्की युद्धातला हिरो होता आणि त्या काळात सचिवालयातील महासचिवांपैकी एक होता. कारकिर्दीमध्ये आणखी उच्च पदाला पोचवण्याच्या बोलीवर तो वे युआन- छुंग खासगीमध्ये उ छाव्नं पदावरून खाली उतरण्याच्या बाजूनं आपण आहोत असं बोलताना मी ऐकलं आहे, असं सांगायला तयार झाला. वे युआन- छुंगचं हे वागणं म्हणजे थेट देशद्रोह असणार होता.

या दरम्यान, उ छाव्ची तब्येत थोडी सुधारली आणि तिनं वे युआन- छुंग आणि खाव्- च्छ्न यांच्या विरोधातल्या प्रकरणाच्या सुनावणीसाठी संपूर्ण दरबार बोलवला. थांग काळातली ही सर्वांत गाजलेली उलटतपासणी म्हणायला हवी. तिथे वारसदार राजपुत्र चुंग- चुँग आणि स्यांगचा राजपुत्र च्यु- चुँग हेही हजर होते. सुरुवातीपासूनच हे प्रकरण छांग् बंधूंच्या अंगाशी येणार असं वाटू लागलं कारण संपूर्ण दरबार वे युआन- छुंग निरपराध असल्याचं सिद्ध करण्याच्या मागे होता. पण शेवटी, छांग् छआंग्- चुँगने आपला हुकुमाचा एक्का काढला आणि साक्षीदार म्हणून छांग् युएह्ला दरबारात बोलावलं.

उ छाव्चा आदेश आला, तेव्हा छांग् युएह् नागरिकांसाठीच्या सभागृहाबरोबर इतर काही महासचिवांबरोबर बसलेला होता. केवळ महासचिवपद हे दरबारात हजर राहाण्याचा सन्मान मिळण्यासाठी पुरेसं नव्हतं. दरबारात जाण्याकरता छांग् युएह्

उठला, तेव्हा सुंग च्छंग नावाच्या आणखी एका महासचिवाने त्याला थांबवलं आणि खोटं बोलून वे युआन- छुंगसारख्या थोर माणसाला दोषी ठरवण्याचं पाप करू नकोस असं त्याला सांगितलं. खरं बोलल्याने तुला छांग् छआंग्- चुँगने त्रास दिला तर मी मरेपर्यंत तुझ्या बाजूने लढेन असंही त्याला सांगितलं. इतर महासचिवांनीही त्याच्या म्हणण्याला होकार देत कोणत्याही परिस्थितीत आपण तुझ्या पाठीशी राहू असं त्याला सांगितलं. छांग् युएह्‌ने त्यांना काहीही प्रतिसाद दिला नाही. नागरिकांच्या सभागृहात तो शिरला आणि शांत राहिला. उ छाव्‌ने त्याला प्रश्न विचारला तरीही तो काही बोलेना.

वे युआन- छुंगची सहनशक्ती संपली. तो ओरडला, 'छांग् युएह्, माझ्या भोवती हे देशद्रोहाचं जाळं विणण्यामध्ये तू छांग् छआंग् चुँगला साथ देणार आहेस का?'

आपल्याला हवं तसं हे घडत नाही आहे असं लक्षात आल्यावर छांग् छआंग्- चुँग घाबरला. तो छांग् युएह्‌च्या बाजूलाच उभा होता. त्याने छांग् युएह्ला कोपराने कोसलं आणि जे सांगितलंय ते बोल असा इशारा केला. पण छांग् युएह्‌ला आता स्वतःच्याच जगात होता. तो पवित्र आणि दैवी सम्राटाच्या दिशेने वळला आणि म्हणाला, 'युवर मॅजेस्टी, तुमच्यासमोर माझ्यावर जबरदस्ती करण्यात येत असल्याचं आणि त्रास दिला जात असल्याचं तुम्ही बघताच आहात. मग बाहेरच्या जगात गोष्टी किती भयंकर असतील याची तुम्ही सहजच कल्पना करू शकता. पण आता मी संपूर्ण दरबारासमोर उभा आहे. आणि सत्य सोडून दुसरं काहीही मी बोलू शकणार नाही. वे युआन- छुंगला तुम्ही सिंहासनावरून खाली यावं असं काहीही बोलताना मी ऐकलेलं नाही. मात्र, छांग् छआंग्- चुँगने तशी साक्ष देण्यासाठी मला लाच देऊ केली.'

छांग् युएह् हा कटाचा भाग आहे असं छांग् बंधू म्हणू लागले. उ छाव्‌ने त्यांच्याकडे या आरोपाला पुष्टी देईल असा पुरावा मागितला. छांग् युएह्‌ने वे युआन- छुंगची तुलना इतिहासातील दोन महान संत, छोचा ड्यूक आणि शांग साम्राज्यातील ए यिन यांच्याशी करताना लोकांनी ऐकलं आहे. या दोन्ही महान व्यक्तींनी काळजीवाहू राजा म्हणून काम केलं आणि योग्य वेळ आल्यावर ते सत्तेपासून दूर झाले.

"हा जर पुरावा नसेल, तर पुरावा म्हणजे काय हे आम्हाला माहीत नाही," छांग् बंधू म्हणाले.

पण छांग् युएह् सुशिक्षित होता आणि त्यानं अगदी सहजी या मुद्द्याला उत्तर दिलं.

तो म्हणाला, "छांग् ए- च्छ्ह आणि त्याचा भाऊ छांग् छआंग्- चुँग अज्ञानी

आहेत. छोचा ड्यूक आणि ए यिन यांचं नाव त्यांनी ऐकलं, पण त्यांच्या कथाही त्यांना माहीत नाहीत. वे युआन- छुंग प्रथम मंत्री झाला आणि आपला जांभळा झगा घालत होता तेव्हा मी हे शब्द उच्चारले होते. दरबारातले सगळे अधिकारी त्यांचं अभिनंदन करण्यासाठी आले होते. पण ते म्हणाले, 'ही पदोन्नती मिळावी असं काहीही मी केलेलं नाही. मला भीतीने ग्रासलं आहे.' त्यावर मी म्हटलं, "युवर एक्सलन्सी, तुमच्यापाशी छोचा ड्यूक आणि ए यिन यांच्यासारख्या क्षमता आहेत. तिसऱ्या दर्जाच्या अधिकाऱ्याच्या जबाबदाऱ्यांची भीती तुम्हाला का वाटावी?"छोचा ड्यूक आणि ए यिन यांना फार पूर्वीपासून निष्ठावान मंत्री म्हणून मान आहे. युवर मॅजेस्टी, तुमच्या मंत्र्यांनी जर छोचा ड्यूक आणि ए यिन यांचं उदाहरण डोळ्यांसमोर ठेवून आपलं काम करायचं नाही, तर कोणाचं उदाहरण घ्यायचं?"

छांग् युएह् मग आपल्यावर आरोप करणाऱ्यांकडे वळला.

"छांग् छआंग्- चुँगला लोंबकळून राहिलं तर श्रीमंत होता येतं हे सगळ्या चीनमध्ये कोणाला माहीत नाही असं नाही," तो म्हणाला. "आणि जे वे युआन-छुंगबरोबर राहातात त्यांची कुटुंब उद्ध्वस्त होण्याचा धोका असतो, हेही सगळ्यांना ठाऊक आहे. पण वे युआन- छुंगचं भूत माझ्यावर सूड उगवेल अशी भीती मला वाटते, आणि म्हणून मी त्याच्यावर खोटे आरोप करणार नाही."

छांग् युएह्च्या प्रश्नांवर उ छाव्कडे योग्य उत्तर नव्हतं. पण आपले दोन लाडके लोक अज्ञानी आहेत हे मान्य करणं म्हणजे स्वतःची चूक मान्य करण्यासारखं होतं. म्हणून तिनं छांग् युएह्ला बदमाश म्हटलं आणि वे युआन- छुंगच्या तपासाबरोबरच त्याचाही तपास करण्याची जबाबदारी तिनं छांग् छआंग्- चुँगवर सोपवली.

काही दिवसांनंतर छांग् युएह्ला पुन्हा एकदा उ छाव्समोर हजर करण्यात आलं आणि पुन्हा एकदा त्यानं आधी दिलेली साक्षच दिली- वे युआंग छुंगने देशद्रोह ठरेल असं काही बोलल्याचं त्यानं ऐकलेलं नव्हतं आणि छांग् छआंग्- चुँगनं त्याला खोटी साक्ष देण्याकरता लाच दिली होती. त्याच्या हट्टीपणामुळे पवित्र व दैवी सम्राटाला राग आला आणि तिने नवीन तपासाचा आदेश दिला. हा नवीन तपास उ ए- चुँगच्या नेतृत्वाखाली प्रथम मंत्र्यांनी करायचा होता. उ ए- चुँगनं ल्यो स्सु- लिच्या विरोधात कट करणाऱ्यांवर कठोर कारवाई केलेली होती.

मात्र, या वेळी आपले हात वे युआन- छुंगच्या सहकारी प्रथम मंत्र्यांच्या हजेरीमुळे बांधले गेले आहेत, हे त्याच्या लक्षात आलं. वे युआन- छुंग हा सरळ सरळ निरपराध आहे आणि छांग् युएह् केवळ सत्य बोलत आहे, असं तो ठासून सांगत होता. सु आन्- हंग्नं तर एक निवेदन काढून, दोन निरपराध माणसांना शिक्षा होणं म्हणजे राज्याला काळिमा फासल्यासारखं असून, सर्वसामान्य जनतेमध्ये भीतीचं वातावरण त्यामुळे पसरेल, असं म्हटलं. या निवेदनात त्यानं पुढे असंही

म्हटलं होतं की, उ छाव् छांग् बंधूंसारख्या नालायक व्यक्तींची बाजू घेत असल्यामुळे प्रामाणिक माणसं सिंहासनापासून दूर जात आहेत. यामुळे तिचं प्रशासन कमकुवत होईल आणि हे असंच चालत राहिलं तर त्याचा परिणाम म्हणून एक दिवस क्रांती होईल. असं घडलं तर आपल्या कृतीचं समर्थन करण्यासाठी तिचं काय म्हणणं असेल?

छांग् बंधूंनी हे निवेदन पाहिलं तेव्हा ते भयंकर संतापले आणि सु आन्- फंगला मृत्यू येईल अशी योजना आखू लागले. पण त्याला सचिवालयाचा मुख्य सचिव हवान यन्- फान् याचं संरक्षण होतं. हवान यन्- फान्ची या पदासाठी शिफारस केलेली होती थि चन्- च्छ्हनं आणि आजवर छांग् बंधूंच्या वक्रदृष्टीपासून तो दूर राहू शकलेला होता.

छांग् बंधूंची योजना पूर्णपणे अपयशी ठरली होती. स्पष्ट पुरावा असताना आणि दरबाऱ्यांकडून निषेध होत असताना, वे युआन- छुंगला दोषी ठरवून शिक्षा सुनावणं उ छाव्ला शक्य नव्हतं. म्हणून मग, नवव्या महिन्याच्या नवव्या दिवशी, पिंग्- छन्, छांग्- आन्च्या तिसऱ्या वर्षात, २३ ऑक्टोबर ७०३ रोजी वे युआन- छुंग आणि छांग् युएह् यांना लिंग्- नान्च्या दक्षिण प्रांतामध्ये प्रांतीय पदांवर हद्दपार करण्यात आलं. त्याच्या दीर्घ कारकिर्दीमध्ये त्याने केलेल्या कामाचा आदर म्हणून उ छाव्नं वे युआन- छुंगला एक शेवटची भेट देण्याचं मान्य केलं.

तो म्हणाला, "माझं आता वय झालंय आणि मी लिंग्- नान्ला चाललोय. मी जिवंत राहण्याची शक्यता फारच कमी आहे; मात्र, एका गोष्टीची मला खात्री आहे. एक दिवस युवर मॅजेस्टींकडे या प्रकरणावर विचार करण्यासाठी योग्य कारण असेल."

त्याच्या म्हणण्याचा नेमका अर्थ उ छाव्नं त्याला विचारला.

तिच्या बाजूला उभ्या असलेल्या छांग् बंधूंकडे तो वळून म्हणाला, "ही दोन गुंड मुलं एक दिवस या देशात क्रांतीचं कारण बनतील."

हे ऐकून छांग् बंधूंना धक्का बसला. आपण बंड करण्याची योजना आखत आहोत, असा काहीतरी आरोप आपल्यावर होईल, अशी त्यांची अपेक्षा होती. ते धावत सिंहासनाच्या पायाशी पोचले आणि पवित्र व दैवी सम्राटासमोर त्यांनी लोटांगण घातलं. आपण सम्राटाशी कायम एकनिष्ठ असल्याचं ते सांगू लागले. त्यांच्या या लाळघोटेपणाची सगळ्याच दरबाराला लाज वाटली. वे युआन- छुंगला मग निघून जाण्याचा आदेश दिला गेला.

वे युआन- छुंग आणि छांग् युएह् यांना हद्दपार करण्यात यशस्वी होणं हा छांग् बंधूंचा विजय आहे असं दिसत होतं; पण हे यश पोकळ होतं. दरबारातली इतर मंडळी या दोघांना मूर्ख मानत होती, पण आता त्यांनी उ छाव्च्या सर्वांत चांगल्या

आणि निष्ठावान मंत्र्याला बाजूला सारलं होतं. आता आपण कोणीही सुरक्षित नाही याची जाणीव त्यांना झाली. वे युआन- छुंगच्या बाजूनं बोलण्यासाठी एक सेन्सॉर उभा राहिला, पण उ छाव्‌नं त्याच्याकडे लक्ष दिलं नाही. छांग् युएह्‌ला खरं बोलण्याचा सल्ला देणारा महासचिव सुंग् च्छंग् यानं त्याला हे प्रकरण संपवण्याची विनंती केली. वे युआन- छुंग आणि छांग् युएह् किमान जिवंत राहिले होते, त्यांच्या बाजूनं आणखी निषेध होत राहिले तर त्यांच्या आयुष्याला धोका निर्माण झाला असता. शिवाय, छांग् बंधूंना कधीतरी त्यांच्या वागण्याचा धडा मिळेल, असं त्याला वाटत होतं. लिंग्- नान्‌मधली परिस्थिती फार चांगली नसली तरी उ छाव्‌पेक्षा जास्त वर्षं वे युआन्- छुंग तिथे जगण्याची शक्यता होती आणि तसं घडलं तर तो पुन्हा सत्तेमध्ये सामील होणं स्वाभाविक असणार होतं. आणि मग सगळ्या छांग्‌ना धडा शिकवता येणार होता.

छांग् बंधूंनाही याची कल्पना होती. म्हणूनच वे युआन- छुंगचा जीव घेण्याची एक शेवटची योजना त्यांनी आखली. उच्च पदावर असलेल्या अधिकाऱ्याची बदली झाल्यानंतर त्याच्या सहकाऱ्यांनी उपनगरात त्याचा निरोप समारंभ करण्याची पद्धत होती. या प्रकरणात, वे युआन- छुंगवर झालेल्या अन्यायाची आणि त्याला मिळालेल्या कठोर शिक्षेची चर्चा होण्याची शक्यता होती. तसं झालं तर त्याला देशद्रोह म्हणता येणार होतं. छांग् बंधूंची भिस्त या चर्चेवर होती.

छांग् ए- च्छ्हनं आणखी एका माहिती देणाऱ्याला लाच दिली. वे युआन- छुंगचा निरोप समारंभ म्हणजे खरं तर पवित्र आणि दैवी सम्राटाच्या विरोधात कट करण्याची योजना आखण्यासाठीची बैठक होती, असं त्यानं सांगायचं होतं. वे युआन- छुंगच्या चौकशीच्या प्रकरणामुळे आपण अप्रिय झालो आहोत, याची उ छाव्‌ला जाणीव होती. त्यामुळे खरोखरच असा कट शिजू शकतो असं तिला वाटलं. स्वतः वे युआन- छुंगने तिला क्रांती होईल असा इशारा दिलेला होता. म्हणून तिनं एका सेन्सॉरला तपासासाठी पाठवलं.

सेन्सॉरनं आपल्या नेहमीच्या पद्धतशीर मार्गानं ही चौकशी सुरू केली. पण त्याला उ छाव्‌कडून घाई करण्याचे संदेश सतत येऊ लागले.

"कारस्थान होत असल्याचे सगळे पुरावे स्पष्ट आहेत; मग इतका वेळ का लागतोय?'' त्याला प्रश्न विचारण्यात आला.

पण सेन्सॉरनं ही माहिती ज्यानं दिली त्याला प्रश्न विचारण्यासाठी हजर करण्याचा आदेश दिला. छांग् युएह्‌च्या बाबतीत दरबारात आपण कसे तोंडघशी पडलो होतो, हे छांग् छआंग्- चुँगला चांगलंच माहीत होतं. त्यामुळे अशी माहिती देणारा तो माणूस कुठेही सापडणार नाही, याची काळजी त्यानं घेतली. हा माणूस सापडत नाहीये, पण त्यानं दिलेल्या माहितीच्या आधारे तू पुढे तपास करू शकत

नाहीस का, असा प्रश्न उ छाव्नं त्या सेन्सॉरला विचारला.

पण हा सेन्सॉर अत्यंत प्रामाणिक असल्यामुळे उ छाव्ची मागणी तो पूर्ण करू शकत नव्हता. संपूर्ण दरबाराच्या मताचं वजन त्याच्यावर होतंच. तो नियमांना धरून राहिला. साक्षीदार नसेल, तर या प्रकरणाला अर्थ नाही असं त्यानं सांगितलं.

"सर, या गुन्हेगारांना मोकळं सोडून द्यावं असं तुम्हाला वाटतं का?" उ छाव्नं सेन्सॉरला विचारलं.

"गुन्हेगारांनी मोकळं सुटावं असं मला अजिबात वाटत नाही," त्यानं उत्तर दिलं. "पण वे युआन- छुंग हा प्रथम मंत्री होता. त्याची पदावनती होऊन त्याला प्रांतातल्या पदावर पाठवण्यात आलेलं आहे. त्याचे मित्र आणि नातेवाईक निरागसपणे त्याला निरोप देत आहेत; पण त्यांच्यावर कट करत असल्याचा खोटा आरोप केला जातोय, हेच सत्य आहे. मी ते लपवण्याचा कसा प्रयत्न करू?"

वे युआन- छुंगचा अपराध हा मृत्युदंड देण्याएवढा मोठा नाही, असा न्याय खुद्द उ छाव्नंच केलेला आहे, पण आता त्याला निरोप देणाऱ्यांना मृत्यूची शिक्षा देण्याचा विचार ती करतेय, असंही सेन्सॉर म्हणाला. जीवन किंवा मृत्यू देण्याचा असलेला सार्वभौम अधिकार वापरण्याचा पूर्ण हक्क पवित्र आणि दैवी सम्राटाला आहे; पण तिने त्याला केवळ न्यायालयीन चौकशी करण्याचा आदेश दिलेला आहे. ती चौकशी करून त्याला जे सत्य अवगत झालेलं आहे ते त्यानं तिच्यासमोर मांडलंय, असं या सेन्सॉरचं म्हणणं होतं.

या वेळेपर्यंत उ छाव्चा राग शांत झालेला होता.

"म्हणजे त्या सगळ्यांना मी निष्पाप मानावं असं तुला वाटतं?" तिनं विचारलं.

"या बाबतीतली माझी समज फार मोठी नाही. पण सत्य हेच आहे की मला ते दोषी आढळले नाहीत."

वे युआन- छुंगची दरबारातली तपासणी आणि त्याला देण्यात आलेली शिक्षा या दोन गोष्टींबाबत आपण आपली रेषा ओलांडल्याचं तिच्या लक्षात आलं. आयुष्याच्या मधल्या काळात आपण राजकीयदृष्ट्या जितके निपुण होतो तितके आता राहिलेले नाही, याची जाणीव तिला झाली. दरबारामधल्या प्रतिस्पर्धी गटांमध्ये समतोल राखणं तेव्हा तिला जमत होतं. आता, छांग् बंधूंची बाजू घेऊन तिनं आपल्या सगळ्या दरबाऱ्यांना आपल्या विरोधात नेलं होतं. बदलाची गरज होती, म्हणून दहाव्या महिन्याच्या सुरुवातीला, तिंग्- स्स, छांग्- आन्च्या तिसऱ्या वर्षात, नोव्हेंबर ७०३मध्ये ती ल्वोयांगला परतली.

रक्तरंजित सिंहासन

ल्वोयांगमध्ये परतल्यानंतर उ छाव्‌ला आपल्यामध्ये एक नवीन ऊर्जा आल्याचं जाणवलं. खरं तर आता ती जवळजवळ ऐंशी वर्षांची झालेली होती आणि तिची तब्येतही फार बरी नव्हती. आपल्या नागरिकांच्या हृदयात पुन्हा स्थान मिळवण्याचा तिनं निश्चय केला. अनेक भ्रष्ट अधिकाऱ्यांना तिनं त्यांच्या पदावरून काढून टाकलं. बुद्धाचा एक अत्यंत खर्चीक पुतळा उभारला जात होता आणि त्याचा खर्च एक लाख सत्तर हजार रोख एवढा असणार होता. उ छाव्‌नं हे बांधकाम रद्द केलं. त्या वर्षी पीक चांगलं नव्हतं. लोकांविषयी मनात अपार प्रेम असणाऱ्या बुद्धाला त्याच्या पुतळ्यावर एवढा खर्च करण्यापेक्षा तो पैसा दुष्काळात होरपळणाऱ्या लोकांसाठी वापरला जाणं अधिक आवडेल, असं तिनं नागरिकांना सांगितलं. बेरोजगारी आणि वाढत्या असंतोषाचा प्रश्न सोडवण्याचा प्रयत्न तिने केला. आणि लिंग्- नान्‌मध्ये झालेल्या निषेधानंतर तिनं हान साम्राज्यानं आखून दिलेल्या सहा प्रमाणित निकषांवर प्रांतीय प्रशासनाची तपासणी करण्यासाठी एक खास आयोग पाठवला. प्रांतीय अधिकारी कमी असल्याचं लक्षात आल्यावर तिनं राजधानीमधून वीस सक्षम आणि अनुभवी प्रशासक प्रांतांमध्ये मुलकी अधिकारी म्हणून पाठवले. हे शेवटचं पाऊल फारसं यशस्वी ठरलं नाही; कारण प्रांतांमध्ये पाठवण्याला पारंपरिक अर्थानं शिक्षा समजलं जात होतं. पण, या सगळ्यामुळे पवित्र आणि दैवी सम्राट पुन्हा एकदा लोकांच्या भल्यासाठी पावलं उचलत आहेत, असं निदान भासू लागलं.

पण यामुळे राजधानीतले प्रश्न सुटले नाहीत. छांग् बंधूंमुळे तिचे स्वतःचे अधिकारी तिच्या विरोधात गेलेले होते आणि त्यातले अनेक जण तिच्या पतनासाठी गुप्तपणे योजना आखत होते, यात शंकाच नाही. छांग् बंधूंना दूर पाठवून देणं, हा

खरं तर या प्रश्नावरचा सर्वांत सोपा उपाय होता. पण ती त्यांच्यावर अवलंबून होती, म्हणून मग आपल्या अधिकाऱ्यांचं मन पुन्हा जिंकण्याच्या उद्देशानं तिनं आधीच्या शिक्षांनुसार ज्यांना ज्यांना हद्दपार केलेलं होतं त्या सगळ्यांना परत येण्याची परवानगी दिली. दुर्दैवानं, याचा परिणाम केवळ विरोधकांच्या पदांना आश्रय देण्यात झाला.

राजधानीतल्या कामाच्या दडपणातून सुटका व्हावी म्हणून ते जवळपास संपूर्ण वर्ष तिनं ल्वोयांगपासून एकशेऐंशी ली किंवा साठ मैलांवर असलेल्या च्छ्न जिल्ह्यातील शान्स्स डोंगरात असलेल्या सान् यांग् राजवाड्यात घालवलं. भोवतालचे डोंगर, त्यावरचं जंगल, भल्यामोठ्या बागा अशा या निसर्गरम्य जागेमुळे तिच्या तब्येतीत सुधारणा झाली. इथे दरबारातल्या कठोर नियमांपासून दूर आपल्या लाडक्या लोकांबरोबर ती आराम करू शकत होती.

पण तिथे तिच्याशी संपर्क साधणं आणि तिच्या मंत्र्यांना तिची भेट घेणं कठीण होतं. दरबाऱ्यांसाठी तिकडे फारच कमी खोल्या होत्या आणि मंत्र्यांना गवताचं छत असलेल्या झोपड्यांमध्ये राहावं लागायचं. ७०० सालात, सम्राटाची खप्पा मर्जी होण्याआधी छांग् युएह्ने या जागेमध्ये कोणत्या गोष्टींची कमतरता आहे याविषयी एक तपशीलवार निवेदन दिलेलं होतं. त्यात त्यानं शेवटी म्हटलं होतं की बागेची जागा ही शेतीसाठी विकसित केली जावी, तसंच राजवाड्याभोवती कुंपण नसल्यानं आणि सभोवार झाडं असल्यामुळे चोरांना वा खुनी हल्ला करणाऱ्यांना मोकळीक होती.

मात्र, एक माणूस असा होता ज्याला उ छाव्नं राजधानीमध्ये परतू नये असं वाटत होतं. उ सान- स्सुला आपल्या राजकीय क्लृप्त्यांसाठी खुलं मैदान हवं होतं. आपली म्हातारी आत्या शहरापासून दूर अप्रिय छांग् बंधूंबरोबर कोंडलेली राहणं त्याच्यासाठी फायद्याचं होतं. म्हणून मग त्यानं प्रचंड पैसा खर्च करून सांग् यांग् राजवाड्याची डागडुजी सुरू केली. या खर्चामुळे उ छाव्च्या नागरिकांवर किती मोठा बोजा पडणार आहे याची जराही पर्वा त्यानं केली नाही. ७०४ सालात- छांग् आन्च्या चौथ्या वर्षात वान् आन् शान्, म्हणजे हजार शांततेचा डोंगर, नावाच्या जवळच्याच एका डोंगरावर हा राजवाडा पुन्हा बांधला गेला. त्याला इतका प्रचंड खर्च आला की सेन्सॉर्सनं त्याचा तीव्र निषेध केला.

राजवाड्यातील अधिकाऱ्यांमध्ये आपण अत्यंत अप्रिय झालो आहोत याची छांग् बंधूंना कल्पना नव्हती असं नाही, त्यामुळे त्यांचं मतपरिवर्तन व्हावं अशा प्रयत्नाला ते लागले. जे मंत्री पूर्वी त्यांचं लांगुलचालन करत, आता त्या मंत्र्यांचं लांगुलचालन छांग् बंधू करू लागले. त्यांच्या सांगण्यावरून उ छाव्नं एक भव्य मेजवानी आयोजित केली, ज्याला सर्व मंत्र्यांना आणि अधिकाऱ्यांना आमंत्रित केलं

गेलं. या समारंभाला कोण कुठे बसणार हे अतिशय महत्त्वाचं होतं. हुद्द्यानुसार पाहुण्यांची बसायची जागा ठरवली जायची आणि काही वेळा दरबाऱ्यांचे त्यावरून एकमेकांशी वादही होत. उ छाव्‌चे लाडके म्हणून छांग् बंधूंना सर्वसाधारणपणे सरकारमधल्या सर्वोच्च मंत्र्यापेक्षाही वरच्या जागेवर स्थान मिळे. पण एकदा छांग् ए- च्छ्हनं सेन्सॉर महामंडळाचा आता उपाध्यक्ष बनलेल्या आणि त्याचा कट्टर प्रतिस्पर्धी असलेल्या सुंग च्छंगला बघितलं तेव्हा त्याची मर्जी संपादन करण्यासाठी तो त्याच्यापाशी गेला आणि म्हणाला, "तू तर इथे येणाऱ्यांमध्ये पहिला होतास. मग तू माझ्यापेक्षा खालच्या स्थानावर कसा काय बसलास?'

सुंग च्छंगनं उत्तर दिलं, "तुझ्यापेक्षा माझी क्षमता दुय्यम आहे आणि माझा दर्जाही खालचा आहे. लॉर्ड छांगला मी त्याच्या वरच्या स्थानावर बसायला हवं असं वाटू तरी कसं शकतं?"

नागरी सेवा महामंडळाचा उपाध्यक्ष बाजूलाच बसला होता. त्यानं हे उत्तर ऐकलं आणि तो सुंग च्छंगला म्हणाला, "उपाध्यक्ष महाशय, पाचव्या यंग मास्टरला तू लॉर्ड म्हणून का संबोधतो आहेस?"

"त्याच्या हुद्द्यानुसार त्याला लॉर्ड म्हणून संबोधणं आवश्यक आहे," सुंग च्छंगनं उत्तर दिलं. "पण, तू तर या घराचा गुलाम नाहीस, तरीही त्याला यंग मास्टर का म्हणतो आहेस?"

हे दोघेही एकमेकांना टोमणे मारत होते. पवित्र आणि दैवी सम्राट जोवर छांग् बंधूंचं सगळं म्हणणं ऐकत होती, तोवर अशा प्रकारचे संवाद धोकादायक होते. दुसऱ्या बाजूला, राजवाड्यातील अधिकाऱ्यांना माहीत होतं की प्रामाणिक आणि स्पष्टवक्त्या अधिकाऱ्यांच्या बाबतीत उ छाव्‌च्या मनात खरोखरच आदर आणि प्रेम असे.

छांग् ए- च्छ्ह आणि छांग् छआंग्- चुंग यांना हात लावणं अद्यापही शक्य नसलं, तरी त्यांच्या भावांच्या बाबतीत हे खरं नव्हतं. पिन् यिन्, सातव्या महिन्यातील बाराव्या दिवशी, छांग्- आन्‌च्या चौथ्या वर्षात, १६ ऑगस्ट ७०४ रोजी छांग् कुटुंबातील तीन सदस्य- छांग् छआंग्- ए, छांग् छआंग्- च्छ्ह आणि छांग् थुंग-स्सु यांच्यावर भ्रष्टाचाराचा आरोप करण्यात आला. सेन्सॉर्सच्या दोन मंडळांवर - डावं मंडळ आणि उजवं मंडळ- यांच्यावर त्याच्या तपासाची जबाबदारी उ छाव्‌नं सोपवली. एक फिर्यादीच्या बाजूने आणि एक आरोपीच्या बाजूनं काम करणार असल्यानं या तपासाला निःपक्षपातीपणाची धार असणार होती. तपासाच्या नियमांनुसार छांग् ए- च्छ्ह आणि छांग् छआंग्- चुँग यांनाही उलटतपासणीसाठी बोलावणं आवश्यक होतं. उ छाव् ते थांबवू शकली असती; पण त्याऐवजी तिनं त्या दोघांनी उलटतपासणीसाठी हजर राहावं, असा आदेश दिला. यातून ते निरपराध असल्याचं

सिद्ध होईल आणि त्यांच्या विरोधकांची तोंडं बंद होतील, अशी तिची इच्छा होती.

सुरुवातीला वकिलांना छांग् छआंग्- चुँग लहानशा प्रकरणात दोषी असल्याचं आढळलं. आपला अधिकार वापरून एका खासगी व्यक्तीची जमीन त्यानं बेकायदा बळकावली होती. त्याला दहा किलो तांब्याचा दंड सुनावण्याची शिफारस केली गेली. या छोट्याशा दंडामुळे छांग् बंधूंनाही कायद्याचं पालन करावं लागतं, असं चित्र सर्वांसमोर जाणार होतं. आणि, छोट्याशा अपराधासाठी दोषी आढळल्यानं त्याहून अधिक गंभीर गुन्ह्यांमध्ये त्याचा हात नाही असंही सिद्ध होत होतं.

पण मग गोष्टी बिघडत गेल्या. छांग् छआंग्- ए, छांग् छआंग्- च्छ्ह आणि छांग् थुंग- स्सु या इतर भावांनी भ्रष्टाचार करून प्रचंड संपत्ती जमवली असल्याचं उघड झालं. मग, खुल्या दरबारात सु आन्- हंग्चा रक्षणकर्ता आणि आता सेन्सॉर बनलेल्या हवान् यन्- फान्नं दरबारात भक्कम पुराव्यानिशी दाखवून दिलं की स्वतः छांग् छआंग्- चुँगनं चाळीस लाख गोफांवर मावेल इतकी रोख रक्कम लाच घेऊन जमा केलेली आहे. त्याला सरकारी सेवेतून काढून टाकावं, अशी शिफारसही त्यानं केली.

या आरोपामुळे उ छाव्सकट संपूर्ण दरबाराला आश्चर्याचा धक्का बसला.

छांग् छआंग्- चुँग ओरडला, "मी देशाची चांगली सेवा केलेली आहे. या अपराधासाठी माझ्यावर निलंबनाची करावाई होणं अन्याय्य ठरेल."

हे वाक्य म्हणजे आपल्या भ्रष्टाचाराची कबुली देण्यासारखंच होतं. त्याच्यावर लावण्यात आलेला आरोप नाकारणं आता शक्यच नव्हतं. उ छाव्समोर आता हा आरोप सौम्य करण्यावाचून पर्याय नव्हता. छांग् छआंग्- चुँगने देशाची सेवा योग्य प्रकारे केली आहे यात तथ्य आहे की नाही, असा प्रश्न तिनं दरबाऱ्यांना केला. त्याच्या बाजूनं केवळ एक माणूस उभा राहिला. तो होता सचिवालयाचा अध्यक्ष यांग साय्- स्सु. त्यानंच छांग् छआंग्- चुँगच्या चेहऱ्याची तुलना कमळाच्या सौंदर्याशी केलेली होती. पण इथे तो दुटप्पीपणानं वागला.

"छांग् छआंग्- चुँगनं युवर मॅजेस्टीच्या शरीराला उपकारक ठरणारं रामबाण औषध पुरवलं आहे. ही खूप मोठी सेवा नाही का?" त्यानं विचारलं.

असं म्हणणं म्हणजे, छांग् छआंग्- चुँगला शिक्षा करू नये; कारण तो उ छाव्चा प्रियकर आहे असं म्हणण्यासारखंच होतं. कारण, त्या काळात चीनमध्ये 'रामबाण औषध म्हणजे बऱ्याचदा लैंगिक वासना उद्दीपित करणारं औषध मानलं जात असे. त्यामुळे इथे त्याला 'रामबाण औषध' म्हणजे वीर्य म्हणायचं आहे, असा अर्थही काढता येणं शक्य होतं; कारण त्यात यांग ऊर्जा होती ज्यामुळे उ छाव् एवढा काळ सत्तेमध्ये राहू शकली होती. त्याला नेमकं काहीही म्हणायचं असलं, तरी आपल्या शरीराला रामबाण औषध पुरवणं हे मोठं काम आहे, असं उ छाव्नं ठरवलं

आणि छांग् छआंग्- चुँगला निर्दोष सोडण्यात आलं.

सातव्या महिन्याच्या तेराव्या दिवशी, ३ सप्टेंबर ७०४ रोजी, छांग् छआंग्-ए, छांग् छआंग्- च्छ्ह आणि छांग् थुंग- स्सु यांना लाच घेण्याच्या आरोपामध्ये दोषी ठरवण्यात आल्यानं त्यांची पदावनती करण्यात आली आणि प्रांतीय पदांवर पाठवून देण्यात आलं. छांग् ए- च्छ्हवरच्या आरोपांची चौकशी अजून चालू होती. पण त्याचा खटला दरबारासमोर येण्याआधीच फिर्यादीच्या वकिलाची बदली होऊन त्याला प्रांतामध्ये पाठवून दिलं गेलं. निघून जाण्यापूर्वी त्यानं चुंग- चुँगबरोबर एक गुप्त बैठक आयोजित केली.

"दोघेही छांग् बंधू आपल्या पदांचा गैरवापर करत आहेत," त्यानं वारसदार राजपुत्राला सांगितलं. "यातून एक दिवस क्रांती होईल तेव्हा युवर हायनेस, तुम्ही तयारीत असायला हवं."

उ छाव्‌ला आशा होती तसं काही छांग् बंधूंच्या भोवती असलेलं भ्रष्टाचाराच्या आरोपांचं धुकं विरून गेलं नाही. उलट, स्थिती अधिकच बिकट बनली. म्हणून मग आता तिनं लोकांमध्ये प्रिय असलेल्या आणि अत्यंत सक्षम अशा छांग् च्छ्न-च्छहला प्रथम मंत्री म्हणून नेमलं. थि चन- च्छ्हनं त्याची शिफारस केलेली होती. आता ऐंशी वर्षांचा झालेला छांग् च्छ्न- च्छहनं आपलं बरंचसं कलंकित आयुष्य प्रांतांमध्ये घालवलेलं होतं. तिथे तो गेला काही काळ उ छाव्‌ची सत्ता उलथून टाकण्याची योजना आखत होता. त्याची ही योजना आता बरीच पुढे गेली होती आणि ते फक्त त्याच्या अत्यंत घनिष्ट सहकाऱ्यांनाच माहीत होतं. इतर दरबारीही अशा योजना करत होते; पण छांग् बंधूंना कायदेशीर मार्गानं खाली खेचण्याचा त्यांचा उद्देश होता. छांग् च्छ्न- च्छहला माहीत होतं की एका म्हाताऱ्या बाईपासून तिचं खेळणं बनलेल्या दोन पुरुषांचा काटा काढायचा असेल तर त्या म्हाताऱ्या बाईचाच काटा काढणं आवश्यक होतं.

या धोक्याची गंधवार्ताही उ छाव्‌ला नव्हती. ती आजारी होती आणि सरकार चालवण्याची पूर्ण जबाबदारी घेणं तिला जमत नव्हतं. छांग् च्छ्न- च्छह हा अत्यंत कौशल्यपूर्ण प्रशासक होता आणि तिच्या खांद्यावरचं बरंचसं ओझं तो स्वतःच्या खांद्यावर घेऊ शकत होता. त्यातून जुन्या दरबारातला तो थांग निष्ठावान असल्यामुळे त्याच्या नेमणुकीनं दरबारी शांत होतील, असं तिला वाटत होतं. वे युआन- चुंग आणि थ यन- च्छ्ह यांच्याप्रमाणेच छांग् च्छ्न- च्छहसुद्धा तिच्या मृत्यूनंतर सत्ता पुन्हा एकदा थांग वंशाकडे सोपवेल याची खात्री तिला होती.

पवित्र आणि दैवी सम्राट आता इतकी आजारी होती की दोन महिने तिनं दरबारातून आलेल्या कोणाचीही भेट घेतली नाही. तिच्या घरातले सेवक वगळता केवळ छांग् बंधू तिला भेटू शकत होते. यामुळे खूप अस्वस्थता निर्माण झाली. अशी

एकांतात असताना उ छाव्ला मृत्यू आला तर, छांग् बंधू तिच्या नावानं खोटे आदेश काढून स्वतःच्या शत्रूंचा निःपात करतील आणि स्वतःकडे सत्ता घेतील, अशी शक्यता होती. मात्र, अकराव्या महिन्याच्या शेवटी, कंग्- उ, उ छाव्ची तब्येत थोडी सुधारली आणि सचिवालयाचा उपाध्यक्ष त्स्वे युआन- वे यानं तिच्यासमोर एक अर्ज सादर केला. त्स्वे युआन- वेची या पदावरची निवड त्याच्या प्रामाणिकपणामुळे स्वतः उ छाव्नं केलेली होती. ती आजारी असताना वारसदार राजपुत्र चुंग चुँग आणि स्यांग्चा राजपुत्र च्यु चुँग यांना तिला भेटण्याची परवानगी दिली जावी, असं त्या अर्जात लिहिलेलं होतं. अशा कठीण परिस्थितीमध्ये दुसऱ्या कुटुंबाच्या सभासदांनी तिच्या औषधांवर देखरेख ठेवणं काही योग्य नव्हे, असंही त्या अर्जात म्हटलं होतं. उ छाव्नं त्या अर्जातील भावना समजून घेतल्या आणि तो मंजूर केला. पण त्याची अंमलबजावणी कधीच झाली नाही आणि तिची तब्येत नंतर अधिक ढासळली, तेव्हा छांग् बंधूच तिच्या आणि दरबाऱ्यांमधील संपर्काचं एकमेव साधन होते.

आपल्यावर दाखवलेल्या विश्वासामुळे छांग् बंधूंना कदाचित थोडंफार समाधान मिळालं असेल; पण तिच्या मृत्यूनंतर आपण टिकाव धरू शकणार नाही, याची कल्पनाही त्यांना होती. दरबारातील राजकारण त्यांना समजत असतं तर त्यांनी उ घराण्याच्या राजपुत्रांना आपल्या बाजूनं तयार केलं असतं, कारण अजूनही त्यांच्या मनात सिंहासनावर बसण्याची महत्त्वाकांक्षा जागृत होती आणि शाही सैन्यामध्ये ते उच्च आणि महत्त्वाच्या पदांवर होते. चुंग चुँग सिंहासनावर बसण्याआधीच उ खानदान बंड करेल, ही शक्यता अगदीच धुडकावून लावता येण्यासारखी नव्हती. पण च्छ स्सुच्या सांगण्यावरून छांग् बंधूंनी चुंग चुँगला वारसदार राजपुत्र करावं अशी शिफारस करून आधीच उ खानदानाला दुखावून ठेवलं होतं. त्यांना किमान उ आणि लि कुटुंबांना एकमेकांशी लढवत ठेवता आलं असतं. पण त्यांनी वे युआन- चुंगच्या विनाशाला कारणीभूत ठरून थांग निष्ठावानांनाही दूर केलं होतं. त्यांचा भ्रष्टाचार आणि उद्धटपणा यामुळे संपूर्ण दरबार आता त्यांच्या विरोधात होता.

उ छाव्चा अंत जवळ येत असल्यासारखं वाटू लागल्यावर छांग् बंधूंनी स्वतःचा स्वतंत्र गट स्थापन करण्याचा प्रयत्न केला. पण आता त्याला खूप उशीर झाला होता. त्यांच्या कुटुंबाच्या बाहेरची एकही व्यक्ती त्यांना पाठिंबा देण्याचा विचारही करणार नव्हती. त्यांच्या अर्धवट शिजलेल्या योजना तर त्यांच्याच विरोधात जात होत्या. छांग् ए- च्छ् आणि छांग् छआंग्- चुँग बंडाचा कट करत आहेत अशा अर्थाची पोस्टर्स रस्त्यावर लागली होती. पण उ छाव्नं त्याकडे लक्ष दिलं नाही. छांग् बंधू म्हणजे दोन वेडी मुलं होती ज्यांना तिनं स्वतःच्या सुखासाठी आणि वेळ घालवण्यासाठी ठेवून घेतलं होतं. राजकीय पटलावर त्यांना गंभीरपणे घेण्याची

गरज नव्हती, असं तिला वाटत होतं. सिंहासन उलथून टाकण्याची क्षमता त्यांच्यात आहे किंवा अगदी गादीवर कोण बसणार यावर ते नियंत्रण ठेवू शकतात, ही कल्पनाही अशक्य होती. त्यामुळे त्यांच्या विरुद्ध होणारे हे आरोप म्हणजे तिच्या नावाला बट्टा लावणाऱ्या तिच्या शत्रूंचं काम होतं.

गंमत म्हणजे, याच आरोपांमध्ये तथ्य आहे असं जाणवू लागलं. शिन्- वे, बाराव्या महिन्याच्या बाराव्या दिवशी, छांग्- आन्च्या चौथ्या वर्षात, १५ जानेवारी ७०५ रोजी, छांग् छआंग्- चुँगवर देशद्रोहाचा आरोप करण्यात आला. तो एका ज्योतिष्याकडे गेला होता आणि या ज्योतिष्यानं त्याला, तुझं व्यक्तिमत्त्व एखाद्या सम्राटाला शोभेल असं आहे, असं सांगितल्याचा हा आरोप होता. थिंग छो इथे त्याने जर बौद्ध मठ बांधला तर लोकांची मनं त्याला जिंकता येतील, असंही त्या ज्योतिष्यानं त्याला सांगितलं होतं म्हणे. या आरोपात तथ्य नव्हतं. त्यातून तो ज्योतिषी थिंग छो इथल्या मठासाठी पैसे गोळा करत होता; पण छांग् बंधूंबाबत असलेल्या रागामुळे सेन्सॉरना या आरोपांकडे गंभीरपणे बघावं, इतके ते महत्त्वाचे वाटले.

अशा बाबतीत हुशार असलेल्या उनं एक क्लृप्ती केली. या प्रकरणाच्या तपासासाठी तिनं तीन माणसांच्या एका आयोगाची स्थापना केली. त्यात एक होता सुंग च्छंग, जो छांग् बंधूंचा जाहीरपणे विरोधक होता. इतर दोघं आरोपीच्या बाजूचे होते. निर्णयाबाबत बहुमत घ्यावं लागलं तर छांग् छआंग्- चुंग निर्दोष सुटणार होता, पण सुंग च्छंग आयोगावर असल्यामुळे ही चौकशी निःपक्षपाती झाली असंही दिसणार होतं.

या प्रकरणातली वस्तुस्थिती नजरेआड करता यावी अशी नव्हती. छांग् छआंग्- चुँग खरोखरच एका ज्योतिष्याकडे गेलेला होता आणि आरोपामध्ये नमूद झालेले शब्द त्या ज्योतिष्यानं उच्चारलेले होते. स्वतः छांग् छआंग्- चुँगनं तसं उ छाव्लाच सांगितलेलं होतं. त्याच्या मनात काहीही काळंबेरं नसल्यानं त्यानं हे सांगितलं होतं आणि म्हणून कायद्यानं तो निरपराध होता. अपेक्षेप्रमाणे सुंग च्छंगनं विरोधी भूमिका घेतली. पवित्र आणि दैवी सम्राटानं छांग् बंधूंना सर्व सुखसोयी दिलेल्या असताना छांग् छआंग्- चुँगला ज्योतिष्याकडे जाण्याची गरजच काय होती, असा प्रश्न त्यानं उपस्थित केला. याचा अर्थ, त्याला जे मिळत आहे त्याहून अधिक काहीतरी मिळावं अशी महत्त्वाकांक्षा त्याच्या मनात आहे का? त्यातून, त्या ज्योतिष्यानं स्वतःच छांग् छआंग्- चुँगला आपण पवित्र आणि दैवी सम्राटाचं भविष्य बघत आहोत, असं सांगितलं. हाच मुळात देशद्रोह होता; कारण पत्रिकेमध्ये उ छाव्च्या मृत्यूची वेळ नक्कीच सांगितलेली असणार. छांग् छआंग्- चुंग आणि तो ज्योतिषी हे निश्चितपणे एका कटाचा भाग आहेत, असा सुंग च्छंगचा दावा होता. छांग् छआंग्- चुँगनं

आपण ज्योतिष्याकडे गेल्याचं आणि त्यानं काय भविष्य वर्तवलं हे सम्राज्ञीच्या कानावर घातलेलं असलं तरी, पूर्ण सत्य सांगितलेलं नाही. ज्योतिष्याचं बोलणं ऐकल्यावर त्याच्या मनात आशा जागृत झाल्या, हे त्यामागचं कारण आहे. त्याच्या मनात किमानपक्षी देशद्रोह करण्याची कल्पना आली एवढं जरी मान्य केलं, तरी असा विचार मनात येणं हाही देशद्रोहच ठरतो. कायद्यानुसार छांग् छआंग्- चुँगला देहान्ताची शिक्षा व्हावी आणि त्याच्या कुटुंबाची सर्व संपत्ती जप्त करावी, अशी मागणी सुंग च्छंगनं केली.

इतर दोन न्यायाधीश आरोपीच्या बाजूनं असले, तरी सुंग च्छंगचं म्हणणं डावलता येणं शक्य नव्हतं. त्यानं आपलं विरोधातलं म्हणणं मांडल्यानंतर उ छाव् बराच काळ शांत राहिली. आपण आता काय करावं हे तिला ठरवता येत नव्हतं. छांग् छआंग्- चुँगच्या शिक्षेची अंमलबजावणी ताबडतोब व्हायला हवी; अन्यथा केवळ देशद्रोहाचा विचार केला म्हणून त्याला सोडून दिलं तर लोकांच्या निष्ठेला धक्का बसेल, अशी भीती आपल्याला वाटते आहे असंही सुंग च्छंग म्हणाला. पण शिक्षेची अंमलबजावणी लगेच होणार नाही, असं उ छाव्नं त्याला सांगितलं. इतका महत्त्वाचा निर्णय अधिक तपशीलवार पुरावा मिळाल्याखेरीज घेता येणार नव्हता.

सुंग च्छंग बाजूला झाल्यानंतर तिच्या इतर मंत्र्यांनीही तिला सुंग च्छंगचं म्हणणं ऐकण्याची विनंती केली. पण उ छाव्नं आपल्याला अधिक वेळ हवा असल्याचं ठासून सांगितलं. काही दिवस गेले तरीही तिला सुंग च्छंगचं म्हणणं खोडून काढता येईना. म्हणून मग बाहेरच्या प्रांतांमध्ये जाऊन तिथल्या स्थानिक अधिकाऱ्यांच्या विरुद्ध जे भ्रष्टाचाराचे आरोप करण्यात आले होते त्याची चौकशी करण्याचं काम तिनं त्याच्यावर सोपवलं. सुंग च्छंग दृष्टिआड झाला की हे प्रकरण आपोआप विसरलं जाईल, अशी आशा तिला होती. छांग् बंधूंनाही सुंग च्छंगविरुद्ध आरोप करून आपल्या या शत्रूला एकदाचं संपवून टाकण्याची हीच संधी आहे, असं वाटलं.

पण सुंग च्छंगनं प्रांतांमध्ये जायला चक्क नकार दिला. त्याला असा आदेश देणं हे नियमांच्या विरोधात आहे, असं तो म्हणाला. एखाद्या मुलकी अधिकाऱ्यावर किंवा जिल्ह्याच्या मॅजिस्ट्रेटवर आरोप केले जातात, जसे ते या प्रकरणात केले गेले होते, तेव्हा त्याची चौकशी करण्याची जबाबदारी ही दरबारातल्या परराष्ट्र खात्याच्या सेन्सॉरची असते. दरबारातल्या राजवाड्यातील कामकाज खात्यामधल्या सुंग च्छंगच्या हुद्द्याच्या व्यक्तीला काही लष्करी आणीबाणी आली किंवा थेट साम्राज्याच्या सुरक्षेचा प्रश्न उद्भवला, तरच जाण्याचा आदेश दिला जातो. या प्रकरणात असं काहीही घडलेलं नसल्यानं, या आयोगाचं काम स्वीकारून आपण नियम तोडू इच्छित नाही, असं त्यानं उ छाव्ला सांगितलं. पुन्हा एकदा उ छाव् त्याच्या या

म्हणण्यासमोर निरुत्तर झाली आणि सुंग च्छंग राजधानीतच राहिला.

थि चन- च्छ्हनं शिफारस केलेला सेन्सॉर हुआन यन- फान् यानं मग उ छाव्‌कडे पाठवलेल्या आपल्या निवेदनात म्हटलं की, हर मॅजेस्टीच्या लोभाखेरीज छांग् छआंग्- चुँगकडे दुसरी कोणतीही गुणवत्ता नाही. आणि तिनं दिलेली संपत्ती आणि पदं त्याच्यापाशी असूनही त्याच्या मनात देशद्रोहाचा विचार येत आहे. असा आरोप झाल्यानंतरही तो त्या ज्योतिष्याला भेटत राहिला आहे. आपल्या पहिल्या भेटीची माहिती त्यानं सम्राज्ञीला दिली, कारण कधीतरी हे बाहेर येणार याची त्याला कल्पना होती. आणि आपण आधीच याची कबुली दिलेली असेल, तर ते प्रकरण संपून जाईल, असं त्याला वाटत होतं. आपल्या मागे कोणताही पुरावा न ठेवणाऱ्या विश्वासघातकी माणसाचं हे कृत्य आहे. त्याला जर निर्दोष म्हणून सोडून दिलं तर दोषी कोणाला ठरवणार? इतकंच नाही, तर त्याला शिक्षा झाली नाही तर आपली लबाडी यशस्वी ठरली, असं त्याला वाटणार आणि मग आपलं कारस्थान पुढे रेटण्याचं अधिक धैर्य त्याला मिळणार. त्याला कोणीही शिक्षा करू शकत नाही, या विचारानं आणखी काही लोक त्याला सामील होणार. मृत्यू टाळला म्हणजे त्याला स्वर्गाची साथ आहे, असा अर्थ लोक काढणार. देशद्रोही लोकांना मृत्यूची शिक्षा दिली नाही, तर साम्राज्यच धोक्यात येईल.

उ छाव्‌नं स्वतः नेमणूक केलेला सचिवालयाचा उपाध्यक्ष स्वे युआन- वे यानंही तिला कायद्यानं जे घडतंय ते घडू दे, असा सल्ला दिला. पण तिनं तो मानला नाही. छांग् छआंग्- चुँगला अटक व्हावी, असा आग्रह सुंग च्छंगनं धरला, पण त्यानं आपली चूक आधीच कबूल केलेली असल्यामुळे त्याला शिक्षा करता येणार नाही, असं म्हणून उ छाव्‌नं त्यालाही धुडकावून लावलं. पण सुंग च्छंग माघार घ्यायला तयार नव्हता. छांग् छआंग्- चुँगला अटक करून मृत्युदंड देणं, हे तिच्या स्वतःच्या हितासाठी आवश्यक असल्याचं त्यानं म्हटलं. संपूर्ण दरबार त्याच्या विरोधात एक झालेला होता. रस्त्यात लावलेल्या पोस्टर्समुळे सगळ्या लोकांना त्याच्या कारवायांची माहिती झालेली होती. त्यानं आपला गुन्हा कबूल केला होता, पण त्यामुळे तो निरपराध ठरत नव्हता. त्याच्या गुन्ह्याची तीव्रता एवढी होती की त्याच्यावर कारवाई होणं अपरिहार्य होतं; अन्यथा उ छाव् आपल्या साम्राज्याचंच अहित करत होती.

"छांग् छआंग्- चुँगला जर शिक्षा झाली नाही, तर या साम्राज्यात कायद्यांचा उपयोगच काय?"

सुंग च्छंग प्रचंड संतापलेला होता; त्याचा चेहरा रागानं लाल झाला होता. उ छाव्‌नं त्याला शांत करण्याचा प्रयत्न केला; पण तो गप्प बसणार नव्हता.

"छांग् छआंग्- चुँगला युवर मॅजेस्टी, तुमच्याकडून पराकोटीचे फायदे मिळालेले आहेत हे मला माहीत आहे. आणि माझे हे शब्द माझ्या विनाशाचं कारण बनू

शकतात, याचीही जाणीव मला आहे. पण मृत्यू आला तरी या शब्दांचा पश्चात्ताप मला होणार नाही. कारण ते माझ्या हृदयातून आलेले आहेत.''

या प्रकरणात 'पराकोटीचे फायदे' या शब्दांचा अर्थ काय होत होता हे सांगण्याची गरज नव्हती. छांग् बंधू आणि उ छाव् यांच्यातल्या लैंगिक संबंधांविषयी दरबारात आता बराच काळ बोललं जात होतं. मात्र या प्रकरणाविषयी ती खूप संवेदनशील होती. त्यावरून शाही कुटुंबातील तीन सदस्य धरून अनेकांनी आपले प्राण गमावलेले होते.

सुंग च्छंगच्या प्राणांची चिंता वाटून यांग त्साय- स्सु मध्ये पडला. सचिवालयाचा हा अध्यक्ष गोड बोलण्यात प्रसिद्ध होता. उ छाव्च्या समोर भरलेला हा दरबार आता स्थगित करावा आणि सुंग च्छंगनं आपलं पाऊल मागे घ्यावं, असं त्यानं सुचवलं. पण सुंग च्छंग त्याच्यावरच चिडला.

''पवित्र आणि दैवी सम्राट इथे उपस्थित आहे. तेव्हा प्रथम मंत्र्याने आदेश देण्याची गरज नाही,'' त्यानं म्हटलं.

सुंग च्छंग गप्प बसणार नाही, हे उ छाव्ला समजून चुकलं. त्यातून त्याच्या वागण्यावर आक्षेप घेतला तर परिस्थिती आणखीनच बिघडेल, हेही तिला दिसत होतं. तिच्या तरुणपणात अशी घटना घडली असती तर तिनं सुंग च्छंगच्या रक्ताची मागणी केली असती. छु स्वे- ल्यांग्नं सम्राज्ञी वांगला पाठिंबा दर्शवला, तेव्हा खाव्- चुंगच्या दरबारात पडद्याआडून तिनं त्याला देहान्ताची शिक्षा फर्मावलेली होती. आज, सुंग च्छंग त्यापेक्षा कितीतरी अधिक कठोर भाषेत तिच्या तोंडावर तिला विरोध करत होता आणि ती काहीही करत नव्हती. तिचं वय झालं होतं, ती आजारी होती आणि कमजोर झालेली होती. अखेर तिनं माघार घेत छांग् छआंग्- चुँगच्या अटकेचं वॉरंट काढलं. पण ते तोंडदेखलं होतं. उ छाव् अशी हार पत्करणाऱ्यातली नव्हती. आणखी एक चाल तिच्या गाठीशी होती.

अटक झाल्यानंतर छांग् छआंग्- चुँगला सेन्सॉर्सच्या आयोगासमोर हजर करण्यात आलं. सुंग च्छंग तयारीतच होता. कोणत्याही शिष्टाचाराची वाट न पाहता, त्यानं आपली उलटतपासणी सुरू केली. पण काही मिनिटांमध्येच पवित्र आणि दैवी सम्राटाकडून एक संदेशवाहक छांग् छआंग्- चुँगला विशेष माफी दिल्याचा संदेश घेऊन आला. उलटतपासणी ताबडतोब बंद करण्यात आली आणि छांग् छआंग्- चुँगला सोडून द्यावं लागलं. सुंग च्छंग अतिशय संतापला.

''मी ताबडतोब या तरुण, नालायक मुलाचं शिर धडावेगळं का नाही केलं?'' असं तो बोलल्याचं अनेकांनी ऐकलं.

आपण जिंकलो याचा आनंद होऊन उ छाव्ने छांग् छआंग्- चुँगला जाऊन सुंग च्छंगची भेट घेऊन त्यानं दिलेल्या सहकार्याबद्दल त्याचे आभार मानायला सांगितलं.

पण सुंग च्छंगनं त्याला भेटायला नकार दिला आणि दरवाजा बंद करून घेतला.

त्या दिवशी आपण बाजी मारली असं जरी उ छाव्ला वाटत असलं, तरी तिचा निर्णय चुकला होता. या क्षणापर्यंत छांग् बंधूंचे विरोधक न्यायाच्या मार्गाने त्यांचा काटा काढायचा प्रयत्न करत होते; पण आपल्या हाती असलेल्या अधिकारांच्या जोरावर उ छाव्नं कायदा धाब्यावर बसवला होता. त्यामुळे आता छांग् बंधूंना दूर करायचं तर त्यांच्या विरोधकांवर कायद्याच्या पलीकडे जाऊन काहीतरी करण्याखेरीज दुसरा पर्याय उरला नाही.

तोपर्यंत छांग् बंधूही नियमांच्या चौकटीत राहून आपली खेळी खेळत होते. वे युआन- छुंग आणि आपल्या इतर विरोधकांना गप्प करण्यासाठी त्यांनी कायद्याचा उपयोग केला होता. पण आता, उ छाव्नं दिलेल्या या खास वागणुकीमुळे आपल्याला कोणताही कायदा हात लावू शकत नाही अशी त्यांची धारणा झाली. म्हणून सुंग च्छंगचा काटा काढण्याचं काम त्यांनी थेट एका मारेकऱ्यावरच सोपवलं. सुंग च्छंगच्या घरच्या एका लग्नात हा मारेकरी इतर पाहुण्यांमध्ये मिसळला. पण सुंग च्छंगला आधीच सूचना मिळालेली असल्यामुळे वेषांतर करून तो शेतातल्या बग्गीमधून पसार झाला.

छांग्- आन्च्या चौथ्या वर्षाच्या अखेरीला, फेब्रुवारी ७०५च्या सुरुवातीला, उ छाव् पुन्हा एकदा गंभीर आजारी पडली. ती आता फार काळ जगणार नाही, हे स्पष्ट दिसू लागलं. छांग् बंधूंच्या विरोधकांना आता केवळ तिच्या जाण्याची वाट पाहायची होती. पवित्र आणि दैवी सम्राटाच्या निधनानंतर चुंग चुँग सिंहासनावर बसणार होता आणि मग छांग् बंधूंचं काय करायचं, याचा निर्णय तोच घेणार होता. पण दरबाऱ्यांना तसं वाटत नव्हतं. छांग् बंधू शेवटच्या क्षणी उ सान- स्सु किंवा इतर उ राजपुत्रांबरोबर युती करतील, अशी भीती मंत्र्यांच्या मनात होती. किंवा, मरणासन्न उ छाव् त्यांच्या ताब्यात असल्यानं ते त्यांच्या विरोधकांना निपटून काढण्यात यशस्वी होऊ शकतात, अशी शंकाही त्यांच्या मनात होती. म्हणून मग आता सरकारमधल्या आघाडीच्या सभासदांनी एक खरंखुरं कारस्थान रचलं. प्रथम मंत्र्यांनी राजवाड्यात बंड करवून आणायचं ठरवलं.

चुंग चुँगचा सल्ला घेतला गेला नाही. तो काही फार हुशार किंवा सक्षम माणूस नव्हता. किंवा त्याला फार कणाही नव्हता. आयुष्यभर तो आपल्या आईच्या हातातलं बाहुलं होऊन जगला होता. त्यामुळे एक प्रमुख म्हणून असलेलं त्याचं स्थान वगळता कारस्थान करणाऱ्यांना त्याचा फारसा उपयोग नव्हता.

या कारस्थानामध्ये सुंग च्छंगचाही काही सहभाग नव्हता. छांग् बंधूंचा तो जाहीरपणे विरोधक असला, तरी तो पराकोटीचा नीतिमान माणूस होता. असा माणूस चांगला कारस्थानी होऊ शकत नाही. त्यातून छांग् बंधूंना त्याचा असलेला

विरोध हा खूपच उघड आणि लोकांसमोर आलेला होता. तो जर अशा कारस्थानात सामील झाला असता, तर त्याकडे लोकांचं लक्ष वेधलं जाण्याची शक्यता होती.

या कारस्थानाचा नेता होता प्रथम मंत्री छांग् च्छ्न- च्छह. गेला बराच काळ तो असं काहीतरी करण्याची योजना आखत होता. यामध्ये सचिवालयाचा उपाध्यक्ष स्वे युआन-वे, राज्याचं कामकाज खातं सांभाळणाऱ्या विभागाचा उपाध्यक्ष च्छंग हवे आणि न्याय विभागाचा उपमंत्री हुआन यन- फान् हेही सामील झाले होते. या कटाला च्यु चुँगचा वरदहस्त दिसावा म्हणून स्यांग्च्या राजपुत्राच्या घराचं व्यवस्थापन पाहणारा मुख्य प्रशासक युआन शु- च्छ यालाही या कटात सामील करून घेण्यात आलं.

छांग् च्छ्न- च्छहनं योजना तर उत्तम आखलेली होती. मुख्य पदांवर त्यानं आपल्या सहानुभूतीदारांची नेमणूक केली. आता राजवाड्याचं रक्षण करणाऱ्या यु- लि रक्षक दलाची व्याप्ती बरीच वाढलेली होती आणि त्यातील जनरल्समध्येही पाठिंबा देणाऱ्यांची संख्या कमी नव्हती. त्यांपैकी एक जण छांग् च्छ्न- च्छह दक्षिणेकडे हद्दपार झालेला असताना त्याला भेटला होता. यांगत्त्‍ नदी एका छोट्या बोटीतून ओलांडत असताना या दोघांनी थांग साम्राज्य पुन्हा सिंहासनावर कसं आणता येईल, यावर चर्चा केलेली होती. हुआन यन्- फान्, च्छन हवे आणि लि ए- फुचा सर्वांत धाकटा मुलगा लि छान् या सगळ्यांना यु- लि रक्षक दलामध्ये विशेष पदं दिली गेली. लि ए- फुच्याच अर्जामुळे उ छाव्चा सम्राटपदावरचा मार्ग सुकर झालेला होता.

आपल्या अवतीभोवती होत असलेले हे बदल छांग् बंधूंना समजत होते आणि त्यामुळे ते अतिशय अस्वस्थ झाले होते. एवढ्या काळानंतर त्यांनाही राजकारण समजू लागलं होतं. छांग् च्छ्न- च्छहच्या या खेळीला मात देण्यासाठी त्यांनी यु- लि रक्षक दलामध्ये उ सान- स्सुचा पुतण्या उ यु- ए याची नेमणूक केली. पण हे अगदीच तोकडं पाऊल होतं आणि आता फार उशीरही झाला होता. उलट, छांग् बंधू उ खानदानाशी मैत्री करताहेत हे दिसल्यावर थांग निष्ठावानांचा निश्चय अधिकच दृढ झाला.

या दलाचा प्रमुख जनरल होता लि तो- त्सो. तिबेट आणि तुर्की युद्धामध्ये त्यानं अत्यंत मौल्यवान कामगिरी केलेली होती. केवळ सैनिक म्हणून आपल्या कारकिर्दीमध्ये त्याला रस असल्यानं तो कधीही छांग् बंधूंच्या विरोधातल्या राजकीय संघर्षात पडला नव्हता. छांग् बंधूंविषयी त्याचं मत काय होतं, हे माहीत नव्हतं. तरीही या बंडाच्या यशात त्यानं महत्त्वाची भूमिका बजावली. छांग् च्छ्न- च्छह त्याच्याकडे गेला.

"जनरल, तुझं पद आणि तुझी संपत्ती यासाठी तू कोणाचं देणं लागतोस?"

छांग् च्छ्न- च्छहनं त्याला विचारलं.

"स्वर्गवासी दैवी सम्राटाचं," त्यानं उत्तर दिलं. म्हणजे खाव्- चुँगचं.

"स्वर्गवासी दैवी सम्राटाच्या दोन मुलग्यांना आता दोन तरुण बदमाशांकडून मृत्यूचा धोका आहे याची जाणीव तुला आहे? स्वर्गवासी दैवी सम्राटाच्या उपकारांची परतफेड करण्याचा विचार कधी तुझ्या मनात आला आहे?" छांग् च्छ्न- च्छहनं प्रश्न केला.

"आपण जे म्हणता ते देशाच्या भल्यासाठी असेल, तर मी तुमच्या आज्ञेबाहेर नाही. मी माझा किंवा माझ्या बायकोचा किंवा माझ्या कुटुंबाचा जराही विचार करणार नाही," लि तो- त्सोनं उत्तर दिलं.

छांग् च्छ्न- च्छह आणि लि तो- त्सो या दोघांनी मिळून मग स्वर्ग आणि पृथ्वीची शपथ घेतली आणि आपल्या योजनेची तपशीलवार आखणी करायला सुरुवात केली.

चांगल्या मंत्र्यांची वानवा जाणवू लागल्यानं उ छाव्नं याव् युआन- छुंगला परत बोलावून घेतलं. थि यन- च्छनं एके काळी तो प्रांतीय पदावर असताना त्याची शिफारस केलेली होती; पण तो राजधानीत परतला, तेव्हा विरोधकांनी त्याला आपल्यामध्ये सामील होण्याचं आमंत्रण दिलं. मग हुआन यन्- फानला भीती वाटू लागली, आपली योजना फसली तर आपल्या कुटुंबाचं काय होईल, या काळजीनं त्यानं आपल्या आईजवळ ही योजना बोलून दाखवली आणि तिची संमती मागितली.

"माझी पूर्ण संमती आहे," त्याची आई म्हणाली. "निष्ठेचा एकच मार्ग असतो. देश आधी यायला हवा, कुटुंब नंतर."

आता सगळी तयारी झालेली होती. हुआन यन्- फान् आणि च्छंग हवे या दोघांनी चुंग चुँगकडे जाऊन त्यांना मान्यता देण्याची विनंती केली. तो पूर्वेकडच्या राजवाड्यात राहत होता. लोकांच्या नजरेत येऊ नये म्हणून उत्तरेकडच्या द्वारातून त्यांनी या राजवाड्यात प्रवेश केला. त्यांचं म्हणणं वारसदार राजपुत्रानं ऐकून घेतलं आणि आपली मान्यता दिली.

२४ फेब्रुवारी ७०५ रोजी, पहिल्या महिन्याच्या बाविसाव्या दिवशी, रन्- शन्, शन् लुंगच्या पहिल्या वर्षात, हुआन यन्- फान्, छांग च्छ्न- च्छह आणि स्वे युआन- वे यांनी डाव्या आणि उजव्या बाजूचे पाचशे रक्षक घेतले आणि सुआन उ द्वाराच्या दिशेनं ते दौडू लागले. या द्वाराचं नाव पुढे युआन उ द्वार असं पडलं. राजवाड्याचं उत्तरेकडचं हे द्वार संरक्षणाच्या दृष्टीनं कमजोर होतं. तिथे जाऊन ते थांबले. लि छान आणि लि तो- त्सो यांना पूर्वेकडच्या द्वारापाशी जाऊन चुंग चुँगला आणायचं होतं. पण वारसदार राजपुत्र आयत्या वेळी घाबरला आणि त्यानं यायला नकार दिला.

"स्वर्गवासी दैवी सम्राटानं आपलं सिंहासन तुमच्यासाठी दिलं होतं, युवर हायनेस," लि तो- त्सोचा एक सैनिक, चुंग चुँगचा स्वतःचा जावई आणि राजकन्या तिंग- आनचा नवरा वांग थुंग- छआव् त्याला म्हणाला. "पण आपण वीस वर्षं हद्दपारीची शिक्षा, पदावनती आणि तुरुंगवास सहन केलात. हा त्रास पाहून स्वर्गाला आता तुमच्याविषयी सहानुभूती वाटू लागली आहे. राजवाड्याचे दक्षिण आणि उत्तरेकडचे दोन्ही रक्षक तुमच्या बाजूचे आहेत. तुमचं दमन करणाऱ्या दुष्ट प्रवृत्तींचा विनाश करण्यासाठी आणि लि कुटुंबाकडे पुन्हा एकदा सिंहासन सोपवण्यासाठी ते तयार आहेत. तुमच्या सर्व लोकांच्या आशा पूर्ण करण्यासाठी युवर हायनेस, तुम्ही आता आमच्याबरोबर स्वान उ द्वारापाशी यायला हवं."

पण चुंग चुँगचा धीर सुटला होता.

तो म्हणाला, "दुष्ट प्रवृत्तींचा विनाश व्हायलाच हवा. पण पवित्र आणि दैवी सम्राटाची तब्येत बरी नाही. आपण तिला त्रास देणं योग्य नव्हे. मला वाटतं आपण ही कृती पुढे ढकलावी."

पण आता हे बंड पुढे ढकलणं शक्य नव्हतं. स्वान उ द्वारापाशी पाचशे सैनिक वाट पाहत होते. ही योजना आखणाऱ्यांना मागे फिरता येणार नव्हतं. आता ते हटले असते, तर छांग् बंधूंनी ही संधी सोडली नसती. उ छाव् आणि उ परिवार त्यांच्या बाजूनं असल्यामुळे त्या सर्वांना मृत्यूची शिक्षा झाली असती. आणि सोबत वारसदार राजपुत्र नसेल, तर याला बंड म्हणताच आलं नसतं.

लि छानला मग एक उत्कृष्ट कल्पना सुचली. तो चुंग चुँगकडे वळला आणि म्हणाला, "आपल्या कुटुंबाचा आणि स्वतःचा कोणताही विचार न करता केवळ देशाचं रक्षण करण्याकरता मंत्री आणि जनरल्सनी हे पाऊल उचललेलं आहे. तुमच्यासाठी ते उकळत्या पाण्यात उडी मारण्याच्या तयारीत आहेत. तेव्हा युवर हायनेस, तुम्हाला जर आजची योजना पुढे ढकलायची असेल तर तुम्ही स्वतः स्वान उ द्वारावर चला आणि त्यांना थांबायला सांगा."

चुंग चुँग या शब्दांत अडकला आणि त्यानं पूर्वेकडचा राजवाडा सोडला. वांग थुंग- छआव्‌नं त्याला त्याच्या घोड्यावर मांड ठोकायला मदत केली आणि आपल्या रक्षकासह चुंग चुँग स्वान उ द्वाराच्या दिशेनं दौडू लागला. द्वारापाशी तो नुसता दिसणं पुरेसं होतं. तो दिसला की पुढचं पाऊल टाकायचं, अशा सूचना त्यांना देण्यात आलेल्या होत्या. वारसदार राजपुत्र दिसला नसता, तर रक्षक पुढे गेले नसते. चुंग चुँगनं त्यांना थांबायला सांगण्याआधीच पहारेकऱ्यानं द्वार उघडलं आणि सगळे सैनिक राजवाड्यात घुसले. फासे आता पडले होते. चुंग चुँग किंवा इतर कोणालाही आता हे बंड थांबवता येणार नव्हतं.

राजवाड्याच्या शहरातील पश्चिमेच्या बाजूला उ छाव् आणि छांग् बंधूंची राहती

जागा होती. यिंग स्सन राजवाडा म्हणजे अमरत्व मिळालेल्यांचं स्वागत करणारा राजवाडा म्हणून ही इमारत ओळखली जायची. बंडखोर सैनिक थेट तिथेच शिरले. राजवाड्याच्या अंगणात त्यांना छांग् बंधू सापडले. छांग् च्छ्न् च्छहच्या आदेशावरून राजवाड्याच्या व्हरांड्यातच त्यांचा शिरच्छेद करण्यात आला. उ छाव्च्या प्रतिहारींना म्हणजे तृतीय पंथी सेवकांना पकडून बांधून ठेवण्यात आलं. मग पवित्र आणि दैवी सम्राटाला जागं केलं गेलं.

आपल्या घरातून बाहेर पडल्यावर उ छाव्नं बंडखोरांना बघितलं आणि फक्त विचारलं, "हे बंड कोणी सुरू केलं?"

दीर्घ काळाचं आपलं राज्य आता संपलं आहे याची जाणीव तिला झाली असावी.

"छांग् ए- च्छ्ह आणि छांग् छआंग्- चुंग बंड करण्याची योजना आखत होते," तिला सांगण्यात आलं. "आम्हाला, तुमच्या मंत्र्यांना वारसदार राजपुत्राकडून त्यांना देहान्त शिक्षा देण्याचा आदेश मिळाला. युवर मॅजेस्टी, आम्ही तुम्हाला आधीच कळवू शकलो नाही; कारण मग छांग् बंधूंनाही त्याचा सुगावा लागला असता. मात्र, राजवाड्यात सशस्त्र सैनिकांना आणण्याचा गुन्हा आम्ही केला आहे आणि त्यासाठी हजार मृत्यू आम्हाला मान्य आहेत."

परिस्थिती काबूत आणण्याचा एक शेवटचा प्रयत्न उ छाव्नं केला. सावलीत चुंग चुँग दिसल्यावर तिनं त्याला पूर्वेकडच्या राजवाड्यात परतण्याचा आदेश दिला.

"वारसदार राजपुत्र पूर्वेकडच्या राजवाड्यात कसा जाईल?" हुआन यन्- फान्ने तिला विचारलं. "स्वर्गवासी दैवी सम्राटानं आपल्या लाडक्या मुलाला युवर मॅजेस्टी, तुमच्या विश्वासावर तुमच्याकडे सोपवलं होतं. तो आता लहान राहिलेला नाही आणि पूर्वेकडच्या राजवाड्यातल्या त्याच्या निवासाला खूप वर्षं उलटली आहेत. स्वर्गाची इच्छा आणि लोकांचं मन आता लि कुटुंबावर जडलं आहे. तुमचे अधिकारी थाय्- चुँगचे आणि स्वर्गवासी दैवी सम्राटाचे गुण अजून विसरलेले नाहीत. आता वारसदार राजपुत्रानं दोन बदमाशांना देहान्त शिक्षा देण्याचा आदेश दिल्यानंतर, आता आम्हा मंत्र्यांची अशी इच्छा आहे की युवर मॅजेस्टी, आपण सिंहासनावरून पायउतार व्हावं आणि स्वर्गाच्या इच्छेनुसार व लोकांच्या मतानुसार ते सिंहासन वारसदार राजपुत्राच्या हाती सोपवावं.'

उ छाव्कडे यावर उत्तर नव्हतं. तिला आव्हान देणाऱ्यांचे चेहरे ती पाहू लागली. लि ए- फुचा मुलगा लि छान् याला पाहून ती म्हणाली, "छांग् ए- च्छ्हला मारणाऱ्या अत्यंत शूर जनरल्समध्ये तूही आहेस. तुझ्या आणि तुझ्या वडिलांच्या बाबतीत मी खूप मवाळपणे वागले. आणि आता तुम्ही मला हा दिवस दाखवत आहात."

त्याच्याकडे या शब्दांवर काही उत्तर नव्हतं. तो गडबडून गेला.

मग तिला स्वे युआन- वे दिसला आणि ती म्हणाली, ''या सगळ्या मंत्र्यांना मी पदोन्नती दिली कारण इतर कोणीतरी त्यांची शिफारस केली होती. पण तू, तुझी निवड तर मी स्वतः केली होती. मग तू इथे कसा?''

लि छान्पेक्षा स्वे युआन- वे दरबारातल्या पद्धतींमध्ये अधिक तरबेज होता. त्यानं उत्तर दिलं, ''युवर हायनेस, तुम्ही केलेल्या उपकारांची परतफेड करण्यासाठी मी इथे आहे.''

उ छाव् मग मागे वळली आणि आपल्या दालनात जाऊन पलंगावर पडली. पन्नास वर्षांची तिची सत्ता उलथवून टाकणाऱ्या या बंडाविषयी तिला आणखी विचार करायचा नव्हता. छांग् बंधूंच्या शरीराचे हाल करण्यात आले, त्यांची मुंडकी फोर्ड ऑफ हेवनच्या पुलावर टांगण्यात आली. त्यांचं शरीर हे डुकराच्या मांसाइतकं पांढरंस्वच्छ आहे हे लक्षात आल्यावर त्यांचं मांस काढून शिजवून खाल्लं गेलं. त्यांनी ज्या प्रकारे प्राण्यांना जिवंत शिजवलं होतं त्याचा सूड म्हणून. मात्र, उ छाव्चा सचिव शांग्- ख्वान वान्- एर्‌ह यानं छांग् छआंग्- चुँगचं शिस्न पळवण्यात यश मिळवलं. त्यानं ते उ छाव्ला आणून दिलं.

''हे ल्यो लांग्चं आहे,''उ छाव्नं निःश्वास सोडत म्हटलं.

ल्यो लांग् म्हणजे सहावा तरुण मास्टर, छांग् छआंग्- चुँगला तिनं दिलेलं हे लाडाचं नाव. घायाळ झालेलं ते शिस्न तिने जेडच्या बॉक्समध्ये ठेवलं आणि आपल्याबरोबर ते पुरण्यात यावं, अशा सूचना दिल्या.

च्यु चुँगही या क्रांतीमध्ये सहभागी झाला. तो आणि त्याचा मुख्य सहकारी युआन शु च्छ रस्त्यावर उतरून छांग् बंधूंचे पाठीराखे शोधत फिरू लागले. पण त्यांना एकही मिळाला नाही. इतर छांग् बंधूंना अटक करण्यात आली आणि त्यांचा शिरच्छेद केला गेला. या बंडाला देशातून कोणीही विरोध केला नाही. ल्वोयांगमध्ये आता थांग सत्ता पूर्णपणे प्रस्थापित झालेली असल्यानं उ त्यांना शरण आले आणि त्यांच्या विरोधात कोणतीही कारवाई झाली नाही. खाव्- चुँगचा मुलगा सिंहासनावर बसल्यामुळे आता उ सान्- स्सुच्या दाव्याला कोणाचाही पाठिंबा मिळणं शक्य नव्हतं. उ छाव्च्या मदतीसाठी धावून जाण्यात कोणाला स्वारस्य नव्हतं. ती आता म्हातारी झाली होती आणि तिच्या आयुष्याचे काही महिनेच शिल्लक होते.

काळजीवाहू राजा म्हणून चुंग चुँगनं २१ फेब्रुवारी रोजी, रन- शन्, पहिल्या महिन्याच्या एकोणिसाव्या दिवशी, शन्- लुंगच्या पहिल्या वर्षात सत्ता हाती घेतली आणि दुसऱ्या दिवशी अधिकृतरीत्या उ छाव् सत्तेवरून पायउतार झाली. त्याच्या दुसऱ्या दिवशी चुंग चुँग पुन्हा एकदा सम्राट म्हणून सिंहासनावर बसला. त्याच्या आईला त्से- थिएन था- शंग् हवांग् थि म्हणजे 'स्वर्गाची अनुयायी, महान संत

आणि सम्राट म्हणून घोषित करण्यात आलं. छांग् गट सोडून बाकी सगळ्यांसाठी सर्वसाधारण माफीची घोषणा करण्यात आली. यामुळे वे युआन- छुंगला पुन्हा एकदा दरबारात येता आलं. बंडामध्ये त्यानं बजावलेल्या भूमिकेमुळे च्यु चुँगला आणखी काही सन्मान दिले गेले. राजकन्या थाय- फ्फिंगचाही सन्मान करण्यात आला. खरं तर ती उ छाव्च्या अतिशय निकट होती. पण खाव्- च्छन् या तिच्या प्रियकरामुळे ती छांग् बंधूंच्या मर्जीतून आणि म्हणून मग उ छाव्च्या नजरेतूनही उतरली होती. शेवटच्या मिनिटाला ती उ छाव्च्या विरोधकांना सामील झाली होती. लि कुटुंबाच्या हयात असलेल्या सर्व सभासदांना त्यांची पदं आणि दर्जा परत करण्यात आला. जे मरण पावले होते त्यांचा मरणोत्तर सन्मान केला गेला. ६८४मध्ये, वन् मिंगच्या पहिल्या वर्षात मृत्यू पावलेल्या लि स्सनलाही त्याचा लाभ झाला. एका भव्य थडग्याखाली त्याला पुन्हा पुरण्यात आलं. या थडग्यावर त्याच्या आवडत्या छंदाची, शिकारीची चित्रं काढून ते सजवण्यात आलं. या थडग्यात एक घोडेस्वार एका रागावलेल्या चित्त्याला घेऊन जात आहे असा पुतळाही सापडला होता. चिनी लोक चित्त्याची शिकार करत, या गोष्टीचा साहित्यामधून अनेकदा उल्लेख झाला होता, या पुतळ्यामुळे त्यावर शिक्कामोर्तब झालं. चुंग चुँग सिंहासनावर आल्यामुळे साम्राज्याचं नाव बदलून पुन्हा थांग करण्यात आलं. झगे, पदं, शाही वेशभूषा पुन्हा एकदा पूर्वीसारख्या झाल्या, जणू काही एक दुःस्वप्न संपलं होतं.

२४ फेब्रुवारी रोजी, रन्- शन्च्या चोविसाव्या दिवशी, उ छाव्ला राजवाड्याच्या शहरातून बाहेर काढून ल्वोयांगच्या पश्चिम भिंतीच्या बाहेर शाही बागेतील शांग् यांग् राजवाड्यात नेण्यात आलं. छांग् छआंग्- चुँगनं तिच्यासाठी बनवलेलं सिंहासन स्वतःबरोबर घेऊन जाण्याची परवानगी तिला देण्यात आली. तिथे लि छान् तिचा रक्षक असणार होता. ती तिच्या घरात बंदिवान असली, तरी तिला पूर्ण आदरानं वागवायचं होतं, सम्राटाला साजेशा सन्मानानं वागवायचं होतं. नवीन सम्राट चुंग चुँग स्वतः संपूर्ण दरबाराचा प्रमुख म्हणून तिच्या तब्येतीची चौकशी करण्यासाठी तिला भेट देत होता. सुरुवातीला दर दहा दिवसांनी या भेटी होत, नंतर प्रत्येक कॅलेंडर महिन्याच्या पहिल्या आणि पंधराव्या तारखेला त्या होऊ लागल्या.

शन्- थु, म्हणजे पवित्र राजधानी, हे नाव काढून टाकण्यात आलं आणि ल्वोयांगला पुन्हा एकदा पूर्वेची राजधानी बनवण्यात आलं. बंडाच्या नेत्यांना मोठी पदं आणि उमराव- सरदार बनवून गौरवण्यात आलं. छांग् बंधूंचं लांगुलचालन करतो म्हणून ज्या यान् साय्- स्सुचा बहुसंख्य थांग निष्ठावान राग करत, त्यालाही पश्चिमेची राजधानी, छांग्- आन्चा व्हाइसरॉय केलं गेलं. फक्त यावो युआन- च्छुंगला कोणतंही पद दिलं गेलं नाही. उ छाव् राजवाडा सोडून जाताना तो रडताना दिसला म्हणून हवान् यन्- फान् व छांग् च्छन- च्छ्हनं त्यासाठी त्याची कानउघडणी केली.

"तू रडतो का आहेस? स्वतःला लाज आणतोयस तू असं आम्हाला वाटतंय," ते म्हणाले.

"खूप वर्षं मी सम्राज्ञीची सेवा केली. आणि ती माझ्यापासून दूर जाते आहे याचं दुःख मला होतंय," यावो युआन- च्छुंग म्हणाला. "मी तुम्हा सगळ्यांची साथ दिली ती देशद्रोह्यांना अद्दल घडावी म्हणून. तो माझा निर्णय पूर्णपणे योग्य होता. आणि आजही माजी सम्राटाला निरोप देणं योग्य आहे, असं मला वाटतं. त्यासाठी जर मला शिक्षा दिली जाणार असेल, तर मी मृत्यूला हसत हसत स्वीकारेन."

त्या वेळेसही उ छाव्च्या छो साम्राज्याचा लहानसा काळ म्हणजे थांग साम्राज्य खंडित झाल्याचा काळ होता, असं कोणाला वाटत नव्हतं. ७०५मध्ये थांग साम्राज्य पुन्हा एकदा सत्तेवर आल्याचा जो जाहीरनामा प्रसिद्ध झाला, त्यात चुंग चुँगनं म्हटलं होतं,

> 'सम्राट त्से- थिएन था- शंग् अतिशय हुशार, गुणवान आणि कुशल होती. काळाची गरज ओळखून तिनं त्यानुसार प्रतिसाद दिला. तिनं आणलेली धोरणं अत्यंत लोकोपयोगी होती. १६ ऑक्टोबर ६९०ची तिची (सिंहासनावर बसण्याची) योजना उत्तम तर होतीच, शिवाय त्यातून सर्वोच्च एकात्मतेच्या मार्गावर आपण चालू लागलो. जेड शिक्क्याच्या साहाय्यानं तिनं अधाशी माणसांचा नाश केला आणि सोन्याच्या भाल्यानं जहालांना नष्ट केलं. लो नदीतला मौल्यवान खडा तिनं स्वीकारला ज्यावर 'फु स्स कॅलेंडरचा पाठपुरावा करावा' असं लिहिलेलं होतं. लोकांमधल्या गुणवानांची काळजी तिनं घेतली आणि एकत्रितपणे काम करताना मानवता व दीर्घायुष्य मिळवलं. अखेर तिनं थाव्चा शोध घेण्याचं ठरवलं आणि उ- वे (निष्क्रियतेची कला)वर आपले विचार केंद्रित करताना शाही सिंहासनाच्या सेवेसाठी कठोर परिश्रम घेतले. आणि मग 'अत्यंत आदरपूर्वक तिनं हे सिंहासन अत्यंत हुशार अशा राजपुत्राच्या हवाली केलं.' खाव्- त्सुच्या परंपरागत मंदिरामध्ये तिनं प्रार्थना म्हटली आणि थाय्-चुँगच्या वेदीवर डोकं टेकलं.'

'अत्यंत आदरपूर्वक हे सिंहासन हुशार राजपुत्राच्या हवाली केलं' - 'फु- थिएन् यु मिंग्- प्फी'- हे वाक्य हान साम्राज्यामध्ये विधवा सम्राज्ञीसाठी वापरण्यात आलेलं होतं. तिने काळजीवाहू सम्राट म्हणून काम पाहिल्यानंतर वयात आलेल्या आपल्या मुलांच्या ताब्यात आपलं सिंहासन दिलं होतं. उ छाव्च्या आधिपत्याखाली फार काही बदललं नाही, असंही चुंग चुँगनं म्हटलं. थांगची मूलभूत धोरणंच तिनं पुढे

चालवली. शाळा आणि मंदिरं बांधताना, शिक्षणाला प्रोत्साहन देताना, अनेक साहित्यिक आणि ऐतिहासिक साहित्य लिहून घेताना, कार्यक्षमतेच्याच निकषावर अधिकाऱ्यांच्या नेमणुका करताना आणि तिला ज्यांनी काही काळासाठी फसवलं त्यांच्याकडून अन्याय झालेल्या अनेकांचा सन्मान परत मिळवून देताना ती लि कुटुंबाच्या वतीनंच काम करत होती. विसाव्या शतकापर्यंत ही अधिकृत भूमिका होती आणि जमीनदारांच्या व सरदार/उमरावांच्या विरोधात लढणाऱ्या सर्वसामान्य लोकांची तारणहार म्हणून उ छाव्‌कडे बघितलं जात होतं. कम्युनिस्ट राजवटीमध्ये ती कष्टकरी वर्गाची नायक बनली.'

चुंग चुँगनं बहुधा हा जाहीरनामा स्वतः लिहिला नसेल; पण त्यावर सही करून त्यानं एक स्त्री आपल्या साम्राज्याची सम्राट होती, या घटनेला अधिकृत मान्यता दिली. कॉनफ्युशिअन नियमांच्या ते पूर्ण विरोधात असलं तरी त्यावर शिक्कामोर्तब केलं. पण हे त्याच्याच विरोधात जाणार होतं; कारण त्यामुळे आता इतर महत्त्वाकांक्षी स्त्रियांनी त्याची सत्ता उलथून टाकण्याचे प्रयत्न सुरू केले.

सम्राट म्हणून सत्ता ग्रहण केल्यानंतर चुंग चुँगनं सगळ्यात आधी आपला मुलगा, लि चुंग- च्युन आणि राजकन्या युंग थाय यांच्यासाठी एक भव्य थडगं बांधून त्यात त्यांचे मृतदेह पुन्हा पुरले. सम्राटाची मुलं म्हणून त्यांना तेवढा मान मिळणं गरजेचं होतं. राजकन्या युंग थायचं थडगं १९६४मध्ये उकरण्यात आलं होतं, मात्र तिच्या थडग्यावरील शिलालेखावर तिचा मृत्यू प्रसूतीमध्ये झाल्याचं लिहिलेलं होतं. अधिकृत इतिहासामध्ये तिच्या मृत्यूविषयी जे लिहिण्यात आलं आहे त्यापेक्षा ही माहिती एकदम वेगळी आहे. तिची नामुष्की झाकली जावी म्हणून नवीन थडग्यावरील शिलालेखात बदल करण्यात आला असावा. दुसऱ्या बाजूनं असंही सांगण्यात येतं की उ छाव्‌ची प्रतिमा मलिन करण्यासाठी तिनं राजकन्येला आत्महत्या करायला भाग पाडल, अशी गोष्ट निर्माण केली असावी. मात्र, आपल्याला उ छाव्‌विषयी जी माहिती आहे त्याला अधिकृत इतिहासातील नोंदीनं दुजोराच मिळतो. राजकन्या युंग थायच्या थडग्यात आणखी एक गमतीशीर गोष्ट सापडली. त्या काळातील कपड्यांमधल्या तिच्या दास्यांचे ओल्या गिलाव्यावर काढलेल्या चित्रांचे नमुने त्यात होते. त्यांच्या झग्याचे गळे इतके खोल होते की उ छाव्‌च्या राज्याच्या आधी आणि नंतरच्या काळातही अशा कपड्यांमुळे लोकांना धक्का बसला असता.

ज्या देशावर एके काळी राज्य केलं त्या देशात उ छाव्‌कडे आता केवळ बघ्याची भूमिका आलेली होती. आणि लवकरच वारसदाराच्या बाबतीत तिच्या मनात असलेली भीती खरी होण्याची चिन्हं दिसू लागली. चुंग चुंग अठ्ठाविसाव्या वर्षी राज्य करण्यासाठी जितका अकार्यक्षम होता, तितकाच पन्नासाव्या वर्षीही होता. फांग्- छोमध्ये हद्दपार केलेलं असताना तो सतत मृत्यूच्या सावलीखाली,

भीती आणि दडपणामध्ये राहिला होता. येणारा कोणीही संदेशवाहक आपल्याला देहदंडाचा किंवा आत्महत्या करण्याचा आदेश घेऊन आला आहे, असं त्याला वाटत असे. एकदा तर, संदेशवाहक येत आहे असं कळल्यावर भीतीनं तो इतका अस्वस्थ झाला की त्यानं स्वतःला मारण्याचा प्रयत्न केला होता. त्याच्या बायकोच्या, लेडी वेच्या, सांत्वनपर शब्दांनी त्याला थांबवलं. ती म्हणाली होती, 'चांगला किंवा वाईट काळ कायमसाठी असत नाही. माणूस फक्त एकदाच मरतो. मग आपणहून मृत्यूला सामोरं का जायचं?'

त्या दिवसापासून चुंग चुँग आपल्या धीराच्या पत्नीवर अवलंबून राहू लागला आणि उद्याचा सूर्य आपल्याला दिसला तर तुझ्यावर कधीही कोणतंही बंधन घातलं जाणार नाही, असं वचन त्यानं लेडी वेला दिलं. त्यामुळे तो सिंहासनावर पुन्हा बसला, तेव्हा सरकारमध्ये तिच्या शब्दाला वजन आलं. शंग् लुंगच्या पहिल्या वर्षातल्या दुसऱ्या महिन्याच्या चौदाव्या दिवशी, लेडी वे पुन्हा एकदा सम्राज्ञी बनली. उ छावला याची गंमत वाटली असावी. चुंग चुँग हा त्याच्या वडिलांसारखा, खाव्-चुँगसारखाच कमकुवत मनाचा आणि निर्णय घ्यायला कचरणारा पुरुष होता, तर वे आता उ छाव्‌ची जुनी भूमिका निभावणार होती.

बंड करणाऱ्या पाच मंत्र्यांनी सरकारमध्ये एका स्त्रीच्या असण्याला विरोध केला. सम्राज्ञी वे ही छांग्‌च्या निष्ठावंतांना झुकतं माप देत असल्यामुळे त्यांचा विरोध अधिक तीव्र होता. या पाच मंत्र्यांनी उ कुटुंबाविरुद्धही पावलं उचलावीत असा सल्ला त्यांना देण्यात आला, पण छांग् च्छन- च्छ्ह आणि च्छंग हवे यांनी त्याला नकार दिला. चुंग चुँग सम्राट बनल्यानंतर वारसदाराचा प्रश्न आता निकालात निघालेला आहे आणि म्हणून त्याची गरज नाही, असं त्यांचं म्हणणं होतं. पण ते चुकीचं ठरणार होतं.

उ सान- स्सुने गुप्तपणे राजवाड्यात ओळखी वाढवल्या होत्या. त्यात शांग् ख्वान् वान- अऱ्हबरोबरचं त्यानं जमवलेलं सूत सगळ्यात महत्त्वाचं होतं. ज्येष्ठ अधिकारी शांग् ख्वान् ए याची ही नात उ छाव्‌ची सचिव आणि अत्यंत विश्वासू सहकारी होती. दरबारात तिचा प्रभाव एवढा होता की, दुसऱ्या शतकातली एक फॅशन तिनं पुन्हा एकदा नव्यानं आणली होती. ७०० सालामध्ये, च्छु शहच्या पहिल्या वर्षात, तिच्याकडून प्रेरणा घेऊन स्त्रिया आपल्या चेहऱ्यावर फुलं, पानं, पक्षी, नाणी आणि चंद्रकोर रंगवण्यासाठी लाल, पिवळे आणि काळे रंग वापरू लागल्या होत्या. काही वेळा चेहऱ्यावरचे डाग लपवण्यासाठी, तर काही वेळा निव्वळ सजावट म्हणून अशा आकृती काढल्या जात. शांग् ख्वान् वान- अऱ्हसाठी हे खूप महत्त्वाचं होतं. उ छाव्‌बरोबरचं तिचं नातं हे वादळी होतं. शांग् ख्वान् वान-अऱ्हच्या चरित्रानुसार, एकदा तिनं उ छाव्‌ला पराकोटीचं दुखावलं होतं. पण ती

इतकी हुशार होती आणि तिच्या हुशारीचा प्रशासनामध्ये इतका उपयोग होत होता की तिला ठार मारण्याऐवजी उ छावृनं तिच्या चेहऱ्यावर डाग पाडले होते. दंतकथा अशीही आहे की, एकदा उ छावृनं शांग् ख्वान् वान- अऱ्हला चुंग चुँगबरोबर लाडात येताना किंवा त्याच्या बिछान्यातून उठताना बघितलं. रागानं तिनं एक कट्यार तिच्या दिशेनं फेकली, ज्यामुळे तिच्या कपाळावर जखम झाली. म्हणूनच चेहऱ्यावरची ही सजावट तिच्यासाठी खूप महत्त्वाची होती.

तिच्याबद्दलच्या मत्सराचं असं प्रदर्शन झाल्यानंतरही, या दोन स्त्रिया एकमेकींच्या अतिशय जवळ राहिल्या. हे खरं तर आश्चर्यच होतं; कारण शांग् ख्वान् वान- अऱ्हच्या आजोबांच्या मृत्यूसाठी उ छाव् कारणीभूत ठरली होती. शांग्- ख्वान् ए दरबारातले मोठे कवी आणि सचिवालयाचे उपाध्यक्ष होते. त्यांच्या मृत्यूनंतर त्या संपूर्ण कुटुंबाची स्थिती खालावली होती. उ छावृनं शांग् ख्वान् वान- अऱ्हशी जाणीवपूर्वक मैत्री केली; कारण तिच्या मनात शांग्- ख्वान् एच्या मृत्यूविषयी अपराधी भावना होती, असं सूचित केलं जातं. पण ते उ छावृच्या व्यक्तिमत्त्वाशी सुसंगत वाटत नाही. कदाचित, 'तुमच्या मित्रांना जवळ ठेवा, पण तुमच्या शत्रूंना अधिक जवळ ठेवा' या उक्तीनुसार उ छावृनं शांग् ख्वान् वान- अऱ्हशी मैत्री केली असावी. चीनमध्ये याला 'स्वतःपाशी कट्यार ठेवणं' असं म्हणतात. तसंही, या दोन स्त्रियांमध्ये खूप साम्य होतं. उ छावृप्रमाणेच शांग् ख्वान् वान- अऱ्ह दरबारात पहिल्यांदा आली तेव्हा चौदा वर्षांचीच होती. राजवाड्यातील अनेक कारस्थानांची ती साक्षीदार होती. शांग् ख्वान् वान- अऱ्हकडे कोणतंही अधिकृत पद नसलं तरी ती अनेक आदेश लिहून देत असे, राज्यातील कामकाजावरच्या चर्चेत तिला तिचं मत मांडायची परवानगी होती आणि उ छावृच्या मुलांना वाढवण्यातही तिचा हातभार लागला असावा. असं म्हणतात की शांग् ख्वान् वान- अऱ्हला रखेल म्हणून घ्यावं अशी विनंती उ छावृनं चुंग चुँगला केली होती. म्हणजे मग उ छावृच्या मृत्यूनंतरही शांग् ख्वान् वान- अऱ्हकडे दरबारात अधिकृत पद राहिलं असतं आणि त्याच्या शयनगृहातून तिनं राजकीय सल्लागाराची भूमिका उत्तम निभावली असती.

चुंग चुँग गादीवर बसला तेव्हा शांग् ख्वान् वान- अऱ्ह या अननुभवी सम्राटासाठी आणि कारस्थानी सम्राज्ञी वेसाठी महत्त्वाची सहकारी बनली. तिला तिसऱ्या दर्जाची रखेल म्हणून पदोन्नती दिली गेली. ती आपलं काम इतकं चोख करत होती की कालांतरानं तिला तरबेज रखेल हे दुसऱ्या दर्जाचं पदही मिळालं. आणि ते योग्यही होतं. शांग् ख्वान् वान- अऱ्ह खरोखरच इतर कोणाही रखेलीपेक्षा आपल्या कामात तरबेज होती. चुंग चुँगच्या जनानखान्यात ती सामील झाली तेव्हा काही ती कुमारिका नव्हती. खुंग हो च्छ्नचा गुप्त इतिहास या पुस्तकानुसार तिचा प्रियकर लष्कराचा मंत्री सु शह्ला तिच्या 'पवित्र, नाजूक योनी'चं आकर्षण वाटलं

होतं. त्यानं शांग् ख्वान् वान- अऱ्हला सांगितलं की पुरुषाच्या लिंगाप्रमाणेच प्रत्येक स्त्रीच्या योनीमध्येही फरक असतो. त्याचं लिंग तिच्या शरीरात शिरलं तेव्हा तो म्हणतो, 'माझ्या जेड स्टॉकचं टोक तुझ्या नाजूक भागावर दाबलं गेल्याचं मला जाणवलं. जणू काही एखाद्या वितळलेल्या जमिनीमध्ये ते भिजून चिंब होत आहे. माझे केसही वितळत आहेत असं मला वाटलं. काही वेळा तुझ्या मागच्या बाजूनं मी माझं बोट आत घालतो आणि तुझा पार्श्वभाग आकुंचन पावत असल्यासारखा, दौडत असल्यासारखा मला भासतो. जणू काही तू आता आनंदानं उन्मळून जाणार आहेस असं तो सांगत असतो. मग मी थांबतो. हळूहळू तुझी दौडही मंदावते, मी नव्यानं माझी क्रिया सुरू करावी आणि तुझा आनंद द्विगुणित करावा, असंच तू सांगत असतेस.' त्यानं मग आपल्या संभोगाच्या तुलनेत लैंगिकदृष्ट्या अशिक्षित स्त्री- पुरुषांचा संभोग कसा आहे हे सांगताना म्हटलं, 'ते एखाद्या भिकाऱ्यासारखे, तीन बादल्याभर डुकराची चरबी पिऊन, आपण संभोगाचा अत्युच्च क्षण अनुभवल्याची बढाई मारतात.'

शांग् ख्वान् वान- अऱ्हचं संभोग क्रियेत तरबेज असणं हा बोनस होता. त्याहीपेक्षा कितीतरी जास्त गोष्टींसाठी तिची गरज भासत असे. उ छाव्च्या राज्यामध्ये लैंगिक कारस्थानांच्या केंद्रस्थानी ती असायची. तिच्या अनेक प्रियकरांपैकी एक सु शह् हा उ छाव्चाही बिछान्यातला सहकारी होता. सु शह् नंतर उ छाव्ची मुलगी राजकन्या थाय- प्फिंगचाही प्रियकर बनला होता. तिचा आणखी एक प्रियकर, जो ड्यूक होता, त्याला सु शह्चा मत्सर वाटला आणि त्यानं ही माहिती शांग् ख्वान् वान- अऱ्हला कळवण्याची धमकी दिली. सु शह्नं त्याला स्वतःबरोबर आणि स्वतःच्या सुंदर पत्नीबरोबर एक रात्र घालवायला दिली, तर आपण ही चुगली करणार नाही, असं या ड्यूकनं त्याला सांगितलं. राजकन्या थाय- प्फिंगबरोबरचं प्रकरण चालू ठेवता यावं म्हणून सु शह्नं ड्यूकला आपल्या पत्नीबरोबर रात्र घालवायला दिली. सु शह्ला धमकावणाऱ्या इतर सरदार आणि उमरावांचं तोंडही त्यानं आपली पत्नी आणि दोन सावत्र मुली देऊन गप्प केलं. पण तसं तर सु शह्नं आपली पत्नी चुंग चुँगचा पुतण्या, भविष्यातला सम्राट स्वान् चुँग, लि लुंग- च्छ यालाही दिली होती.

चुंग चुँगच्या शयनगृहात, त्याची आवडती रखेल म्हणून स्थान मिळवल्यानंतर, पन्नास वर्षांपूर्वी उ छाव्नं जो मार्ग निवडला होता, त्याच मार्गावरून जाण्याची महत्त्वाकांक्षा शांग् ख्वान् वान- अऱ्हच्या मनातही आली असावी. पण उ छाव् आपल्या नंतरच्या काळात कामातुर झाली होती. खाव्- चुँगबरोबर असताना ती त्याच्याशी निष्ठावान होती. आपली कामवासना आपल्या महत्त्वाकांक्षेच्या आड येणार नाही याची काळजी तिनं नेहमीच घेतली होती. शांग् ख्वान् वान- अऱ्ह मात्र

अधिक गरम रक्ताची होती. तिनं उ सान्- स्सुबरोबर गुप्तपणे प्रकरण सुरू केलं. राजकन्या थाय- फ्फिंगचा दुसरा नवरा थिंगचा राजपुत्र उ यु- च्छ याच्या मदतीनं या दोघांनी उ कुटुंबासाठी सिंहासन बळकावण्याची योजना आखली. आपल्या हेतूविषयी कोणाच्या मनात शंका येऊ नये म्हणून उ सान्- स्सु आणि उ यु- च्छ यांनी आपल्या सरकारी पदांचा राजीनामा दिला आणि ते खासगी आयुष्य जगू लागले. शांग् ख्वान् वान- अऱ्हनं नंतर सम्राज्ञी वेवर असलेल्या आपल्या प्रभावाचा उपयोग करून चुंग चुँगला त्याची लाडकी मुलगी, एकवीस वर्षांची राजकन्या आन लो हिचं लग्न उ सान्- स्सुच्या मुलाशी उ छंग्- सुन याच्याशी लावून देण्याची गळ घातली.

राजकन्या आन लो ही काही अशीतशी राजकन्या नव्हती. ६८४मध्ये, वन मिंगच्या पहिल्या वर्षात, हद्दपार झाल्यानंतरचा प्रवास करत असताना रस्त्यावर तिचा जन्म झालेला होता. त्या नवजात अर्भकाला गुंडाळण्यासाठी चुंग चुँगनं आपला स्वतःचा झगा फाडला होता. यामुळेच तिला लाडाचं नाव मिळालं होतं- क्वो एर- आवरण. चुंग चुँगची ती सर्वांत धाकटी आणि सर्वाधिक सुंदर मुलगी होती. लहान असताना तिला राजघराण्यातल्या कोणत्याही सुविधा मिळालेल्या नसल्यानं सम्राट झाल्यानंतर तो तिचे अतिशय लाड करू लागला. ती सम्राटाची अत्यंत लाडकी मुलगी तर होतीच, पण महत्त्वाकांक्षी सम्राज्ञी वेचीही मुलगी होती. लि छुंग- चुनला छांग् बंधूंबद्दल काहीबाही बोलल्यामुळे आत्महत्या करायला लावल्यानंतर सम्राज्ञी वे पुत्रहीन झाली होती. चुंग चुँगचे इतर तीन मुलगे हे खालच्या दर्जाच्या रखेल्यांपासून झालेले होते. त्यांतला सर्वांत मोठा होता लि छुंग- फु, पण लि छुंग- चुनला खाली खेचण्याच्या कटात तो सामील असल्यामुळे त्याची हद्दपारीची शिक्षा कायम ठेवावी, असा सम्राज्ञी वेचा आग्रह होता. म्हणून मग चुंग चुँगचा तिसरा मुलगा लि छुंग- छुन याला वारसदार राजपुत्र बनवण्यात आलं. त्याचा चौथा मुलगा लि छुंग- माव् केवळ पंधरा वर्षांचा होता. पण आपल्या रक्ताचं नसलेलं कोणीही वारसदार व्हावं, अशी सम्राज्ञी वेची इच्छा नव्हती. खाव्- चुँगच्या राज्यात उ छाव् ज्याप्रमाणे राज्य करत होती, किंवा आता चुंग चुँगच्या राज्यात ज्याप्रमाणे ती स्वतः राज्य करत होती, त्याचप्रमाणे आपल्यानंतर आन लोनं राज्य करावं, अशी तिची इच्छा होती. स्वाभाविकच, आपला मुलगा सिंहासनावर बसावा असं वाटणारा उ सान्- स्सु हा तिचा मित्रपक्ष बनला नसता, तरच नवल. उ छंग्- सुन् जर सम्राट बनला, तर त्याची पत्नी आन लो आपोआप सम्राज्ञी बनणार होती. हे लग्न व्हावं यासाठी उ सान्- स्सु सम्राज्ञी वेचा प्रियकर बनला. त्याची रखेल शांग् ख्वान् वान- अऱ्हनं हे सहजच जमवून आणलं.

उ सान्- स्सु, सम्राज्ञी वे, उ छंग्- सुन्, उ यु- च्छ, शांग् ख्वान् वान- अऱ्ह आणि राजकन्या आन लो यांची युती अत्यंत ताकदवान होती. त्यांनी उ छंग्- सुनला

सिंहासनावर आणण्यासाठी एक योजना आखायला सुरुवात केली, ज्यामुळे पुन्हा एकदा उ छाव्‌चं छो साम्राज्य सत्तेवर येणार होतं. यासाठी पहिल्यांदा त्यांना त्या पाच मंत्र्यांचा काटा काढणं आवश्यक होतं. हे फारच सोपेपणानं शक्य झालं. या पाच मंत्र्यांना राजपुत्राचं शाही पद द्यावं आणि त्यांच्यावर संपत्तीचा वर्षाव करावा. मात्र त्याच वेळी सत्तेतली त्यांची सगळी पदं काढून घेण्यात यावीत, यासाठी सम्राज्ञी वेनं चुंग चुँगचं मन वळवलं. शन्‌ लुंगच्या पहिल्या वर्षातल्या पाचव्या महिन्यातल्या सोळाव्या दिवशी, ११ जून ७०५ रोजी म्हणजे उ छाव्‌ला सिंहासनावरून खाली आणल्यानंतर फक्त तीन महिन्यांमध्ये हे साध्य झालं होतं. त्यांच्या हातातली सत्ता गेल्यानंतर त्यांना दूर करणं अजिबातच कठीण नव्हतं. वर्ष संपेपर्यंत छांग्‌ च्छ्न-च्छ, हवान यन- फान्‌, छंग हवे, स्वे युआन- वे आणि युआन शु- च्छ या सगळ्यांना अटक करून देहान्ताची शिक्षा दिली गेली. उ छाव्‌ला या बातमीनं अतिशय आनंद झाला असणार, यात शंकाच नाही.

२० फेब्रुवारीच्या बंडात सहभागी झालेल्या सगळ्यांची कार्यालयीन पदं काढून घेतली गेली आणि त्यांच्या जागी उ कुटुंबाचे निष्ठावान आले. सम्राट चुंग चुँगनं याला जराही विरोध केला नाही. खरं तर लि कुटुंबाचा म्हणून उ खानदानाच्या या प्रभावामुळे त्याच्या आयुष्याला निश्चितपणे धोका निर्माण झालेला होता. या सर्व घडामोडींच्या मागे होता उ सान्‌- स्सु. 'चांगले पुरुष आणि वाईट पुरुष असं लोक म्हणतात तेव्हा मला त्याचा अर्थ कळत नाही. माझ्यापुरतं बोलायचं तर, माझं भलं करणारे पुरुष भले असतात आणि माझं वाईट करणारे वाईट असतात,' या त्याच्या विधानामध्ये त्या वेळच्या परिस्थितीचं प्रतिबिंब पडतं.

१६ डिसेंबर ७०५ रोजी, रन्‌- उ, अकराव्या महिन्यातील बाविसाव्या दिवशी, शन्‌ लुंगच्या पहिल्या वर्षात, उ छाव्‌चं शांग्‌ यांग्‌ राजवाड्यात निधन झालं. आपल्या मृत्युपत्रात तिनं पवित्र आणि दैवी सम्राट या तिच्या पदाचा त्याग केलेला होता आणि विधवा सम्राज्ञी पदावर समाधान मानलेलं होतं. तिच्या क्रौर्याच्या बळी ठरलेल्या सम्राज्ञी वांग्‌ आणि पवित्र रखेल; सिंहासनावरच्या तिच्या मार्गामध्ये अडथळा आणणारा छु स्वे- ल्यांग्‌; सम्राज्ञी वांग्‌चा पाठीराखा हान युआन; सम्राज्ञी वांग्‌चा काका ल्यो शह्‌ आणि तिनं मारलेल्या तिच्या कुटुंबातील विविध सभासदांना तिनं माफ केलं. पण खाव्‌- चुँगचा काका छांग्‌- सुन उ- च्छ याला मात्र मरणोत्तरही माफी मिळालेली नव्हती.

शाही राजवाड्यात तिचा वारसा स्पष्टपणे दिसत होता. पुन्हा एकदा स्त्रियांच्या हाती सत्तेच्या दोऱ्या आल्या होत्या आणि कमकुवत इच्छाशक्तीच्या लि कुटुंबावर उ खानदान वर्चस्व मिळवायचा प्रयत्न करत होतं. चुंग चुँगनं आपल्या बहिणींसाठी आणि मुलींसाठी कार्यालयं सुरू करावीत, तिथे कर्मचारी नेमावेत, असा आग्रह

सम्राज्ञी वेनं धरला. त्या आधी फक्त मुलग्यांसाठीच हे केलं जात असे. स्त्रियांचं वाढतं महत्त्व फॅशनमध्येही प्रतिबिंबित होत होतं. त्यांनी पुरुषांसारखे कपडे आणि बूट घालायला सुरुवात केली. असंस्कृत उघुर जमातीची फॅशन, विशेषतः त्यांची केशभूषा स्वीकारली गेली. आपले चेहरे न झाकता स्त्रिया बाहेर पडू लागल्या आणि काही जणींनी घोडेस्वारी करतानाही हॅट घालणं थांबवलं. पण या घटनांना आकार देईल असं राजकीय आणि व्यक्तिगत कसब असणारी उ छाव्सारखी अधिकार गाजवू शकणारी एकही स्त्री आजूबाजूला नव्हती.

पाचव्या दर्जाची कनिष्ठ रखेल म्हणून सदुसष्ट वर्षांपूर्वी उ छाव्नं राजवाड्यात प्रवेश केला, तेव्हा थांग साम्राज्याची पहिली पिढीच राज्यावर होती. त्याआधी चारशे वर्षांपूर्वी हान साम्राज्याचा अस्त झाल्यानंतर फार कमी राजवंश दोन किंवा तीन पिढ्यांपेक्षा जास्त टिकले होते. सर्वसाधारणपणे साम्राज्य स्थापन केलेल्या सम्राटाचा कमजोर मुलगा नागरी युद्धात आपली सत्ता गमावत असे. उ छाव्नं आपल्या सत्तेच्या पन्नास वर्षांमध्ये थांग साम्राज्याला या कठीण काळातून यशस्वीरीत्या पार केलं होतं. ती नसती तर कमजोर खाव्- चुँगला एखाद्या महत्त्वाकांक्षी मंत्र्यासमोर किंवा जनरलसमोर सत्ता गमवावी लागली असती, यात शंकाच नाही. तिची सत्ता गेली तेव्हा चीन एकसंध होता, समृद्ध होता आणि थांग साम्राज्य आणखी दोनशे वर्षं सत्तेवर राहणार होतं.

उ छाव्नं चिनी लोकांच्या कल्पनाशक्तीवर, मनावर आपली पकड बसवली होती. तिच्यावर असंख्य कादंबऱ्या आणि नाटकं लिहिली गेली. काही काल्पनिक कथांमध्ये तर तिने स्स- वांग् मु, पश्चिमेची राजमाता, हिची जागा घेतली होती.

प्राचीन चीनमध्ये अशी समजूत होती की मृत्यूनंतर आत्मा दोन भागांत विभागला जातो- पो आणि हुन्. म्हणजेच यिंग आणि यांग घटक. त्यांच्यातली ऊर्जा संपेपर्यंत ते पृथ्वीवर संभोग करत राहू शकतात. ते त्यांच्याशी वाईट वागलेल्यांचा रक्तरंजित सूडही उगवू शकतात. उ छाव्नं आपल्या आयुष्यात जणू काही कमी रक्तपात केला होता, म्हणून आता तिचा आत्मा तिच्या नंतरच्या पिढ्यांना त्रास देत होता, रक्तामध्ये न्हाऊ घालत होता. कारण चिनी लोकांना सर्वत्र मृतांचे आत्मे दिसू लागले होते.

स्वर्गाची मुलं

चीनचं प्रशासन चालवणाऱ्या दोन स्त्रियांचा प्रियकर आणि कदाचित भावी सम्राट बनू शकेल अशा मुलाचा पिता म्हणून उ सान्- स्सु हा चीनमधला सर्वांत ताकदवान पुरुष होता. सम्राट चुंग- चुँगला त्यानं केव्हाच मागे टाकलं होतं आणि त्याच्या आयुष्यातल्या दोन स्त्रियांना आपल्या अंकित केलं होतं. त्याची एकमेव प्रतिस्पर्धी होती बावीस वर्षांची राजकन्या आन लो, जिनं आता आपल्याला वारसदार राजकन्या म्हणून मान्यता मिळावी, असा अर्ज दाखल केला होता. त्यापूर्वी कोणीही कधीही अशा प्रकारे राजकन्येला हे पद दिल्याचं ऐकलेलं नव्हतं. कारण कॉनफ्युशिअन धर्मांतर्गत ते शक्यच नव्हतं. पण उ छाव्नं एकहाती चीनमधलं राजकीय आणि तात्त्विक चित्र पालटलं होतं. उ छाव्नंतर एखादी स्त्री करू शकणार नाही असं काहीही नाही, याची इतर स्त्रियांना जाणीव झाली होती.

आपल्या आयुष्याचा संपूर्ण काळ उ छाव्ला राज्य करताना पाहिल्यामुळे आपणही ते करू शकतो, असं आन लोला वाटणं स्वाभाविक होतं. त्यामुळे तिचा भाऊ वारसदार राजपुत्र लि छुंग- छन् याला त्याच्या पदावरून काढून टाकावं यासाठी ती सतत प्रयत्नशील होती. हे पद असणाऱ्या व्यक्तीचं आयुष्य किती क्षणभंगुर आहे याची जाणीव असल्यामुळे लि छुंग- छनलाही ते नकोसं वाटत असणार, यात शंका नाही. पण दरबारातील आता ज्येष्ठ आणि आदरणीय अधिकारी वे युआन- छुंग यानं तिच्या या अर्जाला विरोध दर्शवला. स्त्रिया राज्य करू शकत नाहीत या कॉनफ्युशिअन तत्त्वाला धरून हा विरोध होता.

'वे युआन- छुंग हा शंग्थुंग्मधल्या म्हाताऱ्यांपैकी एक आहे. राज्याचं कामकाज पाहण्यासाठी तो पात्र नाही,' राजकन्या आन लो म्हणाली.

चुंग- चुँग आदेश लिहीत असताना राजकन्या आन लोनं आपला स्वतःचा

मसुदा त्याच्यासमोर ठेवला. असं म्हणतात की, त्यावर सही करायला त्यानं होकार देईपर्यंत तिनं 'त्याचा पुढचा भाग ओढला.' पुढचा भाग ओढला म्हणजे काय केलं याबाबत संदिग्धता आहे, पण त्यामुळे त्याला हसू आलं. लि छुंग- छन् आता फार काळ त्याच्या पदावर राहाणार नाही, हे दरबाऱ्यांना कळून चुकलं.

उ छाव्‌ला सत्तेवरून खाली खेचण्याची योजना आखणाऱ्यांमध्ये लि तो-त्सोचाही समावेश होता. पण सरकारी मंत्रिपद नसल्यामुळे आणि केवळ सैनिक असल्यामुळे त्याच्यावर कारवाई झाली नव्हती. थांग वंशाची पुनर्स्थापना झाल्यानंतर वर्षभराच्या आत पुन्हा एकदा या साम्राज्याला धोका निर्माण झाल्याचं त्याला दिसू लागलं. उ आणि वे खानदान निपटून काढायचं आणि सम्राटाला त्यांच्या तावडीतून सोडवायचं यासाठी योजना आखण्यामध्ये त्यानं वारसदार राजपुत्राची मदत मागितली. मग कदाचित आपल्या मुलाच्या बाजूनं उभं राहण्यासाठी चुंग- चुंगचं मन वळवता आलं असतं आणि वारसदार राजपुत्रालाही आपण देश चालवण्यासाठी पात्र आहोत, हे सिद्ध करता आलं असतं. थाय्- चुँगनं हा पायंडा पाडलेलाच होता. त्यानं आपल्या वडिलांना- खाव्- चुँगला सत्तेवरून खाली खेचून सिंहासन मिळवलं होतं. आणि थाय्- चुँगच्या स्वतःच्या मुलांनीही तसे प्रयत्न केले होते; पण ते यशस्वी झाले नव्हते.

लि तो- त्सो आणि वारसदार राजपुत्र यांनी झपाट्याने पावलं उचलली. लि छुंग- छन् मध्यरात्री सैन्य घेऊन उ कुटुंबाच्या राजवाड्यात घुसला आणि त्यानं समोर आलेल्या सगळ्यांना मारून टाकलं. यात उ सान्- स्सु, त्याचा मुलगा उ छंग- सुन यांचाही समावेश होता. लि छुंग- छन् आणि लि तो- त्सो मग राजकन्या आन लो, सम्राज्ञी वे आणि शांग् ख्वान् वान- अऱ्हची हत्या करण्यासाठी शाही महालाच्या दिशेनं दौडू लागले. सर्व कट-कारस्थानांची प्रमुख म्हणून शांग् ख्वान् वान-अऱ्हविषयी त्याच्या मनात सर्वाधिक राग होता. ते शंभर सैनिकांना घेऊन सुआन उ द्वारापाशी आले आणि जबरदस्तीनं आत शिरण्याचा प्रयत्न करू लागले. पण धोक्याची सूचना आधीच आलेली असल्यामुळे निष्ठावान मंत्र्यांनी राजवाड्याच्या रक्षकांना एकत्र केलं आणि या रक्षकांनी द्वार अडवून ठेवलं होतं. वारसदार राजपुत्र आपला जीव घेणार असल्याचं ओरडत आहे, हे पाहून शांग् ख्वान् वान- अऱ्हने चुंग- चुँग आणि सम्राज्ञी वेला म्हटलं, "आता तो माझं नाव घेतोय; पण मला मारून टाकल्यावर तो सम्राज्ञीच्या जिवावर उठेल आणि त्यानंतर युवर मॅजेस्टी, तुमच्या."

मग सम्राज्ञी वेनं, आन लो आणि शांग् ख्वान् वान- अऱ्ह यांच्या मदतीनं चुंग-चुँगला खेचतच सुआन उ द्वारापाशी नेलं. द्वाराजवळच्या टॉवरवर उभं राहून चुंग-चुँग खाली वाकला आणि आपल्या सैनिकांना म्हणाला, "तुम्ही माझे पंजे आणि

दात असायला हवं, तुम्ही का या बंडामध्ये सामील झाला आहात?"

त्याच्या या प्रश्नाने बंडखोर सैनिक बावचळून गेले. सम्राटाच्या मागे उभं राहाण्यासाठी तुम्ही उ आणि वे यांच्या विरोधात बंड करताय, असं त्यांना सांगण्यात आलं होतं. पण आता ते स्वतः सम्राटाच्या विरोधात उभे आहेत, असं चित्र निर्माण झालं होतं. आपली गेलेली पत परत मिळवण्याची एक संधी चुंग- चुँगनं त्यांना दिली.

'सम्राटाप्रती तुमची निष्ठा पुन्हा दाखवून द्या. लि तो- त्सो आणि त्याच्याबरोबर असलेल्यांची मुंडकी कापून आणा आणि मी तुम्हाला संपत्ती आणि सन्मान देईन.'

सैनिकांनी ताबडतोब त्याची आज्ञा मानली आणि लि तो-त्सो व त्याच्या सहकाऱ्यांचा शिरच्छेद केला. फक्त लि छुंग- छन् पळून गेला. तो तुर्की सीमेच्या दिशेनं दौडू लागला. पण आता त्यानं आपलं पद गमावलेलं असल्यानं त्याला कोणी मित्रही उरलेले नव्हते. दुसऱ्या रात्री तो एका जंगलात लपलेला असताना त्याचा रक्षकच त्याच्याविरुद्ध फिरला आणि त्यानं त्याला मारून टाकलं. सम्राटाची मर्जी मिळवण्यासाठी तो मग लि छुंग-छन्चं मुंडकं घेऊन राजधानीमध्ये आला. राजकन्या आन लो हिनं ते मुंडकं स्मरणिका म्हणून घेतलं आणि आपला नवरा उ यु- च्छ आणि उ सान- स्सु यांच्या शवपेटीसमोर ठेवलं.

नवऱ्याच्या मृत्यूसारखी छोटी गोष्ट आपल्या मार्गातला अडथळा बनेल, इतकी राजकन्या आन लो लेचीपेची नव्हती. तिनं स्वतःसाठी दुसरा उ शोधला. स्वर्गीय उ छंग्- सुनचा चुलत भाऊ. साम्राज्याच्या इतिहासानुसार, 'उ छंग- सुनच्या मृत्यूनंतर राजकन्येनं उ यन्- स्सुशी लग्न केलं. जे योग्य नव्हतं.' हे लग्न अतिशय थाटामाटात साजरं करण्यात आलं, जणू काही सिंहासनाच्या वारसाचंच लग्न लागत आहे. मृत पतीच्या चुलत भावाशीच लग्न करणं तांत्रिकदृष्ट्या अयोग्य असलं, तरी कोणीही त्याला विरोध केला नाही.

खरं तर, उ यन्- स्सु हा अधिक फायदेशीर नवरा होता कारण तो उ सान- स्सुचा मोठा चुलत भाऊ उ छंग्- स्सुचा मुलगा होता. एके काळी उ छंग्- स्सुचा सिंहासनाच्या वारशासाठी गंभीरपणे विचार झालेला होता. मो- छोच्या मुलीशी लग्न करायला त्याला पाठवल्यापासून दुर्दैवानं खानानं त्याला बंदिवान करून ठेवलं होतं. उ छाव्च्या मृत्यूनंतर तो परतला होता. कदाचित उ यन्- स्सु हा राजकन्या आन लोचा उ छंग- सुन्च्या मृत्यूआधीपासूनचा प्रियकर असावा. एके ठिकाणी हे स्पष्टपणे नमूद करण्यात आलेलं आहे. बंदिवान असताना उ यन्- स्सु तुर्की गाणी आणि तुर्कींचं गोल फिरून केलं जाणारं नृत्य शिकला होता. त्याच्या या कलेचं राजकन्या आन लोला अतिशय आकर्षण वाटत असे. त्याचं बेफिकीर वागणं, स्वैर स्वभाव यानं ती भारावून गेलेली होती. अर्थात, दोन चुलत भावांपैकी उ यन- स्सु

अधिक देखणा होता आणि लग्नाचं बंधन कठोरपणे मानणाऱ्यातली राजकन्या आन लो नव्हती.

आपल्या नवऱ्याचं पद उंचावण्याखेरीज या बंडापासून राजकन्या आन लोचा आणखी एक फायदा झाला होता. वारसदार राजपुत्र आता तिच्या मार्गातून दूर झाला होता. हे पद त्याचा धाकटा भाऊ लि छुंग- मावकडे ताबडतोब सोपवावं, असा विचारही कोणाच्या मनात आला नाही. दरम्यान, वंशपरंपरागत विशेषाधिकार मृत्युपत्रातून आपल्या मुलग्यांना देण्याचा हक्क स्त्रियांनाही द्यावा, हे सम्राज्ञी वेनं चुंग- चुँगला पटवलं आणि तसा आदेश त्याच्याकडून मिळवला.

धर्माच्या दीक्षेची प्रमाणपत्रं आणि अधिकृत पदं विकून राजकन्या आन लो स्वतःसाठी संपत्ती जमा करत होती. असं म्हटलं जायचं की, तीन हजार रोख देऊन सामाजिक हुद्द्यावरील कोणीही बौद्ध भिक्खू बनू शकत होतं. त्याच्यापेक्षा दसपट जास्त रक्कम देऊन एखाद्या राजकन्येच्या कर्मचाऱ्याची जागा मिळवू शकत होतं. ७१२मध्ये, च्छंग् यु म्हणजे 'ढगाचं दृश्य'च्या दुसऱ्या वर्षात, बारा हजाराहून अधिक भिक्खू आणि पाद्री यांना अशा प्रकारे खोटी प्रमाणपत्रं देण्यात आल्याचं दिसून आलं. या पदांसाठी खूप मागणी असे; कारण या पदावरच्या लोकांना वेठबिगारीची कामं करावी लागत नव्हती आणि करही भरावे लागत नसत. जमीनदार आणि श्रीमंत व्यापाऱ्यांना त्यामुळे आणखी श्रीमंत होण्याचा मार्ग सुकर होत होता. मात्र, राजकन्या आन लो आणि तिच्या बहिणी भव्य महाल बांधण्याकरता राजधानीच्या आजूबाजूची जमीन ताब्यात घेत आणि गरिबांच्या मुलांना गुलाम म्हणून विकत असल्यामुळे लोकांच्या मनातून उतरल्या होत्या. शाही खजिन्यामधून सोनं, जेडसारखी मौल्यवान माणकं आणि कॅलिग्राफीचे अमूल्य तुकडे यांची चोरी होऊ लागली होती. राजकन्या आन लो प्रचंड श्रीमंत बनली. तिनं शाही कार्यशाळेमधून स्वतःसाठी दोन स्कर्ट बनवून घेतले. यातल्या प्रत्येक स्कर्टला शंभर पक्ष्यांची पिसं लावलेली होती. ते सप्तरंगी होते आणि पुढून एका रंगाचे तर मागून दुसऱ्या रंगाचे दिसत. सकाळी एका रंगाचे आणि सावलीत दुसऱ्या रंगाचे वाटत. त्यातली पिसं अशा पद्धतीनं एकमेकांमध्ये गोवली होती, की ती पक्ष्यांचीच नक्षी बनली होती. पिसांचे हे स्कर्ट इतके लोकप्रिय बनले, की यांगत्च नदीच्या खोऱ्यात सापडणारे जंगली पक्षी संपून गेले.

छांग्- आन्च्या पश्चिमेला असलेली सर्वसामान्य लोकांची जमीन बळकावून राजकन्या आन लोच्या करमणुकीसाठी एक उद्यान बांधण्यात आलं. पन्नास ली किंवा सोळा मैलांचा परीघ असलेला तलाव खोदण्यात आला आणि एक नदी वळवून तिला आकाशगंगेचा आकार दिला गेला. यामुळे वाटेतल्या अनेक शेतधान्याचं नुकसान झालं. राजधानीच्या पूर्वेला असलेल्या पवित्र शिखराच्या हवा या डोंगरासारखा

दिसणारा डोंगर निर्माण करण्यासाठी मजुरांकरवी मोठमोठे दगड आणले गेले. बागेतले रस्ते जेड, मोती, चांदी आणि सोन्याने मढलेले होते.

अशा प्रकारे उद्दामपणे वागणारी राजकन्या आन लो काही एकटीच नव्हती. तिच्या सगळ्या बहिणी सत्तेची फळं लुटत होत्या. मोठमोठी घरं आणि बागा बांधण्यामध्ये आन लोशी स्पर्धा करत होती राजकन्या छांग् निंग्. राजकन्या ए छंगला आपल्या नवऱ्याची रखेल आहे हे कळल्यावर तिनं त्या स्त्रीचं नाक आणि कान कापून टाकले आणि आपल्या नवऱ्याचं डोकं भादरलं. चुंग- चुँगला हे कळल्यावर त्यानं त्या नवऱ्याला हाकलून लावलं आणि राजकन्या ए छंगचा दर्जा कमी केला. पण नंतर तिचा भाऊ सिंहासनावर बसल्यानंतर तिला पुन्हा एकदा शाही दर्जा दिला गेला.

शांग् ख्वान् वान- अऱ्हही या भ्रष्टाचारात मागे नव्हती. नोकरीसाठी येणाऱ्या उमेदवारांच्या निवडीसाठी असलेल्या समितीचं अध्यक्षपद तिनं स्वतःकडे घेतलं. असं करणारी ती पहिली महिला होती. आणि या कामासाठी ती मोठ्या प्रमाणात लाच घेत असे. नागरी सेवांचा विस्तार झपाट्यानं होत होता. अधिकृत सूत्रांनुसार 'हजारो तरुण' पुरुषांना नोकऱ्या दिल्या जात होत्या. बिनकामाची पदं देऊन नोकऱ्या मिळालेल्या चौदाशे लोकांना काढून टाकल्याबद्दल एका मंत्र्याला वाळीत टाकण्यात आलं. प्रायोजक म्हणून शांग् ख्वान् वान- अऱ्ह अनेक साहित्य संमेलन आयोजित करत असे. तिथे सोनं आणि चांदीचे पुरस्कार दिले जात. बौद्ध देवळांवर पैशांची उधळण होत होती आणि एका मंत्र्यानं केलेल्या तक्रारीनुसार खजिना रिकामा होत होता.

आपल्या प्रियकराच्या, उ सान- स्सुच्या मृत्यूचं दुःख सम्राज्ञी वेनं अजिबात केलं नाही. फसलेल्या बंडामुळे दरबारात तिचं स्थान अधिकच पक्कं झालं होतं. सरकारमधली मोठी पदं रिकामी झाल्यावर सम्राज्ञी वे त्यांची विक्री करत असे आणि नवनवीन प्रियकरांच्या सान्निध्यात स्वतःचं दुःख हलकं करत असे. तिच्या या व्यभिचाराविषयी अनेक मंत्र्यांनी सम्राट चुंग- चुँगला सांगण्याचं धाडस केलं, पण त्यानं त्याबाबत कोणतंही पाऊल उचललं नाही. दर महिन्याला त्याला शेकडो रखेल्यांशी संबंध ठेवावे लागत असल्यामुळे त्याच्यापाशी वेळही नव्हता. त्यातून तो स्वतःमध्येच गुंतलेला आणि आपल्या प्रतिमेच्या प्रेमात होता. त्याच्यापाशी कांस्यापासून बनवलेला एक भव्य चकचकीत आरसा होता, ज्याची फ्रेम चिनी दालचिनीच्या झाडासारखी होती आणि त्याला चांदीची पानं आणि सोन्याचा मोहोर होता. हा आरसा दहा फूट उंच असल्यामुळे चुंग- चुँग घोड्यावर बसला की घोड्यासह स्वतःचं प्रतिबिंब त्यात पाहू शकत असे.

अखेर, राजकन्या थाय- प्फिंगच्या सांगण्यावरून चुंग- चुँगने आपल्या पत्नीच्या

वागण्याबद्दल नाराजी व्यक्त करायला सुरुवात केली. म्हणून मग सम्राज्ञी वे आणि राजकन्या आन लो यांनी पिंग च, पाचव्या महिन्याच्या अठ्ठाविसाव्या दिवशी, च्छंग लुंगच्या म्हणजे 'ड्रॅगनचं दृश्य' चौथ्या वर्षात, ३ जुलै ७१० रोजी त्याच्या आवडत्या केकमध्ये विष घालून त्याला मारून टाकलं. सम्राटाच्या मृत्यूची बातमी दोन दिवस गुप्त ठेवण्यात आली. या दरम्यान सम्राज्ञी वेनं लष्कराच्या महत्त्वाच्या जागांवर आपल्या नातेवाइकांच्या नेमणुका केल्या. मग सहाव्या महिन्याच्या चौथ्या दिवशी, तिंग् छो, ८ जुलै रोजी पंधरा वर्षांच्या लि छुंग- माव् याला सिंहासनावर बसवण्यात आलं. चुंग- चुँगचा एक मुलगा जिवंत असताना राजकन्या आन लो हिला सिंहासनावर बसवण्याचं धाडस त्या दोघींमध्ये नसावं. मात्र, येणाऱ्या काळात त्याला बाजूला सारण्याची त्यांची योजना असणार, एवढं नक्की.

सगळ्या गोष्टी राजकन्या आन लो आणि सम्राज्ञी वे यांच्या बाजूनं घडत असल्या, तरी या अत्यंत धोकादायक अशा राजकीय खेळाच्या पटलावर आणखी एक कुशल खेळाडू होता. ती म्हणजे उ छाव्ची मुलगी, राजकन्या थाय- प्फिंग. ती सेहेचाळीस वर्षांची होती आणि आपल्या आईच्या राजवाड्यातील कारस्थान, एकमेकांवर केल्या जाणाऱ्या कुरघोडी आणि विविध खेळी पाहत मोठी झाली होती. त्यामुळे तिच्या अंगी राजकीय कसब होतंच. उ छाव्नं तिच्यावर महत्त्वाची कामं सोपवलेली होती. सुए हुआय्- ए या भ्रष्टाचारी भिक्खूचा काटा काढणं यासारखी कामं तिनंच पार पाडलेली होती. तिचा जनसंपर्कही चांगला होता; कारण तिच्या प्रियकरांमध्ये अनेक मंत्री, दरबारी आणि सरदार व उमरावांचा समावेश होता. त्यातून लि लुंग- च्छमध्ये तिला एक ताकदवान सहकारी मिळालेला होता. तिचा भाऊ च्यु- चुँग याचा हा तिसरा मुलगा. ६८५मध्ये एका रखेलीपासून त्याचा जन्म झालेला होता. उ छाव्प्रमाणेच कोंबड्याच्या वर्षात. तो आता पंचवीस वर्षांचा होता. ६८७मध्ये त्याला छुचा राजपुत्र बनवण्यात आलं होतं. ६९०मध्ये उ छाव् स्वतःच्या नावानं सिंहासनावर सम्राट म्हणून बसली, त्यानंतर ६९३मध्ये तो लिन- त्सुचा राजपुत्र बनला. त्याचं बहुतेक बालपण हे त्याच्या वडिलांबरोबर राजवाड्यातला बंदिवान म्हणून गेलं होतं. पण चुंग- चुँगच्या राज्यात त्याला काही कमी महत्त्वाच्या जागा दिल्या गेल्या, जिथून त्यानं शाही सन्मानचिन्हांच्या दरबाराचा उपाध्यक्ष या पदापर्यंत मजल मारली. मात्र हे पद म्हणजे केवळ दिखाऊपणापुरतंच होतं, त्यात आणखी पुढे जाणं शक्य नव्हतं. अलीकडेच त्याला या पदावरून काढून टाकण्यात आलेलं असल्यानं राजधानीतला आपला सगळा वेळ तो कट कारस्थानं करण्यात घालवू शकत होता.

तिंग- छोच्या विसाव्या दिवशी, २४ जुलै रोजी, हे कारस्थान रचणाऱ्यांनी हल्ला केला. त्या रात्री लि लुंग- च्छ हाताशी काही माणसं घेऊन राजवाड्यातल्या

रक्षकांच्या बरॅक्समध्ये गेला, त्यांना आपलंसं केलं आणि त्यांच्या वे कमांडर्सची मुंडकी छाटली. मग ते उ सुआन द्वारावर जाऊन धडकले आणि त्यांनी राजवाड्याचा ताबा घेतला. हाती फारशी सत्ता नसलेला, कोणतंही अधिकृत स्थान किंवा लष्करी पद नसताना आणि शाही कुटुंबामध्ये बऱ्यापैकी खालच्या पायरीवर असताना लि लुंग- च्छसारखा माणूस कोणाच्याही मदतीशिवाय अशा प्रकारे बंड करू शकतो, हे अविश्वसनीय वाटतं. अर्थात, राजकन्या थाय प्फिंग अतिशय श्रीमंत होती आणि लाच देण्याची ताकद तिच्यामध्ये होती. राजवाड्यात तिचा बऱ्यापैकी प्रभाव होता आणि राजवाड्यातील रक्षकांना भ्रष्ट करण्याची क्षमताही तिच्यामध्ये होती. त्यामुळे ही योजना तिची असणार, हे स्पष्ट होतं. आपला मुलगा सुएह् चुँग- च्छ्न यालाही तिनं या कटात सामील होण्यासाठी प्रोत्साहन दिलं होतं. उ छाव् आणि नंतर सम्राज्ञी वे व राजकन्या आन लो यांच्या उदाहणांवरून एका स्त्रीनं राज्य का करू नये, असं थाय- प्फिंगलाही वाटत होतं. मात्र, त्या काळात एक गोष्ट होती जी अत्यंत सक्षम अशा स्त्रीलाही करणं शक्य नव्हतं, ते म्हणजे, सैन्याचं नेतृत्व. लि लुंग- च्छची गरज होती ती तेवढ्यासाठी. त्यातून तो फारसा महत्त्वाचा नसल्यानं नंतर त्याला बाजूला सारणंही सोपं होणार होतं.

सम्राज्ञी वे पळून गेली; पण राजवाड्यातील काही बंडखोर रक्षकांच्या समोर जाऊन थडकली, ज्यांनी तिला मारून टाकलं. तिचं छाटलेलं मुंडकं लि लुंग- च्छसमोर पेश केलं गेलं. राजकन्या आन लो मेकअप करत असताना पकडली गेली. त्या काळात स्त्रिया आपल्या भुवया पूर्णपणे काढून टाकत आणि त्या जागी अधिक ठळक भुवया रंगवत. राजकन्या आन लो या नाजूक प्रक्रियेमध्ये असतानाच बंडखोर तिथे आले आणि तिच्या आरशासमोरच तिचा शिरच्छेद करण्यात आला. शेकडो पक्ष्यांच्या पिसांपासून बनवलेला तिचा स्कर्ट लि लुंग- च्छनं राजवाड्यासमोरच जाळून टाकला आणि तिचं मनोरंजन पार्क सरकारनं ताब्यात घेऊन त्याचं रूपांतर सार्वजनिक बागेमध्ये केलं.

शांग् ख्वान् वान- अऱ्ह जो कोणी सत्तेच्या संघर्षात जिंकेल त्याच्या बाजूची होती. 'कॉम्प्रिहेन्सिव्ह मिरर'नुसार, शांग् ख्वान् वान- अऱ्हनं हातात मेणबत्त्या घेऊन आपल्या दास्यांसह जेत्यांचं स्वागत केलं. आपण सम्राज्ञी वे आणि राजकन्या आन लो यांच्याबरोबर कधीच नव्हतो, असं म्हणून तिनं ल्यो यु- च्छु या बंडखोरांमधल्या एकासमोर लि छुंग- मावला सम्राट घोषित करणाऱ्या आदेशाचा मसुदाही सादर केला. कायदेशीर वारसदाराला आपला पाठिंबा असेल, असं तिचं म्हणणं होतं. अत्यंत हुशारीनं त्यात लि लुंग- च्छचे वडील च्यु- चुँग यांना काळजीवाहू सम्राट म्हणून घोषित करण्यात आलं होतं. ल्यो यु- च्छु त्यामुळे प्रभावित झाला, पण लि लुंग- च्छवर त्याचा जराही परिणाम झाला नाही आणि त्यानं बंडखोरीच्या तत्त्वानुसार

तिचा शिरच्छेद केला.

वे आणि उ खानदानाला एकत्र केलं गेलं. लि छुंग- माव् आणखी दोन दिवस सिंहासनावर राहिला. त्या काळात त्यानं वे आणि उ कुटुंब वगळता सर्वांसाठी सर्वसाधारण माफीची घोषणा केली. मग राजकन्या थाय- फ्फिंग नागरिकांच्या सभागृहात आली आणि तिनं लि छुंग- मावूला सिंहासनावरून खाली खेचलं. म्हणाली, "ही जागा लहान मुलांसाठी नाही. हे साम्राज्य आता स्यांग्च्या राजपुत्राला (च्यु- चुँगला) परत द्यायला हवं." असं म्हणून त्या मुलानं घातलेला शाही झगा आणि दागिने काढून घेण्यात आले आणि तिच्या भावाकडे पाठवण्यात आले.

च्यु- चुँग सिंहासनावर पुन्हा बसला तो थोड्याशा नाखुशीनेच. याआधी या सिंहासनावर बसल्यानंतर त्याला त्याच्या पत्नीला आणि लाडक्या रखेलीला मुकावं लागलं होतं. आणि मागच्या वेळेप्रमाणेच याही वेळी त्याचं हे पद नाममात्र असणार होतं. त्याच्या अठ्ठेचाळीस वर्षांच्या आयुष्यातली पहिली छत्तीस वर्षं तो त्याच्या आईचा कैदी होता. अलीकडच्या काळात त्याला स्वतःच्या घरात राहण्याची परवानगी मिळालेली होती. पण राज्याच्या कामकाजात त्यानं कोणतीही भूमिका बजावलेली नव्हती आणि चुंग- चुँगच्या काळात त्याच्याकडे दुर्लक्षच करण्यात आलं होतं. सिंहासनावर त्याचं पुनरागमन झालं असलं तरी या योजनेत त्याचा कोणताही सहभाग नव्हता. पुन्हा एकदा एका ताकदवान स्त्रीच्या हातातलं तो निव्वळ एक बाहुलं होता. या वेळी ती स्त्री म्हणजे त्याची बहीण थाय- फ्फिंग होती आणि आता साम्राज्यावर ती स्वतःचं नियंत्रण आणणार होती. त्याला स्वतःला सत्तेच्या राजकारणाचा अनुभव नव्हता. तो केवळ या राजकारणाचा बळी ठरलेला होता. मात्र, सम्राट म्हणून तो एक गोष्ट करू शकत होता. खून झालेली त्याची पत्नी लेडी ल्यो आणि त्याची लाडकी रखेल लेडी थो यांना त्यानं मरणोत्तर सम्राज्ञीपद दिलं. त्यांची शरीरं कधीच सापडली नसल्यामुळे त्यांच्या नावानं त्यानं ल्वोयांगमध्ये 'दफनासाठी आत्मा परत बोलावणं' नावाचा एक विधी केला.

च्यु- चुँग सिंहासनावर बसलेला असला, तरी सर्व निर्णय राजकन्या थाय- फ्फिंगच घेत होती. अधिकाऱ्यांच्या नेमणुका करणं, त्यांना काढून टाकणं आणि प्रशासनावर देखभाल करणं, हे सगळं ती करत होती. सर्व महत्त्वाच्या पदांवर तिच्या अनुयायांची वर्णी लागली होती आणि खाव्- चुँगच्या राज्यामध्ये प्रस्थापित झालेलं स्त्रीराज्य पुन्हा एकदा सत्तेवर येणार असं दिसू लागलं. 'ती जे काही सांगत होती ते सम्राट मान्य करत होता. प्रमुख मंत्र्यांच्या नेमणुकांपासून ते इतरांच्या नेमणुका आणि गच्छंती हे केवळ तिच्या एका शब्दावर अवलंबून होतं... देशातले सर्व शक्तिमान लोक तिच्या दारावर गर्दी करत, जणू काही ती एक बाजारपेठ आहे,' असं वर्णन करणारी एक नोंद आहे.

आता प्रश्न उरला होता तो केवळ वारसदाराचा. लि लुंग- च्छ हा काही च्यु- चुँगचा सर्वांत मोठा मुलगा नव्हता. किंवा तो उ छाव्‌कडून सतरा वर्षांपूर्वी मारल्या गेलेल्या स्वर्गवासी सम्राज्ञी ल्योचा मुलगाही नव्हता. च्यु- चुँगचा सर्वांत मोठा मुलगा लि छंग- च्छ हा सम्राज्ञी ल्योचा मुलगा होता आणि त्यामुळे वारसदार राजपुत्र बनण्यासाठी तो सर्वाधिक पात्र होता. च्यु- चुँगला ज्येष्ठ रखेल्यांपासून झालेले आणखी चार मुलगे होते. त्यांपैकी एक लि हवे हा लि छंग- च्छपेक्षा वयाने मोठा होता. आधीचा काळ असता तर हा प्रश्न खूप सारा रक्तपात होऊन सुटला असता. पण आपल्या भावानं, लि लुंग- च्छनं थांग साम्राज्य वाचवलं, असं म्हणून त्याच्यासाठी लि छंग- च्छ वारसदार म्हणून बाजूला झाला. लि हवेनंही हीच भूमिका घेतली आणि लि लुंग- च्छ वारसदार राजपुत्र बनला आणि कालांतरानं सुआन चुँग या नावानं सम्राटही झाला. सिंहासनामुळे एकमेकांमध्ये कोणतंही शत्रुत्व नसल्यामुळे हे तिघे भाऊ आयुष्यभर चांगले मित्र राहिले.

वारसाची ही निवड राजकन्या थाय- प्फिंगच्या अजिबात मनासारखी झालेली नव्हती. एका सूत्रानुसार, 'वारसदार राजपुत्र फार तरुण आहे असं तिला वाटत होतं आणि त्याचं धैर्य व लष्करी क्षमता याचा तिला मत्सर वाटत असे. त्याला काढून एखाद्या कमकुवत व्यक्तीला वारसदार करण्याची तिची इच्छा होती, जेणेकरून तिचा अधिकार अबाधित राहील.'

तिच्या आईप्रमाणेच राजकन्या थाय- प्फिंगनंही आपले हेर राजवाडाभर पेरले होते. आणि च्छंग युनच्या पहिल्या वर्षात, ७११मध्ये, तिनं लि लुंग- च्छच्या विरोधात चिखलफेक करायला सुरुवात केली. यातून निघणाऱ्या निष्पन्नाला घाबरून लि लुंग- च्छनं वारसदार राजपुत्राच्या पदाचा त्याग करण्याचा मानस बोलून दाखवला. पण च्यु- चुँगची याला परवानगी नव्हती. आपल्या मुलानं आपल्या शवपेटीसमोर सिंहासन ग्रहण करावं, अशी आपली इच्छा असल्याचं च्यु- चुँगने त्याला सांगितलं. तसं केलं नाही तर कुटुंबावर संकट कोसळेल याची च्यु- चुँगला खात्री होती. लि लुंग- च्छनं मग स्वतःच्या बचावासाठी राजकीय मार्ग काय आहेत हे बघायला सुरुवात केली आणि आपल्या भावांसाठी दोन महत्त्वाची पदं मिळवली. राजकन्या थाय- प्फिंगला याचा भयंकर संताप आला. तिनं प्रथम मंत्र्यांना बोलावून लि लुंग- च्छला पदच्युत करावं, अशी मागणी केली. या मंत्र्यांमध्ये याव् युआन- च्छ्ह आणि सुंग च्छंग यांचा समावेश होता. उ छाव्‌च्या लाडक्या छांग् बंधूंना विरोध करण्याचं धैर्य या दोघांनी दाखवलेलं होतं. त्यांनी थाय- प्फिंगचं म्हणणं पूर्णपणे अमान्य केलं आणि तिला दूर पाठवून द्यावं, असा सल्ला सम्राटाला दिला. राजकन्या थाय- प्फिंगकडून मग तिचे सर्व कर्मचारी काढून घेण्यात आले आणि तिला फार दूर नसलेल्या शान्सीच्या दक्षिणेकडील प्फु छो इथे हद्दपार केलं गेलं.

तरुणपणी अत्यंत रागीट असलेला लि लुंग- च्छ लवकरच राज्य चालवण्याच्या कलेत तरबेज झाला. राजकन्या थाय- फ्फिंगचा राग आपल्याला परवडणार नाही, याची जाणीव त्याला होती. त्यामुळे याव् युआन- च्छ्ह आणि सुंग च्छंग यांना राजधानीमधून दूर पाठवून, त्यानं तिचा राग शांत करण्याचा प्रयत्न केला. पण आता च्यु- चुँगला सल्लागारांची कमतरता भासू लागली आणि आपल्या पदाचा त्याग करण्याची गरज त्याला वाटली. पण दरबाऱ्यांनी त्याला तसं करण्यापासून थांबवलं. हद्दपार करून चार महिने झाले नाहीत तोच, लि लुंग- च्छनं आपल्या वडिलांना मदत करण्यासाठी राजकन्या थाय- फ्फिंगला परत बोलावण्याची मागणी केली. कदाचित, राजधानीत असेल तर तिच्या कारस्थानांवर नजर ठेवणं सोपं जाईल, असा विचार त्यानं केला असावा. मग लगेचच, च्यु- चुँगनं आपल्या मुलासाठी पुन्हा एकदा पदत्याग करण्याची इच्छा बोलून दाखवली. त्यानं सर्वोच्च सम्राट हे पद स्वतःसाठी घेतलं आणि तो नाममात्र सम्राट राहिला, तर लि लुंग- च्छ आता सम्राट स्वान् चुँग म्हणून प्रशासनाचं दैनंदिन कामकाज पाहू लागला. उमरावांचं रक्त त्याच्या शरीरामध्ये होतं. त्याची आई लेडी थो, जिचा खून झालेला होता, ही पहिल्या थांग सम्राटाची, खाव्- त्सुची पत्नी सम्राज्ञी थो हिच्या चुलत बहिणीच्या वंशाची होती. स्वान् चुँगला सम्राट केल्यानंतरही सिंहासन मिळवण्याची राजकन्या थाय- फ्फिंगची महत्त्वाकांक्षा जराही कमी झाली नव्हती. आणि लि लुंग- च्छ एक प्रकारे त्याला प्रोत्साहन देत होता. चुंग- चुँग आणि च्यु- चुँग यांच्याबरोबर त्यानं उ छाव्ची अधिकृत कागदपत्रं स्वीकारली. ही कागदपत्रं आता खुओ- शह् किंवा 'राष्ट्रीय इतिहासा'चा पाया बनणार होती. ती स्वीकारताना लि लुंग- च्छनं उ छाव्चा उल्लेख स्पष्टपणे सम्राट असा केला. उ छाव्नं आपल्या मृत्युपत्रात हे पद नाकारलेलं असलं, तरीही. आणि जर उ छाव् सम्राट बनू शकते तर थाय- फ्फिंग का नाही असंही त्यानं म्हटलं.

पण सिंहासनावर बसलेल्या सम्राटाला खाली खेचणं हे वारसदार राजपुत्राला बाजूला सारण्याइतकं सोपं नव्हतं. त्यामुळे तरुण आणि कणखर असा स्वान- चुँग अधिकारपदावर असताना राजकन्या थाय- फ्फिंगचा प्रभाव बऱ्यापैकी कमी झाला होता. म्हणून मग तिनं सत्ता मिळवण्याचा एक शेवटचा प्रयत्न केला. राजवाड्यात अजूनही तिच्याबरोबर अनेक जण होते. यात अंगरक्षकांचे दोन ज्येष्ठ जनरल्स होते आणि सात प्रमुख मंत्र्यांपैकी पाच जणांचा समावेश होता. त्यांच्या निष्ठा जिच्यापाशी होत्या, ती बाजूला पडल्यानं त्यांचं स्थान डळमळीत झालं होतं. स्वान- चुँगला विरोध करत असल्याचं कळलं, तर आपण फार काळ जिवंत राहू शकणार नाही याची कल्पना त्यांना होती. स्वान- चुँगला विष घालण्याची विनंती तिनं त्यांना केली. पण स्वान- चुँगच्या भोवतालचं संरक्षक कवच पक्कं असल्यानं या मंत्र्यांना तशी

संधीच मिळाली नाही.

राजकन्या थाय- फ्फिंगसाठी आता वेळ झपाट्यानं निघून जात होती. सम्राज्ञी वे आणि राजकन्या आन लो यांचा काटा काढण्याची योजना तिनं आखली होती, पण त्यामुळे राज्य करण्याचा अधिकार मिळाला होता स्वान- चुँगला. वारसदाराचा प्रश्न निकालात निघाला होता. एक तरुण राजा गादीवर बसला होता. त्यामुळे लोक आता स्थैर्याची अपेक्षा करत होते आणि राजकीय सत्ताकेंद्र नव्यानं एकत्र येत होती. राजकन्या थाय- फ्फिंगचा स्वतःचा मुलगा सुएह् चुंग- च्छन यानंही तिला तिच्या कारवाया थांबवण्याची विनंती केली. ती सम्राट बनली असती तर त्याचा फायदा झाला असता, तरीही. पण ती ऐकत नव्हती. तिनं आपल्या मुलाला फटके मारण्याची शिक्षा दिली.

राजकन्या थाय- फ्फिंग सत्ता मिळवण्याचा शेवटचा प्रयत्न करणार होती. आजवर ज्या पद्धतीनं सत्ताबदल घडला होता, तीच पद्धत तिनं अंगीकारली. तिचे कमांडर्स राजवाड्यातील अंगरक्षकांना घेऊन उ स्वान द्वारापाशी जाणार होते, राजवाड्याचा ताबा घेऊन स्वान- चुँगला ठार मारणार होते. राजकन्या थाय- फ्फिंग हे असंच काहीतरी करणार याची कल्पना असल्यामुळे स्वान- चुँग तयारीत होता. लोकप्रिय आणि अत्यंत सक्षम अशा या सम्राटानं बंडाचा हा प्रयत्न कधी होणार आहे ते शोधून काढलं. च्यु- चुँग आपल्याला असं काही करण्यापासून थांबवेल म्हणून त्यालाही न सांगता स्वान- चुँग बंडाच्या आदल्या दिवशी अंगरक्षकांच्या बरॅक्सच्या दिशेनं दौडत गेला आणि राजकन्या थाय- फ्फिंगच्या दोन जनरल्सचा शिरच्छेद केला. बंडात सामील होणाऱ्या इतरांना अटक केली जात असतानाच ही मुंडकी राजवाड्याच्या उत्तरेकडच्या द्वारावर सगळ्यांना पाहण्यासाठी टांगली गेली. इतरांना अटक झाल्यानंतर नागरिकांच्या सभागृहासमोर त्यांचाही शिरच्छेद केला गेला.

आरडाओरडा ऐकून च्यु- चुंग राजवाड्याच्या एका द्वारावर असलेल्या मनोऱ्यात जाऊन लपला. स्वान- चुँगनं त्याला शोधून काढलं आणि काय घडलं ते सांगितलं. सर्वोच्च सम्राटानं मग राजकन्या थाय- फ्फिंगचे अनुयायी आणि त्यांचे कुटुंबीय वगळता सर्वांसाठी सर्वसाधारण माफीची घोषणा केली. स्वतः राजकन्या थाय- फ्फिंग पळाली आणि तिनं छांग्- आन्पासून जवळच असलेल्या चुँग- नान् नावाच्या डोंगरावरील एका बौद्ध मंदिरात आसरा घेतला. पण निसटण्याचा कोणताही मार्ग तिच्यासमोर नव्हता. शेवटी, तीन दिवसांनी ती आपल्या घरी परतली आणि तिला स्वतःचं आयुष्य संपवण्याची परवानगी देण्यात आली. तिच्या कुटुंबातील केवळ एकच सदस्य वाचला. तिला सम्राटाविरुद्धच्या कारवाया थांबवण्याची गळ घालणारा तिचा मुलगा सुएह् चुँग- च्छन. त्यानं मग लि आडनाव स्वीकारलं. खाव्- चुँगचा नातू असल्यामुळे असं करण्याची त्याला पूर्ण मुभा होती. राजकन्या थाय- फ्फिंगची

संपत्ती सरकारदरबारी जमा झाली आणि अधिकारी तिच्या महालात आले तेव्हा असंख्य प्रकारचे सेक्स टॉईज तिथे पाहून त्यांना आश्चर्याचा धक्काच बसला.

च्यु- चुँगनं लवकरच पूर्ण सत्तेचा त्याग केला आणि ७१६मध्ये त्याचं निधन झालं. स्वान- चुँगनं त्यानंतर चव्वेचाळीस वर्षं राज्य केलं. त्याच्या या काळात थांग साम्राज्यानं समृद्धी आणि सत्तेचं शिखर गाठलं. यामुळे स्वान- चुँगला मरणोत्तर मिंग हवांग् असा किताब देण्यात आला, ज्याचा अर्थ- तेजस्वी सम्राट असा होता. अनेक कवींच्या कवितांमधून आणि चित्रकारांच्या चित्रांमधून त्याचं राज्य अमर झालेलं आहे.

त्याच्या सत्तेची सुरुवात झाली ती नागरी सेवांमधल्या सर्वांगीण सुधारणांनी. लाच देऊन किंवा कोणाच्या तरी मर्जीमुळे पद मिळालेल्या मंत्रिपदाच्या दर्जाच्या हजारो नागरी सेवकांना त्यानं नोकरीवरून काढून टाकलं. अर्थात, उ छाव्च्या हाताखाली काम केलेल्या अनेक मंत्र्यांना त्यानं कायम ठेवलं. नागरी सेवेची प्रवेश परीक्षा देणाऱ्यांची संख्या त्यानं ऐंशी टक्क्यांनी कमी केली. तीस हजार भिक्खूंकडून त्यांचं पद काढून घेतलं गेलं, त्यांना पुन्हा सर्वसामान्य आयुष्य जगणं भाग केलं आणि कर भरणंही. त्यानं आपली राजधानी पुन्हा छांग्- आन्‌ला आणली. उ छाव् ल्वोयांगला राहत असल्यामुळे या शहरातले कालवे खराब झालेले होते; त्यानं ते पुन्हा दुरुस्त करून घेतले. तोवर अन्नधान्याची वाहतूक नीट होत नसे. त्यामुळे दरबाऱ्यांना दुष्काळाशी सामना करण्याचं टाळायचं असेल तर ल्वोयांग आणि छांग्- आन्‌चा प्रवास करणं भाग पडत असे. नव्या सम्राटानं त्यात सुधारणा केली. त्याबरोबरच त्यानं अनेक आर्थिक सुधारणाही केल्या. नाण्यांमध्ये बदल झाला आणि नव्यानं जनगणना करण्यात आली. उ छाव्च्या राज्यात तुर्की आणि खितानच्या आक्रमणाच्या वेळेस तसंच दुष्काळ, लष्करी सेवा आणि इतर समस्यांपासून सुटका म्हणून अनेक कुटुंबं आपल्या मूळ गावांमधून पळून आलेली होती. त्यांनी नोंद नसलेल्या जमिनींवर आपले संसार थाटले होते आणि ही मंडळी कोणतेही कर भरत नव्हती. आता त्यांनी आपणहून स्वतःची नोंद केल्यास त्या कुटुंबांना पंधराशे तांब्याच्या बदल्यात करामधून आणि जबरदस्तीच्या मजुरीपासून सहा वर्षांसाठी सवलत जाहीर झाली. जवळपास आठ लाख कुटुंबांनी आपली नोंद करून घेतली ज्यामुळे ७२४ सालापर्यंत सरकारी खजिन्यात कोट्यवधी रोख जमा झाली. या पैशांमुळे स्वान- चुँगला सक्तीची लष्कर सेवा बंद करून व्यावसायिक लष्कराची बांधणी करता आली. अशा प्रकारे त्यानं आपल्या शेवटच्या काळापर्यंत सहा लाखांहून अधिक सैन्य तयार केलेलं होतं. तुर्की, खितान आणि तिबेटींच्या विरोधात त्यानं यशस्वी मोहिमा आखल्या आणि चीनच्या उत्तर सीमेचं संरक्षण करण्याकरता कायमस्वरूपी तटबंदी बांधली.

आपल्या राज्यात त्यानं मृत्युदंडाची शिक्षा रद्द केली. आपल्या संपूर्ण साम्राज्यातल्या

प्रत्येक गावातल्या तळाच्या दहा गरीब कुटुंबांना त्यानं करमुक्त केलं. ही संख्या नंतर तीस झाली. सक्तीच्या मजुरीसाठी आणि कर लागू होण्यासाठी पुरुषांना एकोणीस वर्षांची वयाची अट होती, ती बदलून त्यानं बावीस केली. रस्त्याच्या दोन्ही बाजूंना दहा पावलांवर वाढलेली झुडपं कापून टाकण्याचा आदेश त्यानं दिला. त्यामुळे साप चावण्याचं प्रमाण कमी झालं. उ छाव्च्या राज्यात आलेल्या मैत्रेय पंथावर त्यानं बंदी आणली. स्वान- चुँग स्वतः एक उत्तम संगीतकार, कवी, हस्ताक्षरतज्ज्ञ आणि नर्तकही होता. ६९० सालात, वयाच्या पाचव्या वर्षी त्यानं उ छाव्समोर 'दीर्घायुष्य लाभलेली स्त्री' नावाचं नृत्य सादर केलं होतं. हे थोडं वेगळं होतं; कारण त्या वेळी रक्ताचं नातं असलेले राजपुत्र बहुधा लष्करी पद्धतीची नृत्यं करत. त्याच मेजवानीमध्ये दुसऱ्या एका राजपुत्रानं 'लानलिंगचा राजपुत्र रणांगणावरील सैन्याचा भेद करतो' हे नृत्य सादर केलेलं होतं. सहाव्या शतकातील उत्तरेकडच्या एका जनरलचा रणांगणावरचा विजय या नृत्यामध्ये साजरा करण्यात आला होता. अशा वेळी होणाऱ्या नृत्यांमध्ये सर्वांत आवडतं होतं ते 'छिन्चा राजपुत्र रणांगणावरील सैन्याचा भेद करतो'. छिन्चा राजपुत्र असतानाच ६२२मध्ये थाय- चुँगनं बंडखोर सैन्याचा केलेला पराभव या नृत्यामधून साजरा केला जात असे. त्याच्या लोकांनी हे गीत रचलं होतं आणि थाय- चुँगनं यावरील नृत्याची पावलं कागदावर उतरवण्याचा आदेश दिला होता.

स्वान- चुँग आणि त्याच्या भावांनी कलेला आश्रय दिला. आपल्या फंग्- शान्च्या यज्ञासाठी स्वान- चुँगनं स्वतः कविता केल्या. आता त्या कविता 'खडकावर कोरलेलं स्मारक' या नावानं प्रसिद्ध आहेत. आजही थाय- शान् डोंगरावर जिथे फंग्- शान्चा यज्ञ केला जात असे, तिथे या कविता कोरलेल्या दिसतात. त्यानं शांग् ख्वान् वान- अऱ्हच्या स्मृतीचीही पुनर्स्थापना केली. तिच्या कविता आणि इतर लेखन प्रकाशित करण्याची योजना त्यानं आखली आणि छांग् युएह् या आपल्या मंत्र्याला त्यासाठी प्रस्तावना लिहायला सांगितली. परिणामी शांग् ख्वान् वान- अऱ्ह ही साम्राज्यामधली सर्वांत हुशार व्यक्ती म्हणून लोकांच्या स्मरणात राहिली. नंतरच्या काळातल्या थांग कवींनीही तिच्या साहित्याची दखल घेतली. एके काळी तिच्या संग्रहात असलेलं एक पुस्तक छांग् आन्च्या बाजारात सापडलं, यावर एका कवीनं कविता लिहिलेली आहे. घरच्या आघाडीवर स्वान- चुँगनं आपला जनानखाना वाढवून त्याची संख्या चाळीस हजार स्त्रियांची केली. या स्त्रिया आपापसात सोन्याचं नाणं उडवून त्यांच्यापैकी कोण त्या रात्री सम्राटाचं मनोरंजन करणार हे ठरवत असत. पारंपरिकदृष्ट्या दर दहा रखेल्यांसाठी एका प्रतिहारीची नेमणूक करण्यात येत असे, त्यामुळे सम्राटाला आपल्या जनानखान्याच्या संरक्षणासाठी खासगी घरांमधून प्रतिहारी मागवावे लागले. आणि स्वान- चुँगचा सर्वांत विश्वासू प्रतिहारी किंवा तृतीयपंथी त्याच्या शयनगृहाच्या बाजूलाच असलेल्या पडदे लावलेल्या

भागात झोपत असे.

उ छाव्लाही तो विसरला नाही. तिच्या मृत्यूनंतर खूप वर्षं माजी वारसदार राजपुत्र लि स्सनच्या मुलगा लि शो- लि आपला चुलत भाऊ सम्राट स्वान- चुँगच्या दरबारात राहत होता. लि शो- लि हा बाँ व्हिवे म्हणजे मेजवानीला आलेला गमतीशीर पाहुणा म्हणून ओळखला जात असे. एकदा दुष्काळ पडलेला असताना लि शो- लिनं तरुण राजपुत्रांना दुसऱ्या दिवशी पाऊस पडेल असं सांगितलं. राजपुत्रांनी ते स्वान- चुँगच्या कानावर घातलं. लि शो- लिकडे जादुई ताकद आहे असं त्यांचं म्हणणं होतं. दुसऱ्या दिवशी खरोखरच पाऊस पडला आणि लि शो- लिला बोलावून त्याच्या या म्हणण्याचा अर्थ विचारण्यात आला. तो सम्राटाला म्हणाला, 'सम्राज्ञी उच्या काळात, माझ्या वडिलांना कोणत्या तरी गुन्ह्यामध्ये अपराधी ठरवण्यात आलं होतं. राजवाड्यात मला अनेक वर्षं बंदी केलं गेलं आणि बऱ्याचदा मारहाणही झाली. आता, पाऊस पडणार असला की ते वळ दुखू लागतात.' असा तुरुंगवास स्वतःही भोगलेला असल्यानं स्वान- चुँगला त्याच्याविषयी सहानुभूती वाटली असणार.

सम्राज्ञी वे आणि राजकन्या आन लो यांच्या हत्येनंतर उ खानदानाचं केवळ एकच कुटुंब जिवंत राहिलं. उ छाव्चा पुतण्या, उ यु- च्छ्ह. याला साहित्याची खूप चांगली जाण होती आणि तो राजकारणापासून नेहमी दूर राहिला होता. त्याच्याविषयी आदर वाटत असल्यानं त्याची हत्या करण्यात आली नाही. त्याची मुलगी उ हवे- फेची आई यांग खानदानाची होती. ही मुलगी आता स्वान- चुँगच्या आवडत्या रखेल्यांपैकी एक बनली. तिच्यापासून त्याला तीन मुली आणि चार मुलगे झाले.

७२२मध्ये सम्राट आणि त्याची पत्नी सम्राज्ञी वांग् यांच्यातले संबंध तणावाचे झाले. तिला मूल नसल्यानं स्वान- चुँगनं तिला काढून टाकण्याविषयी चर्चा केली. या चर्चेचा तपशील दरबारातल्या छ्यांग च्छाव् यानं सम्राज्ञीच्या कानावर घातला. त्याला मग फटके मारण्याची शिक्षा झाली, हाकलून लावण्यात आलं आणि शहर सोडून जात असताना वाटेतच त्याला मृत्यू आला. आपलं स्थान डळमळीत असल्याचं लक्षात आल्यावर सम्राज्ञी वांग्नं आपल्याला मूल व्हावं म्हणून एक ताईत मिळवला. आणि तिच्या भावानं, वांग् शो- ए यानं काही तंत्रमंत्र करण्यासाठी एका भिक्खूला गाठलं. ७२४मध्ये सातव्या महिन्यात ही माहिती उघड झाल्यानंतर वांग् शो- एला त्याच्या बायकोपासून बळजबरीनं घटस्फोट घ्यायला लावला, त्याला हद्दपार करण्यात आलं आणि नंतर आत्महत्या करण्याचा आदेश दिला गेला. सम्राज्ञी वांगला सर्वसामान्य माणसाचा दर्जा दिला गेला, पण बाकी कोणतीही शिक्षा तिला झाली नाही. राजवाड्यातच तिला वेगळ्या घरात राहण्याची परवानगी देण्यात आली, जिथे तीन महिन्यांनी तिचा मृत्यू झाला. ती सगळ्यांची आवडती होती आणि

स्वान- चुँगलाही कालांतरानं तिचं पद काढून घेतल्याचा पश्चात्ताप झाला, तसंच छ्यांग च्छाव्ला दिलेल्या शिक्षेचंही दुःख त्याला झालं.

लेडी उला हवे फे म्हणजे 'पहिल्या दर्जाची आवडती रखेल' म्हणून बढती दिली गेली. हे स्थान खूपच महत्त्वाचं होतं. कारण राजघराण्याच्या जनानखान्याची पुनर्रचना करताना स्वान- चुँगनं पहिल्या दर्जाच्या चार स्त्रियांची संख्या आता तीनवर आणली होती आणि आवडती रखेल म्हणून ती दुसऱ्या स्थानावर, म्हणजेच सम्राज्ञी नंतरच्या स्थानावर आली होती. मग ७२६मध्ये स्वान- चुँगनं लेडी उला आपली तिसरी सम्राज्ञी केलं. याला काहींचा विरोध होता; कारण आता उ घराणं हे थांग वंशाचे पारंपरिक शत्रू झाले होते. मागच्या वेळी एका उ घरातील स्त्रीला सम्राज्ञी केल्यानंतर काय झालं, हे लोक अजून विसरलेले नव्हते.

लेडी उला सम्राज्ञी बनवल्यानं वारसदाराच्या प्रश्नातही अडचणी निर्माण होणार होत्या. लेडी उला तीन मुली आणि चार मुलगे होते. मात्र, राजवाड्याच्या बाहेर जी मुलं वाढली, तीच अर्भकावस्थेमधून जगू शकली. यामध्येच एक होता तिचा एकमेव मुलगा, शोचा राजपुत्र लि माव्. त्या वेळेस स्वाभाविक वारसदार होता लि यिंग. त्याची आई म्हणजे लि लुंग- च्छची बायको सम्राज्ञी वांग् ही नव्हती, तर त्याची रखेल लेडी छाव् ही होती. ती एक प्रांतीय नृत्यांगना होती. लि लुंग- च्छ सिंहासनावर बसला तेव्हा त्यानं तिला लि- फे म्हणजे 'सौंदर्यवती रखेल' हे पद देऊन पहिल्या दर्जाची प्रथम लेडी बनवलं होतं. पण लेडी उ आल्यानंतर तिनं आणि जनानखान्यातील इतर स्त्रियांचं सम्राटाकडचं महत्त्व कमी झाल्यामुळे, लि यिंगचं स्थान डळमळीत झालं. लेडी उसुद्धा त्याच्या जागी आपल्या स्वतःच्या मुलाला, लि मावला आणून बसवण्याची योजना आखत होती. राजकन्या स्सन- ए आणि राजकन्या थाय- हवा या आपल्या दोन मुली, त्यांचे पती आणि प्रथम मंत्री लि लिन- फ्कु यांच्या मदतीनं तिनं लि यिंग आणि त्याला पाठिंबा देणारा त्याचा सावत्र भाऊ यांच्या विरोधात चिखलफेक करायला सुरुवात केली. एक दिवस ७३७ साली तीन राजपुत्रांना सांगण्यात आलं की राजवाड्यात काही बंडखोर घुसले असून, त्यांच्या वडिलांच्या जिवाला धोका आहे. लेडी उनं तयार केलेला तो सापळा आहे हे लक्षात न येऊन ते तिघंही आपल्या वडिलांच्या संरक्षणासाठी धावले. सम्राटाच्या समोर ते शस्त्र घेऊन आले, तेव्हा सम्राज्ञी उनं ताबडतोब त्यांच्यावर देशद्रोहाचा आरोप केला. तिघाही राजपुत्रांचा धिक्कार करण्यात आला आणि त्यांना तुरुंगात डांबलं गेलं, जिथे त्यांचा मृत्यू झाला. आपल्या मुलाच्या मार्गातले अडथळे दूर करण्यात लेडी उ यशस्वी झाली असली, तरी त्याच वर्षी लि मावला वारसदार राजपुत्र बनवण्याआधी काहीतरी रहस्यमय आजार होऊन तिचं निधन झालं. तीन राजपुत्रांच्या भूतांनी तिला झपाटल्यानं तिचं निधन झालं, असं राजवाड्यात चविष्ट चर्चा करणारे म्हणू लागले.

स्वान- चुँगनं लेडी उला मरणोत्तर सम्राज्ञीचं पद दिलं, पण मग तो दीर्घ काळ तिच्या मृत्यूचं दुःख करत राहिला. बराच काळ लेडी उ त्याच्या बायकोसारखी झाली होती आणि तिची जागा घेणारी दुसरी स्त्री शोधणं त्याला कठीण होत होतं. तिच्या मृत्यूमुळे लि मावला पाठिंबा देणारे दरबारीही मागे हटले. वारशाचा निर्णय घेण्याची वेळ आली तेव्हा स्वान- चुँगनं आपला मुख्य प्रतिहारी खाव् लि- शह् याचा सल्ला घेतला. सम्राज्ञी वेला सत्ताच्युत करण्यामध्ये तसंच शाही रक्षकांवर नियंत्रण ठेवण्यामध्ये महत्त्वाची भूमिका बजावल्यामुळे खाव् लि- शह्ला जनरल बनवण्यात आलं होतं. स्वान- चुँगनं आपला सर्वांत मोठा मुलगा लि हंग याला वारसदार बनवलं, तर कोणीही त्याच्यावर टीका करणार नाही असं खाव् लि- शह्नं सांगितलं आणि या स्पर्धेतून लि माव् बाहेर फेकला गेला.

तरीही थांग वंशाला खाली खेचण्यासाठी प्रयत्न करणाऱ्या स्त्रियांची कमतरता नव्हती. यांतलीच एक होती, गोऱ्या कांतीची सौंदर्यवती यांग् यु- हवान्. यु- हवान्चा अर्थ जेडची अंगठी असा होतो. यांग् स्वान- यान या उच्चाधिकाऱ्याची ही मुलगी. चिनी इतिहासात ज्या थोडक्या लठ्ठ मुलींना सौंदर्यवती म्हणून संबोधलं जातं त्यांतली ही एक. पण त्या वेळेस तशी फॅशनही होती. तिचं घर छ्वानला होतं आणि तिथून शेकडो मैलांवरून ती बोटीने स्वतःसाठी लिची मागवत असे. हे फळ तिला इतकं आवडायचं की ती खाऊन खाऊनच यांग् यु- हवान् जाड झाली असावी असं म्हणतात. त्याची भरपाई म्हणून ती स्वतःच्या दिसण्यावर प्रचंड मेहनत घेत असे. स्त्रियांच्या फॅशनच्या सहा देवांची नावं घेत तिची सौंदर्यप्रसाधनं चालत. एक देव होता सुगंधी तेल आणि मलमांचा. एक होता भुवयांना लावायच्या द्रवाचा, एक चेहऱ्याच्या पावडरचा, एक ओठांच्या लालीचा, एक दागिन्यांचा आणि एक झग्यांचा. वेगवेगळे विग्स वापरण्याबद्दलही ती प्रसिद्ध होती.

मुळात ती स्वान- चुँगचा मुलगा लि माव्ची रखेल होती. पण शन्स्स प्रांतातल्या लि डोंगरावरील हॉट स्प्रिंग राजवाड्यात थंडीच्या दिवसात राहायला गेलेले असताना तिच्यापेक्षा चौतीस वर्षांनी मोठा असलेला सम्राट तिच्या प्रेमात पडला. त्यानं जबरदस्तीनं आपल्या मुलाला तिला सोडून द्यायला लावलं. कदाचित लि माव्नं आपणहून ते केलं असावं. त्यामुळे वारसदार राजपुत्र होण्याची शक्यता वाढेल, असं त्याला वाटलं असणार. आता सम्राटाबरोबरचं तिचं नातं कायदेशीर व्हावं याकरता काही गोष्टी कराव्या लागणार होत्या. ६९३मध्ये उ छाव्नं जिचा खून केला, ती सम्राटाची आई लेडी थो हिला पुनर्जन्म मिळावा म्हणून लेडी वांग्नं थाव् जोगीण बनण्याची इच्छा व्यक्त केली होती, असं जाहीर करणारं एक पत्रक काढलं गेलं. उ छाव् कॉन्व्हेंटमध्ये राहत असताना थाय्- चुँगकडून त्याचा मुलगा खाव्- चुँगकडे गेली, त्या वेळेस असंच पत्रक काढण्यात आलं होतं. ही कल्पना खाव् लि-

शह्‌ची बहीण राजकन्या यु छन् हिच्या डोक्यातून आली असावी. ती स्वतः एक थाव् जोगीण होती. लेडी यांग् मग राजवाड्यात असलेल्या एका थाव् मंदिरात राहायला गेली. तिनं थाय- छन् किंवा 'सर्वोच्च सत्य' हे नाव स्वीकारलं. यासाठी तिनं आपल्या पतीला घटस्फोट दिला. स्वान- चुँगनं मग तिला आणि तिच्या दोन बहिणींना शाही जनानखान्यात प्रवेश दिला.

लेडी यांग् जवळपास सम्राज्ञी बनली आणि लवकरच सर्व सेवक तिला 'माय लेडी' म्हणू लागले. लेडी यांगला हे आवडत होतं. तिला केवळ तिच्या सौंदर्यप्रसाधनांसाठी दहा लाख रोख रकमेचं बजेट मंजूर करण्यात आलेलं होतं. ती मलमलीचे झगे वापरत असे, त्यावर कापरापासून साचे पाडलेल्या सिकाडा नावाच्या एक प्रकारच्या किड्यांचं विणकाम असे. त्या वेळी दरबारात असलेल्या लि फ्फो या मोठ्या कवीनं तिच्या सौंदर्याची स्तुती करणाऱ्या अनेक कविता केल्या; मात्र, ७४५मध्ये लि लुंग-च्छनं तिला आपली अधिकृत रखेल केलं आणि ख्वे- फे, म्हणजे उदात्त रखेल, हे एके काळी रद्द केलं गेलेलं पद तिला दिलं. यामुळे राजघराण्यातल्या सर्व स्त्रियांपेक्षा तिचा दर्जा वरचा झाला. स्वान- चुँगला आंघोळ करतानाचं तिचं नग्न शरीर बघायला फार आवडत असे. म्हणून मग त्यानं हॉट स्प्रिंग राजवाडा नव्यानं बांधून घेतला आणि त्याला हवा च्छंग किंवा भव्य पवित्र राजवाडा असं नाव दिलं. दर वर्षी ते तिथे येऊन राहत. या राजवाड्यातल्या बहरलेल्या कमळाच्या झऱ्यांच्या दालनात त्यानं एक स्नानगृह बांधून घेतलं. हे इतकं मोठं होतं की तो आणि लेडी यांग लाखेनं लेपलेल्या होडीतून तलावामधून तिथवर जात. या स्नानगृहाच्या बाजूनं शाही रखेल्यांसाठी आणखी सोळा लहान स्नानगृहं बांधण्यात आलेली होती.

लेडी यांगच्या चरित्रानुसार, ७४६ आणि ७५०मध्ये तिच्या हातून काही छोट्या चुका झाल्या आणि दरबारातून तिची हकालपट्टी करण्यात आली. पण या दोन्ही वेळेला सम्राटानं तिला पुन्हा बोलावून घेतलं. तिला काही राजकीय महत्त्व नव्हतं. मात्र हळूहळू तिचे नातेवाईक दरबारात आणि सरकारमध्ये आणले जाऊ लागले. तिचा चुलत भाऊ यांग् ख्वो- छुंग जुगारी आणि संधीसाधू होता. छांग् ए- च्छ्हच्या बहिणीचा हा मुलगा. तो प्रथम मंत्री लि लिन- फ्फुच्या खास मर्जीतला बनला आणि त्याच्या मृत्यूनंतर यांग् ख्वो- छुंगला ती जागा मिळाली. लेडी यांग्‌च्या इतर चुलत, आते, मामेभावांची लग्नं शाही कुटुंबात झाली आणि तिच्या तीन चुलत बहिणींना हान, ख्वो आणि च्छनच्या डचेस बनवण्यात आलं. यात सगळ्यात जास्त सुंदर होती ख्वोची डचेस. सौंदर्य प्रसाधनं न वापरता ती सम्राटाला भेटण्यासाठी राजवाड्याच्या द्वारापर्यंत घोड्यावरून कशी गेली यावर थांग कविता करण्यात आली आहे. त्या काळात कोणताही मेकअप न करता बाहेर पडणाऱ्या स्त्रिया क्वचितच दिसत. पण हिला सौंदर्य प्रसाधनांमुळे आपलं नैसर्गिक सौंदर्य खराब होईल अशी भीती वाटायची.

ख्वोच्या डचेसची वसंत ऋतूमधली रपेट या नावाचं एक पेंटिंग अजूनही आहे. यात ती पुरुषाच्या वेषात आपल्या दासींबरोबर घोड्यावरून जाताना दिसते. ती विधवा होती, अत्यंत श्रीमंत होती आणि आपल्या भावाबरोबर, प्रथम मंत्री यांग ख्वो- छुंगबरोबर तिचे संबंध होते.

ख्वोच्या डचेसच्या उद्दाम वागणुकीची आणखी एक गोष्ट सांगितली जायची. असं म्हणतात की वे नावाच्या एका उच्च पदावरील माजी मंत्र्याच्या घरी त्याचं निधन झाल्यावर ती जाऊन पोचली. पिवळ्या जाळीचा स्कर्ट आणि वर पोलकं घालून आपल्या वीस दास्यांसह ती घरात शिरली, वेच्या मुलांना शोधून काढलं आणि म्हणाली, "तुमचं घर विक्रीसाठी आहे असं मी ऐकलंय. त्यासाठी तुला किती पैसे हवे आहेत?"

"हे आमचं वंशपरंपरागत घर आहे. त्यामुळे आम्हाला ते विकायचं नाही."

पण त्या मुलांचं म्हणणं पूर्ण होण्याच्या आधीच शेकडो कामगार तिथे आले आणि त्यांनी घराची तोडफोड करायला सुरुवात केली. वे बंधू आणि त्यांच्या नोकरांना आपली पुस्तकं आणि तंतुवाद्यं घेऊन जाण्याएवढाच वेळ मिळाला. त्यांच्या घराच्या बदल्यात भरपाई म्हणून त्यांना फक्त दोन एकर नापीक जमीन देण्यात आली. घराची तोडफोड करायला आणलेल्या कामगारांशी ती त्याहून जास्त औदार्यानं वागली. वे कुटुंबाच्या घरातलंच सामान वापरून तिच्या या नवीन घराचं मुख्य दालन नव्यानं बांधून पूर्ण झाल्यांनतर तिनं कामगारांना वीस लाख तांब्याची नाणी दिली.

स्वान- चुँगची सोनेरी कारकीर्द मग अचानक संपुष्टात आली. लेडी यांग्च्या कारवायांमधून ७५५मध्ये आन लु- शान्चं बंड झालं. आन लु- शान् हा सॉगडिअन-तुर्की मूळ असलेला तरुण जनरल होता. आन रोकान किंवा चिनी भाषेत आन लु-शान् म्हणून ओळखला जाणारा जनरल मोठा झाला, तो लेडी यांग्नं त्याला आपला मुलगा म्हणून दत्तक घेतलं तेव्हा. मध्य आशियातल्या सॉगडिआनामधल्या या मुलाला तिनं आपलं म्हटलं ते बिगर- चिनी लष्करी गव्हर्नरबरोबरच्या परराष्ट्रसंबंधांचा एक भाग म्हणून. असं म्हणतात की नंतर ते दोघं प्रेमिक बनले. पाश्चिमात्य नृत्य शिकताना ते पार्टनर्स म्हणून एकत्र असत, एवढं नक्की. लेडी यांग्च्या मदतीनं आन लु- शान्कडे दोन लाख सैन्याचं कमांडरपद आलं. यातूनच यांग् ख्वो- छुंगशी त्याचा सत्ता संघर्ष निर्माण झाला. यांग् ख्वो- छुंगलाही लेडी यांग्मुळेच सत्ता मिळालेली होती. एका बाजूला प्रियकर आणि दुसऱ्या बाजूला चुलत भाऊ, या स्पर्धेची परिणती आन लु- शान्च्या स्वान- चुँगविरुद्धच्या बंडामध्ये झाली. ७५५मध्ये त्यानं ल्वोयांगवर ताबा मिळवला आणि आन लु- शान्नं स्वतःला महान यन साम्राज्याचा सम्राट घोषित केलं. त्याच्या पुढच्या वर्षी छांग्- आन्ही पडलं आणि

सम्राटाला व त्याच्या दरबाराला पळून जाऊन छ्वानमध्ये आश्रय घेण्याची वेळ आली. छ्वान हे यांग् वंशाचं गाव होतं. मा- वे इथल्या प्रक्षेपण केंद्रापाशी ते पोचले तेव्हा प्रथम मंत्री यांग ख्वो- छुंग त्यांच्याबरोबर प्रवास करत असलेल्या तिबेटी राजदूतांची खातिरदारी करताना त्यांना दिसला. बरोबरचे सैनिक त्याच्याकडे पाहून, 'देशद्रोही' असं ओरडले. वारसदार राजपुत्र लि हंग्च्या आग्रहावरून सैनिकांनी यांग् ख्वो- छुंग, त्याचा मुलगा आणि हान व च्छ्नच्या डचेस या सगळ्यांना मारून टाकलं.

स्वान- चुँगच्या कानावर ही बातमी गेली तेव्हा त्यानं खाव् लि- शह्ला सैनिकांशी बोलण्याकरता पाठवलं. देशद्रोही मृत्यू पावले असल्यानं हा प्रवास पुढे चालू ठेवावा, असा संदेश स्वान- चुँगला द्यायचा होता. पण सैनिकांनी हा आदेश पाळायला नकार दिला. या द्रोहामागचं खरं कारण म्हणजे लेडी यांग्, ती अजूनही जिवंत असल्याचं त्यांचं म्हणणं होतं. ती जर जिवंत राहिली तर तिचं गाव असलेल्या छ्वानमध्ये आपण पोचल्यावर ती आपल्यावर सूड उगवेल, अशी भीती या सैनिकांना वाटत होती. सुरुवातीला लि लुंग- च्छनं त्यांच्या मागण्या मान्य करायला नकार दिला. पण शाही रक्षकांसमोर तो शक्तिहीन असल्याचं खाव् लि- शह् आणि इतर दरबाऱ्यांनी त्याला सांगितलं आणि त्यानं आपल्या लाडक्या लेडी यांग्चा निरोप घेतला. खाव् लि-शह्नं तिला प्रक्षेपण केंद्राच्या मागे असलेल्या बौद्ध देवळामध्ये नेलं आणि तिचा गळा दाबला. त्या वेळी तिचं वय अडतीस होतं. शाही ताफा मग पुढे निघाला. लेडी यांग्च्या निर्जीव शरीराची वासलात लावण्याकरता एक छोटा गट तेवढा मागे थांबला.

मा- वे प्रक्षेपण केंद्रापाशी झालेल्या बंडाच्या वेळेस यांग् ख्वो- छुंगची रखेल, ख्वोची डचेस त्याच्या बायकोला आणि मुलांना घेऊन घोड्यावर बसून पळून गेली. पण वारसदार राजपुत्राचा बहुधा पाठीराखा असलेल्या एका स्थानिक गव्हर्नरनं यांना गाठलं. तिथं यांग् ख्वो- छुंगच्या बायकोच्या विनंतीवरून ख्वोच्या डचेसनं तिला आणि तिच्या मुलांना मारून टाकलं. आणि मग स्वतःचा गळा चिरून घेण्याचा प्रयत्न केला. गव्हर्नरची माणसं तिच्याजवळ पोचली, तेव्हा ती श्वास घेत होती. त्यांनी मग तिला अटक करून तुरुंगात टाकलं.

"तू निष्ठावान आहेस की बंडखोर?" तिनं तुरुंगाधिकाऱ्याला विचारलं.

"थोडा थोडा दोन्हीही," त्यानं उत्तर दिलं. त्यानंतर ती मरण पावली.

मग लवकरच वारसदार राजपुत्र लि हंग्नं आपल्या वडिलांपासून वेगळं होऊन उत्तरेला लिंग्- उ इथे राहून प्रतिकारासाठी संघटन करण्याचा निर्णय घेतला. थिएन् पाव्च्या सातव्या महिन्यातील नवव्या दिवशी, ७५६मध्ये, त्यानं आपले वडील आता निवृत्त झाले आहेत असं जाहीर केलं. सिंहासनाचा ताबा घेत तो सु- चुँग या

नावानं सम्राट बनला. त्याची आई, आणखी एक लेडी यांग्, ही यांग् शह्- थाची पणती. यांग् शह्- था हा स्वे साम्राज्यामध्ये मंत्री होता आणि उ छाव्च्या आईचा बाप. म्हणजे सम्राट सु- चुँगला सिंहासन बळकावण्याची उ परंपरा कुटुंबातल्या दोन्ही बाजूंकडून मिळालेली होती.

महिनाभरानंतर आपल्या मुलानं आपल्याला पदच्युत केलं आहे, ही बातमी स्वान- चुँगला मिळाली. सम्राटाचं सैन्य केवळ तेरा हजारांपर्यंत आलेलं होतं. तो म्हातारा झाला होता, आजारी होता आणि लेडी यांग्च्या मृत्यूनं दुःखात बुडालेला होता. आपलं सम्राटपद गमावणं त्यानं शांतपणे स्वीकारलं आणि आपला शाही लवाजमा व प्रथम मंत्री यांना सु- चुँगच्या मुख्यालयामध्ये पाठवलं. थांग साम्राज्याचं सर्वांत मोठं आणि सर्वांत उत्तम राज्य संपुष्टात आलं होतं.

त्याच्या पुढच्या वर्षी, आन लु- शान्चा त्याच्या सर्वांत मोठ्या मुलाच्या सांगण्यावरून एका प्रतिहारी गुलामाने खून केला. ७६३पर्यंत या बंडाचे परिणाम रेंगाळत होते आणि मग अखेर जनरल क्वो त्वयिनं ते थांबवलं. बंडखोरांकडून दोन्ही राजधानीची शहरं पुन्हा परत मिळवल्यानंतर सु- चुँगनं स्वान- चुँगला छांग्- आनला परत येण्याचा आदेश दिला. तिथे त्याचं मोठा गाजावाजा करून स्वागत करण्यात आलं. अर्थात, वडील आणि मुलाचे संबंध सुधारण्याच्या पलीकडे गेलेले होते.

छांग्- आनला परत येत असताना स्वान- चुँगनं आपल्या सेवकांना मा- वे इथे पाठवलं आणि लेडी यांग्चं शव बाहेर काढण्यास सांगितलं. योग्य पद्धतीनं तिचं दफन व्हावं अशी त्याची इच्छा होती. पण ज्या जागी तिचं दफन झालं असं सांगण्यात आलं होतं, तिथली जमीन उकरल्यानंतर सेवकांना आत काहीच मिळालं नाही. यातूनच तयार झाली एक दंतकथा. लेडी यांग्नं मा- वे इथे मृत्यूला हुलकावणी दिली आणि आपल्या रक्षकांसह ती जपानला पळून गेली. लेडी यांग्नं चिरनिद्रा घेतल्याच्या अनेक जागा जपानमध्ये आहेत, पण कोणाकडेही त्याचा भक्कम पुरावा नाही. मात्र, १९६०मध्ये जपानी टेलीव्हिजनवर येऊन एका मुलीनं आपण लेडी यांग्च्या वंशज असल्याचं सांगून आपल्या म्हणण्याच्या समर्थनार्थ काही कुटुंबीयांना आणलं होतं.

निवृत्तीचे आपले दिवस शिंगछिंग् राजवाड्यात घालवण्याची स्वान- चुँगची इच्छा होती. हा राजवाडा शहराच्या मध्यभागी होता आणि राजपुत्र असताना तो जिथे राहत होता, त्याच जागी बांधण्यात आला होता. या वेळेपर्यंत त्याच्या घरात त्याची बहीण राजकन्या यु छन्, खाव् लि- शह् आणि एक म्हातारी रखेल एवढेच जण शिल्लक होते. वेळोवेळी तो आपल्या सज्ज्यात येऊन लोकांना भेटत असे आणि म्हाताऱ्यांना वाइन देत असे. पण सु- चुँगची पत्नी सम्राज्ञी छांग् आणि त्याचा विश्वासू प्रतिहारी लि फु- ख्वो यांना स्वान- चुँगचं हे असं लोकांना भेटणंही भविष्यात

सिंहासनाला धोका निर्माण करू शकेल, असं वाटत होतं. म्हणून मग खाव् लि-शह्ला हद्दपार केलं गेलं. स्वान- चुँगच्या मालकीचे असलेले मिरवणुकीतले तीनशे घोडे काढून घेण्यात आले आणि या वृद्ध माजी सम्राटाला अंतर्गत राजवाड्यात हलवण्यात आलं. इथे बाहेरच्या जगाशी त्याचा काहीही संबंध येणार नव्हता.

एक दिवस एका मोठ्या अधिकाराच्या थाव् भिक्खूबरोबर खासगी बैठकीला येताना सु- चुंग कडेवर आपल्या लहानग्या मुलीला घेऊन आला.

"कृपया याचा राग मानू नका," भिक्खूची क्षमा मागत तो म्हणाला. 'मी एक क्षणभरही तिच्यापासून दूर राहू शकत नाही.'

"निवृत्त सम्राटालाही बहुधा असंच वाटत असावं," भिक्खूनं म्हटलं.

त्याचे शब्द ऐकून सु- चुँगच्या डोळ्यांत पाणी आलं.

७६२ मध्ये स्वान- चुँगचं वयाच्या सत्त्याहत्तराव्या वर्षी निधन झालं. खाव् लि-शह्ला आधीच माफी देण्यात आलेली होती. तो छांग्- आन्च्या परतीच्या वाटेवर असतानाच त्याला स्वान- चुँगच्या निधनाची बातमी समजली. असं म्हणतात की ही बातमी ऐकल्यावर त्याला रक्ताची उलटी झाली आणि त्याचा मृत्यू झाला. आपल्या वडिलांच्या निधनाची बातमी कळल्यावर, गंभीर आजारी असलेल्या सु-चुँगनंही काही दिवसांमध्येच आपले प्राण सोडले.

त्याचं शरीर थंडही पडलं नव्हतं की राजवाड्यात आणखी एक बंड झालं. उ छाव्प्रमाणेच एका कणखर स्त्रीमुळे ते झालं होतं. सम्राज्ञी छांग बरेच दिवस वारसदार राजपुत्राला खाली खेचून सत्ता काबीज करण्याच्या विचारात होती. हे कळल्यावर वारसदार राजपुत्र लि युनं प्रतिहारी लि फु- ख्वोच्या साहाय्यानं आपल्या या सावत्र आईचा खून केला. काही महिन्यांनी लि युच्या आदेशावरून लि फु-ख्वोला मारण्यात आलं. उ छाव्ला या साऱ्याचा अभिमान वाटला असता. आता तिचे वंशज असलेलं थांग साम्राज्य ९०७पर्यंत सत्तेमध्ये राहिलं.

उ छाव्ला तिचा पती खाव्- चुँगबरोबर शनस्समधील शिआन इथे एका भव्य घुमटाच्या समाधीमध्ये पुरण्यात आलं होतं. प्रसिद्ध टेराकोटा आर्मीचं घर असलेल्या खंदकांपासून ही जागा एकशे ऐंशी ली किंवा साठ मैलांवर आहे. आजही तिथे कोणाचा अडथळा नाही आणि दोन्ही बाजूला मोठमोठे दगडी रक्षक असलेल्या एका गल्लीतून तिथे पोचता येतं. तिला मरणोत्तर उ हो म्हणजे सम्राज्ञी उ, असं नाव देण्यात आलं होतं. पण आज ती ओळखली जाते ते उ त्स्- थिएन् या नावानं. सत्तेवरून खाली खेचल्यानंतर तिला त्से- थिएन था- शंग् हवांग् थि म्हणजे 'स्वर्गाची अनुयायी, महान संत आणि सम्राट' हे पद देण्यात आलं होतं, त्यावरूनच उ त्स्- थिएन् हे नाव आलं. किंवा कदाचित त्से- त्सेन द्वारावर ६९०मध्ये उ छाव्नं स्वतःला सम्राट म्हणून घोषित केलं, त्यामुळेही हे नाव पडलं असावं. तिची समाधी

आठव्या शतकात बांधून पूर्ण झाली. खाव्- चुँगच्या समाधीवरील शिलालेख उ छाव्नं स्वतः लिहून ठेवला होता, ज्यात तिनं त्याच्या गुणांची आणि कर्तृत्वाची महती सांगितली होती. पण स्वतः उ छाव्चा शिलालेख मात्र रिकामा आहे. असं म्हणतात की, आपल्या मृत्युपत्रात उ छाव्नंच आपला शिलालेख रिकामा असावा असं लिहून ठेवलं होतं. म्हणजे मग भविष्यात कधी तरी जग तिचं मूल्यमापन करेल, असं तिचं म्हणणं होतं. बहुधा ती वेळ आता आलेली आहे.

◆

पात्र परिचय

आन लो, राजकन्या - सम्राट चुंग- चुँग आणि सम्राज्ञी वे यांची मुलगी

आन लु- शान - चिनी जनरल

स्वान- चुँगच्या विरोधातील बंडाचं नेतृत्व करून ७५५मध्ये स्वतःला सम्राट म्हणून घोषित केलं.

छांग् छआंग्- चुँग - कुप्रसिद्ध छांग् बंधूंपैकी एक. उ छाव्चा लाडका

छांग् च्छ्न- च्छह - लोकप्रिय अधिकारी, जो पुढे प्रथम मंत्री बनला. उ छावला पदच्युत करणाऱ्या पाच मंत्र्यांपैकी एक

छांग् ए- च्छ्ह - कुप्रसिद्ध छांग् बंधूंपैकी एक. उ छाव्चा लाडका

छांग्- सुन उ- छ - ज्येष्ठ अधिकारी आणि सम्राट खाव्- चुँगचा काका. उ छाव्च्या बढतीला त्याने विरोध केला.

छांग् युएह् - महासचिव. वे युआन- छुंगच्या विरोधात साक्ष द्यायला त्याने नकार दिला.

च्छ स्सु - महत्त्वाचा दरबारी

च्छंग हवे - उ छाव्ला पदच्युत करणाऱ्या पाच मंत्र्यांपैकी एक

छो स्संग - पोलीसप्रमुख आणि क्रूरकर्मा, छळ करणारा

छु स्वे- ल्यांग - ज्येष्ठ अधिकारी आणि प्रसिद्ध हस्ताक्षरकला तज्ज्ञ

चुंग- चुँग - सम्राट, उ छाव् आणि खाव्- चुँग यांचा मुलगा, मरणोत्तर नाव लि छ्

हान युआन - चॅन्सेलरीचा अध्यक्ष आणि उ छाव्चा विरोधक

ए- च्छ्ह छांग्- च्छ - कोरिअन जनरल आणि थांग निष्ठावान

हो- लान, लेडी - उ छाव्ची मोठी बहीण

हो- लान ख्वो- छु - लेडी हो- लानची मुलगी, उ छावची भाची आणि सम्राट खाव- चुँगला आकर्षित करण्याचा प्रयत्न केल्याने उ छावची प्रतिस्पर्धी

हो- लान मिन्- च्छ्ह - लेडी हो- लान आणि उ छावचा पुतण्या यांची मुलगी

स्याव, लेडी - पवित्र रखेल, सम्राट खाव- चुँगची आवडती रखेल

सु च्छंग- चुँग - उ छावचा पाठीराखा, पुढे तो प्रथम मंत्री बनला

सु यु- खुंग - आदरणीय ॲडव्होकेट, सर्वोच्च न्यायालयातील न्यायमूर्तींचा सहायक आणि कालांतराने सेन्सॉर

सुए हुआय्-ए - उ छावचा प्रियकर आणि बौद्ध भिक्खू

सुए शाव् - उ छावचा जावई, राजकन्या थाय प्फिंगचा पहिला नवरा

हुआन यन्- फान् - उ छावला पदच्युत करणाऱ्या पाच मंत्र्यांपैकी एक

च्यु- चुँग - सम्राट, उ छाव् आणि खाव- चुँग यांचा मुलगा, मरणोत्तर नाव लि थान्

खाव- चुँग - सम्राट, उ छावचा नवरा, मरणोत्तर नाव लि च्छ्ह

लाय च्छ्ह - सचिवालयाचा अध्यक्ष आणि उ छावचा विरोधक

लाय् छुन- छन् - उ छावच्या गुप्तहेर दलाचा प्रमुख, छळ करणाऱ्यांचा मुखिया आणि थांग निष्ठावानांचा खुनी

लि छाव- थ् - विश्वासू मंत्री आणि थांग निष्ठावान

लि छान् - लि ए- फुचा मुलगा आणि उ छावच्या विरोधात कट करणारा

लि छन् - राजपुत्र युएह् आणि राजपुत्रांच्या बंडाचा नेता

लि च्छ - अधिकारी आणि कोरिआवरील आक्रमणातील जेता

लि च्छंग-ये - लि च्छचा नातू, उ छावच्या विरोधातील बंडाचा नेता

लि छुंग - लि छन्चा मुलगा, बंडखोर

लि छुंग च्युन - चुंग- चुँग आणि सम्राज्ञी वे यांचा मुलगा, एके काळचा संभाव्य वारस

लि स्साव-ए - ल्यांगचा ड्यूक आणि उ निष्ठावान

लि स्सन - युंगचा राजपुत्र बहुधा सम्राट खाव- चुँग आणि लेडी हो- लान यांचा मुलगा, पण उ छावचा मुलगा म्हणून ओळखला गेला, काही काळ वारसदार राजपुत्र

लि हुंग - सम्राट खाव- चुँग आणि उ छाव् यांचा मुलगा, वारसदार राजपुत्र ज्याचं रहस्यमय पद्धतीनं निधन झालं.

लि ए- फु - भ्रष्टाचारी मंत्री, उ छावच्या प्रगतीमध्ये महत्त्वाची भूमिका

लि लुंग- च्छ - उ छावचा नातू, सम्राट च्यु- चुँग आणि माजी सम्राज्ञी स्वान- चुँग यांचा मुलगा

लि शांग- च्छन् - खालच्या दर्जाच्या रखेलीपासून झालेला सम्राट खाव-

चुँगचा मुलगा

लि सु- च्छ्ह - पवित्र रखेल स्याव ल्यांग-थ हिच्यापासून झालेला सम्राट खाव्- चुँगचा मुलगा

लि तो- त्सो - जनरल आणि राजवाड्यातील रक्षक दलाचा कमांडर

ल्यो च्येन- ख्वान - विश्वासू जनरल आणि छांग्- आन्मधील उ छाव्चा व्हाइसरॉय

ल्यो वे- च्छ्ह - उत्तरेच्या द्वाराचा पंडित आणि सचिवालयाचा उपाध्यक्ष

लो प्फिन- वांग् - बंडखोर, उ छाव्च्या विरोधातील बंडाचं नेतृत्व करणारा

मो- छो - तुर्कींचा खान, उ छाव्च्या विरोधात तो लढला.

प्फे यन् - उ छाव्च्या विरोधात कारस्थान रचणारा मंत्री

शांग्- ख्वान ए - कवी आणि उ छाव्ला विरोध करणारा ज्येष्ठ अधिकारी

शांग् ख्वान् वान- अऱ्ह - शांग्- ख्वान एची नात, पुढे उ छाव्ची आवडती, सम्राट चुंग- चुँगची रखेल

सुंग च्छंग - महासचिव, छांग् बंधूंना विरोध करणारा सेन्सॉर

थाय प्फिंग, राजकन्या - खाव्- चुँग आणि उ छाव् यांची मुलगी

थाय- चुँग - सम्राट, खाव्- चुँगचा पिता, सुरुवातीच्या काळात उ छाव् त्याची रखेल होती.

थि यन- च्छ - विश्वासू मंत्री

त्स्वे युआन- वे - उ छाव्ला पदच्युत करणाऱ्या पाच मंत्र्यांपैकी एक

वांग्, सम्राज्ञी - सम्राट खाव् - चुँगची पहिली बायको

वे, सम्राज्ञी - सम्राट चुंग- चुँग याची बायको

उ छाव् - सम्राज्ञी, विधवा सम्राज्ञी आणि मग चीनची सम्राट; मरणोत्तर नाव उ हो ऊर्फ उ त्स्- थिएन्

उ छंग् स्सु - उ छाव्चा भाचा, तिच्या मागे आपण सम्राट व्हावं अशी याची इच्छा होती.

उ सान् स्सु - उ छाव्चा भाचा, तिच्या मागे आपण सम्राट व्हावं अशी याची इच्छा होती.

उ श् ह्वो - उ छाव्चे वडील

उ ए- चुँग - उ छाव्चा आतेभाऊ, हो नेचा राजपुत्र

उ यु- च्छ - उ छाव्चा आतेभाऊ, राजकन्या थाय प्फिंगचा दुसरा नवरा

यांग, लेडी - उ छाव्ची आई

याव् युआन- छुंग - मंत्री

युआन शु- च्छ - उ छाव्ला पदच्युत करणाऱ्या पाच मंत्र्यांपैकी एक

◆

निवडक संदर्भ ग्रंथांची यादी

ॲड्सहेड, एस. ए. एम., थांग चायना - द राइझ ऑफ द इस्ट इन वर्ल्ड हिस्ट्री, पालग्रेव्ह मॅकमिलन, न्यू यॉर्क, २००४

बॅरेट, टी. एच., थावइझम अंडर द थांग, वेल्स्वीप, लंडन, १९९६

बेन, चार्ल्सस, चायनाज गोल्डन एज- एव्हरीडे लाइफ इन थांग डायनेस्टी, ऑक्सफर्ड युनिव्हर्सिटी प्रेस, ऑक्सफर्ड, २००२

बायरन, जॉन, पोर्ट्रेट ऑफ अ चायनीज पॅरडाईज : एरॉटिका ॲंड सेक्शुअल कस्टम्स ऑफ द लेट छिंग पिरिअड, क्वारटेट, लंडन, १९८७

कॅपॉन, एडमंड, ॲंड वेरनर फोरमन, थांग चायना- व्हिजन ॲंड स्प्लेन्डर ऑफ अ गोल्डन एज, मॅकडॉनल्ड ऑरबिस, लंडन, १९८९

छु, व्हॅलेंटिन, द यिन- यांग बटरफ्लाय, सिमॉन ॲंड शुस्टर, लंडन, १९९४

कॉलिंग, सॅम्युअल, द एनसायक्लोपिडिआ सिनिका, ऑक्सफर्ड युनिव्हर्सिटी प्रेस, ऑक्सफर्ड १९८३

डर लिंग, प्रिन्सेस, सन ऑफ हेवन : अ लाइफ ऑफ द एम्परर ख्वांग सु, ॲपलटन- सेंचुरी, न्यू यॉर्क, १९३५

डोरा शु- फांग डिएन, एम्प्रेस उ झेतिअन इन फिक्शन ॲंड इन हिस्ट्री- फिमेल डिफाअन्स इन कॉनफ्युशिअन चायना, नोव्हा सायन्स पब्लिशर्स, न्यू यॉर्क, २००३

एडवर्ड्स, ई. डी., चायनीज प्रोझ लिटरेचर ऑफ थांग पिरिअड, इसवी सन ६१८- ९०६, आर्थर प्रॉबस्थेन, लंडन, १९३७

फांग फु रुआन, सेक्स इन चायना- स्टडीज इन सेक्सॉलॉजी इन चायनीज कल्चर, प्लनम प्रेस, न्यू यॉर्क, १९९१

फिट्झजेराल्ड, सी. पी., सन ऑफ हेवन- अ बायोग्राफी ऑफ लि शह्- मिन्,

फाऊंडर ऑफ द थांग डायनॅस्टी, केंब्रिज युनिव्हर्सिटी प्रेस, केंब्रिज, इंग्लंड, १९३३

फिट्झजेराल्ड, सी. पी., द एम्प्रेस उ, क्रेसेट प्रेस, लंडन, १९६८

गोल्डिन, पॉल रकिता, द कल्चर ऑफ सेक्स इन एनशिअन्ट चायना, युनिव्हर्सिटी ऑफ हवाई प्रेस, होनोलुलु, २००२

ग्युसो, आर. डब्ल्यू. एल. उ त्स- थिएन अँड द पॉलिटिक्स ऑफ लेजिटिमेशन इन थांग चायना, वेस्टर्न वॉशिंग्टन युनिव्हर्सिटी प्रेस, बेलिंगहॅम, डब्ल्यू.ए. १९७८

ग्युसो, आर. डब्ल्यू. एल. आणि स्टॅनले जोहॅनसेन (संपादक), वीमेन इन चायना, फिलो प्रेस, ॲमस्टरडॅम, १९८१

हंग छ्ये ख्यांग, सिटीज ऑफ ॲरिस्टोक्रॅट्स अँड ब्युरोक्रॅट्स- द डेव्हलपमेंट ऑफ मिडिएव्हल चायनीज सिटीस्केप्स, युनिव्हर्सिटी ऑफ हवाई प्रेस, होनोलुलू, १९९९

हिन्श, ब्रेट, वीमेन इन अर्ली इम्पिरिअल चायना, रोमन अँड लिट्लफिल्ड, ऑक्सफर्ड २००२

जोलान छांग्, द थाव् ऑफ लव्ह अँड सेक्स, वाइल्डवूड हाऊस, लंडन, १९७७

खांग ए सुन छांग् आणि हाउन् सॉसी, वीमेन रायटर्स ऑफ ट्रॅडिशनल चायना : ॲन ॲन्थॉलॉजी ऑफ पोएट्री अँड क्रिटिसिझम, स्टॅनफर्ड युनिव्हर्सिटी प्रेस, स्टॅनफर्ड, सीए, १९९९

लिन यु थांग, लेडी उ- अ टु स्टोरी, विल्यम हेनमन, लंडन, १९५७

मिलन बेट्टी, मॉन्सट्रस रेजिम : वीमेन रुलर्स इन मेन्स वर्ल्ड, विंडसर, इंग्लंड, केन्सल प्रेस, १९८२

ओ हारा, आल्बर्ट आर., द पोझिशन ऑफ विमेन इन अर्ली चायना, ओरिएन्ट, हाँगकाँग, १९५६

शॅफर, एडवर्ड एच., द डिव्हाईन वीमेन : ड्रॅगन लेडीज अँड रेन मेडन्स इन थांग लिटरेचर, युनिव्हर्सिटी ऑफ कॅलिफोर्निया, बर्कले, १९७३

ट्विटशे, डेनिस, द रायटिंग ऑफ ऑफिशिअल हिस्ट्री अंडर द थांग, केंब्रिज युनिव्हर्सिटी प्रेस, केंब्रिज, इंग्लंड १९९२

ट्विटशे, डेनिस आणि जॉन के फेअरबँक (संपादक), द केंब्रिज हिस्ट्री ऑफ चायना, केंब्रिज युनिव्हर्सिटी प्रेस, केंब्रिज, इंग्लंड, १९७९

व्हॅन ग्युलिक, आर. एच., सेक्शुअल लाइफ इन एन्शिअन्ट चायना : अ प्रायमरी सर्व्हे ऑफ चायनीज सेक्स अँड सोसायटी फ्रॉम १५०० बीसी टु १६४४ एडी, इ. जे. ब्रिल, लेडन, द नेदरलँड्स, १९७४

वेश्लर, हॉवर्ड जे., मिरर टु द सन ऑफ हेवन- वे छंग ॲट द कोर्ट ऑफ

थांग थाय- चुंग, येल युनिव्हर्सिटी प्रेस, न्यू हॅवेन, १९७४

राईट आर्थर एफ., आणि डेनिस ट्विटशे (संपादक), पर्स्पेक्टिव्ह ऑन द थांग, येल युनिव्हर्सिटी प्रेस, न्यू हॅवेन, १९७३

झिऑग, व्हिक्टर, कुनरुई, स्वे थांग छांग्- आन्- अ स्टडी इन द अर्बन हिस्ट्री ऑफ मिडिएव्हल चायना, सेंटर फॉर चायनीज स्टडीज, युनिव्हर्सिटी ऑफ मिशिगन, ॲन आर्बर, २०००

◆